നിയമനിഘണ്ടു

Niyamanighandu
Dictionary

Dr. R Sivakumar

Collection
Dr. A Suhruthkumar

CHINTHA PUBLISHERS
Thiruvananthapuram

First Edition
July 2022

Second Edition
October 2024

Published & Typesetting
Chintha Publishers, Thiruvananthapuram

Printed at
Repro India Ltd, Mumbai

Cover Design
Vinod Mangoes

ISBN : 978-93-94753-04-4

CR - 3570 / 7147

₹ 400

Email: chinthapublishers@gmail.com
Website: www.chinthapublishers.com

A version is available at National Libraries
Kolkata, Mumbai, Chennai and Delhi

Distribution
DESHABHIMANI BOOKHOUSE
H O Thiruvananthapuram 695035

Branch
Head Office Kunnukuzhi • Statue Thiruvananthapuram
Saphalyam Complex Thiruvananthapuram
Machingal Lane Thrissur • IG Road Kozhikode
Mavoor Road Kozhikode • NGO Union Building Kannur
Central Bus Terminal Complex Thavakkara Kannur

നിയമനിഘണ്ടു

ഡോ. ആർ ശിവകുമാർ

സംശോധനം
ഡോ. എ സുഹൃത്കുമാർ

ചിന്ത പബ്ലിഷേഴ്സ്
തിരുവനന്തപുരം-695 035
വില : ₹ 400

ഡോ. ആർ ശിവകുമാർ

തിരുവനന്തപുരം ജില്ലയിൽ പേയാട് പിറയിൽ എൻ രാഘവന്റെയും സി പങ്കിയുടെയും മകനായി ജനിച്ചു. പേയാട് ഗവൺമെന്റ് എൽ പി സ്കൂൾ, പേയാട് സെന്റ്സേവ്യേഴ്സ് ഹൈസ്കൂൾ, തിരുവനന്തപുരം ഗവൺമെന്റ് ആർട്സ് കോളേജ്, യൂണിവേഴ്സിറ്റി കോളേജ്, ഗവൺമെന്റ് ലാ കോളെജ് എന്നിവിടങ്ങളിൽ വിദ്യാഭ്യാസം. കേരള സർവ്വകലാശാലയിൽനിന്ന് നിയമബിരുദവും മലയാള സാഹിത്യത്തിൽ റാങ്കോടെ ബിരുദാനന്തര ബിരുദവും. മലയാളത്തിൽ പി എച്ച് ഡി.

ഭരണഭാഷാ പ്രയോഗങ്ങൾ, മലയാളം, ഇംഗ്ലീഷ് ഔദ്യോഗിക ഭാഷാനിഘണ്ടു, വസ്തു വാങ്ങുമ്പോഴും വില്ക്കുമ്പോഴും, ഭരണശബ്ദനിഘണ്ടു, ഔദ്യോഗിക ഭാഷാവകുപ്പിനുവേണ്ടി തയ്യാറാക്കിയ *മലയാളം എന്റെ അവകാശം, നിയമനിഘണ്ടു* എന്നീ ഗ്രന്ഥങ്ങൾ രചിച്ചിട്ടുണ്ട്. എം കെ കെ നായർ സാംസ്കാരിക കേന്ദ്രത്തിന്റെ ശിരോമണി എൻ കെ കുമാരൻ സ്മാരക പണ്ഡിതരത്ന പുരസ്കാരം ലഭിച്ചിട്ടുണ്ട്.

റവന്യൂവകുപ്പിൽ വില്ലേജാഫീസർ, റവന്യൂ ഇൻസ്പെക്ടർ തസ്തികകളിൽ സേവനമനുഷ്ഠിച്ചിട്ടുണ്ട്. ഇപ്പോൾ ഗവൺമെന്റ് സെക്രട്ടേറിയറ്റിൽ ഔദ്യോഗികഭാഷാ വകുപ്പിൽ ഭാഷാവിദഗ്ദ്ധൻ.

ഇമെയിൽ : svkpuram@gmail.com
ഫോൺ : 8281472707

ആമുഖം

ആധുനിക ജനാധിപത്യത്തിന്റെ അടിസ്ഥാനഘടകങ്ങളിൽ പരമ പ്രധാനമാണ് നീതിന്യായവ്യവസ്ഥ. ഒരു രാജ്യത്തിലെ ഏതു പൗരന്റെയും ആശ്രയസ്ഥാനമാണത്. എന്നാൽ നമ്മുടെ കേരള സംസ്ഥാനത്തെ നീതിന്യായവ്യവസ്ഥ പൂർണ്ണമായും ജനാധിപത്യവല്ക്കരിക്കപ്പെട്ടില്ല. കോടതി നടപടികൾ ജനങ്ങളുടെ മാതൃഭാഷയായ മലയാളത്തിലല്ല എന്നതാണ് അതിനു കാരണം. താൻ കക്ഷിയായ കേസിൽ എന്തൊക്കെയാണ് നടക്കുന്നതെന്ന് വ്യക്തമായി മനസ്സിലാക്കാൻ കഴിയാത്ത സാധാരണ ജനങ്ങളാണ് കേരളത്തിലുള്ളത്. അവരുടെ ഈ നിസ്സഹായാവസ്ഥ ഭാഷാപരമായ മനുഷ്യാവകാശ ലംഘനത്തെയാണ് വെളിവാക്കുന്നത്. അതുകൊണ്ടാണ് ജസ്റ്റിസ് നരേന്ദ്രൻ അദ്ധ്യക്ഷനായുള്ള കമ്മിറ്റി, "സാധാരണക്കാരനായ വ്യവഹാരിക്കും കോടതിനടപടികൾക്കും മദ്ധ്യേ നിലകൊള്ളുന്ന ഇംഗ്ലീഷ് ഭാഷയാകുന്ന ഇരുമ്പുമറ മാറ്റിയാലല്ലാതെ സാധാരണക്കാർക്ക് നമ്മുടെ കോടതിനടപടികളിൽ കൂടുതൽ സജീവമായി സഹകരിക്കാൻ സാധിക്കില്ല. അതുകൊണ്ട് എന്തെല്ലാം തടസ്സങ്ങളുണ്ടെങ്കിലും അതൊക്കെ തരണംചെയ്ത് കോടതിഭാഷ മലയാളമാക്കുന്ന പ്രക്രിയ മുഴുമിപ്പിക്കാതെ നിവൃത്തിയില്ല" എന്ന് അസന്ദിഗ്ദ്ധമായി പ്രഖ്യാപിച്ചത്.

കോടതിഭാഷ മലയാളമാക്കുന്ന നടപടികൾക്ക് നിയമഗ്രന്ഥങ്ങളുടെ മലയാളത്തിലുള്ള പരിഭാഷയും നിയമനിഘണ്ടുവും അനിവാര്യമാണ്. നിയമഭാഷയിൽ മലയാള പദസമ്പത്ത് വർദ്ധിച്ചിട്ടുണ്ടെങ്കിലും അവയിൽ ഭൂരിഭാഗവും കഠിനപദങ്ങളാണ്. കഠിനപദങ്ങൾ പരമാവധി ഒഴിവാക്കി, സാധാരണക്കാരന് കോടതിനടപടികൾ വ്യക്തമായി മനസ്സിലാക്കാൻ കഴിയുന്ന വിധത്തിലുള്ള പദാവലിയാണ് ഈ നിഘണ്ടുവിൽ ഉൾക്കൊള്ളിച്ചിട്ടുള്ളത്. ഈ ഗ്രന്ഥത്തിന്റെ സംശോധനം നിർവ്വഹിച്ച സുഹൃത്കു

മാർ സാറിനെ സ്മരിക്കുന്നു. അതോടൊപ്പം ഈ ഗ്രന്ഥത്തിന് അവതാരികയെഴുതി നല്കിയ ഡോ. എൻ കെ ജയകുമാർ സാറിനോടും ഇതിന്റെ പ്രസിദ്ധീകരണമേറ്റെടുത്ത ചിന്ത പബ്ലിഷേഴ്സിനോടുമുള്ള നന്ദി രേഖപ്പെടുത്തുന്നു. മലയാളഭാഷയുടെ സർവ്വതോമുഖമായ വികസനം ആഗ്രഹിക്കുന്ന ഭാഷാസ്നേഹികൾക്കു മുന്നിൽ മലയാള നിയമപദാവലിയിലേക്കുള്ള ഒരു കൂട്ടിച്ചേർക്കലായി ഈ നിയമനിഘണ്ടു സമർപ്പിക്കുന്നു.

ഡോ. ആർ ശിവകുമാർ

A

a fortiori - കാര്യകാരണ സഹിതമുള്ള വിശദീകരണം.
ab alienate - ഒരാളുടെ അവകാശം മറ്റൊരാൾക്ക് കൊടുക്കുക.
ab ante - മുമ്പിനാലേ.
ab antiquo - പണ്ടുമുതൽ.
ab inconvenienti - അസൗകര്യമുള്ള.
ab initio - തുടക്കം മുതൽ, പ്രാരംഭം മുതൽ, ആരംഭത്തിലേ.
ab intestate - പിന്തുടർച്ചാവകാശം (വില്പത്രം എഴുതാതെ മരണപ്പെട്ടയാളുടെ പിന്തുടർച്ചാവകാശം).
ab intra - പിന്തുടർച്ചാവകാശ സ്വത്ത് അനുഭവിക്കൽ, ഉള്ളിൽനിന്ന്.
ab invito - താല്പര്യവിരുദ്ധമായി, ആഗ്രഹത്തിനെതിരായി.
abacinate - അന്ധനാക്കുക, കാഴ്ച ശക്തി ഇല്ലാതാക്കുക.
abactor - കന്നുകാലിക്കള്ളൻ.
abalienate - അവകാശം കൈമാറുക, അന്യാധീനപ്പെടുത്തുക.
abandon - ഉപേക്ഷിക്കുക, പരിത്യജിക്കുക.
abandoned child - ഉപേക്ഷിക്കപ്പെട്ട കുട്ടി.
abandoned property - ഉപേക്ഷിക്കപ്പെട്ട വസ്തു.
abandonee - ഉപേക്ഷിക്കപ്പെട്ടയാൾ, പരിത്യജിക്കപ്പെട്ടയാൾ, (മറ്റൊരാൾ ത്യജിച്ച) അവകാശം ലഭിക്കുന്നയാൾ.
abandonment - പരിത്യാഗം, പരിത്യജിക്കൽ, ഉപേക്ഷിക്കൽ
abandonment of religion - മതം ഉപേക്ഷിക്കൽ.
abase - അപമാനപ്പെടുത്തുക, അപമാനിക്കുക.
abasement - മാനഹാനി, മാനനഷ്ടം.
abash - പരിഭ്രമിപ്പിക്കുക, വിഷമിപ്പിക്കുക.
abate - ദുർബ്ബലമാക്കുക, ശമിപ്പിക്കുക, കുറയ്ക്കുക.
abatement - അവസാനിപ്പിക്കൽ, ശമിപ്പിക്കൽ, കുറയ്ക്കൽ.
abatement of rent - വാടക കുറയ്ക്കൽ.
abatement of suit - വ്യവഹാരം അവസാനിപ്പിക്കൽ.
abatement of tax - നികുതി കുറയ്ക്കൽ.
abattoir - കശാപ്പുശാല, അറവുശാല.
abbreviation - സംഗ്രഹം, സംക്ഷേപാക്ഷരം, ചുരുക്കം.

abdicant - സ്ഥാനത്യാഗം ചെയ്യുന്നയാൾ.
abdicate - സ്ഥാനത്യാഗം ചെയ്യുക, അധികാരം വിട്ടൊഴിയുക.
abdication - സ്ഥാനത്യാഗം, പദവി ഉപേക്ഷിക്കൽ, അവകാശ തിരസ്കാരം.
abdication of responsibility - ബാദ്ധ്യത ഒഴിയൽ.
abduce - അപഹരിക്കുക, മോഷ്ടിക്കുക, അപഹരിച്ചുകൊണ്ടുപോകുക.
abduct - ആളപഹരണം നടത്തുക, മനുഷ്യാപഹരണം നടത്തുക, നരാപഹരണം നടത്തുക.
abduction - നരാപഹരണം, ആളപഹരണം, മനുഷ്യാപഹരണം, തട്ടിക്കൊണ്ടുപോകൽ.
abductor - തട്ടിക്കൊണ്ടു പോകുന്നയാൾ, ആളപഹരണം നടത്തുന്നവൻ.
aberrate - വഴിപിഴച്ചുപോകുക.
aberration of mind - ചിത്തഭ്രമം.
abet - കുറ്റംചെയ്യാൻ പ്രേരിപ്പിക്കുക.
abetment - പ്രേരണക്കുറ്റം, പ്രേരിപ്പിക്കൽ, അക്രമപ്രേരണ, ദുഷ്പ്രേരണ.
abetment of offence - കുറ്റംചെയ്യാൻ പ്രേരിപ്പിക്കൽ.
abetment of suicide - ആത്മഹത്യാപ്രേരണ.
abettor - പ്രേരകൻ, പ്രേരിപ്പിക്കുന്നയാൾ, ദുഷ്കർമ്മപ്രേരകൻ.
abeyance - നിർത്തിവയ്ക്കൽ, താൽക്കാലികമായി നിർത്തിവയ്ക്കൽ.
abhorrent to modesty - സന്മാർഗ്ഗിക വിരുദ്ധം, അസാന്മാർഗ്ഗികം.
abide - അനുസരിക്കുക.
abide by - പാലിക്കുക, അനുസരിക്കുക.
abide by rules - ചട്ടങ്ങൾ അനുസരിക്കുക.
abiotic - ജീവസാന്നിദ്ധ്യമില്ലാത്ത.
abject - ഹീനമായ, നികൃഷ്ടമായ.
abject action - ഹീനകൃത്യം.
abjection - നീചത്വം, ഹീനത്വം.
abjudicate - നിയമകോടതി വിധിപ്രകാരം ഉടമാവകാശം മാറ്റുക, നിരസിച്ചുകൊണ്ടോ എതിരെയോ വിധി പുറപ്പെടുവിക്കുക.
abjuration - സത്യംചെയ്ത് നിഷേധിക്കൽ, ഔദ്യോഗിക സത്യനിഷേധം.
abjure - സത്യംചെയ്ത് നിഷേധിക്കുക, സത്യനിഷേധം.
abjurer - സത്യംചെയ്ത് നിഷേധിക്കുന്നയാൾ.
abkari act - അബ്കാരി ആക്ട്.
abkari contractor - അബ്കാരി കരാറുകാരൻ.
abkari shops disposal rules - അബ്കാരി ഷോപ്പ് നിരോധന ചട്ടങ്ങൾ.
ablocate - വാടകയ്ക്ക് കൊടുക്കുക.
ablocation - വാടകയ്ക്ക് കൊടുക്കൽ, പാട്ടത്തിനു കൊടുക്കൽ.
abnegate - അവകാശം ഉപേക്ഷിക്കുക, ഉപേക്ഷിക്കുക.
abnegation - ഉപേക്ഷിക്കൽ.
abnegator - ഉപേക്ഷിക്കുന്നയാൾ.
abnormal - അസാധാരണമായ.
abnormality - അസ്വാഭാവികത്വം, അസാധാരണത്വം.
abode - വാസസ്ഥലം, വീട്.
abolish - നിർത്തലാക്കുക, അവസാനിപ്പിക്കുക.
abolition - നിർത്തലാക്കൽ, നിർമ്മാർജ്ജനം ചെയ്യൽ, അവസാനിപ്പിക്കൽ.
abolition of post - തസ്തിക നിറുത്തലാക്കൽ.
abolition of slavery - അടിമത്തം അവസാനിപ്പിക്കൽ.
abolition of titles - സ്ഥാനപ്പേരുകൾ നിറുത്തലാക്കൽ.
abolitionism - റദ്ദാക്കൽവാദം.
abolitionist - ഉന്മൂലനവാദി.
abolitionist movement - ഉന്മൂലനപ്രസ്ഥാനം.
abominable crime - അതിനികൃഷ്ട കുറ്റകൃത്യം.
abomination - വെറുപ്പ്, വിദ്വേഷം
abondoned child - ഉപേക്ഷിക്കപ്പെട്ട കുട്ടി.

abort - ഗർഭം അലസുക, അലസിപ്പി ക്കുക.
abortee - ഗർഭഛിദ്രവിധേയ.
abortifacient - ഗർഭഛിദ്രത്തിനുള്ള മരുന്ന്.
abortion - ഗർഭഛിദ്രം, ഗർഭമലസൽ/ അലസിപ്പിക്കൽ.
abortionist - ഗർഭഛിദ്രം നടത്തുന്ന യാൾ, ഗർഭം അലസിപ്പിക്കുന്നയാൾ.
abortive attempt - നിഷ്ഫലശ്രമം.
abortive medicine - അലസൽ മരുന്ന്.
above - par - അസൽവിലയിൽ കൂടു തലായ, അധികമൂല്യം, അതിമൂല്യം.
above cited - മുകളിൽ സൂചിപ്പിച്ച.
above defined - മേൽനിർവ്വചിച്ച.
above mentioned - മുകളിൽ പരാ മർശിച്ച.
above quoted - മുകളിലുദ്ധരിച്ച.
above said provisions - മുകളില് പ റഞ്ഞ വ്യവസ്ഥകൾ.
above suspicion - സംശയാതീതമായി, സംശയരഹിതമായി.
abovo - ആരംഭം മുതൽ, ആദ്യം മുതൽ.
abridge - ചുരുക്കുക, കുറയ്ക്കുക, വെട്ടിച്ചുരുക്കുക, പരിഹരിക്കുക.
abridgement - കുറയ്ക്കൽ, വെട്ടിച്ചു രുക്കൽ.
abridgement of compensation - നഷ്ടപരിഹാരം വെട്ടിച്ചുരുക്കൽ, നഷ്ട പരിഹാരം കുറയ്ക്കൽ.
abroad - വിദേശത്ത്.
abrogate - നിരാകരിക്കുക, പിൻവലി ക്കുക, ദുർബ്ബലപ്പെടുത്തുക, റദ്ദാക്കുക.
abrogation - നിയമപരമായി റദ്ദാക്കൽ, നിർത്തലാക്കൽ.
abrreviate - സംക്ഷേപിക്കുക, സംഗ്ര ഹിക്കുക.
abscind - ഛേദിക്കുക.
abscond - ഒളിവില്പോകുക, ഒളിച്ചോ ടുക.
absconder - ഒളിവില്പോയ ആൾ.
absconding - തിരോധാനം, ഒളിവിൽ പാർക്കുക.
absence - ഹാജരില്ലായ്മ.
absence from duty - ജോലിക്കു ഹാജ രാകാതിരിക്കൽ.
absent - ഹാജരില്ലാത്ത, അസന്നിഹി തനായ, സന്നിഹിതമല്ലാത്ത.
absente reo - എതിർകക്ഷിയുടെ അസാന്നിദ്ധ്യം, പ്രതിയുടെ അഭാവ ത്തിൽ.
absentee - ഹാജരാകാത്തയാൾ.
absentee ballot - അഭാവവോട്ട്.
absentee statement - ഹാജരില്ലാത്ത വരുടെ പട്ടിക.
absentee voting - തപാൽവഴി വോട്ടു ചെയ്യൽ, ഹാജരില്ലാത്തവരുടെ വോട്ടു ചെയ്യൽ.
absentia - ഹാജരില്ലായ്മ.
absentment - അസാന്നിദ്ധ്യം.
absolute - കേവലമായ, പരമമായ, അപ്രമാദിതമായ.
absolute authority - പരമാധികാരം, പരമാധികാരി, പരമാധികാരസ്ഥാനം.
absolute blindness - പരിപൂർണ്ണാ ന്ധത.
absolute freedom - പരിപൂർണ്ണ സ്വാതന്ത്ര്യം, പരമസ്വാതന്ത്ര്യം.
absolute law - നിരപേക്ഷ നിയമം, പര മമായ നിയമം.
absolute majority - കേവല ഭൂരി പക്ഷം, അലംഘിത ഭൂരിപക്ഷം, മൃഗീ യഭൂരിപക്ഷം.
absolute monarch - ഏകാധിപതി, ഏകഛത്രാധിപതി.
absolute ownership - പരിപൂർണ്ണ ഉട മസ്ഥാവകാശം, പരമമായ ഉടമസ്ഥാവ കാശം.
absolute power - പരമാധികാരം, പൂർണ്ണാധികാരം.
absolute right - പരിപൂർണ്ണാവകാശം, പരമമായ അവകാശം.
absolute ruler - പരമാധിപതി, പരമാ ധികാരി.
absolute theory of the state - രാഷ്ട്ര

പരമാധികാര സിദ്ധാന്തം.
absolutely - നിരുപാധികം, പരമമായി.
absolution - കുറ്റവിമോചനം, കുറ്റവിമുക്തനാക്കൽ.
absolve - മാപ്പുകൊടുക്കുക, മോചിപ്പിക്കുക.
absolver - മാപ്പു കൊടുക്കുന്നവൻ, കുറ്റവിമുക്തനാക്കുന്നവൻ, മോചിപ്പിക്കുന്നയാൾ, വിമോചിപ്പിക്കുന്നയാൾ.
absolvitor - പ്രതിക്കനുകൂലമായ വിധി.
absquatulate - രഹസ്യമായി ഒളിച്ചു കടക്കുക, രഹസ്യമായി കടന്നുകളയുക, ഒളിച്ചോടുക.
abstain - വിട്ടുനിൽക്കുക.
abstain from carrying out - നടപ്പാക്കാതിരിക്കുക.
abstain from voting - വോട്ടെടുപ്പിൽ വിട്ടുനിൽക്കുക, വോട്ടുചെയ്യാതിരിക്കുക.
abstention - വിട്ടുനിൽക്കൽ.
abstinence - ചെയ്യാതിരിക്കൽ, വർജ്ജിക്കൽ.
abstract - അപഹരിക്കുക, മോഷ്ടിക്കുക.
abstracter - മോഷ്ടാവ്, കള്ളൻ.
abstraction - അപഹരണം, അപഹരിക്കൽ, മോഷണം.
abstruse - ദുർഗ്രഹമായ, മനസ്സിലാക്കാൻ പ്രയാസമുള്ള.
absurd - തെറ്റായ, അബദ്ധമായ, ന്യായവിരുദ്ധമായ, യുക്തിഹീനമായ.
absurd notion - അസംബന്ധ ധാരണ.
absurd statement - അബദ്ധപ്രസ്താവന.
absurdism - അസംബന്ധവാദം.
absurdity - അബദ്ധം.
abundant proof - മതിയായ തെളിവ്, ധാരാളം തെളിവ്.
abuse - ദുർവിനിയോഗം, ദുരുപയോഗം, അധിക്ഷേപിക്കുക.
abuse of authority - അധികാര ദുർവ്വിനിയോഗം, അധികാര ദുരുപയോഗം.
abuse of child right - ശൈശവാവകാശ ദുരുപയോഗം, ബാലാവകാശ ദുരുപയോഗം.
abuse of power - അധികാരദുർവ്വിനിയോഗം, അധികാരദുരുപയോഗം.
abuse of right of questioning - ചോദ്യാവകാശ ദുരുപയോഗം.
abuse of trust - വിശ്വാസവഞ്ചന, വിശ്വാസ ദുരുപയോഗം.
abuser - ശകാരിക്കുന്നവൻ, ദുരുപയോഗം ചെയ്യുന്നവൻ, അധിക്ഷേപിക്കുന്നയാൾ.
abusive language - ആക്ഷേപവാക്ക്, അധിക്ഷേപകരമായ പ്രയോഗം, അധിക്ഷേപഭാഷ.
abutter - അയൽവസ്തുവിന്റെ ഉടമസ്ഥൻ.
accede - അംഗീകരിക്കുക, സ്വീകരിക്കുക, യോജിക്കുക, പ്രവേശിക്കുക.
accept - സ്വീകരിക്കുക, അംഗീകരിക്കുക.
acceptability - സ്വീകാരയോഗ്യത, സ്വീകാര്യത.
acceptable - സ്വീകാര്യമായ, യോജിക്കാവുന്നതായ, സ്വീകരിക്കാവുന്നതായ.
acceptable limit - സ്വീകാര്യപരിധി.
acceptance - അംഗീകാരം, സ്വീകാരം, സ്വീകാര്യത.
acceptance after resentment - പ്രതിഷേധാനന്തര സ്വീകാരം.
acceptance of honour - ബഹുമതി സ്വീകാരം.
acceptance of office - ഉദ്യോഗ സ്വീകാരം, ഉദ്യോഗം ഏറ്റെടുക്കൽ
acceptance of proposal - നിർദ്ദേശത്തിനുള്ള അംഗീകാരം.
acceptance of resignation - രാജി സ്വീകരിക്കൽ, രാജി അംഗീകാരം, രാജി അംഗീകരിക്കൽ.
acceptance supra protest - പ്രതിഷേധാനന്തര സ്വീകാരം.
accepted - അംഗീകരിക്കപ്പെട്ട, സ്വീകരിക്കപ്പെട്ട.

acceptor - അംഗീകരിച്ചയാൾ.
access - പ്രവേശം, പ്രാപ്യത, പ്രവേശമാർഗ്ഗം.
accessibility - പ്രവേശനസൗകര്യം, പ്രാപ്യത.
accession - ആരോഹണം, പ്രവേശനം, സ്ഥാനപ്രാപ്തി, സ്ഥാനാരോഹണം.
accession of power - അധികാരപ്രാപ്തി.
accessory - കുറ്റകൃത്യത്തിൽ സഹായിക്കുന്നയാൾ, സഹ കുറ്റവാളി.
accessory right - ഉപാവകാശം, അനുബന്ധാവകാശം.
accessory to fraud - ചതിക്കാൻ സഹായിക്കുന്ന.
accident - അപകടം.
accident insurance - അപകട ഇൻഷുറൻസ്.
accident prone area - അപകട സാദ്ധ്യതാ മേഖല.
accidental - യാദൃച്ഛികം, യാദൃച്ഛികസംഭവം.
accidental death - അപകടമരണം.
accidentality - യാദൃച്ഛികത, ആകസ്മികത.
accidentally - യാദൃച്ഛികമായി, ആകസ്മികമായി, അവിചാരിതമായി, അപ്രതീക്ഷിതമായി.
acclamation - ശബ്ദവോട്ട്.
accommodate - ഉൾപ്പെടുത്തുക.
accommodation - താമസസൗകര്യം, ഉൾപ്പെടുത്തൽ, ഒത്തുതീർപ്പ്.
accommodation address - താൽക്കാലിക മേൽവിലാസം.
accompany - അനുഗമിക്കുക, സഹഗമിക്കുക, അനുധാവനംചെയ്യുക.
accomplice - കൂട്ടുപ്രതി, കുറ്റകൃത്യത്തിൽ കൂട്ടാളി, സഹാപരാധി.
accompliceship - സഹാപരാധിത്വം.
accomplicity - സഹാപരാധിത്വം.
accomplish - പൂർത്തിയാക്കുക, പരിപൂർണ്ണമാക്കുക.
accord - സമ്മതം, യോജിപ്പ്, അംഗീകാരം.
accord sanction - അംഗീകാരം നല്കുക, സമ്മതം നല്കുക, യോജിക്കുക.
accordance - യോജിപ്പ്, സമ്മതിക്കൽ.
accordancy - യോജിപ്പ്, സമ്മതിക്കൽ.
accordantly - തദനുസൃതമായി, അപ്രകാരം.
according as - അനുപാതമനുസരിച്ച്, ആശ്രയിച്ച്.
according to - അനുസരിച്ച്, അനുസൃതം.
according to rule - ചട്ടപ്രകാരം.
according to the provisions - വ്യവസ്ഥകളനുസരിച്ച്.
accordingly - തദനുസൃതമായി, അപ്രകാരം, അതുകൊണ്ട്.
accost - ലൈംഗികബന്ധത്തിന് ക്ഷണിക്കുക.
account - കണക്ക്, അക്കൗണ്ട്.
account code - അക്കൗണ്ട് കോഡ്.
account for - ഉത്തരവാദിയാക്കുക.
account of profit and loss - ലാഭനഷ്ടക്കണക്ക്.
accountability - ബാദ്ധ്യത, ചുമതല, ഉത്തരവാദിത്വം, നഷ്ടോത്തരവാദിത്വം.
accountable - ഉത്തരവാദിയായ, ഉത്തരംപറയാൻ ബാദ്ധ്യസ്ഥനായ.
accountableness - ബാദ്ധ്യത, ചുമതല, ഉത്തരവാദിത്വം, നഷ്ടോത്തരവാദിത്വം.
accountant - അക്കൗണ്ടന്റ്.
accounting year - കണക്കുവർഷം.
accounts manager - അക്കൗണ്ട് മാനേജർ.
accoutre - പടക്കോപ്പണിയിക്കുക.
accoutrement - പടക്കോപ്പ്.
accredit - അധികാരപ്പെടുത്തുക, അംഗീകരിക്കുക.
accreditation - അധികാരപത്രം, അധികാരപ്പെടുത്തൽ.

accredited representative - അംഗീകൃത പ്രതിനിധി, അധികാരപ്പെട്ട പ്രതിനിധി.

accumulate - സഞ്ചയിപ്പിക്കുക, കൂട്ടിച്ചേർത്തുവയ്ക്കുക.

accumulated wealth - സഞ്ചിതധനം.

accumulative judgment - സമാഹൃത വിധിന്യായം.

accumulative sentence - സഞ്ചിത ശിക്ഷാവിധി, സമാഹൃത ശിക്ഷാവിധി.

accusable - കുറ്റംചുമത്താവുന്ന.

accusant - വാദി, കുറ്റാരോപകൻ.

accusare nemose debet - സ്വയം കുറ്റംചുമത്തേണ്ട ബാദ്ധ്യത ആർക്കുമില്ല.

accusation - കുറ്റാരോപണം, ദോഷാരോപണം.

accuse - കുറ്റപ്പെടുത്തുക, ദോഷാരോപണം ചെയ്യുക, കുറ്റംചുമത്തുക.

accused - പ്രതി, കുറ്റക്കാരൻ, അപരാധി.

accused of offence - കുറ്റം ആരോപിക്കപ്പെട്ട.

accused on warrant - വാറണ്ടു പ്രതി.

accused person - പ്രതി, കുറ്റാരോപിതൻ.

accuser - കുറ്റാരോപകൻ, കുറ്റാരോപണം നടത്തുന്നയാൾ, കുറ്റം ചുമത്തുന്നയാൾ.

acedia - അനാസ്ഥ.

acess to justice - നീതിലഭ്യത, നീതിപ്രാപ്യത.

acid attack - ആസിഡൊഴിച്ചുള്ള ആക്രമണം.

acknowledge - അംഗീകരിക്കുക, കൈപ്പറ്റുക, സ്വീകരിക്കുക, സമ്മതിക്കുക.

acknowledgement - പറ്റുചീട്ട്, കൈപ്പറ്ററിയിപ്പ്, കൈപ്പറ്റുരസീത്, കൈപ്പറ്റുചീട്ട്.

acknowledgement due - കൈപ്പറ്റു കിട്ടേണ്ടത്, ലഭിക്കേണ്ടത്.

acommodativeness - സഹായിക്കാനുള്ള സന്നദ്ധത, സഹായശീലം.

acquest - പുതുതായി ലഭിച്ച സ്വത്ത്.

acquet - സ്വയാർജ്ജിത സ്വത്ത്, ആർജ്ജിക്കൽ, കൈവശപ്പെടുത്തൽ.

acquiesce - മൗനമായി സമ്മതിക്കുക, മൗനമായി അനുവദിക്കുക, എതിർവാദം പറയാതിരിക്കുക, വിരോധം പറയാതിരിക്കുക, എതിർപ്പുകൂടാതെ സമ്മതിക്കുക.

acquiescence - മൗനാനുവാദം, മൗനസമ്മതം.

acquire - ആർജ്ജിക്കുക, സമ്പാദിക്കുക, കൈവശമാക്കുക.

acquisition - ആർജ്ജിക്കൽ, ഏറ്റെടുക്കൽ.

acquisition of land - ഭൂമി പൊന്നുംവിലയ്ക്കെടുക്കൽ, ഭൂമി ആർജ്ജിക്കൽ, ഭൂമി ഏറ്റെടുക്കൽ.

acquisition of ownership - ഉടമസ്ഥാവകാശമാർജ്ജിക്കൽ, ഉടമസ്ഥാവകാശ സമ്പാദനം.

acquisition of property - സ്വത്താർജ്ജിക്കൽ.

acquit - വെറുതെവിടുക, കുറ്റവിമുക്തനാക്കുക, നിരപരാധിയെന്നു വിധിക്കുക.

acquitas - നീതിയുക്തമായ.

acquittal - വെറുതെ വിടൽ, മോചനവിധി, അപരാധിയല്ലെന്ന് വിധിക്കൽ, മോചനം, വിമോചനം.

acquittance - ശമ്പളപ്പറ്റുപട്ടിക.

acquittance of debt - കടംവീട്ടൽ.

acrid - ക്രൂരമായ.

act - ആക്ട്, കൃത്യം, നടപടി, പ്രവൃത്തി.

act counter to - നിർദ്ദേശങ്ങൾ അനുസരിക്കാതിരിക്കുക, വിപരീതകൃത്യം, വിരുദ്ധപ്രവൃത്തി.

act of misconduct - നടപടിദൂഷ്യം.

act of resistance - ചെറുത്തുനില്പ്, പ്രതിരോധപ്രവൃത്തി.

act on - സ്വാധീനം ചെലുത്തുക.

act purporting to - കരുതാവുന്ന കൃത്യം.

acta diurna - ദൈനംദിന പ്രവൃത്തി, ദൈനംദിന നടപടി.
acting allowance - പകരപ്പടി.
acting chief justice - ആക്ടിങ് ചീഫ് ജസ്റ്റിസ്.
acting hand - പകരക്കാരൻ.
acting in good faith - ഉത്തമവിശ്വാസത്തോടെ പ്രവർത്തിക്കുന്ന.
actio civilis - സിവിൽ നടപടി.
actio personalis moritur cum persona - നിയമനടപടി സ്വീകരിക്കാനുള്ള വൈയക്തികാവകാശം അയാളുടെ മരണത്തോടെ ഇല്ലാതാകും.
action - നടപടി, വ്യവഹാരം, പ്രവർത്തനം, കൃത്യം, കർമ്മം, പ്രവൃത്തി.
action committee - കർമ്മസമിതി.
action council - കർമ്മസമിതി, ആക്ഷൻ കൗൺസിൽ, കർമ്മസംഘം.
action in personam - വ്യക്തിക്കെതിരെ സ്വീകരിച്ച നിയമനടപടി, വൈയക്തികനടപടി, വ്യക്തിഗതനടപടി.
action in rem - വസ്തുവിനെതിരെ സ്വീകരിച്ച നിയമനടപടി.
actionable - വ്യവഹാരപ്പെടത്തക്ക.
actionable claim - നിയമാനുസൃതം സ്ഥാപിക്കാവുന്ന അവകാശവാദം, വ്യവഹാരസംഗതിയായ അവകാശം.
actionable wrong - നടപടിയെടുക്കാവുന്ന കുറ്റം, അന്യായപ്രവൃത്തി, നടപടിയെടുക്കാവുന്ന തെറ്റുകൾ, ശിക്ഷാർഹമായകുറ്റം.
actiones legis - നിയമനടപടി.
active service - സജീവ സേവനം, യുദ്ധസേവനം.
activist - ആക്ടിവിസ്റ്റ്, കർമ്മനിരതൻ.
actual - സത്യമായ, വാസ്തവമായ, യഥാർത്ഥമായ.
actual compensation - യഥാർത്ഥ നഷ്ടപരിഹാരം.
actual damages - യഥാർത്ഥ നഷ്ടപരിഹാരം.
actual loss - യഥാർത്ഥ നഷ്ടം.
actuality - യഥാർത്ഥസ്ഥിതി.
actualization - സാക്ഷാത്കരിക്കൽ, യഥാർത്ഥമാക്കൽ.
actualize - നടപ്പാക്കുക, പ്രവൃത്തിയിൽവരുത്തുക, സാക്ഷാത്കരിക്കുക.
actuate - പ്രയോഗികമാക്കുക, പ്രചോദിപ്പിക്കുക, പ്രേരിപ്പിക്കുക.
actuation - പ്രേരിപ്പിക്കൽ, പ്രവർത്തിപ്പിക്കൽ.
actuator - പ്രോത്സാഹകൻ.
actus reus - കുറ്റകരമായ പ്രവൃത്തി.
acute disease - ഗുരുതരമായ രോഗം, കഠിനരോഗം.
ad comparentum - ഹാജരാവുക.
ad curiam - കോടതിയിൽ.
ad curiam vocare - കോടതിയിലേക്ക് വിളിപ്പിക്കുക.
ad hoc - അഡ്ഹോക്ക്, തൽക്കാലത്തേക്കുള്ള, താൽക്കാലികം.
ad hominem - വ്യക്തിപരമായ അവഹേളനം.
ad idem - മാനസിക ഐക്യം.
ad infinitum - അതിരില്ലാതെ, അനന്തമായി, അനന്തം.
ad interim - തന്മദ്ധ്യേ, അതിനിടയ്ക്ക്, ഇടക്കാലത്തേക്ക്.
ad interim maintenance - ഇടക്കാല സംരക്ഷണം.
ad lib - അയത്നലളിതമായ, തയ്യാറെടുപ്പില്ലാതെ പറയുക.
ad libitum - യഥേഷ്ടം.
ad litem - വ്യവഹാരത്തിലേക്ക്.
ad manum - ഉപയോഗിക്കാവുന്ന തരത്തിൽ.
ad promisor - ജാമ്യക്കാരൻ.
ad referendum - കൂടുതൽ പരിഗണനയ്ക്ക്.
ad sessor - ന്യായാധിപന്റെ നിയമോപദേഷ്ടാവ്.
ad valorem - വിലയനുസരിച്ച്.
adalat - അദാലത്ത്, നീതിന്യായകോടതി, വ്യവഹാരസ്ഥാനം.
adapt - ഒപ്പം ചേർക്കുക, ബന്ധിപ്പിക്കുക,

ഏകോപിപ്പിക്കുക, യോജിച്ചതാക്കുക.
adaptability - യോജിപ്പ്, അനുയോജ്യത.
adaptableness - യോജിപ്പ്, അനുയോജ്യത.
adaptation - ഏകോപനം, അനുയോജനം, യോജിച്ചതാക്കൽ.
adaptedness - അനുയോജ്യത.
adaptive - അനുയോജ്യമായ, ഉപയുക്തമായ.
added value - വർദ്ധിതമൂല്യം, അധിമൂല്യം.
addendum - അനുബന്ധം, പരിശിഷ്ടം.
addict - വിധേയപ്പെട്ട.
addicted - വിധേയപ്പെട്ട, അടിപ്പെട്ട.
addiction - ആസക്തി, വിധേയത്വം.
addition - കൂട്ടിച്ചേർത്തത്.
additional court - അഡീഷണൽ കോടതി, സഹകോടതി.
additional advocate general - അഡീഷണൽ അഡ്വക്കേറ്റ് ജനറൽ
additional charge - അധിക ചുമതല, അധികനിരക്ക്, അധിക ആരോപണം.
additional chief judicial magistrate - അഡീഷണൽ ചീഫ് ജുഡീഷ്യൽ മജിസ്ട്രേറ്റ്.
additional director - അഡീഷണൽ ഡയറക്ടർ.
additional district magistrate - അഡീഷണൽ ജില്ലാ മജിസ്ട്രേറ്റ്.
additional district officer - അഡീഷണൽ ജില്ലാ ഓഫീസർ.
additional emoluments (compul-sory deposit) act - അധികശമ്പളം (നിർബ്ബന്ധിത നിക്ഷേപം) ആക്ട്
additional evidence - കൂടുതൽ തെളിവ്, അധികതെളിവ്.
additional excise commissioner - അഡീഷണൽ എക്സൈസ് കമ്മിഷണർ.
additional information - അധിക വിവരം.
additional judge - അഡീഷണൽ ജഡ്ജി.
additional powers - കൂടുതൽ അധികാരങ്ങൾ, അധിക അധികാരങ്ങൾ.
additional qualification - അധിക യോഗ്യത.
additional responsibility - അധിക ഉത്തരവാദിത്വം, അധിക ബാദ്ധ്യത, അധിക ചുമതല.
additional security - അധിക ജാമ്യം, അധിക സുരക്ഷ.
additional sessions judge - അഡീഷണൽ സെഷൻസ് ജഡ്ജ്.
additional state project director - അഡീഷണൽ സ്റ്റേറ്റ് പ്രോജക്ട് ഡയറക്ടർ.
addle - ചിന്താക്കുഴപ്പമുണ്ടാക്കുക, കുഴയ്ക്കുക.
addressee - മേൽവിലാസക്കാരൻ.
addresser - കത്തയച്ചവൻ.
adduce - കോടതിമുമ്പാകെ കൊണ്ടുവരുക, തെളിവു ഹാജരാക്കുക, തെളിവു കൊടുക്കുക.
adduce evidence - തെളിവുകൊടുക്കുക, തെളിവുനല്കുക.
adducer - (തെളിവ്) ഹാജരാക്കുന്നവൻ.
adducible - തെളിവുകൊടുക്കത്തക്ക.
adduction - തെളിവുകൊടുക്കൽ.
adeem - വില്പത്രത്തിൽനിന്ന് കുറവു ചെയ്യുക, മരണശാസനം റദ്ദുചെയ്യുക.
ademption - മരണശാസനം ദുർബ്ബലപ്പെടുത്തൽ, ഒസ്യത്ത് ദുർബ്ബലപ്പെടുത്തൽ, വില്പത്രം ദുർബ്ബലപ്പെടുത്തൽ, വില്പത്രത്തിൽനിന്ന് കുറവു ചെയ്യൽ/ നീക്കം ചെയ്യൽ.
adept - വിദഗ്ദ്ധൻ, നിപുണൻ.
adeptness - സാമർത്ഥ്യം, കൗശലം.
adequate cause - മതിയായ കാരണം.
adequate consideration - മതിയായ പ്രതിഫലം.
adequate force - മതിയായ ബലം.
adequate knowledge - പര്യാപ്തമായ അറിവ്, മതിയായ അറിവ്.
adequate notice - യഥാവിധിയുള്ള നോട്ടീസ്, മതിയായ അറിയിപ്പ്.

adequate precaution - മതിയായ മുൻകരുതൽ.
adequate reason - മതിയായ കാരണം, പര്യാപ്തമായ കാരണം.
adhere - അനുസരിക്കുക, അനുവർത്തിക്കുക, പാലിക്കുക.
adherence - പാലിക്കൽ, അനുസരിക്കൽ.
adherent - അനുയായി, അനുഭാവി.
adhering to rule - നിയമാനുസൃതമായി.
adhoc arrangement - താല്ക്കാലിക സജ്ജീകരണം, താല്ക്കാലിക ക്രമീകരണം.
adhoc committee - അഡ്ഹോക്ക് കമ്മിറ്റി.
adhoc employee - താല്ക്കാലിക തൊഴിലാളി.
adhoc judge - അഡ്ഹോക്ക് ജഡ്ജി.
adiaphorism - മതനിഷ്പക്ഷത.
adieu - വിടപറയൽ, യാത്രാവചനം.
adjacent - സമീപസ്ഥമായ, സമീപത്തുള്ള, തൊട്ടുകിടക്കുന്ന.
adjective law - പ്രക്രിയാ നിയമം.
adjoin - തൊട്ടിരിക്കുക, അടുത്തിരിക്കുക.
adjoining - ബന്ധപ്പെട്ട, അനുബന്ധിതം, അടുത്തുകിടക്കുന്ന.
adjourn - മാറ്റിവയ്ക്കുക, നീട്ടിവയ്ക്കുക, നിർത്തിവയ്ക്കുക.
adjourn sine die - അനിശ്ചിതകാലത്തേക്ക് പിരിയുക, അനിശ്ചിതകാലത്തേക്ക് നീട്ടിവയ്ക്കുക, അനിശ്ചിതമായി നീട്ടിവയ്ക്കുക, അനിശ്ചിത കാലത്തേക്ക്മാറ്റുക.
adjourn the case - കേസ് മാറ്റിവയ്ക്കുക, കേസ് കേൾക്കുന്നത് നീട്ടിവയ്ക്കുക.
adjourned *ad infinitum* - അനിശ്ചിത കാലത്തേക്കു നീട്ടിവച്ച.
adjournment - അവധിമാറ്റം, നീട്ടിവയ്ക്കൽ, മാറ്റിവയ്ക്കൽ.
adjournment motion - അടിയന്തരപ്രമേയം, നിർത്തിവയ്ക്കൽ പ്രമേയം, മാറ്റിവയ്ക്കൽ പ്രമേയം.
adjudge - വിധിക്കുക, തീർപ്പു കല്പിക്കുക.
adjudgement - ന്യായത്തീർപ്പ്, വിധി പ്രസ്താവിക്കൽ, ന്യായവിധി.
adjudicate - ന്യായനിർണ്ണയം നടത്തുക, വിചാരണ ചെയ്ത് തീർപ്പു കല്പിക്കുക.
adjudicated right - കോടതിമൂലം ലഭിച്ച അവകാശം.
adjudication - ന്യായനിർണ്ണയം, ന്യായത്തീർപ്പ്, വ്യവഹാരത്തീർപ്പ്.
adjudicator - ന്യായാധിപതി, ന്യായനിർണ്ണയം നടത്തുന്നയാൾ, പ്രശ്നത്തിന്മേൽ തീർപ്പുകല്പിക്കുന്നയാൾ, ന്യായാധികാരി.
adjudicatory function - ന്യായനിർണ്ണയപ്രവൃത്തി, നീതിന്യായപ്രക്രിയ.
adjunct - അനുബന്ധം.
adjuration - സത്യം ചെയ്യൽ.
adjure - ശപഥം ചെയ്യിച്ച് ബാദ്ധ്യസ്ഥനാക്കുക.
adjustment - തട്ടിക്കിഴിക്കൽ, ഒത്തുതീർക്കൽ, ക്രമീകരണം.
adjustment of suit - വ്യവഹാരം രാജിയാക്കൽ.
adjutant - സഹായ സേനാപതി, അംഗരക്ഷകൻ, അഡ്ജുട്ടന്റ്
adminicular - ഉപോദ്ബലകമായ.
adminicular evidence - ഉപോദ്ബലകത്തെളിവ്.
administer - ഭരിക്കുക, ഭരണനിർവ്വഹണം നടത്തുക.
administer oath - ശപഥം ചെയ്യിക്കുക, പ്രതിജ്ഞ ചൊല്ലിക്കൊടുക്കുക.
administration - ഭരണം, ഭരണം നടത്തുക, നിർവ്വഹിക്കുക
administration bond - ഭരണപത്രം.
administration of justice - നീതിന്യായഭരണം, നീതി നിർവ്വഹണം.
administration of law - നിയമനിർവ്വഹണം.

administration pendente lite - വ്യവഹാരകാലത്തെ സ്വത്തുവിചാരം
administration report - ഭരണ റിപ്പോർട്ട്.
administrative - ഭരണപരമായ, ഭരണസംബന്ധമായ.
administrative action - ഭരണനടപടി, ഭരണപ്രവർത്തനം.
administrative authority - ഭരണാധികാരി.
administrative body - ഭരണാധികാര സമിതി, ഭരണസമിതി.
administrative head - ഭരണത്തലവൻ.
administrative language - ഭരണഭാഷ.
administrative law - ഭരണകാര്യനിയമം.
administrative power - ഭരണാധികാരം.
administrative reform - ഭരണപരിഷ്കാരം.
administrative reforms commi-ssion - ഭരണപരിഷ്കാരക്കമ്മിഷൻ.
administrative sanction - ഭരണാനുമതി.
administrative tribunal - അഡ്മിനിസ്ട്രേറ്റീവ് ട്രിബ്യൂണൽ.
administrator - ഭരണാധികാരി, അഡ്മിനിസ്ട്രേറ്റർ.
administrator general - അഡ്മിനിസ്ട്രേറ്റർ ജനറൽ.
administratrix - ഒസ്യത്തുപ്രകാരം നടപടിനടത്തുന്ന സ്ത്രീ.
admiral - അഡ്മിറൽ, നാവികസേനാപതി, നാവികാധികാരി, കപ്പല്പടനായകൻ.
admiralty court - നാവികക്കോടതി, നാവിക വിചാരണക്കോടതി.
admiralty jurisdiction - കടൽപ്രദേശാധികാരപരിധി.
admiralty law - നാവികനിയമം.
admissibility - സ്വീകാര്യത, സ്വീകാരയോഗ്യത.
admissible - സ്വീകാര്യമായ, അനുവദിക്കത്തക്ക.
admissible evidence - സ്വീകാര്യത്തെളിവ്.
admission - കുറ്റസമ്മതം.
admission of claim - അവകാശവാദം അനുവദിക്കൽ.
admission of execution - എഴുതി ഒപ്പിട്ടു സമ്മതിക്കൽ.
admission to bail - ജാമ്യാനുവാദം.
admit - അനുവദിക്കുക, സമ്മതിക്കുക, അംഗീകരിക്കുക.
admit an appeal - അപ്പീൽ സ്വീകരിക്കുക.
admit to bail - ജാമ്യം അനുവദിക്കുക.
admit to probate - പ്രൊബേറ്റ് അനുവദിക്കുക.
admonish - കടുത്ത ശാസന, താക്കീത് നല്കുക, മുന്നറിയിപ്പ് നല്കുക, ശാസന, ശാസിക്കുക.
admonisher - ഉപദേശകൻ, അനുശാസകൻ.
admonishment - താക്കീതുനല്കി വിട്ടയയ്ക്കൽ, ശാസിച്ചയയ്ക്കൽ.
admonition - താക്കീത്, ഗുണദോഷിക്കൽ, അനുശാസനം.
adnichiled - റദ്ദാക്കിയ, അസാധുവാക്കിയ.
adolescence - കൗമാരപ്രായം, പ്രായപൂർത്തിയാകാറായ.
adopt - ദത്തെടുക്കുക, സ്വീകരിക്കുക.
adoptability - ദത്തെടുക്കാവുന്ന സ്ഥിതി.
adoptable - ദത്തെടുക്കാവുന്ന.
adopted child - ദത്തെടുക്കപ്പെട്ട കുട്ടി.
adopted daughter - ദത്തുപുത്രി.
adopted law - സ്വീകൃത നിയമം, സ്വീകരിച്ചനിയമം.
adopted son - ദത്തുപുത്രൻ.
adoptee - ദത്തെടുക്കപ്പെട്ടയാൾ.
adopter - ദത്തെടുത്തയാൾ, സ്വീകരിക്കുന്നയാൾ.
adoption - ദത്തെടുക്കൽ, ദത്ത്, സ്വീകരിക്കൽ.
adoption deed - ദത്താധാരം.
adoption law - ദത്തുനിയമം.

adoption order - ദത്തെടുക്കൽ ഉത്തരവ്.
adoption proceedings - ദത്തെടുക്കൽ നടപടിക്രമം.
adoption services - ദത്തെടുപ്പ് സേവനങ്ങൾ.
adoption services - ദത്തെടുപ്പ് സേവനങ്ങൾ.
adoptive - ദത്തെടുക്കാൻ യോഗ്യമായ.
adoptive family - ദത്തെടുത്ത കുടുംബം.
adoptive father - ദത്തുപിതാവ്.
adoptive mother - ദത്തെടുത്ത മാതാവ്.
adrem - നേരേ പറയുക, വളച്ചുകെട്ടാതെ പറയുക.
adscititious - അനുബന്ധം.
adult - പ്രായപൂർത്തിയായ വ്യക്തി
adult franchise - പ്രായപൂർത്തി വോട്ടവകാശം, പ്രായപൂർത്തി തിരഞ്ഞെടുപ്പ്.
adult suffrage - പ്രായപൂർത്തി വോട്ടവകാശം, പ്രായപൂർത്തി തിരഞ്ഞെടുപ്പ്.
adulterant - മായംചേർക്കുന്നയാൾ.
adulterate - മായംചേർക്കുക.
adulteration - മായംചേർക്കൽ.
adulteration of food - ഭക്ഷണത്തിൽ മായംചേർക്കൽ.
adulterator - മായംചേർക്കുന്നയാൾ.
adultered food - മായംചേർന്ന ഭക്ഷണം.
adultered product - മായംചേർത്ത ഉല്പന്നം.
adulterer - വ്യഭിചാരി, ജാരൻ.
adulteress - വ്യഭിചാരിണി.
adulterine - നിയമവിരുദ്ധമായ.
adulterium - വ്യഭിചാരക്കുറ്റം.
adulterous - വ്യഭിചാരദോഷമുള്ള.
adultery - വ്യഭിചാരം.
advance - അച്ചാരം നല്കുക, മുൻകൂർ, അഡ്വാൻസ്.
advanced legal studies - ഉയർന്ന നിയമപഠനം, ഉന്നത നിയമപഠനം.
adversarial - വിരുദ്ധവ്യവഹാരം.
adversary - എതിരായ, ശത്രു, എതിരാളി, എതിർകക്ഷി, പ്രതിയോഗി.
adverse - എതിരായ, പ്രതികൂലമായ, വിപരീതമായ.
adverse action - പ്രതികൂല നടപടി, ദോഷകരമായ നടപടി, എതിർനടപടി.
adverse claim - എതിരവകാശവാദം, വിരുദ്ധാവകാശം.
adverse criticism - പ്രതികൂല വിമർശം.
adverse document - പ്രതികൂലമായ രേഖ, പ്രതികൂലമായ പ്രമാണം.
adverse entry - പ്രതികൂലക്കുറിപ്പ്, പ്രതികൂല പരാമർശം, വിരുദ്ധപ്രതിപാദനം.
adverse issues - പ്രതികൂല പ്രശ്നങ്ങൾ, വിപരീത പ്രശ്നങ്ങൾ, വിരുദ്ധപ്രശ്നങ്ങൾ.
adverse party - പ്രതികൂലകക്ഷി, എതിർകക്ഷി, വിരുദ്ധകക്ഷി.
adverse possession - എതൃകൈവശം, അന്യകൈവശം.
adverse problems - പ്രതികൂല പ്രശ്നങ്ങൾ, എതിർപ്രശ്നങ്ങൾ.
adverse remarks - പ്രതികൂല പരാമർശം, പ്രതികൂലാഭിപ്രായം, വിരുദ്ധപരാമർശം.
adverse report - പ്രതികൂല റിപ്പോർട്ട്.
adverse sect - എതിർവിഭാഗം, വിരുദ്ധവിഭാഗം.
adverse title - എതിർ ഉടമാവകാശം, വിരുദ്ധാവകാശം.
adverse witness - എതിർസാക്ഷി.
adversely - പ്രതികൂലമായി, വിരുദ്ധമായി.
adversely affect - പ്രതികൂലമായി ഭവിക്കുക, പ്രതികൂലമായിത്തീരുക, വിരുദ്ധമായിത്തീരുക.
adversus - സദാചാരവിരുദ്ധമായ.
advertise - പരസ്യപ്പെടുത്തുക.
advertised sale - പരസ്യപ്പെടുത്തിയ വില്പന.

advice - ഉപദേശം, അഭിപ്രായം.
advice for appointment - നിയമന നിർദ്ദേശം.
advice of concurrence - സമ്മതമറിയിപ്പ്.
advice slip - ഉപദേശക്കുറിപ്പ്.
advise - ഉപദേശിക്കുക.
advisor - ഉപദേഷ്ടാവ്, ഉപദേശകൻ.
advisory board - ഉപദേശകസമിതി.
advisory council - ഉപദേശകസംഘം, ഉപദേശക കൗൺസിൽ.
advocacy - അഭിഭാഷകവൃത്തി, വക്കീല്പണി, ന്യായവാദം, വക്കാലത്ത്.
advocate - അഭിഭാഷകൻ, വക്കീൽ, അഡ്വക്കേറ്റ്.
advocate act - അഭിഭാഷക ആക്ട്.
advocate clerks welfare fund - വക്കീൽഗുമസ്തക്ഷേമനിധി, അഭിഭാഷകഗുമസ്ത ക്ഷേമനിധി.
advocate general - അഡ്വക്കേറ്റ് ജനറൽ.
advocate's clerk - വക്കീൽ ഗുമസ്തൻ.
advocate's welfare fund - അഭിഭാഷകക്ഷേമനിധി.
advocation - അഭിഭാഷണം, ന്യായംവാദിക്കൽ.
advoutrer - വ്യഭിചാരി.
aeronaut - വൈമാനികൻ.
afear - ഭയപ്പെടുത്തുക.
afeard - ഭയമുള്ള.
affair - ഇടപാട്, രഹസ്യ സ്ത്രീപുരുഷബന്ധം.
affairs of administration - ഭരണകാര്യങ്ങൾ.
affairs of state - രാജ്യകാര്യങ്ങൾ.
affant - സത്യവാങ്മൂലം സമർപ്പിക്കുന്നയാൾ.
affect - ബാധിക്കുക.
affect adversely - ദോഷകരമായി ഭവിക്കുക, പ്രതികൂലമായി ഭവിക്കുക, വിപരീതമായി ഭവിക്കുക.
affect prejudicially - പ്രതികൂലമായി ഭവിക്കുക, പ്രതികൂലമായിത്തീരുക, ദോഷകരമായി ഭവിക്കുക.
affectation - കാപട്യം, നാട്യം.
affected one's image - പ്രതിച്ഛായയ്ക്ക് മങ്ങലേല്ക്കുക.
affection - ബന്ധം, മമത.
affidavit - സത്യവാങ്മൂലം.
affidavit of defence - എതിർ സത്യവാങ്മൂലം.
affiliate - അംഗമായി ചേർക്കുക.
affiliation - സംയോജനം.
affinity - വൈവാഹിക ബന്ധുത്വം.
affirm - ഊന്നിപ്പറയുക, ഉറപ്പിക്കുക, സ്ഥിരീകരിക്കുക.
affirmation - പ്രതിജ്ഞ, സത്യവചനം, സ്ഥിരീകരിക്കുക, ശരിവയ്ക്കുക.
affirmative action - അംഗീകാരപ്രവൃത്തി, അംഗീകൃതപ്രവൃത്തി.
affirmative agreement - സ്വീകരണക്കരാർ, അംഗീകാരക്കരാർ.
affirmative right - അംഗീകൃതാവകാശം.
affix - ഒട്ടിക്കുക, പതിക്കുക.
affix label - മുദ്രകുത്തുക.
affix mark - അടയാളം വയ്ക്കുക.
affix notice - നോട്ടീസ് പതിക്കുക.
affix seal - മുദ്ര പതിക്കുക, മുദ്ര കുത്തുക, മുദ്രചാർത്തുക.
affix stamp - മുദ്രകുത്തുക, മുദ്ര പതിക്കുക, സ്റ്റാമ്പൊട്ടിക്കുക, മുദ്ര ചാർത്തുക.
afford opportunity - അവസരം നല്കുക, അവസരാനുവാദം.
afford relief - ആശ്വാസം നല്കുക.
afforestation - വനവല്ക്കരണം, കാടുവച്ചുപിടിപ്പിക്കൽ.
affranchise - സ്വാതന്ത്ര്യം നല്കുക.
affray - ലഹള, അടിപിടി, അടികലശൽ, അന്യായ ബലപ്രയോഗം, ഭയപ്പെടുത്തുക, സംഘ അക്രമം.
affreightment - കപ്പൽച്ചരക്ക് കയറ്റുമതിക്കരാർ.
affright - ഭയപ്പെടുത്തുക, ഭീഷണിപ്പെടുത്തുക, പേടിപ്പിക്കുക.

affront - അപമാനിക്കുക, പരസ്യമായി അവഹേളിക്കുക, അധിക്ഷേപിക്കുക.
affy - സത്യപ്രതിജ്ഞ ചെയ്യുക.
afoul - കുഴഞ്ഞുമറിഞ്ഞ.
after effect - പ്രത്യാഘാതം, അനന്തര ഫലം, പരിണതഫലം.
after sales service - വിൽപ്പനാനന്തര സേവനം.
after shock - അനന്തരാഘാതം, പ്രത്യാഘാതം.
aftercarehome - അനന്തര ശുശ്രൂഷാ മന്ദിരം.
after-math - പരിണതഫലം, അനന്തരഫലം.
against natural justice - സ്വാഭാവികനീതിക്കെതിരായ.
against public interest - പൊതു താല്പര്യ വിരുദ്ധമായ.
agast - ഭയപ്പെട്ട, അമ്പരന്ന.
age - വയസ്സ്.
age bar - പ്രായതടസ്സം, പ്രായപരിധി.
age limit - പ്രായപരിധി.
age of consent - സമ്മതവയസ്സ്.
age of discretion - വിവേകപ്രായം.
age of majority - പ്രായപൂർത്തി കൈവരുന്ന പ്രായം.
age of retirement - വിരമിക്കൽ പ്രായം.
age of suffrage - വോട്ടവകാശപ്രായം.
age old custom - പഴയ ആചാരം, പുരാതനാചാരം.
agency tracto - ഏജൻസി പ്രദേശങ്ങൾ.
agenda - അജണ്ട, കാര്യപരിപാടി.
agent - ഏജന്റ്, പ്രതിനിധി.
agent provocateur - കുറ്റകൃത്യപ്രേരകൻ.
agents commission - ഏജന്റിനുള്ള കമ്മീഷൻ.
aggravate - ഗുരുതരമാക്കുക.
aggravated assault - കഠിനദേഹോപദ്രവം, ഗുരുതരമർദ്ദനം, ഗുരുതരദണ്ഡനം.
aggress - ആക്രമിക്കുക, വഴക്കടിക്കുക, കൈയേറുക.
aggression - അതിക്രമം, കൈയേറ്റം, ആക്രമണം.
aggressive - ആക്രമണശീലമുള്ള, ആക്രമണസ്വഭാവമുള്ള.
aggressive mob - അക്രമാസക്തമായ ജനക്കൂട്ടം.
aggressor - അക്രമി, കൈയേറ്റക്കാരൻ, സങ്കടകാരി.
aggrieved party - സങ്കടകക്ഷി, സങ്കടക്കാരൻ.
aggrieved person - സങ്കടകക്ഷി, സങ്കടവ്യക്തി.
agitation - പ്രക്ഷോഭം, കലാപം, ലഹള, സമരം.
agitator - പ്രക്ഷോഭകൻ, പ്രക്ഷോഭകാരി.
agnate - പുരുഷ പിന്തുടർച്ചാവകാശികൾ, പിതൃബന്ധം.
agrarian law - കാർഷികനിയമം.
agrarian policy - കാർഷികനയം.
agrarian relation - കാർഷികബന്ധം.
agrarian relation law - കാർഷിക ബന്ധനിയമം.
agrarian relief - കാർഷികാശ്വാസം.
agrarian revolution - കാർഷിക വിപ്ലവം.
agree - സമ്മതിക്കുക, കരാർ ചെയ്യുക.
agree to - യോജിക്കുക.
agreement - കരാർ, സമ്മതം, ഉടമ്പടി, സന്ധി.
agreement deed - സമ്മതപത്രം, അനുവാദപത്രം, ഉടമ്പടിരേഖ.
agreement form - ഉടമ്പടി ഫാറം, കരാർഫാറം.
agreement in principle - തത്ത്വത്തിൽ അംഗീകരിക്കുന്ന.
agreement of sale - വില്പനക്കരാർ, വില്പന ഉടമ്പടി.
agricultural aid - കാർഷികസഹായം.
agricultural credit - കാർഷികവായ്പ.
agricultural improvement act - കാർഷികാഭിവൃദ്ധി ആക്ട്.
agricultural income tax - കാർഷികാദായ നികുതി.

agricultural loan - കാർഷികവായ്പ, കൃഷിവായ്പ.
agricultural loan act - കാർഷിക വായ്പാ ആക്ട്.
agricultural produce (grading and marking) act - കാർഷികോല്പന്നം (തരംതിരിക്കലും ചിഹ്നമിടലും) ആക്ട്.
aid - സഹായം.
aid and abet - കുറ്റകൃത്യപ്രേരണാ സഹായി.
aid and advice - സഹായവും ഉപദേശവും.
aid de camp - അംഗരക്ഷകൻ.
aide - സഹായി.
aide-memoire - ഓർമ്മക്കുറിപ്പ്.
aider - സഹായി, സഹായകൻ.
aiding and abetting - സഹായിക്കലും പ്രേരിപ്പിക്കലും.
aim - ഉദ്ദേശ്യം, ലക്ഷ്യം.
aimless - അലക്ഷ്യമായ, ഉദ്ദേശ്യരഹിതമായ, ലക്ഷ്യരഹിതമായ.
ainesse - മൂപ്പുമുറ, ജ്യേഷ്ഠാവകാശം.
air chief marshal - എയർ ചീഫ് മാർഷൽ, വ്യോമസേനാ മേധാവി.
air force - വ്യോമസേന.
air piracy - വിമാനം തട്ടിക്കൊണ്ടുപോകൽ.
air police - വായുസേനാംഗം.
air raid precaution - വിമാനാക്രമണ മുൻകരുതൽ, വിമാനവേധ മുൻകരുതൽ.
alarm - അപായ സൂചന, അലാറം, ആപൽസൂചന.
alcohol - ആൽക്കഹോൾ, മദ്യസാരം.
alcoholometre - ആൽക്കഹോളോമീറ്റർ.
alert - ജാഗ്രതയുള്ള.
alias - ഇതരനാമം, മറുപേർ, അന്യഥാ, ഉപനാമം, അപരനാമം, അറിയപ്പെടുന്ന.
alibi - അന്യത്രവാസം.
aliegans contraria non est audiendus - പരസ്പരവിരുദ്ധ ആരോപണമുന്നയിക്കുന്നവരെ കേൾക്കേണ്ടതില്ല.
alien - വിദേശി, പരദേശി.
alien enemy - വിദേശ ശത്രു, വൈദേശിക ശത്രു.
alienate - അന്യാധീനപ്പെടുത്തുക, അന്യകൈവശത്തിലാകുക.
alienation - അന്യാധീനപ്പെടുത്തൽ.
alienation clause - വസ്തുകൈമാറ്റ നിബന്ധന.
alienor - വസ്തുകൈമാറിയ വ്യക്തി.
alieuism - അന്യദേശവാസം, പ്രവാസം.
alimony - ജീവനാംശം, ഇടക്കാല ജീവനാംശം.
alimony pendente - വ്യവഹാരകാലത്തെ ജീവനാംശം.
aliud est celare - aliud tacere - മൗനം മറച്ചുവയ്ക്കലിന് തുല്യമാവില്ല.
all due diligence - വേണ്ടത്ര എല്ലാ ശ്രദ്ധയും.
all party meeting - സർവ്വകക്ഷിയോഗം, അഖിലകക്ഷിയോഗം.
allegata et probate - വാദപ്രതിവാദങ്ങളും തെളിവും.
allegation - ആരോപണം, ദോഷാരോപണം.
allegations and counter allega-tions - ആരോപണപ്രത്യാരോപണങ്ങൾ.
allege - ആരോപിക്കുക.
allegiance - കൂറ്, ചാർച്ച.
alleviate - ലഘൂകരിക്കുക, കുറയ്ക്കുക, ചുരുക്കുക.
alliance - സഖ്യം.
allocable surplus - വിഭജനീയ മിച്ചം.
allocate - നീക്കിവയ്ക്കുക, വകയിരുത്തുക, വകകൊള്ളിക്കുക.
allocation - വിഭജനം, നീക്കിവയ്ക്കൽ.
allocation of business - പ്രവൃത്തി വിഭജനം, കാര്യനിർവ്വഹണ വിഭജനം.
allocatur - അനുമതിപത്രം, അപ്പീലിനുള്ള അനുമതി.
allocution - അഭിസംബോധനം.
allodium - കരമൊഴിവുഭൂമി, ജന്മം വസ്തു.

allot - വകയിരുത്തുക, അനുവദിക്കുക, വീതിക്കുക.
allottee - ഓഹരിക്കാരൻ, അനുവദിക്കപ്പെട്ടയാൾ.
allow - അനുവദിക്കുക.
allow an appeal - അപ്പീൽ അനുവദിക്കുക.
allowable error - അനുവദനീയമായ തെറ്റ്.
allure - വശീകരിക്കുക.
allurer - പ്രലോഭകൻ, വശ്യകൻ.
along with signature - കൈയൊപ്പു സഹിതം.
alpha and omega - ആദ്യവസാനം.
alphabetical indexing - അക്ഷരമാലക്രമത്തിൽ, സൂചിക തയ്യാറാക്കൽ, അക്ഷരാനുക്രമം.
alphabetical order - അക്ഷരമാലക്രമം, അകാരാദിക്രമം.
alteration - മാറ്റംവരുത്തൽ, ഭേദഗതി വരുത്തൽ.
alteration of name - പേരുമാറ്റൽ.
altercate - എതിർവാദം നടത്തുക, തർക്കിക്കുക.
altercation - വാക്കുതർക്കം, വാക്കേറ്റം, വാഗ്വാദം.
alternate care - സമാന്തരസംരക്ഷണം.
altruism - പരോപകാരശീലം.
altruist - പരോപകാരി.
amalgamate - സംയോജിപ്പിക്കുക.
amalgamation - സംയോജനം.
ambiguity - അവ്യക്തത.
ambit - വ്യാപ്തി, അർത്ഥവ്യാപ്തി, പരിധി.
amend - ഭേദഗതി ചെയ്യുക.
amendment - ഭേദഗതിവരുത്തൽ, ഭേദഗതി.
amerce - ശിക്ഷിക്കുക, പിഴയിടുക.
amercement - പിഴചുമത്തൽ.
amicable - രമ്യമായ.
amicable settlement - രമ്യമായ ഒത്തുതീർപ്പ്.
amicable solution - രമ്യമായ പരിഹാരം.
amicus curiae - അമിക്കസ് ക്യൂറി (കോടതിയുടെ സഹായി).
amin - ആമീൻ.
ammunition - വെടിക്കോപ്പ്.
amnesty - പൊതുമാപ്പ്.
amount of bid - ലേലസംഖ്യ.
amount to murder - കൊലപാതകമാവുക, കൊലക്കുറ്റമാകുക.
anand marriage act - ആനന്ദ് വിവാഹ ആക്ട്.
anarchy - അരാജകത്വം.
ancient monuments and archaeological sites and remains act - പുരാതന സ്മാരകങ്ങളും പുരാവസ്തു പ്രദേശങ്ങളും അവശിഷ്ടങ്ങളും ആക്ട്.
animo - ഉദ്ദേശ്യത്തോടെ, മനഃപൂർവ്വം.
animo adimendi - വിഫലമാക്കൽ ലക്ഷ്യത്തോടെ.
animo cancellandi - റദ്ദുചെയ്യാനുള്ള ഉദ്ദേശ്യത്തോടെ.
animo capiendi - സ്വീകാരലക്ഷ്യത്തോടെ.
animo dedicandi - സമർപ്പണോദ്ദേശ്യത്തോടെ.
animo defamandi - മാനഹാനി വരുത്തുന്നതിനുള്ള ഉദ്ദേശ്യത്തോടെ.
animo dereliquendi - ത്യജിക്കാനുള്ള ഉദ്ദേശ്യത്തോടെ.
animo felonico - ക്രൂരോദ്ദേശ്യത്തോടെ, ക്രൂരകർമ്മം ചെയ്യാനുള്ള ലക്ഷ്യത്തോടെ.
animo furandi - അപഹരണോദ്ദേശ്യത്തോടെ.
animo injuriandi - ദ്രോഹേച്ഛയോടെ.
animo lucrandi - നേടുന്നതിനുള്ള ഉദ്ദേശ്യത്തോടെ.
animo possidendi - കൈവശാനുഭവ ലക്ഷ്യത്തോടെ.
animosity - അതിവൈരം, ബദ്ധവൈരം, അതിവിരോധം, എതിർപ്പ്, വിരോധം.
animus - ഉദ്ദേശ്യം, കടുത്ത വിരോധം.
annexed schedule - അനുബന്ധപ്പട്ടിക.

annexure - അനുബന്ധം.
annihilable - നശിപ്പിക്കാവുന്ന, ഉന്മൂലനം ചെയ്യാവുന്ന.
annihilate - ഉന്മൂലനം ചെയ്യുക.
annihilation - ഉന്മൂലനം.
annihilator - ഉന്മൂലനാശകൻ.
annoy - ശല്യപ്പെടുത്തുക, ശല്യംചെയ്യുക.
annoyance - അസ്വസ്ഥത.
annoyer - ഉപദ്രവകാരി, ശല്യക്കാരൻ.
annual action plan - വാർഷിക കർമ്മ പദ്ധതി.
annuity - വർഷാശനം.
annul - റദ്ദു ചെയ്യുക, റദ്ദാക്കുക, അസാധുവാക്കുക.
annullable - റദ്ദാക്കാവുന്ന, അസാധുവാകുക.
annulment - റദ്ദുചെയ്യൽ, റദ്ദാക്കൽ.
anomaly - പൊരുത്തക്കേട്, ക്രമരഹിതം.
anonymous - അജ്ഞാതകർത്തൃകമായ.
anonymous letter - ഊമക്കത്ത്.
answerable - സമാധാനം പറയേണ്ട.
antagonist - എതിരാളി, പ്രതിയോഗി, പ്രതിരോധി.
ante litum motum - തർക്കം ഉദ്ഭവിക്കുംമുമ്പേ.
ante natal - ജന്മപൂർവ്വമായ.
antecedent - പൂർവ്വവൃത്താന്തം, മുൻചരിത്രം.
antenomy - നിയമവൈരുദ്ധ്യം.
ante-nuptial - വിവാഹപൂർവ്വമായ.
ante-nuptial agreement - വിവാഹപൂർവ്വ ഉടമ്പടി.
anti corruption department - അഴിമതിനിരോധന വകുപ്പ്.
anti defection law - കൂറുമാറ്റ നിരോധന നിയമം.
anti national - ദേശവിരുദ്ധം, രാജ്യവിരുദ്ധം.
anti piracy cell - ആന്റി പൈറസി സെൽ.
anti-apartheid (united nations convention) act - വർണ്ണവിവേചന നിരോധന (ഐക്യരാഷ്ട്ര ഉടമ്പടി) ആക്ട്.
anti-beggary act - ഭിക്ഷാടന നിരോധന ആക്ട്.
anticipatory bail - മുൻകൂർ ജാമ്യം.
antimoralism - ധർമ്മവിരുദ്ധത.
anti-piracy cell - ആന്റി പൈറസി സെൽ.
antiquities and art treasures act - പുരാവസ്തുക്കളും അമൂല്യ കലാവസ്തുക്കളും ആക്ട്.
anti-social elements - സാമൂഹികവിരുദ്ധർ.
anulment of marriage - വിവാഹം റദ്ദാക്കൽ.
apartheid - വർണ്ണവിവേചനം.
apartheid policy - വർണ്ണവിവേചന നയം.
apex court - സുപ്രീംകോടതി.
apology - ക്ഷമാപണം, ക്ഷമചോദിക്കൽ.
apostacy - വിശ്വാസം ത്യജിക്കൽ.
aposteriori - കാര്യത്തിൽനിന്ന് കാരണംതെളിയിക്കുന്ന, ഉദാഹരണത്തിൽനിന്ന് പൊതുതത്ത്വത്തിലെത്തുന്ന.
apostil - മാർജ്ജിനിലുള്ള കുറിപ്പ്, അരുക്കുറിപ്പ്.
appal - ദുർബ്ബലപ്പെടുത്തുക.
apparent cause - വ്യക്തമായ കാരണം.
appeach - ആരോപിക്കുക, കുറ്റംചുമത്തുക, കുറ്റാരോപണം നടത്തുക.
appeal - അപ്പീൽ.
appeal court - അപ്പീൽക്കോടതി.
appeal memorandum - അപ്പീൽ മെമ്മോറാണ്ടം.
appeal petition - അപ്പീല് പരാതി, അപ്പീൽ ഹർജി.
appear - ഹാജരാവുക.
appear in person - നേരിട്ടു ഹാജരാവുക.
appearance - ഹാജരാകൽ.
appellant - അപ്പീൽ കക്ഷി. അപ്പീൽ

വാദി, അപ്പീൽ സമർപ്പിച്ചയാൾ.
appellate court - അപ്പീല്ക്കോടതി.
appellate authority - അപ്പീലധികാരി, അപ്പീലധികാരസ്ഥാനം.
appellate powers - അപ്പീലധികാരങ്ങൾ.
appellee - അപ്പീൽ പ്രതി.
apple of discord - കലഹകാരണം.
applicant - അപേക്ഷകൻ.
application - അപേക്ഷ.
application form - അപേക്ഷാഫാറം.
apply - അപേക്ഷിക്കുക.
appointing authority - നിയമനാധികാരി.
appointment - നിയമനം.
appointment committee - നിയമന സമിതി.
apportion - ആനുപാതികമായി വിഭജിക്കുക/പങ്കുവയ്ക്കുക.
apportionment - ആനുപാതികമായി വിഭജിക്കൽ/പങ്കുവയ്ക്കൽ.
appraisal - മൂല്യനിർണ്ണയം.
apprehend - പിടികൂടുക, അറസ്റ്റ് ചെയ്യുക.
apprehension - പിടികൂടൽ, അറസ്റ്റു ചെയ്യൽ.
apprentices act - അപ്രന്റീസുകൾ ആക്ട്.
apprenticeship - തൊഴിൽ പരിശീലനകാലം.
apprise - വിവരം അറിയിക്കുക, അറിവു നല്കുക.
approof - വിചാരണ, തെളിവ്.
appropriate - വിനിയോഗിക്കുക.
appropriate government - സമുചിത സർക്കാർ.
approver - മാപ്പുസാക്ഷി.
approver's evidence - മാപ്പുസാക്ഷി നല്കുന്ന തെളിവ്.
arbiter - വിധികർത്താവ്.
arbitral tribunal - മദ്ധ്യസ്ഥ ട്രിബ്യൂണൽ, മദ്ധ്യസ്ഥക്കോടതി.
arbitrary - സ്വേച്ഛാപരമായ.
arbitration - മാദ്ധ്യസ്ഥ്യം, മദ്ധ്യസ്ഥത വഹിക്കൽ.
arbitration and conciliation act - മാദ്ധ്യസ്ഥവും അനുരഞ്ജനവും ആക്ട്.
arbitration award - മാദ്ധ്യസ്ഥത്തീർപ്പ്.
arbitration board - മദ്ധ്യസ്ഥ സമിതി.
arbitrator - മദ്ധ്യസ്ഥൻ.
arduous duties - ദുഷ്കരകൃത്യങ്ങൾ.
argue - വാദിക്കുക, ന്യായവാദം നിരത്തുക.
argument - വാദം നടത്തൽ, ന്യായവാദം നടത്തൽ, വാദമുഖം.
argument and argumentation - വാദവും വാദിച്ചു സ്ഥാപിക്കലും.
argumenti causa - വാദത്തിനുവേണ്ടി.
argumentum - വാദം.
argumentum baculinum - ദണ്ഡനവാദം.
armada - പടക്കപ്പല്ക്കൂട്ടം.
armament - യുദ്ധപ്രതിരോധ ഉപകരണങ്ങൾ, യുദ്ധോപകരണങ്ങൾ, സന്നദ്ധസേന.
armed and equipped - സായുധവും സുസജ്ജവുമായ.
armed cap-a-pie - അടിമുടി ആയുധം ധരിച്ച.
armed force - സായുധസേന.
armed insurrection - സായുധവിപ്ലവം.
armistice - യുദ്ധവിരാമസന്ധി.
armistice day - യുദ്ധവിരാമദിനം.
armoured vehicle - കവചിത വാഹനം.
armoury - ആയുധപ്പുര, ആയുധശാല.
arms - ആയുധങ്ങൾ.
arms act - ആയുധ ആക്ട്.
army - സൈന്യം.
army court - പട്ടാളക്കോടതി.
army act - പട്ടാള ആക്ട്.
arrack - ചാരായം.
arraign - പരസ്യമായി കുറ്റംചുമത്തുക, വിചാരണ ചെയ്യുക.
arraignment - ദോഷാരോപം.
arrant - വഞ്ചകൻ.
array - അണി, വ്യൂഹം.

arrest - അറസ്റ്റ്.
arrest without warrant - വാറണ്ടുകൂടാതെയുള്ള അറസ്റ്റ്.
arret - വിധി, തീർപ്പ്, കോടതിവിധി, കോടതിയുടെ തീരുമാനം.
arrow mark - അമ്പടയാളം.
arsenal - യുദ്ധോപകരണ നിർമ്മാണശാല, ആയുധപ്പുര, ആയുധശാല.
arson - തീവയ്പ്.
arsonist - തീവയ്പു കുറ്റം ചെയ്തവൻ, തീവയ്പു കുറ്റവാളി, കൊള്ളിവയ്പുകാരൻ.
article - അനുച്ഛേദം.
articles of association - സംഘനിയമാവലി, കൂട്ടുകമ്പനി വ്യവസ്ഥകൾ.
articulate - രൂപകല്പന.
articulo mortis - മരണസമയത്ത്.
artifice - ഉപായം, തന്ത്രം.
artificial - കൃത്രിമമായ, സ്വാഭാവികമല്ലാത്ത, നിർമ്മിതമായ, അസ്വാഭാവികമായ.
artificial intelligence - നിർമ്മിതബുദ്ധി, കൃത്രിമബുദ്ധി.
artillery - പീരങ്കികൾ.
artillery force - പീരങ്കിപ്പട.
as a rule - പതിവായി, നിത്യേന.
as per rule - ചട്ടപ്രകാരം.
as the case may be - അതതു സംഗതിപോലെ.
as usual - പതിവുപോലെ.
ascending - ആരോഹണം.
ascribe - ആരോപിക്കുക.
ascription - ആരോപണം.
assail - ആക്രമിക്കുക.
assailant - അക്രമി, ആക്രമണകാരി, കൈയേറ്റക്കാരൻ.
assassin - ഘാതകൻ (വിശിഷ്ടവ്യക്തിയുടെ).
assassination - (വിശിഷ്ടവ്യക്തിയെ) വധിക്കൽ, ഒളിക്കൊല.
assault - ആക്രമണം, കൈയേറ്റം, അടികലശൽ.
asseige - ആക്രമിക്കുക.
assemble - സമ്മേളിക്കുക.
assembly - സഭ, അസംബ്ലി.
assembly constituency - നിയമസഭാനിയോജകമണ്ഡലം.
assent - അനുമതി.
assent tacitly - മൗനാനുമതി നല്കുക.
assentation - കപടസമ്മതം.
assert - ഉറപ്പിച്ചു പറയുക, സ്ഥാപിക്കുക.
assertive - ഉറപ്പാർന്ന, ദൃഢതയാർന്ന.
assess - നിർണ്ണയിക്കുക, വിലയിരുത്തുക, നികുതി ചുമത്തുക.
assessment - നിർണ്ണയിക്കൽ, നിർണ്ണയം.
asset - സ്വത്ത്, സമ്പത്ത്.
assets and liabilities - ആസ്തി ബാദ്ധ്യതകൾ.
asseverate - സത്യപ്രസ്താവന, ശപഥം ചെയ്യുക, ഉറപ്പിച്ചു പറയുക.
assign - തീറു കൊടുക്കുക, ഏല്പിക്കുക.
assignee - തീറു ലഭിക്കുന്നവൻ, തീറുകാരൻ, പതിച്ചു കിട്ടുന്നയാൾ.
assigner - തീറു കൊടുക്കുന്നവൻ.
assignment - തീറു കൊടുക്കൽ, പതിച്ചു കൊടുക്കൽ.
assistance - സഹായം.
assistant commissioner of police - അസിസ്റ്റന്റ് കമ്മിഷണർ ഓഫ് പോലീസ്.
assistant excise commissioner - അസിസ്റ്റന്റ് എക്സൈസ് കമ്മിഷണർ.
assistant returning officer - അസിസ്റ്റന്റ് റിട്ടേണിങ് ഓഫീസർ, ഉപവരണാധികാരി.
assize - വിചാരണസ്ഥാനം, കോടതി.
assoil - മോചിപ്പിക്കുക, മാപ്പു കൊടുക്കുക, ക്ഷമിക്കുക.
assume power - അധികാരമേറ്റെടുക്കുക.
assumpsit - ഉടമ്പടി ലംഘനനഷ്ടപരിഹാരം, കരാർ ലംഘനക്കേസ്, കരാർ ലംഘനം, പ്രതിജ്ഞാലംഘനം.
assumption of charge - ചുമതലയേല്ക്കൽ, ചാർജ്ജെടുക്കൽ.

assurance - ഉറപ്പ്.
assythment - നഷ്ടപരിഹാരം.
asylum - അഭയകേന്ദ്രം, രക്ഷാകേന്ദ്രം, അഭയസ്ഥാനം.
atonement - പ്രതിഫലം, പരിഹാരം.
atort - തെറ്റായ രീതിയിൽ.
attach - ജപ്തിചെയ്യുക.
attache - അറ്റാഷേ, ഉപസ്ഥാനപതി.
attachment - ജപ്തി.
attachment before judgement - ഉടൻ ജപ്തി.
attack - ആക്രമിക്കുക.
attainder - പൗരാവകാശ നഷ്ടം, അപരാധിയുടെ പൗരാവകാശ നിഷേധം, അപകീർത്തി.
attempt to commit suicide - ആത്മഹത്യാശ്രമം.
attempt to murder - വധശ്രമം, കൊലപാതകശ്രമം.
attend - ഹാജരാവുക.
attendance - ഹാജർ.
attention - ശ്രദ്ധ, ബോദ്ധ്യം.
attest - സാക്ഷ്യപ്പെടുത്തുക.
attestation - സാക്ഷ്യപ്പെടുത്തൽ.
attested copy - സാക്ഷ്യപ്പെടുത്തിയ പകർപ്പ്.
attorn - പുതിയ ജന്മിയുടെ കീഴിൽ കുടിയാനാകുക, പാട്ടക്കാരനാകുക.
attorney - അറ്റോർണി.
attorney general - അറ്റോർണി ജനറൽ.
attornment - പുതുകുടിയായ്മ, പുതിയ ജന്മിയുടെ കീഴിൽ കുടിയായ്മ സ്വീകരിക്കൽ.
auction - ലേലം.
auction sale - ലേലവില്പന.
auctioneer - ലേലക്കാരൻ.
audi alteram partem - എതിർകേൾവി, മറുകേൾവി, മറുഭാഗം കേൾക്കൽ.
auditor certificate - ഓഡിറ്റർ സർട്ടിഫിക്കറ്റ്.
austerity measures - മിതവ്യയ നടപടികൾ.
authentic - പ്രാമാണികമായ, ആധികാരികമായ.
authenticate - പ്രമാണമാക്കുക, പ്രമാണപ്പെടുത്തുക, ആധികാരികമാക്കുക.
authenticity - ആധികാരികത.
authorisation - അധികാരപ്പെടുത്തൽ, നിയാമകമാക്കൽ.
authorise - അധികാരപ്പെടുത്തുക, അധികൃതമാക്കുക, നിയോഗിക്കുക.
authorised by law - നിയമത്താൽ അധികാരപ്പെട്ട, നിയമാധികൃതമാക്കിയ.
authorised capital - അധികൃത മുതൽ.
authorised person - അധികൃത വ്യക്തി.
authorised translations (central laws) act - അംഗീകൃത തർജ്ജുമകൾ (കേന്ദ്രനിയമങ്ങൾ) ആക്ട്.
authoritarianism - അധികാരപ്രമത്തത.
authoritative - ആധികാരികമായ.
authoritative decision - അധികൃത ത്തീർപ്പ്.
authoritative text - ആധികാരികപാഠം.
authority - അധികാരസ്ഥാനം, അതോറിറ്റി, അധികാരി, അധികൃതസ്ഥാനം.
autocracy - ഏകാധിപത്യം.
autonomous institution - സ്വയംഭരണസ്ഥാപനം.
autonomy - സ്വയംഭരണാവകാശം, സ്വയംഭരണം.
autopsy - പ്രേതപരിശോധന.
auxiliary forces - സഹായസേന.
avenge - (മറ്റൊരാൾക്കുവേണ്ടി) പ്രതികാരം ചെയ്യുക.
averment - ഉറപ്പിച്ചു പറയൽ, സത്യമെന്നു സ്ഥാപിക്കൽ.
avoidable delay - ഒഴിവാക്കാവുന്ന കാലതാമസം.
award - അവാർഡ്, ന്യായവിധി.
axiom - അംഗീകരിക്കപ്പെട്ട തത്ത്വം, അംഗീകരിക്കപ്പെട്ട വസ്തുത.

B

baby snatching - കുട്ടികളെ അപഹരിക്കൽ, ബാലാപഹരണം.
bachelor of law - നിയമബിരുദം.
back bite - പരദൂഷണം പറയുക.
back biter - നുണയൻ, പരദൂഷകൻ.
back bond - ജാമ്യ ഈടുപത്രം.
back door - ഗൂഢമാർഗ്ഗം, പിൻവാതിൽ.
back file - മുൻഫയൽ.
back ground of the case - കേസിന്റെ പശ്ചാത്തലം.
back out - പിന്മാറുക.
back papers - മുൻകടലാസ്സുകൾ.
back reference - മുൻപരാമർശം.
back seat - പിൻസീറ്റ്.
back up - പിന്താങ്ങുക, ബാക്കപ്പ്, പിന്തുണ.
backbone - നട്ടെല്ല്.
backing down - ഒഴിഞ്ഞുമാറൽ.
backup file - ബാക്കപ്പ് ഫയൽ.
backward - പിന്നാക്കം.
backward and forward - മുമ്പോട്ടും പുറകോട്ടും.
backward classes - പിന്നാക്കവിഭാഗങ്ങൾ, പിന്നാക്കവർഗ്ഗങ്ങൾ.
backward depressed classes - പിന്നാക്ക അധഃകൃതവർഗ്ഗങ്ങൾ.
backwardness - പിന്നാക്കാവസ്ഥ.
bad character - ദുഃസ്വഭാവം.
bad cheque - അസാധുവായ ചെക്ക്.
bad coin - കള്ളനാണയം.
bad conduct - ദുർന്നടത്തം, ദുഃസ്വഭാവം.
bad debt - കിട്ടാക്കടം.
bad debt of the government - സർക്കാരിന്റെ കിട്ടാക്കടം.
bad faith - ദുരുദ്ദേശ്യം.
bad habit - ദുശ്ശീലം.
bad in law - നിയമസാധുതയില്ലാത്ത, അസാധുവായത്.
bad name - ചീത്തപ്പേര്.
bad success - അനുകൂലമല്ലാത്ത വിജയം.
badge - മുദ്ര, ബാഡ്ജ്.
badges of honour / office - പദവിമുദ്ര, പദവിചിഹ്നം, സ്ഥാനചിഹ്നം.
bail - ജാമ്യം.
bail application - ജാമ്യാപേക്ഷ.
bail bond - ജാമ്യച്ചീട്ട്, ജാമ്യബോണ്ട്.
bail jumper - ജാമ്യവ്യവസ്ഥ ലംഘിക്കുന്നയാൾ.
bail out - ജാമ്യത്തിലിറങ്ങുക, ജാമ്യം അനുവദിക്കാവുന്ന കുറ്റം, വിമുക്തമാകുക.
bailable - ജാമ്യം ലഭിക്കാവുന്ന.
bailable offence - ജാമ്യത്തിൽ വിടാവുന്ന കുറ്റം.
bailee - ജാമ്യമേറ്റവൻ, ചുമതലയേറ്റവൻ.
bailiff - ആമീൻ, ആമ്യൻ.
bailment - താല്ക്കാലിക ഉടമ്പടി, ജാമ്യമേർപ്പാട്.
bailor - ജാമ്യമേല്പിക്കുന്ന ആൾ.
balance of mind - സമചിത്തത.
balance of payment - അടവുശിഷ്ടം.
balance of payment deficit - അടവുശിഷ്ടക്കമ്മി.
balance of power - ശക്തിസന്തുലനം.
balance of trade - വാണിജ്യ സന്തുലനം, വ്യാപാരമിച്ചം, വ്യാപാര സന്തുലനം.
balance sheet - ബാക്കിപത്രം, ബാലൻസ് ഷീറ്റ്.
balanced budget - സന്തുലിത ബജറ്റ്, സമീകൃത ബജറ്റ്.
balanced diet - സമീകൃതാഹാരം.
balderdash - അസഭ്യഭാഷണം, അസഭ്യം പറച്ചിൽ, നീചഭാഷണം.
baleful - ഹാനികരമായ, ദുഃഖകരമായ.
ballot - സമ്മതിദാനപത്രം, ബാലറ്റ്.
ballot box - ബാലറ്റ് പെട്ടി.

ballot paper - ബാലറ്റ് പേപ്പർ.
bam - വഞ്ചന.
bamboozle - വഞ്ചിക്കുക.
ban - വിലക്ക്, നിരോധം, നിരോധനം.
ban on appointment - നിയമന നിരോധം.
ban on bottom trawling - ആഴക്കടൽ ട്രോളിങ് നിരോധനം.
bandage - മുറിവുകെട്ട്, ബാൻഡേജ്.
banderol - ലഘുപതാക.
bandh - ബന്ദ്.
bandit - കവർച്ചക്കാരൻ.
bandobast - ബന്തവസ്സ്.
banish - നാടുകടത്തുക.
banishment - നാടുകടത്തൽ.
bank - ബാങ്ക്.
bank account - ബാങ്ക് അക്കൗണ്ട്.
bank draft - ബാങ്ക് ഡ്രാഫ്റ്റ്.
bank guarantee - ബാങ്ക് ഗാരന്റി.
bank loan - ബാങ്ക് വായ്പ.
bank note - ബാങ്ക് നോട്ട്.
banker - ബാങ്കർ, വായ്പ കൊടുക്കുന്നയാൾ.
banker's committee - ബാങ്കിങ് സമിതി.
bankers' books evidence act - ബാങ്കർമാരുടെ ബുക്കുകൾ തെളിവ് ആക്ട്.
banking business - ബാങ്കിടപാട്.
banking company - ബാങ്കിങ് കമ്പനി.
banking corporation - ബാങ്കിങ് കോർപ്പറേഷൻ.
banking operations - ബാങ്കിങ് പ്രവർത്തനങ്ങൾ.
banking transaction - ബാങ്കിടപാട്.
bankrupt - പാപ്പർ, നിർദ്ധനൻ, വായ്പാബാധ്യസ്ഥൻ.
bankruptcy - പാപ്പരത്തം, നിർദ്ധനത്വം, ദീപാളിത്തം.
banned - വിലക്കപ്പെട്ട.
bannition - നാടുകടത്തൽ, പുറത്താക്കൽ.
bar - ബാർ, വക്കീൽപ്പണി, തടസ്സം, നിരോധനം.
bar association - ബാർ അസോസിയേഷൻ.
bar council - ബാർ കൗൺസിൽ.
bar of jurisdiction - അധികാരത്തടസ്സം, വിചാരണത്തടസ്സം.
barbarian - സംസ്കാരശൂന്യൻ, നിഷ്ഠുരൻ.
barbarous - മനുഷ്യത്വമില്ലാത്ത, സംസ്കാരമില്ലാത്ത, നിഷ്ഠുരത.
barbed comment - കുത്തുവാക്ക്.
bar-code - ബാർകോഡ്.
bargain - വിലപേശുക, ഉടമ്പടി, ഒത്തുതീർപ്പ്.
bargainer - വിലപേശുന്നയാൾ.
baron et feme - ഭാര്യയും ഭർത്താവും.
barrack - ബാരക്, പടപ്പാളയം.
barrack officer - ബാരക് ഓഫീസർ.
barrage - തുടർച്ചയായ പീരങ്കിപ്രയോഗം.
barrage of questions - ചോദ്യവർഷം.
barrat - വഞ്ചന.
barrator - വ്യവഹാരാസക്തൻ, വ്യവഹാരപ്രിയൻ.
barratrous - വ്യവഹാരാസക്തിയുള്ള, വ്യവഹാരപ്രിയമുള്ള.
barred by law - നിയമംമൂലം നിരോധിച്ചത്.
barred by limitation - കാലഹരണം കൊണ്ടു തടയപ്പെട്ട.
barren money - പലിശരഹിത വായ്പ.
barricade - ബാരിക്കേഡ്.
barrier - തടസ്സം, മറ.
barring of annual increment - വാർഷിക ഇൻക്രിമെന്റ് തടയൽ.
barring of increment with cumu-lative effect - സ്ഥിരമായി ഇൻക്രിമെന്റ് തടയൽ.
barrister - ബാരിസ്റ്റർ, വക്കീൽ, അഭിഭാഷകൻ.
barter system - ചരക്കുവിനിമയരീതി, ബാർട്ടർ സമ്പ്രദായം.
base - അടിസ്ഥാനം, ആസ്ഥാനം.
base court - കീഴ്ക്കോടതി.

base year - അടിസ്ഥാനവർഷം.
based on conscience - മനഃസാക്ഷിയെ അടിസ്ഥാനമാക്കി.
based on price - വിലയനുസരിച്ച്
baseless - അടിസ്ഥാനരഹിതമായ.
bash - ഇടിച്ചു പൊളിക്കുക.
basic - അടിസ്ഥാനപരമായ.
basic data - അടിസ്ഥാനവിവരം.
basic education - അടിസ്ഥാനവിദ്യാഭ്യാസം.
basic information - അടിസ്ഥാനവിവരം.
basic information schedule - അടിസ്ഥാനവിവരപ്പട്ടിക.
basic needs - അടിസ്ഥാന ആവശ്യങ്ങൾ, പ്രാഥമികാവശ്യങ്ങൾ.
basic pay - അടിസ്ഥാന ശമ്പളം.
basic period - അടിസ്ഥാന കാലയളവ്.
basic price - അടിസ്ഥാന വില.
basic principle - അടിസ്ഥാനതത്ത്വം.
basic problem - അടിസ്ഥാന പ്രശ്നം.
basic project - അടിസ്ഥാനപദ്ധതി.
basic rate - അടിസ്ഥാന നിരക്ക്.
basic rate of wages - അടിസ്ഥാന വേതനനിരക്ക്.
basic research - അടിസ്ഥാന ഗവേഷണം.
basic scale of pay - അടിസ്ഥാന ശമ്പളസ്കെയിൽ.
basic school - അടിസ്ഥാന വിദ്യാലയം.
basic structure - അടിസ്ഥാനഘടന.
basic tax - അടിസ്ഥാനഭൂനികുതി.
basic tax register - അടിസ്ഥാന ഭൂനികുതി രജിസ്റ്റർ.
basic valuation report - അടിസ്ഥാന വിലനിർണ്ണയ റിപ്പോർട്ട്.
basic values - അടിസ്ഥാനമൂല്യങ്ങൾ.
basic vocabulary - അടിസ്ഥാന പദാവലി.
basis - അടിസ്ഥാനം, ആധാരം, ആധാരമായ വസ്തുത.
batta - ബത്ത, ബാറ്റ.
battalion - ബറ്റാലിയൻ, സേനാവിഭാഗം.
battalion commander - ബറ്റാലിയൻ കമാൻഡർ.
battery - പീരങ്കിനിര, പ്രഹരം, മർദ്ദനം.
battery gunner - ബാറ്ററിഗണ്ണർ.
battery man - പീരങ്കിഭടൻ.
battle - യുദ്ധം.
battle array - യുദ്ധവ്യൂഹം, പടനിര, പോർവ്യൂഹം.
battle field - യുദ്ധക്കളം, പോർക്കളം, യുദ്ധരംഗം.
battle ship - പടക്കപ്പൽ.
bawdy - അശ്ലീലമായ.
bawdy house - വേശ്യാലയം, വേശ്യാഗൃഹം.
bayonet - ബയണറ്റ്.
bazzle - അമിതമദ്യപാനം.
be a law unto yourself - തന്നിഷ്ടമായി പ്രവർത്തിക്കുക.
be hanged - തൂക്കിലേറ്റുക, കഴുവേറ്റുക.
beacon - ദീപസ്തംഭം, അടയാളദീപം.
bear in witness - സാക്ഷിപറയുക.
bearer - വാഹകൻ, ഭാരവാഹി, ഭൃത്യൻ.
beat - അടി, പ്രഹരം, അടിക്കുക.
beat of drum - മുരശടി.
bed and board - താമസവും ഭക്ഷണവും.
beedi and cigar workers (conditions of employment) act - ബീഡി - ചുരുട്ട് തൊഴിലാളികൾ (തൊഴിൽ നിബന്ധനകൾ) ആക്ട്.
beedi workers welfare cess act - ബീഡിത്തൊഴിലാളികൾ ക്ഷേമവരി ആക്ട്.
beer and skittles - അലസമായി സുഖിക്കൽ.
beer brewery - ബീർവാറ്റുശാല.
beer shop - ബിയർഷോപ്പ്, ബീർക്കട.
before quoted - മുൻപ് ഉദ്ധരിച്ച.
before the court - കോടതി മുൻപാകെ, കോടതി സമക്ഷം.

beg - യാചിക്കുക.
beggar - ഭിക്ഷക്കാരൻ, യാചകൻ.
beggar relief centre - യാചകാശ്വാസ കേന്ദ്രം.
beggardom - യാചകവൃന്ദം.
beggary - ഭിക്ഷാടനം, യാചകവൃത്തി.
beguile people - ജനങ്ങളെ പറ്റിക്കുക, ജനങ്ങളെ ചതിക്കുക.
behaviour - പെരുമാറ്റം, നടപ്പ്.
behavioural problems - പെരുമാറ്റപ്രശ്നങ്ങൾ.
behavioural symptom - പെരുമാറ്റലക്ഷണം.
behead - ശിരച്ഛേദം ചെയ്യുക.
behest - കല്പിക്കുക, ആജ്ഞ, ഉത്തരവ്, കല്പന.
behind - പുറകെ.
belated application - വൈകിക്കിട്ടിയ അപേക്ഷ.
belated claim - വൈകിയ അവകാശവാദം.
belated information - വൈകിക്കിട്ടിയ വിവരം.
belated notification - കാലതാമസംവന്ന വിജ്ഞാപനം.
belated payments - കാലതാമസംവന്ന അടവുകൾ.
belief - വിശ്വാസം.
believable - വിശ്വാസയോഗ്യമായ.
believableness - വിശ്വസനീയത.
believer - വിശ്വാസി.
belittle - ഇകഴ്ത്തുക, ചെറുതാക്കിക്കാണിക്കുക.
bellicoseness - യുദ്ധാവസ്ഥ, കലഹാവസ്ഥ.
belligerency - സമരമനോഭാവം, യുദ്ധാവസ്ഥ.
belongings - സ്വന്തം വസ്തുക്കൾ, ജംഗമസ്വത്തുക്കൾ.
benami - ബിനാമി.
benami transaction - ബിനാമി ഇടപാട്.
benami transaction (prohibition) act - ബിനാമി ഇടപാടുകൾ (നിരോധനം) ആക്ട്.
bench - ന്യായപീഠം, കോടതി, ന്യായാസനം, ബെഞ്ച്.
bench clerk - ബഞ്ചുക്ലാർക്ക്.
bench of justice - ന്യായാസനം.
benefactor - പരോപകാരി, അഭ്യുദയകാംക്ഷി.
beneficial - ഗുണകരമായ, പ്രയോജനപ്രദമായ.
beneficial compromise - പ്രയോജനപ്രദമായ ഒത്തുതീർപ്പ്, ഗുണപ്രദമായ ഒത്തുതീർപ്പ്.
beneficial enjoyment - ഗുണകരമായ അനുഭവം, താല്പര്യാധിഷ്ഠിത ഉപഭോഗം.
beneficiary - ഗുണഭോക്താവ്.
beneficiary by chance - അവകാശപ്പെട്ടതല്ലാത്ത ഇളവ്.
beneficium invito non datur - സ്വീകരിക്കാനിഷ്ടമില്ലാത്തയാൾക്ക് ആനുകൂല്യം നല്കാനാവില്ല.
beneficium obstinendi - സ്വത്തവകാശം നിഷേധിക്കാനുള്ള അവകാശം.
benefit - പ്രയോജനം, ആനുകൂല്യം, ഗുണം.
benefit of doubt - സംശയാനുകൂല്യം, സന്ദേഹാനുകൂല്യം.
benefit period - പ്രയോജന കാലാവധി.
benevolence - പരോപകാര ശീലം, ഔദാര്യം, ധർമ്മശീലം.
benevolent fund - ഉദാരനിധി, ബനവലന്റ് ഫണ്ട്.
bepester - ശല്യപ്പെടുത്തുക.
bequeath - മരണശാസനം മുഖേന കൊടുക്കുക, മരണപത്രം എഴുതുക.
bequest - മരണശാസനദാനം, വില്പത്രം, ദായം, ഒസ്യത്ത്.
bereavement - ഇഷ്ടജനവിയോഗം, വിയോഗം, മരിച്ചതിലുള്ള ദുഃഖം.
beriz deduction - നികുതിക്കിഴിവ്, ബറിസ് ഡിഡക്ഷൻ.

berob - കൊള്ളയടിക്കുക, മോഷ്ടിക്കുക.
besiege - ഉപരോധിക്കുക, വളയുക.
besiegement - ഉപരോധം.
best belief - ഉത്തമവിശ്വാസം.
best compliments - ശുഭാശംസകൾ.
best evidence - പ്രബലമായ തെളിവ്, ശക്തമായ തെളിവ്, ഉത്തമസാക്ഷ്യം, ഉത്തമ തെളിവ്.
best judgement - നിഷ്പക്ഷമായ വിധി.
best of knowledge and belief - ഉത്തമവിശ്വാസത്തിലും അറിവിലും.
bestiality - മൃഗവുമായുള്ള മനുഷ്യസംഭോഗം.
bestow - നല്കുക, കൊടുക്കുക.
bestowal of praise - പ്രശംസിക്കൽ.
bet - വാതുപറയുക, പന്തയം.
betrayal - കബളിപ്പിക്കൽ, ചതി, വഞ്ചന.
betrayer - ചതിയൻ, വഞ്ചകൻ.
betrothal - വിവാഹവാഗ്ദാനം, വിവാഹനിശ്ചയം.
betterment - മെച്ചപ്പെടുത്തൽ, പോരായ്മനീക്കൽ, അഭിവൃദ്ധിപ്പെടുത്തൽ.
betterment of living standard - ജീവിതനിലവാരം ഉയർത്തൽ.
betting - വാതുവയ്ക്കൽ, പന്തയം വയ്ക്കൽ.
betting and gambling - വാതുവയ്ക്കലും ചൂതികളിയും.
beware - ജാഗ്രത, കരുതിയിരിക്കുക.
bewilderment - പരിഭ്രാന്തി, പരിഭ്രമം.
beyond compare - താരതമ്യപ്പെടുത്താനാകാത്ത.
beyond control - നിയന്ത്രണാതീതമായി.
beyond dispute - തർക്കമില്ലാതെ.
beyond doubt - സംശയാതീതമായ, സംശയരഹിതമായ.
beyond normal - സാധാരണയിൽക്കവിഞ്ഞ.
beyond the limit - പരിധിക്കപ്പുറം.
beyond the range - പരിധിക്കപ്പുറത്ത്, പരിധിക്കപ്പുറം.
beyuile - ചതിക്കുക.
bhag - വിഹിതം, ഓഹരി.
bhang - കഞ്ചാവ്.
bi week - ദ്വൈവാരം.
biannual - ദ്വൈവാർഷികം, ദ്വിവാർഷികം, രണ്ടാണ്ടിലൊരിക്കൽ.
bias - ചായ്വ്, പക്ഷപാതം.
bicameral - ഇരുസഭകളുള്ള, ദ്വിമണ്ഡലം.
bid - ലേലം, ലേലത്തിൽ വിളിക്കുക.
biddat - മോചനരീതി.
bidder - ലേലം കൊള്ളുന്നവൻ.
bidding - ലേലംവിളി, വിലപറയൽ.
bidding sheet - ലേലപ്പത്രം.
biennial - ദ്വൈവാർഷികം, ദ്വിവാർഷികം, രണ്ടാണ്ടിലൊരിക്കൽ.
biennial election - ദ്വിവാർഷിക തിരഞ്ഞെടുപ്പ്, ദ്വൈവർഷിക തിരഞ്ഞെടുപ്പ്.
biennial increment - ദ്വൈവാർഷിക ഇൻക്രിമെന്റ്.
bier - ശവമഞ്ചം.
bifurcate - വിഭജിക്കുക.
bifurcation - വിഭജനം.
bigamy - ദ്വിവിവാഹം, ദ്വിഭർതൃത്വം, ദ്വിഭാര്യത്വം.
bigot - മതഭ്രാന്തൻ.
bigotry - മതഭ്രാന്ത്.
bilateral - ഉഭയകക്ഷി, ദ്വിപക്ഷീയം.
bilateral agreement - ഉഭയകക്ഷിക്കരാർ.
bilateral discussion - ഉഭയകക്ഷിച്ചർച്ച.
bilateral relation - ഉഭയകക്ഷി ബന്ധം.
bilingual - ദ്വിഭാഷ. ഉഭയഭാഷ.
bilingual method - ദ്വിഭാഷാരീതി.
bilingual state - ദ്വിഭാഷാ സംസ്ഥാനം.
bilingualism - ദ്വിഭാഷാ പ്രചാരം.
bilking - പണരഹിത സാധനക്കൈമാറ്റം.

bill - ബില്ല്, ബിൽ, നിയമപത്രം.
bill board - പരസ്യപ്പലക.
bill of costs - ചെലവുകണക്ക്.
bill of credit - കടജാമ്യപത്രം.
bill of debt - കടച്ചീട്ട്.
bill of divorce - വിവാഹ മോചന പത്രം.
bill of entry - വരവു ബിൽ.
bill of exchange - വിനിമയപത്രം, വിനിമയബിൽ.
bill of indemnity - നഷ്ടോത്തരവാദ പത്രം, നഷ്ടോത്തരവാദ ബിൽ.
bill of indictment - കുറ്റാരോപണപത്രം.
bill of lading - കേവുപത്രം, ചരക്കു കയറ്റിയ രസീത്.
bill of parliament - പാർലമെന്റ് ബിൽ.
bill of right - അവകാശനിയമം.
binary - ദ്വന്ദം, ഇരട്ടയായ.
binary system - ദ്വിസംഖ്യാരീതി.
bind - ബന്ധിക്കുക, ബാധകം.
binding - ബാധകം, ബാദ്ധ്യസ്ഥനാക്കുക, നിർബ്ബന്ധമാക്കുന്ന.
binding agreement - നിർബ്ബന്ധ കരാർ.
binding folder - ബൈന്റിങ് ഫോൾഡർ.
biocidal - ജീവനാശി.
biological father - ജീവശാസ്ത്രപരമായ പിതാവ്.
biological mother - ജീവശാസ്ത്രപരമായ മാതാവ്.
biological needs - ജൈവികാവശ്യങ്ങൾ.
bipartite - ഇരുകക്ഷികളുള്ളത്, ഉഭയകക്ഷി.
bipartite agreement - ഉഭയകക്ഷിക്കരാർ.
bipartite conference - ഉഭയകക്ഷി സമ്മേളനം, ദ്വികക്ഷി സമ്മേളനം.
bipartite discussions - ഉഭയകക്ഷി ചർച്ചകൾ.
birds eye view - വിഹഗവീക്ഷണം.
birth - ജനനം.
birth and death register - ജനന മരണ രജിസ്റ്റർ.
birth anniversary - ജന്മവാർഷികം.
birth centenary - ജന്മശതാബ്ദി.
birth certificate - ജനന സർട്ടിഫിക്കറ്റ്.
birth control - ജനന നിയന്ത്രണം.
birth right - ജന്മാവകാശം.
birthdom - ജന്മാവകാശം.
birthmark - ജനനാലുള്ള അടയാളം, മറുക്.
births and deaths - ജനന മരണങ്ങൾ.
bitateral contract - ഉഭയകക്ഷിക്കരാർ.
biweekly - ദ്വൈവാരിക.
biweekly progress report - ദ്വൈവാര പുരോഗതി റിപ്പോർട്ട്.
blab - നുണപറയുക.
black day - കരിദിനം.
black death - അശുഭമരണം.
black deed - കുറ്റകൃത്യം.
black fever - കാലജ്വരം.
black flag - കരിങ്കൊടി, കറുത്തകൊടി.
black flag demonstration - കരിങ്കൊടി പ്രകടനം.
black leg - കരിങ്കാലി.
black list - കരിമ്പട്ടിക, ബ്ലാക്ക് ലിസ്റ്റ്, വീഴ്ചപ്പട്ടിക.
black listing - കരിമ്പട്ടികയില്പെടുത്തൽ, വീഴ്ചപ്പട്ടികയില്പെടുത്തൽ.
black mail suit - കപടവ്യവഹാരം, കപട അന്യായം.
black mailer - ബ്ലാക്ക്മെയിൽ ചെയ്യുന്നയാൾ.
black mark - കളങ്കചിഹ്നം, ബ്ലാക്ക് മാർക്ക്, അപകീർത്തിമുദ്ര.
black market - കരിഞ്ചന്ത.
black marketer - കരിഞ്ചന്തക്കാരൻ, കരിഞ്ചന്ത വ്യാപാരി.
black money - കള്ളപ്പണം, കണക്കില്പെടാത്ത പണം.
black out - തമസ്കരണം.
blackmail - ബ്ലാക്ക് മെയിൽ, ഭയപ്പെടുത്തി വശപ്പെടുത്തൽ, ഭയപ്പെടുത്തി പണം അപഹരിക്കൽ.
blackmail gain - ഭീഷണിപ്പണം, ഭീഷ

ണിപ്പെടുത്തിയുണ്ടാക്കുന്ന നേട്ടം.
blackmail money - ഭീഷണിപ്പണം.
blackmail suit - കപടവ്യവഹാരം, കപട അന്യായം.
blad - പ്രഹരം, അടി, ആഘാതം.
blame - കുറ്റപ്പെടുത്തുക, അപലപിക്കുക.
blamelessness - നിരപരാധിത്വം.
blameworthiness - ആക്ഷേപാർഹത.
blasphemy - നീചഭാഷണം.
blatant - ശബ്ദബഹുലമായ, ലജ്ജയില്ലാത്ത.
blatant discrimination - പ്രകടമായ വിവേചനം, സുവ്യക്തമായ വിവേചനം.
blatant violation - നഗ്നമായ ലംഘനം, സ്പഷ്ടമായ ലംഘനം.
blench - അധൈര്യപ്പെടുക, പിൻവാങ്ങുക.
blind alley - കുരുട്ടുവഴി.
block - തടസ്സം, ഖണ്ഡം, ബ്ലോക്ക്.
block headed - മഹാവിഡ്ഢി, മൂഢൻ.
blockade - ഉപരോധം, വഴിയടയ്ക്കുക, ഗതാഗതം തടയുക.
blocking of websites - വെബ്സൈറ്റുകൾ തടയൽ.
blood - രക്തം.
blood - guiltiness - രക്തപ്പക, നരഹത്യക്കുറ്റം.
blood - letting - രക്തച്ചൊരിച്ചിൽ, നരഹത്യ.
blood - shedding - കൊലപാതകക്കുറ്റം.
blood bank - രക്തബാങ്ക്.
blood bath - കൂട്ടക്കൊല.
blood cancer - രക്താർബ്ബുദം.
blood donation - രക്തദാനം.
blood donor - രക്തദാതാവ്, രക്തം നല്കുന്നയാൾ.
blood feud - കുടിപ്പക.
blood money - കൊലപ്പണം.
blood relation - രക്തബന്ധം.
blood sacrifice - രക്തബലി.
blood shedder - കൊലപാതകി.
blood stain - രക്തക്കറ.
blood thirsty - രക്തദാഹിയായ.
blood transfusion - പുതുരക്തം കടത്തിവിടൽ, രക്താദാനം.
bloodshed - നരഹത്യ, രക്തച്ചൊരിച്ചിൽ.
bloody revolution - രക്തരൂക്ഷിതവിപ്ലവം.
blot out - നീക്കംചെയ്യുക.
blotting paper - ഒപ്പുകടലാസ്.
blow - അടിക്കുക.
blow-up - പൊട്ടിച്ചു തകർക്കുക, നശിപ്പിക്കുക.
blue laws - ധനവിനിമയ നിയമങ്ങൾ.
blue print - രൂപരേഖ, ബ്ലൂപ്രിന്റ്.
blue print of the project - പദ്ധതി രൂപരേഖ.
blunder - തെറ്റുപറ്റുക, അബദ്ധം പറയുക.
board of arbitration - മാദ്ധ്യസ്ഥസമിതി, മദ്ധ്യസ്ഥസമിതി.
board of directors - ഭരണസമിതി, ഡയറക്ടർ ബോർഡ്.
board of experts - വിദഗ്ദ്ധസമിതി.
bob - ചതിയിലൂടെ അപഹരിക്കുക.
bodily harm - ദേഹോപദ്രവം.
bodily hurt - ദേഹോപദ്രവം.
bodily infirmity - ശാരീരീക ദൗർബല്യം.
bodily injury - ശാരീരികക്ഷതം, ശരീരമുറിവ്.
bodily weakness - ശാരീരിക ദൗർബല്യം.
body - ശരീരം, സ്ഥാപനം, സംഘം.
body fitness - ശാരീരിക ക്ഷമത.
body pain - ശരീരവേദന.
bodyguard - അംഗരക്ഷകൻ.
bogus - കൃത്രിമമായ, വ്യാജമായ.
bogus claim - വ്യാജ അവകാശവാദം.
bogus coin - വ്യാജനാണയം.
bogus contract - വ്യാജ കരാർ, കൃത്രിമ കരാർ.
bogus documents - വ്യാജപ്രമാണങ്ങൾ.

bogus stamp paper - വ്യാജമുദ്രപ്പത്രം.
bogus vote - കള്ളവോട്ട്.
bolthole - ഗൂഢരക്ഷാമാർഗ്ഗം.
bomb - ബോംബ്.
bona - സ്വകാര്യസ്വത്ത്, വസ്തു, സ്വത്ത്.
bona confiscata - സാധനങ്ങൾ കണ്ടുകെട്ടുക.
bona gestura - നല്ലനടപ്പ്.
bona vacantia - ഉടയോനില്ലാത്ത വസ്തു.
bonafide - ഉത്തമവിശ്വാസം, ഉത്തമവിശ്വാസപൂർവ്വം.
bonafide act - ഉത്തമവിശ്വാസത്തോടെയുള്ള പ്രവൃത്തി.
bonafide emptor - ഉത്തമവിശ്വാസത്തോടെ വാങ്ങുന്നയാൾ.
bonafide error - ഉത്തമവിശ്വാസപൂർവ്വകമായ തെറ്റ്.
bonafide purchaser - ഉത്തമവിശ്വാസത്തോടെ വാങ്ങുന്നയാൾ.
bonafide reason - വിശ്വാസയോഗ്യമായ കാരണം.
bonafide requirement - ന്യായമായ ആവശ്യം.
bonafide statement - വിശ്വാസയോഗ്യമായ പ്രസ്താവന, പ്രാമാണികമായ പ്രസ്താവന.
bond - ബോണ്ട്, കടപ്പത്രം, ഈടുപത്രം.
bond of security - ജാമ്യക്കൈച്ചീട്ട്.
bond servant - അടിമ.
bondage - ബന്ധനം, തടങ്കൽ.
bonded debt - ഈടുകടം.
bonded labour - അടിമത്തൊഴിൽ, അടിമപ്പണി.
bonded labour system (abolition) act - അടിമത്തൊഴിൽ സമ്പ്രദായം (നിറുത്തലാക്കൽ) ആക്ട്.
bonded labourers - തടങ്കൽ തൊഴിലാളികൾ.
bone of contention - കലഹവിഷയം, വാഗ്വാദവിഷയം, വിവാദവിഷയം.
bonification - നികുതിയിളവ്, കയറ്റുമതി നികുതിയിളവ്.
bonum factum - സൽപ്രവൃത്തി.
bonus - ബോണസ്.
boodle - കൈക്കൂലി.
bookland - പുതുവൽ സ്ഥലം, പുറമ്പോക്ക് ഭൂമി.
boot - നഷ്ടപരിഹാരം, ആനുകൂല്യം, ലാഭം.
boot legging - നിയമവിരുദ്ധ ലഹരി വില്പന.
booth - ബൂത്ത്.
booth capturing - ബൂത്ത് പിടിച്ചെടുക്കൽ.
booth level awareness progra-mme - ബൂത്തുതല അവബോധപരിപാടി.
booth level officer - ബൂത്ത് ലെവൽ ഓഫീസർ.
bootleg - വ്യാജമദ്യനിർമ്മാണം, വ്യാജമദ്യവില്പന.
bootlegger - വ്യാജമദ്യ നിർമ്മാതാവ്, വ്യാജമദ്യവില്പനക്കാരൻ.
bootlessness - പ്രയോജനമില്ലായ്മ.
booty - കൊള്ളമുതൽ, കവർച്ച മുതൽ.
border - അതിർത്തി, അതിര്.
border dispute - അതിർത്തിത്തർക്കം.
border land - അതിർത്തിപ്രദേശം.
border line - അതിർത്തിരേഖ, അതിരടയാളം.
border relations - അതിർത്തി ബന്ധങ്ങൾ.
border roads development board - അതിർത്തി റോഡ് വികസന ബോർഡ്.
border security force - അതിർത്തി രക്ഷാസേന.
borstal institute - ദുർഗുണപരിഹാര ഇൻസ്റ്റിറ്റ്യൂട്ട്, ദുർഗുണപരിഹാര പാഠശാല.
borstal institution - ദുർഗുണപരിഹാര സ്ഥാപനം.
borstal school - ദുർഗുണപരിഹാര പാഠശാല.
boss - മേലുദ്യോഗസ്ഥൻ.
bottomry bond - കപ്പല്പണയാധാരം.

bound by law - നിയമബദ്ധമായ, നിയമത്താൽ ബാദ്ധ്യസ്ഥനാക്കുക.
boundary - അതിർത്തി, അതിര്, എലുക.
boundary dispute - അതിർത്തി ത്തർക്കം.
boundary line - അതിർത്തിരേഖ.
boundary mark - അതിരടയാളം.
boundary stone - അതിർത്തിക്കല്ല്, എലുകക്കല്ല്.
bounden duty - നിയമബദ്ധമായ ചുമതല, നിയമബദ്ധമായ കർത്തവ്യം നിർബ്ബന്ധിത കർത്തവ്യം.
boundless - അതിരില്ലാതെ, അനന്തമായി.
bounty - പാരിതോഷികം, വ്യവസായ പ്രോത്സാഹന ധനം, ഔദാര്യം, ദാനം.
boycott - ബഹിഷ്കരിക്കുക.
brain death - മസ്തിഷ്കമരണം.
brain finger mapping - ബ്രെയിൻ ഫിംഗർ മാപ്പിങ്.
brain mapping - ബ്രെയിൻ മാപ്പിങ്.
branch - ശാഖ, ബ്രാഞ്ച്.
brand - തരം, ബ്രാൻഡ്, വാണിജ്യമുദ്ര.
brand name - വ്യാപാരമുദ്ര.
bravo - വാടകക്കൊലയാളി, കൊലപാതകി.
breach - ലംഘനം, ഭംഗം.
breach of close - അനധികൃതപ്രവേശനം.
breach of command - ആജ്ഞാലംഘിക്കുക.
breach of condition - വ്യവസ്ഥാലംഘനം.
breach of confidence - വിശ്വാസലംഘനം, വിശ്വാസഭംഗം.
breach of contract - കരാർലംഘനം.
breach of duty - കൃത്യവിലോപം, കർത്തവ്യഭംഗം, കർത്തവ്യലംഘനം.
breach of faith - വിശ്വാസലംഘനം.
breach of law - നിയമലംഘനം, നിയമഭഞ്ജനം.
breach of mandate - ആജ്ഞാലംഘിക്കുക, ആജ്ഞാലംഘനം.
breach of order - ഉത്തരവ് ലംഘിക്കുക.
breach of pact - സന്ധിവ്യവസ്ഥാലംഘനം, ഒത്തുതീർപ്പു ലംഘനം.
breach of peace - സമാധാനലംഘനം.
breach of privilege - വിശേഷാവകാശലംഘനം, അവകാശലംഘനം.
breach of promise - വാഗ്ദാനലംഘനം.
breach of settlement - ഒത്തുതീർപ്പു ലംഘനം.
breach of trust - വിശ്വാസലംഘനം, വിശ്വാസവഞ്ചന.
bread earner - അന്നദാതാവ്.
breadwinner - കുടുംബനാഥൻ.
break - തകർക്കുക, പിളർക്കുക.
break jail - തടവുചാടുക.
break a promise - വാഗ്ദാനം ലംഘിക്കുക.
break clause - കരാർ അവസാനിപ്പിക്കാനുള്ള അവകാശം.
break conditions - ഉപാധികൾ ലംഘിക്കുക.
break down - പ്രവർത്തന സ്തംഭനം.
break in service - സേവന വിച്ഛേദം.
break open - കുത്തിത്തുറക്കുക.
break to pieces - ഛിന്നഭിന്നമാക്കുക.
break up - വിഭജനം, വിഘടനം.
breakdown - തകർച്ച.
break-in - ഭവനഭേദനം.
breaking point - സഹനപരിധി, സഹനസീമ.
breath test - ശ്വാസപരിശോധന.
breviate - കേസിന്റെ സംക്ഷേപം.
brevity - സംക്ഷിപ്തത, ചുരുക്കം.
brewery - വാറ്റുശാല.
brewing trouble - കുഴപ്പം ഉണ്ടാക്കുക.
bribe - കൈക്കൂലി, കോഴ.
bribee - കൈക്കൂലി വാങ്ങുന്നയാൾ.
briber - കൈക്കൂലി കൊടുക്കുന്നയാൾ.
bribery - കൈക്കൂലി.
brief - ചുരുക്കം, സംക്ഷിപ്തം.

brief of case - കേസിന്റെ ലഘുസംക്ഷേപം, കേസിന്റെ ചുരുക്കം.
brief summary - രത്നച്ചുരുക്കം, സംക്ഷിപ്ത സംഗ്രഹം.
brigadier - ബ്രിഗേഡിയർ.
brigand - കൊള്ളക്കാരൻ.
brigandage - കവർച്ച, പിടിച്ചുപറി, കൊള്ള.
brigandry - കൊള്ള.
brigue - ഗൂഢാലോചന നടത്തുക.
bring into account - കണക്കിൽ കൊണ്ടുവരിക, ശ്രദ്ധയിൽ കൊണ്ടുവരിക.
bring into contempt - നിന്ദിതമാക്കുക.
bring into operation - നടപ്പാക്കുക.
bring to full belief - വിശ്വാസം വരുത്തുക.
bring to register - രജിസ്റ്ററിൽ ചേർക്കുക.
bring to ruin - നശിപ്പിക്കുക.
bring to the verge of - ആസന്നമായ.
brochure - ലഘുലേഖ.
broker - ദല്ലാൾ, ബ്രോക്കർ.
brokerage - ദല്ലാൾ പണം, ബ്രോക്കറേജ്, വട്ടപ്പണം.
bronze - വെങ്കലം, ഓട്.
brothel - വേശ്യാലയം, വേശ്യാഗൃഹം.
brotherhood - സാഹോദര്യം.
brought forward - എടുത്തെഴുതിയ.
brought into force - നടപ്പാക്കിയ.
brought into operation - നടപ്പിലാക്കിയ.
bruise - ചതവ്, പരിക്ക് ഏല്ക്കുക.
brunt of battle - സമരാഘാതം.
brutal - മൃഗീയമായ.
brutal torture - മൃഗീയപീഡനം.
brutality - പരമമായ ക്രൂരത.
brute impulse - മൃഗീയപ്രേരണ.
budget - ബജറ്റ്.
budget deficit - ബജറ്റ്കമ്മി.
budget estimate - ബജറ്റ് എസ്റ്റിമേറ്റ്.
budget motion - ബജറ്റ് പ്രമേയം.
budget provision - ബജറ്റ് വകയിരുത്തൽ.
budget session - ബജറ്റുസമ്മേളനം.
budgetary - ബജറ്റ് സംബന്ധിച്ച.
budgetary control - ചെലവുനിയന്ത്രണം.
buffer state - ഇടരാഷ്ട്രം.
buffer stock - കരുതൽ സ്റ്റോക്ക്, കരുതൽശേഖരം.
buffer zone - പ്രക്ഷുബ്ധമേഖല.
bugger - പ്രകൃതിവിരുദ്ധ കുറ്റവാളി, പ്രകൃതിവിരുദ്ധക്കാരൻ.
buggery - പ്രകൃതിവിരുദ്ധ ലൈംഗിക വേഴ്ച, പ്രകൃതിവിരുദ്ധ നടപടി.
building and other construction workers (regulation of employ-ment and conditions of service) act - കെട്ടിട - മറ്റു നിർമ്മാണത്തൊഴിലാളികളുടെ (തൊഴിലും സേവനവ്യവസ്ഥകളും ക്രമപ്പെടുത്തൽ) ആക്ട്.
bulker - തെരുവുകള്ളൻ.
bullet - വെടിയുണ്ട.
bullet proof - വെടിയേല്ക്കാത്ത.
bulletin - ഔദ്യോഗിക അറിയിപ്പ്, ബുള്ളറ്റിൻ.
bullion - സ്വർണ്ണക്കട്ടി.
bully - വഴക്കാളി, കൂട്ടിക്കൊടുപ്പുകാരൻ, ദല്ലാൾ, ദുരധികാരി.
bully root - ക്രൂരൻ.
bumbaze - ചതിക്കുക, വഞ്ചിക്കുക.
bundh - ബന്ദ്.
bundle - കെട്ട്.
bundook - തോക്ക്.
bung - കൈക്കൂലി.
bunk - പെട്ടിക്കട, ബങ്ക്.
burden - ചുമതല, ബാദ്ധ്യത.
burden of contract - കരാർ പാലിക്കാനുള്ള ബാദ്ധ്യത.
burden of proof - തെളിയിക്കേണ്ട ബാദ്ധ്യത, തെളിവുഭാരം, തെളിവു ബാദ്ധ്യത.
burdened by an obligation - കടപ്പാട് ചുമത്തപ്പെട്ട.
burdensome - താങ്ങാനാവാത്ത ഭാരം, ദുർവ്വഹം.
bureau - ബ്യൂറോ, കാര്യാലയം.

bureau of correctional services - ദുർഗുണപരിഹാരസേവന ബ്യൂറോ.
bureaucracy - ഉദ്യോഗസ്ഥ മേധാവിത്വം, ഉദ്യോഗസ്ഥവൃന്ദം.
bureaucrat - ഉദ്യോഗസ്ഥൻ.
bureaucratic corruption - ഔദ്യോഗിക അഴിമതി.
bureaucratic malpractice - ഔദ്യോഗിക അഴിമതി.
burglar - ഭവനഭേദകൻ, കുത്തിക്കവർച്ചക്കാരൻ.
burglary - കുത്തിക്കവർച്ച, ഭവനഭേദനം.
burial - ശവസംസ്കാരം.
burial ground - ശ്മശാനം.
burial vault - കുഴിമാടം, ശവക്കല്ലറ.
burn in effigy - കോലംകത്തിക്കൽ.
business circle - വ്യാപാര മണ്ഡലം.
buy on credit - കടംവാങ്ങുക, കടമായി വാങ്ങുക.
buyer - വാങ്ങുന്നയാൾ.
buyer beware - വാങ്ങുന്നയാളുടെ ജാഗ്രത, വാങ്ങുന്നയാൾ ശ്രദ്ധിക്കണം.
buying and selling - വാങ്ങൽകൊടുക്കലുകൾ, ക്രയവിക്രയം.
buying price - വാങ്ങിയവില.
by advocate - വക്കീൽ മുഖാന്തരം.
by authority of - അധികാരപ്രകാരം.
by efflux of time - സമയം കഴിയുന്നതുവഴി.
by fits and starts - ഇടവിട്ടിടവിട്ട്, ക്രമരഹിതമായ.
by metes and bounds - അതിരളവുകളാൽ.
by order - ഉത്തരവിൻപ്രകാരം, ഉത്തരവുപ്രകാരം, ആജ്ഞാനുസാരം.
by pleader - വക്കീൽ മുഖാന്തരം.
by post - തപാൽമാർഗ്ഗം, തപാൽവഴി.
by rail - റെയിൽമാർഗ്ഗം.
by reason of - ഹേതുവായി, അതുകാരണം.
by return post - മടക്കത്തപാലിൽ.
by special messenger - പ്രത്യേക ദൂതൻവശം, പ്രത്യേക ദൂതൻ മുഖേന.
by transfer - തസ്തികമാറ്റം മുഖേന.
by virtue of - അതുകാരണം, ഹേതുവായി, തന്നിമിത്തം.
by virtue of office - ഉദ്യോഗം ഹേതുവായി, ഔദ്യോഗിക ബലത്തിൽ, ഉദ്യോഗത്തിന്റെ ബലത്തിൽ.
by way of compensation - നഷ്ടപരിഹാരമായി.
by way of defence - പ്രതിവാദമെന്ന നിലയിൽ.
by word - വാക്കാൽ.
by word or action - വാക്കാലോ പ്രവൃത്തിയാലോ.
by writing under his hand - സ്വന്തം കൈപ്പടയിൽ എഴുതിയ.
bye law - ഉപനിയമം, ബൈലാ, നിയമാവലി, ഉപനിയമാവലി.
bye pass - ഉപമാർഗ്ഗം.
by-election - ഉപതിരഞ്ഞെടുപ്പ്.
by-law - ഉപനിയമം, ബൈലോ.
by-product - ഉപോല്പന്നം.

C

C.I.D - സി.ഐ.ഡി.
cabal - ഗൂഢോപദേശം.
cabal - ഗൂഢാലോചനാ സംഘം.
cabinet - മന്ത്രിസഭ, കാബിനറ്റ്.
cabinet crisis - മന്ത്രിസഭാക്കുഴപ്പം.
cabinet meeting - മന്ത്രിസഭായോഗം, കാബിനറ്റ് യോഗം.
cabinet minister - കാബിനറ്റ് മന്ത്രി.
cabinet secretariat - കാബിനറ്റ് സെക്രട്ടേറിയറ്റ്, മന്ത്രിസഭാ സെക്രട്ടേറിയേറ്റ്.
cabinet secretary - കാബിനറ്റ് സെക്രട്ടറി.
cabinet system - കാബിനറ്റ് സമ്പ്രദായം, മന്ത്രിസഭാ സമ്പ്രദായം.

cable television networks (regulation) act - കേബിൾ ടെലിവിഷൻ ശൃംഖല (ക്രമപ്പെടുത്തൽ) ആക്ട്.
cacodoxy - ദുരാചാരം.
cacoethes - അനാചാരം, ദുർന്നടപടി.
cacology - പദപ്രയോഗവൈകല്യം.
cacophonous - കോലാഹലം.
cacophony - അപസ്വരം, അപശബ്ദം.
cad - ധിക്കാരി, ആഭാസൻ.
cadaver - മൃതദേഹം, ശവശരീരം, ശവം.
cadaverous - മൃതപ്രായനായ.
cadaverous sale - മൃതപ്രായമായ ശരീരവില്പന.
cadre - കേഡർ.
cahier - മെമ്മോറാണ്ടം, റിപ്പോർട്ട്.
cain - കൊലപാതകി.
caisson - വെടിമരുന്നുപെട്ടി.
caitiff - തടവുകാരൻ, ദുഷ്ടൻ, നീചൻ.
calaboose - ജയിൽ, കാരാഗൃഹം, ചെറിയ തടവറ.
calamitous - വിനാശകരമായ.
calamity - അത്യാഹിതം, ദുരന്തം.
calculate - കണക്കുകൂട്ടുക.
calculating machine - ഗണനയന്ത്രം.
calculation - ഗണനം, കണക്കുകൂട്ടൽ.
calculation of net proceeds - അറ്റാദായ കണക്കുകൂട്ടൽ.
call attention notice - ശ്രദ്ധക്ഷണിക്കൽ നോട്ടീസ്.
call back - ദുർബ്ബലപ്പെടുത്തുക, തിരികെ വിളിക്കുക.
call for - ആവശ്യപ്പെടുക.
call for a witness - സാക്ഷിയാക്കുക.
call for explanation - സമാധാനം ചോദിക്കുക.
call for inspection - പരിശോധനയ്ക്കാവശ്യപ്പെടുക.
call for record - രേഖകൾ ആവശ്യപ്പെടുക.
call in question - ചോദ്യം ചെയ്യുക.
call money - കാൾമണി, ആവശ്യപ്പെടുമ്പോൾ അടയ്ക്കേണ്ട പണം.
call off - അവസാനിപ്പിക്കുക, പിൻവാങ്ങുക, റദ്ദാക്കുക.
call to account - സമാധാനം ചോദിക്കുക.
called for - അധികാരത്തിൽ ചോദിക്കുക.
called up capital - ആവശ്യപ്പെട്ട മൂലധനം.
calligraphy - കൈയെഴുത്തുശാസ്ത്രം.
calling - ഉദ്യോഗം, തൊഴിൽ, ജീവനം.
calling attention - ശ്രദ്ധക്ഷണിക്കൽ.
calling attention motion - ശ്രദ്ധക്ഷണിക്കൽ പ്രമേയം.
calling attention notice - ശ്രദ്ധക്ഷണിക്കൽ നോട്ടീസ്.
calumny - അധിക്ഷേപം, ഏഷണി, നുണ, മാനഹാനി.
camera - ജഡ്ജിയുടെ സ്വകാര്യമുറി.
camouflage - കപടതന്ത്രം, വഞ്ചന, ചതി, വഞ്ചിക്കുക, വേഷപ്രച്ഛന്നം.
camp - താവളം, പാളയം, ശിബിരം, ക്യാമ്പ്.
canal - കനാൽ.
canal officer - കനാൽ ഓഫീസർ.
canard - കള്ളവാർത്ത, വ്യാജറിപ്പോർട്ട്.
cancel - റദ്ദാക്കുക, ദുർബ്ബലപ്പെടുത്തുക, അസ്ഥിരപ്പെടുത്തുക.
cancellation - റദ്ദാക്കൽ, അസാധുവാക്കൽ.
cancellation deed - റദ്ദാധാരം, റദ്ദാക്കൽ പ്രമാണം, നിരസനപത്രം.
cancellation of agreement - ഉടമ്പടി റദ്ദാക്കൽ, കരാർ റദ്ദാക്കൽ.
cancellation of allotment - അലോട്ട്മെന്റ് റദ്ദാക്കൽ.
cancellation of contract - ഉടമ്പടി റദ്ദാക്കൽ, കരാർ റദ്ദാക്കൽ.
cancellation of indent - ഇൻഡന്റ് റദ്ദാക്കൽ.
candid - മുൻവിധിയില്ലാതെ, പക്ഷപാതരഹിതമായ, നിഷ്പക്ഷമായ.
candidacy - സ്ഥാനാർത്ഥിത്വം.
candidate - സ്ഥാനാർത്ഥി, പരീ

ക്ഷാർത്ഥി, ഉദ്യോഗാർത്ഥി, അപേക്ഷകൻ.
candidate for election - തിരഞ്ഞെടുപ്പു സ്ഥാനാർത്ഥി.
candidateship - സ്ഥാനാർത്ഥിത്വം.
candidature - സ്ഥാനാർത്ഥിത്വം.
cannibal - നരഭോജി.
cannon - പീരങ്കി.
canon law - കാനോന നിയമം.
cantonment - പാളയം, കന്റോൺമെന്റ്.
capability - ക്ഷമത, കഴിവ്, സാമർത്ഥ്യം.
capability of soil - മണ്ണിന്റെ ഫലപുഷ്ടി.
capable - യോഗ്യതയുള്ള, സമർത്ഥം, കഴിവുള്ള.
capital - മൂലധനം, തലസ്ഥാനം, മുതൽ.
capital account - മൂലധനക്കണക്ക്.
capital assets - മൂലധന ആസ്തികൾ.
capital crime - വധശിക്ഷയ്ക്കർഹമായ കുറ്റം.
capital expenditure - മൂലധനച്ചെലവ്.
capital investment - മൂലധന നിക്ഷേപം.
capital offence - വധശിക്ഷയ്ക്കർഹമായ കുറ്റം, മരണശിക്ഷ നല്കാവുന്ന കുറ്റം.
capital outlay - മൂലധനവിഹിതം.
capital penalty - വധശിക്ഷ.
capital punishment - വധശിക്ഷ.
capital region - തലസ്ഥാന മേഖല.
capital value - മൂലധനമൂല്യം.
capitalism - മുതലാളിത്തം.
capitalist - മുതലാളി.
capitalistic - മുതലാളിത്തവ്യവസ്ഥിതിയെ സംബന്ധിച്ച.
capitation allowance - തലപ്പടി.
capitation fee - തലവരി.
capitation tax - ആൾക്കരം, തലക്കരം.
capitulary - നിയമസംഹിത.
capitulate - കീഴടങ്ങുക (വ്യവസ്ഥകൾപ്രകാരം), അടിയറവു ചെയ്യുക.
capitulation - ഉപാധികളോടെയുള്ള കീഴടങ്ങൽ.
caprice - സ്വേച്ഛാപരമായ.
capricious - യുക്തിഹീനമായ.
capricious partiality - യുക്തിഹീനമായ പക്ഷപാതം.
capsize - മറിയുക, മറിക്കുക.
captator - തന്ത്രപരമായി ദാനം നേടിയ ആൾ.
captivate - വശീകരിക്കുക.
captive - തടവുകാരൻ, യുദ്ധത്തടവുകാരൻ.
captuate - കീഴടങ്ങുക.
capture - പിടിച്ചെടുക്കുക.
carcanum - കാരാഗൃഹം, ജയിൽ, തടവറ.
carcass - മൃഗത്തിന്റെ ശവം.
carcer - ജയിൽ, തടവറ.
care taker government - കാവൽ ഗവൺമെന്റ്, ഇടക്കാല ഗവൺമെന്റ്, ഇടക്കാല സർക്കാർ.
care homes - പരിരക്ഷണ കേന്ദ്രങ്ങൾ.
caretaker ministry - താല്ക്കാലിക മന്ത്രിസഭ.
carnal knowledge - ലൈംഗികബന്ധം, ലൈംഗികവേഴ്ച.
carnalist - വിഷയാസക്തൻ.
carriers act - കാരിയർ ആക്ട്.
carry into execution - നടപ്പിലാക്കുക.
carry off by force - ബലാൽ കൊണ്ടുപോകുക.
carry on - നടത്തിപ്പോരുക.
carry on trade - വ്യാപാരം നടത്തുക.
carry one's point - വാദത്തിൽ ജയിക്കുക.
carry out - നടപ്പിലാക്കുക, നിർവ്വഹിക്കുക.
carte blanche - രേഖപ്പെടുത്തലില്ലാതെ ഒപ്പുമാത്രമിട്ട പത്രം, ഒപ്പുമാത്രമിട്ട കടലാസ്.
cartel - യുദ്ധത്തടവുകാരുടെ രാജ്യങ്ങൾതമ്മിലുള്ള കൈമാറ്റക്കരാർ.
cartridge - വെടിത്തിര.
case - വ്യവഹാരം, കാര്യം, കേസ്.
case decided - തീർപ്പാക്കിയകേസ്.

case details - കേസ് വിവരണം.
case file - കേസ്ഫയൽ.
case in question - വാദവിഷയം.
case law - കേസ് ലാ, കോടതി നിയമം.
case narration - കേസ് വിവരണം.
case referred - റഫർചെയ്ത കേസ്.
case schedule - കേസുകളുടെ പട്ടിക.
caseload - കൈകാര്യം ചെയ്ത കേസുകളുടെ എണ്ണം.
cash account - ക്യാഷ് അക്കൗണ്ട്.
cashierment - പിരിച്ചുവിടൽ.
cassare - അസാധുവാക്കുക.
cast aside - തള്ളിക്കളയുക.
cast away - ഉപയോഗശൂന്യമാക്കിക്കളയുക.
caste - ജാതി.
caste offence - ജാതിദോഷം.
caste bigotry - ജാതിഭ്രാന്ത്.
caste disabilities - ജാത്യവശതകൾ.
caste disabilities removal act - ജാത്യവശതകൾ നീക്കംചെയ്യൽ ആക്ട്.
caste friendship - ജാതീയസൗഹൃദം.
caste rule - ജാതിന്യായം.
caste system - ജാതിവ്യവസ്ഥ, ജാതിസമ്പ്രദായം.
casteism - ജാതീയത.
casteless - ജാതിഹീന, ജാതിരഹിത.
castemark - ജാതിചിഹ്നം.
casting of vote - സമ്മതിദാനം രേഖപ്പെടുത്തൽ.
casting vote - കാസ്റ്റിങ് വോട്ട്, നിർണ്ണായക വോട്ട്.
casual changes in governance - ആകസ്മിക ഭരണപരിവർത്തനം.
casualty - അത്യാഹിത വിഭാഗം, അത്യാഹിതം, അപകടം.
casus omissus - വിട്ടുപോയ വിഷയം.
cataclysm - രാഷ്ട്രീയ വിപ്ലവം, സാമൂഹികവിപ്ലവം, രാഷ്ട്രീയപ്രക്ഷോഭം.
cataclysmic - വിനാശകരമായ.
catalist - രാസത്വരകം.
catastrophe - അത്യാഹിതം, ദുരന്തം.
catastrophic - വിനാശകരമായ.
catch word - കുറിവാക്ക്, മുദ്രാവാക്യം, സൂചകശബ്ദം.
category - വിഭാഗം, തരം, വർഗ്ഗം, കാറ്റഗറി.
catena of cases - അന്യോന്യബന്ധമുള്ള കേസുകളുടെ ശൃംഖല.
cattle tesspass act - കന്നുകാലിക്കൈയേറ്റ ആക്ട്, കാറ്റിൽ ട്രസ്പാസ് ആക്ട്.
cattle trespass - കന്നുകാലിക്കൈയേറ്റം.
caught redhanded - കുറ്റം ചെയ്യവേ പിടിച്ച, തൊണ്ടിയോടെ പിടിച്ച.
causa causans - അതിസമീപകാരണം, ഏറ്റവും അടുത്ത കാരണം.
causa falsa - തെറ്റായ കാരണം, ശരിയല്ലാത്ത കാരണം.
causa justa - ന്യായയുക്തമായ കാരണം.
causa mortis - മരണകാരണം.
causa-justa - ന്യായകാരണം.
causation - കാര്യകാരണബന്ധം.
causative - മുഴുവൻ കാരണവും.
cause - കാരണം, ഹേതു.
cause celebre - അധികശ്രദ്ധ ലഭിക്കുന്ന വ്യവഹാരം.
cause list - കേസ് പട്ടിക, കേസ് ലിസ്റ്റ്.
cause of action - വ്യവഹാരകാരണം.
cause of death - മരണകാരണം.
cause of litigation - വ്യവഹാരകാരണം.
cause proxima - അതിസമീപകാരണം.
cause remota - വിദൂരകാരണം, മൂലഹേതു.
cause sine qua non - അനിവാര്യകാരണം.
cautio - ജാമ്യം.
caution - കരുതൽ, മുന്നറിയിപ്പ്, ജാഗ്രത.
caution deposit - കരുതൽനിക്ഷേപം.
caution money - കരുതൽത്തുക.
cautionary signs - ജാഗ്രതാ ചിഹ്നങ്ങൾ.

cavalier - കുതിരപ്പടയാളി.
cavalry - കുതിരപ്പട.
caveat - കാവിയറ്റ്, മുൻകൂർപത്രിക.
caveat actor - പ്രവർത്തിക്കുന്നയാൾ ശ്രദ്ധിക്കണം.
caveat emptor - വാങ്ങുന്നയാൾ ശ്രദ്ധിക്കണം.
caveat petition - കാവിയറ്റ് ഹർജി.
caveat venditor - വില്ക്കുന്നയാൾ ശ്രദ്ധിക്കണം.
caveator - കാവിയറ്റ് ഹർജിക്കാരൻ.
cavity search - ദേഹ (രഹസ്യഭാഗ) പരിശോധന.
cease - നിർത്തുക, അവസാനിപ്പിക്കുക, വിരാമം.
cease armistice - യുദ്ധവിരാമം.
cease to exist - നിലവിലില്ലാതാകുക.
cease to have effect - പ്രാബല്യമില്ലാതാകുക
cease to operate - പ്രവർത്തനരഹിതം, പ്രാബല്യത്തിലില്ലാത്തതാവുക.
ceasefire - യുദ്ധം നിറുത്തൽ, വെടിനിറുത്തൽ, യുദ്ധവിരാമം.
cede - കീഴടങ്ങുക, (അവകാശം) വിട്ടുകൊടുക്കുക.
ceder - വിട്ടുകൊടുക്കുന്നയാൾ.
cell - ഇടുങ്ങിയതടവറ.
cellmate - ജയിൽ മുറിയിലെ പങ്കാളി, ജയിൽ സെല്ലിലെ പങ്കാളി.
censure - ആക്ഷേപം. സെൻഷർ, കടുത്ത ശാസന, അപലപിക്കുക, ലഘുശാസനം.
censure motion - ശാസനാപ്രമേയം, നിന്ദാപ്രമേയം, സെൻഷർ പ്രമേയം.
censure vote - സെൻഷർ വോട്ട്.
census - കാനേഷുമാരി, സെൻസസ്.
census act - സെൻസസ് ആക്ട്.
census of population - കാനേഷുമാരി. ജനസംഖ്യാ കണക്കെടുപ്പ്.
census officer - സെൻസസ് ഓഫീസർ.
central act - കേന്ദ്ര ആക്ട്.
central board of direct taxes (validation of proceedings) act - പ്രത്യക്ഷനികുതികൾക്കുള്ള കേന്ദ്ര ബോർഡ് (നടപടികൾ സാധൂകരിക്കൽ) ആക്ട്.
central boards of revenue act - കേന്ദ്ര റവന്യൂബോർഡുകൾ ആക്ട്.
central bureau of investigation - കേന്ദ്ര കുറ്റാന്വേഷണ ബ്യൂറോ.
central detective training school - കേന്ദ്ര കുറ്റാന്വേഷണപരിശീലന സ്കൂൾ.
central finger print bureau - കേന്ദ്ര വിരലടയാള ബ്യൂറോ.
central forensic institute - കേന്ദ്ര ഫോറൻസിക് ഇൻസ്റ്റിറ്റ്യൂട്ട്.
central government - കേന്ദ്ര സർക്കാർ.
central intelligence bureau - കേന്ദ്ര ഇന്റലിജൻസ് ബ്യൂറോ.
central investigation agency - കേന്ദ്ര അന്വേഷണ ഏജൻസി.
central investigation department - കേന്ദ്ര കുറ്റാന്വേഷണ വകുപ്പ്.
central law - കേന്ദ്ര നിയമം.
central vigilance commission - കേന്ദ്ര വിജിലൻസ് കമ്മിഷൻ.
central vigilance commissioner - കേന്ദ്ര വിജിലൻസ് കമ്മിഷണർ.
centralisation - കേന്ദ്രീകരണം.
centre - കേന്ദ്രം.
ceremonial parade - ആചാരപ്പരേഡ്.
certificate - സാക്ഷ്യപത്രം, സർട്ടിഫിക്കറ്റ്.
certificate of age - കാലപ്പഴക്ക നിർണ്ണയ സാക്ഷ്യപത്രം, വയസ്സ് തെളിയിക്കുന്ന സർട്ടിഫിക്കറ്റ്.
certificate of analysis - അപഗ്രഥന സാക്ഷ്യപത്രം.
certificate of approval - അംഗീകരണ സർട്ടിഫിക്കറ്റ്, അംഗീകരണ സാക്ഷ്യപത്രം.
certificate of competence - പ്രാപ്തി സർട്ടിഫിക്കറ്റ്, സമർത്ഥതാ പ്രമാണപത്രം സാക്ഷ്യപത്രം.
certificate of consent - സമ്മത സർട്ടിഫിക്കറ്റ്.

certificate of educational qualification - വിദ്യാഭ്യാസയോഗ്യതാ സർട്ടിഫിക്കറ്റ്.
certificate of good character - സൽസ്വഭാവ സർട്ടിഫിക്കറ്റ്.
certificate of identity - തിരിച്ചറിയൽ സർട്ടിഫിക്കറ്റ്.
certificate of marital status - വൈവാഹിക സ്ഥിതി/ബന്ധം സംബന്ധിച്ച സാക്ഷ്യപത്രം.
certificate of nationality - നാഷണാലിറ്റി സർട്ടിഫിക്കറ്റ്.
certificate of non employment - തൊഴിൽരഹിത സർട്ടിഫിക്കറ്റ്.
certificate of posting - പോസ്റ്റിങ് സർട്ടിഫിക്കറ്റ്.
certificate of poverty - നിർദ്ധനത്വ സർട്ടിഫിക്കറ്റ്.
certificate of purchase - ക്രയ സർട്ടിഫിക്കറ്റ്.
certificate of sale confirmation - വില്പന സ്ഥിരപ്പെടുത്തൽ സർട്ടിഫിക്കറ്റ്.
certificate of school education - സ്കൂൾവിദ്യാഭ്യാസ സർട്ടിഫിക്കറ്റ്.
certificate of seaworthiness - കടൽയാത്രാ സർട്ടിഫിക്കറ്റ്.
certificate of title - ഉടമസ്ഥാവകാശ സാക്ഷ്യപത്രം.
certification - സാക്ഷ്യപ്പെടുത്തൽ.
certification centre - സാക്ഷ്യപ്പെടുത്തൽ കേന്ദ്രം.
certified copy - അടയാളസഹിതം പകർപ്പ്, സാക്ഷ്യപ്പെടുത്തിയ പകർപ്പ്.
certify - സാക്ഷ്യപ്പെടുത്തുക, പ്രമാണീകരിക്കുക.
certiorari writ - സെർഷ്യോററി റിട്ട്.
cess - ഉപകരം, സെസ്സ്, കരം.
cessation - നിർത്തൽ, സമാപ്തി, പര്യവസാനം
cessation of employment - ജോലി മതിയാക്കൽ.
cessation of membership - അംഗത്വം അവസാനിപ്പിക്കൽ.
cessation of motion - പ്രമേയ സമാപ്തി.
cessation of partnership - പങ്കാളിത്തം അവസാനിപ്പിക്കൽ.
chain - വിലങ്ങ്, ആമം, ചങ്ങല.
chainman - ചെയിൻമാൻ.
chairman - അദ്ധ്യക്ഷൻ, ചെയർമാൻ.
Chalan - ചലാൻ.
challenge - വെല്ലുവിളിക്കുക, വെല്ലുവിളി, ചോദ്യംചെയ്യൽ.
chamber - മണ്ഡലം, ചേംബർ, അറ.
champertous litigation - അനാവശ്യ വ്യവഹാരത്തിനായി പണംകൊണ്ടും മറ്റും സഹായിക്കൽ.
chance witness - യാദൃച്ഛിക ദൃക്സാക്ഷി, യാദൃച്ഛികമായി കൃത്യം കാണാനിടയായ സാക്ഷി.
chancellor - ചാൻസലർ.
change of appointment - നിയമന മാറ്റം.
change of beneficiary - ഗുണഭോക്താവിനെ മാറ്റൽ.
change of designation - ഉദ്യോഗപ്പേരിന്റെ മാറ്റം.
chaos - അവ്യവസ്ഥ, കുഴപ്പം, അലങ്കോലം.
chaotic condition - അനിശ്ചിതാവസ്ഥ.
chapter - അദ്ധ്യായം.
chapter and verse - പൂർണ്ണവിവരം.
character - സ്വഭാവം.
character and antecedents - സ്വഭാവവും പൂർവ്വചരിത്രവും.
character assassination - സ്വഭാവഹത്യ.
character certificate - സ്വഭാവ സർട്ടിഫിക്കറ്റ്.
charge - ദോഷാരോപണം, ആരോപണം, കുറ്റം, കൂലി, ചുമതല, ചെലവ്, ചാർജ്, ബാദ്ധ്യതയുണ്ടാക്കുക.
charge allowance - ചാർജ്ജ് അലവൻസ്.

charge certificate - ചാർജ് സർട്ടിഫിക്കറ്റ്.
charge de'affairs - സ്ഥാനപതിയുടെ പ്രതിനിധി, സ്ഥാനപതിയുടെ പ്രതിപുരുഷൻ.
charge hand over - ചുമതല കൈമാറുക, ചാർജുകൈമാറ്റം.
charge report - ചാർജ് റിപ്പോർട്ട്.
charge sheet - കുറ്റപത്രം.
charge with a crime - കുറ്റം ചുമത്തൽ.
chargeable - ചുമത്തത്തക്ക, ചുമത്താവുന്ന.
charges - വേതനം, ചെലവുകൾ, കൂലി.
charitable and religious inams - ധർമ്മാർത്ഥവും മതപരവുമായ സൗജന്യങ്ങൾ.
charitable endowment - ധർമ്മദാന സ്വത്ത്.
charitable institution - ധർമ്മസ്ഥാപനം.
charitable trust - ധർമ്മട്രസ്റ്റ്.
charity - ദാനം, ധർമ്മം.
chart - ചാർട്ട്, പട്ടിക.
charter - അധികാരപത്രം, ചാർട്ടർ, വാടകയ്ക്കെടുക്കുക, പട്ടയം.
charter act - ചാർട്ടർ ആക്ട്.
charter of liberties - സ്വാതന്ത്ര്യാവകാശപത്രം.
chartered accountant - ചാർട്ടേർഡ് അക്കൗണ്ടന്റ്.
chastisement - ശിക്ഷ.
chattel - വസ്തുവക, ജംഗമവസ്തു.
chauffeur of staff car - സ്റ്റാഫ് കാർ ഡ്രൈവർ.
cheat - ചതിയൻ, വഞ്ചകൻ, വഞ്ചിക്കുക, പറ്റിക്കുക.
cheating - ചതി, വഞ്ചന, തട്ടിപ്പ്.
chemical examiner - കെമിക്കൽ എക്സാമിനർ, രാസപരിശോധകൻ.
chemical laboratory - രാസപരീക്ഷണശാല, കെമിക്കൽ ലബോറട്ടറി.
cheque - ചെക്ക്.
cheque book - ചെക്ക്ബുക്ക്.
chief election agent - മുഖ്യതിരഞ്ഞെടുപ്പ് ഏജന്റ്.
chief election commissioner - മുഖ്യതിരഞ്ഞെടുപ്പ് കമ്മിഷണർ.
chief electoral officer - മുഖ്യ തിരഞ്ഞെടുപ്പ് ഓഫീസർ.
chief electrical engineer - മുഖ്യ ഇലക്ട്രിക്കൽ എൻജിനീയർ.
chief examination - പ്രഥമവിസ്താരം.
chief executive authority - മുഖ്യ നിർവ്വാഹകാധികാരി.
chief forest conservator - ചീഫ് ഫോറസ്റ്റ് കൺസർവേറ്റർ, മുഖ്യവനപാലകൻ.
chief information commissioner - മുഖ്യ വിവരാവകാശ കമ്മിഷണർ.
chief judge - ചീഫ് ജഡ്ജ്.
chief judicial magistrate - ചീഫ് ജുഡീഷ്യൽ മജിസ്ട്രേറ്റ്.
chief justice - ചീഫ് ജസ്റ്റിസ്.
chief manager - ചീഫ് മാനേജർ.
chief minister - മുഖ്യമന്ത്രി.
chief secretary - ചീഫ് സെക്രട്ടറി.
chief translator - മുഖ്യപരിഭാഷകൻ.
chief whip - ചീഫ് വിപ്പ്.
chieftain - നേതാവ്.
child abuse - ബാലപീഡനം.
child beggary - ബാലഭിക്ഷാടനം.
child care institution - ശിശുസംരക്ഷണ സ്ഥാപനം.
child development scheme - ശിശുവികസന പദ്ധതി.
child en ventre sa mere - ഗർഭസ്ഥശിശു.
child in conflict with law - നിയമവുമായി പൊരുത്തപ്പെടാത്ത കുട്ടി, നിയമവൈരുദ്ധ്യമുള്ള കുട്ടി.
child labour - ബാലവേല, ബാലാദ്ധ്വാനം.
child labour (prohibition and regulation) act - ബാലവേല (നിരോധനവും റഗുലേഷനും) ആക്ട്.
child labour technical advisory

committee - ബാലവേല സാങ്കേതിക ഉപദേശകസമിതി.
child line volunteers - ചൈൽഡ് ലൈൻ പ്രവർത്തകർ.
child marriage - ശൈശവവിവാഹം, ശിശുവിവാഹം, ബാലവിവാഹം.
child marriage (prohibition) act - ശൈശവ വിവാഹ (നിരോധന) ആക്ട്.
child marriage restraint act - ശൈശവവിവാഹ നിരോധന ആക്ട്.
child protection - ശിശുസംരക്ഷണം.
child protection council - ശിശുസംരക്ഷണ സമിതി.
child rights commission - ബാലാവകാശക്കമ്മിഷൻ.
child stealing - ശിശുമോഷണം.
child welfare - ശിശുക്ഷേമം.
child welfare committee - ശിശുക്ഷേമ സമിതി.
children (pledging of labour) act - കുട്ടികൾ (തൊഴിൽ പണയപ്പെടുത്തൽ) ആക്ട്.
children's court - കുട്ടികൾക്കുള്ള കോടതി.
childrens home - ബാലമന്ദിരം.
chithira thirunal institute of medical sciences and technology act - ശ്രീ ചിത്തിര തിരുനാൾ മെഡിക്കൽ സയൻസ് ആൻഡ് ടെക്നോളജി ആക്ട്.
chivalry - വീരപരാക്രമം, വീര്യം.
chose in action - വ്യവഹാരപ്രാപ്യ വസ്തു.
chose in possession - കൈവശവസ്തു.
christian marriage - ക്രൈസ്തവ വിവാഹം.
christian marriage act - ക്രിസ്ത്യൻ വിവാഹ ആക്ട്.
chronic - പഴക്കംചെന്ന, നിത്യമായ.
chronic disease - തീരാവ്യാധി, പഴകിയ രോഗം.
chronological order - കാലാനുക്രമം, കാലക്രമം.
chronology - കാലനിർണ്ണയം, കാലാനുക്രമചരിത്രം.
cide - ഹത്യ.
cigarettes (regulation of produ-ction, supply and distribution) act - സിഗററ്റുകൾ (ഉല്പാദനവും സപ്ലൈയും വിതരണവും ക്രമപ്പെടുത്തൽ) ആക്ട്.
cine projector operator - സിനി പ്രൊജക്ടർ ഓപ്പറേറ്റർ.
cinema regulation act - സിനിമാ നിയന്ത്രണ ആക്ട്.
cipher - ഗൂഢഭാഷ. ഗൂഢലേഖം.
circle commander - സർക്കിൾ കമാൻഡർ.
circle inspector - സർക്കിൾ ഇൻസ്പെക്ടർ.
circle inspector of police - പോലീസ് സർക്കിൾ ഇൻസ്പെക്ടർ.
circular - സർക്കുലർ.
circulating capital - പരിവർത്തന മുതൽ.
circulation - പ്രചാരം, സർക്കുലേഷൻ.
circumstance - സാഹചര്യം, പരിതഃസ്ഥിതി.
circumstantial evidence - സാഹചര്യത്തെളിവ്.
citation - ഉദ്ധരണി, ഉദ്ധരിക്കൽ.
cite - ഉദ്ധരിക്കുക, രേഖ ചൂണ്ടിക്കാണിക്കുക, രേഖ ശ്രദ്ധയിൽപ്പെടുത്തുക.
citizen - പൗരൻ.
citizens charter - പൗരാവകാശരേഖ.
citizenship - പൗരത്വം.
citizenship certificate - പൗരത്വ സർട്ടിഫിക്കറ്റ്.
citizenship of migrants - കുടിയേറിയവരുടെ പൗരത്വം.
city civil court - സിറ്റി സിവിൽക്കോടതി.
city magistrate - സിറ്റി മജിസ്ട്രേറ്റ്.
civic consciousness - പൗരബോധം.
civic duty - പൗരകർത്തവ്യം.
civic rights - പൗരാവകാശങ്ങൾ.
civic sense - പൗരബോധം.

civil - സിവിൽ, പൗരനെ സംബന്ധിച്ച.
civil action - സിവിൽ നടപടി.
civil administration - സിവിൽ ഭരണം, സിവിൽ അഡ്മിനിസ്ട്രേഷൻ.
civil armament and production directorate - സിവിൽ ആർമമെന്റ് പ്രൊഡക്ഷൻ ഡയറക്ടറേറ്റ്.
civil authority - സിവിലധികൃതർ, സിവിൽ അധികാരസ്ഥാനം.
civil bail - സിവിൽ ജാമ്യം.
civil case - സിവിൽക്കേസ്.
civil code - സിവിൽ നിയമസംഹിത.
civil commotion - പൊതുജന പ്രക്ഷോഭം.
civil court - സിവിൽക്കോടതി.
civil court deposit - സിവിൽക്കോടതി നിക്ഷേപം.
civil court of appeal - സിവിൽ അപ്പീൽക്കോടതി.
civil death - പൗരനഷ്ടം, പൗരനാശം.
civil defence - സിവിൽ പ്രതിരോധം.
civil disobedience movement - സിവിൽ നിയമലംഘന പ്രസ്ഥാനം.
civil disorder - ആഭ്യന്തരപ്രക്ഷോഭം.
civil dispute - സിവിൽത്തർക്കം.
civil employee - സിവിൽ ജീവനക്കാരൻ.
civil jail - സിവിൽ ജയിൽ.
civil judge - സിവിൽ ജഡ്ജി, സിവിൽക്കോടതി ജഡ്ജി.
civil jurisdiction - സിവിൽ അധികാരപരിധി, സിവിൽ വിചാരണാധികാരം.
civil law - സിവിൽ നിയമം.
civil liability - സിവിൽ ബാദ്ധ്യത.
civil list - സിവിൽ ലിസ്റ്റ്.
civil matters - പൗരകാര്യങ്ങൾ.
civil miscellaneous appeal (CMA) - സിവിൽ മിസലേനിയസ് അപ്പീൽ.
civil miscellaneous second appeal (CMSA) - സിവിൽ മിസലേനിയസ് രണ്ടാം അപ്പീൽ.
civil offence - സിവിൽക്കുറ്റം.
civil or criminal liability - സിവിലോ ക്രിമിനലോ ആയ ബാദ്ധ്യത.
civil police officer - സിവിൽ പോലീസ് ഓഫീസർ.
civil prison - സിവിൽ ജയിൽ.
civil prisoner - സിവിൽ തടവുകാരൻ.
civil procedure code - സിവിൽ നിയമസംഹിത, സിവിൽ നടപടിനിയമം.
civil proceedings - സിവിൽ നടപടി.
civil process - സിവിൽ നടപടി.
civil revision petition (CRP) - സിവിൽ റിവിഷൻ പെറ്റീഷൻ.
civil rights - സിവിൽ അവകാശങ്ങൾ, നിയമപരവും സംഘടനാപരവുമായ പൗരാവകാശങ്ങൾ.
civil rules of practice - സിവിൽ നടപടിച്ചട്ടങ്ങൾ.
civil servant - സിവിൽ ജീവനക്കാരൻ, പൊതുസേവകൻ.
civil service - സിവിൽ സർവീസ്, പൊതുസേവനം.
civil service regulation (CSR) - സിവിൽ സർവീസ് റഗുലേഷൻ.
civil strike - ആഭ്യന്തര സമരം.
civil suit - സിവിൽ വ്യവഹാരം, സിവിൽ അന്യായം.
civil surgeon - സിവിൽ സർജൻ.
civil war - ആഭ്യന്തരയുദ്ധം.
civil wrong - സിവിൽ അപരാധം, സിവിൽ അപകൃത്യം.
civilian - പൗരൻ.
civilian rights - പൗരാവകാശങ്ങൾ.
claim - അവകാശവാദം, അവകാശം, അവകാശപ്പെടുക.
claimable - അവകാശപ്പെടാവുന്ന.
claimant - അവകാശപ്പെടുന്നയാൾ.
clandestine - ഗൂഢമായ, രഹസ്യമായ.
clandestine nature - രഹസ്യസ്വഭാവം.
clarification - സ്പഷ്ടീകരണം.
clarification note - സ്പഷ്ടീകരണക്കുറിപ്പ്.
clarion - സമരാഹ്വാനം.
clarity - വ്യക്തത.
clash - സംഘട്ടനം, കൂട്ടിമുട്ടുക.
class competition - വർഗ്ഗമത്സരം.

class struggle - വർഗ്ഗസമരം.
class war - വർഗ്ഗസമരം.
classification - വർഗ്ഗീകരണം, തരംതിരിക്കൽ.
classification, control and appeal - തരംതിരിക്കലും നിയന്ത്രണവും അപ്പീലും.
classified service voter - ക്ലാസ്സിഫൈഡ് സർവീസ് വോട്ടർ.
clause - ഖണ്ഡം.
clause by clause - ഖണ്ഡംഖണ്ഡമായി.
clear - സുവ്യക്തമായ, ബാദ്ധ്യതയില്ലാത്ത, തർക്കരഹിതമായ, സംശയരഹിതമായ.
clear away - മാറ്റുക.
clear evidence - സുവ്യക്തമായ തെളിവ്.
clear off - ഒഴിവാക്കുക.
clear proof - സുവ്യക്തമായ തെളിവ്.
clear title - പരിപൂർണ്ണ ഉടമാവകാശം, വില്പനയോഗ്യമായ അവകാശം.
clearance - വ്യക്തത, തടസ്സംനീക്കൽ, സമ്മതപത്രം.
clerical error - കൈത്തെറ്റ്, കൈപ്പടത്തെറ്റ്.
clerk - ക്ലാർക്ക്.
clever at deceiving - കൗശലം, ചതിക്കാൻ സാമർത്ഥ്യമുള്ള.
client - കക്ഷി.
clink - ജയിൽ.
clique - ഗൂഢസംഘം.
close examination - സൂക്ഷ്മപരിശോധന.
closed file - തീർപ്പുഫയൽ.
closed will - അടച്ച വില്പത്രം, അടച്ച ഒസ്യത്ത്.
closure motion - സമാപനപ്രമേയം.
club men - അക്രമികൾ.
clue - തെളിവ്.
co - owner - കൂട്ടുടമസ്ഥൻ.
co accused - കൂട്ടുപ്രതി, കുറ്റകൃത്യക്കൂട്ടാളി, സഹകുറ്റവാളി, സഹാപരാധി.
co defendant - കൂട്ടുപ്രതി.
co inheritance - കൂട്ടവകാശം, സഹഅനന്തരാവകാശം.
co inheritor - കൂട്ടവകാശി.
co partnership - കൂട്ടുപങ്കാളിത്തം, സഹപങ്കാളിത്തം.
co proprietor - കൂട്ടുടമസ്ഥൻ.
coaching institution - പരിശീലനസ്ഥാപനം.
co-adjutor - സഹപ്രവർത്തകൻ, സഹകാരി.
coal mines provident fund and bonus schemes act - കല്ക്കരി ഖനികൾ പ്രോവിഡന്റ് ഫണ്ട് -ബോണസ് പദ്ധതികൾ ആക്ട്.
coalition government - കുട്ടുകക്ഷിഭരണം, സംയുക്ത ഭരണം.
coalition ministry - കൂട്ടുമന്ത്രിസഭ.
coconut development board act - നാളികേര വികസന ബോർഡ് ആക്ട്.
code - നിയമസംഹിത, നിയമാവലി, കോഡ്.
code of civil procedure - സിവിൽ നടപടി നിയമസംഹിത.
code of criminal procedure - ക്രിമിനൽ നടപടി നിയമസംഹിത.
code of law - നിയമസംഹിത.
codefendant - കൂട്ട് എതിർകക്ഷി.
codex - നിയമസംഹിത.
codicil - കോഡിസിൽ, ഒസ്യത്തിന്റെ അനുബന്ധം, മരണശാസനാനുബന്ധം.
codification - സംഹിതീകരണം, ക്രോഡീകരണം.
codifier - സംഹിതാകാരൻ.
coemption - മാറ്റക്കല്യാണം.
coercion - ബലപ്രയോഗം, ബലാൽക്കരണം.
coercive measures - ബലാൽക്കാര നടപടികൾ.
coercive process - നിർബന്ധനടപടി.
coexistence - സഹവർത്തിത്വം.
coextensive - സമവ്യാപ്തമായ.
cog - കബളിപ്പിക്കുക, വഞ്ചിക്കുക.
cogent reason - നിർണ്ണായക യുക്തി, പ്രബലകാരണം.

cognate expressions - സജാതീയ പദങ്ങൾ.
cognate matters - സജാതീയ കാരണങ്ങൾ, സജാതീയ കാര്യങ്ങൾ.
cognition - അവബോധം, അറിവ്.
cognizable case - കോഗ്നൈസബിൾ കേസ്, പോലീസിന് നേരിട്ട് കേസെടുക്കാവുന്ന കേസ്.
cognizable offence - കോഗ്നൈസിബിൾ കുറ്റം, പോലീസിന് നേരിട്ട് കേസെടുക്കാവുന്ന കുറ്റം.
cognizance - നേരിട്ട് കേസെടുക്കൽ.
cognizance of offences - കുറ്റങ്ങൾ നടപടിക്കെടുക്കൽ, കുറ്റവിചാരണാധികാരം.
cognize - അറിയുക, കണ്ടുമനസ്സിലാക്കുക.
cohabit - സഹവസിക്കുക.
cohabitant - സഹവാസി.
cohabitation - സഹവാസം.
co-heir - കൂട്ടവകാശി.
co-heiress - കൂട്ടവകാശമുള്ള സ്ത്രീ.
co-heiress - പങ്കുകാരി.
cohibit - തടയുക, നിയന്ത്രിക്കുക.
cohibition - നിയന്ത്രണം, നിരോധനം.
cohibitor - നിയന്ത്രകൻ.
coin expert - നാണയവിദഗ്ദ്ധൻ, നാണ്യവിദഗ്ദ്ധൻ.
coinage - നാണ്യമുദ്രണം, നാണയ നിർമ്മാണം.
coinage problem - നാണയപ്രശ്നം.
co-inhere - സഹവർത്തിക്കുക.
co-inheritor - സഹഅനന്തരാവകാശി.
co-interest - കൂട്ടായുള്ള താല്പര്യം.
coition - രതിക്രീഡ, സംഭോഗം.
coitus - സംഭോഗം, സ്ത്രീസംഗം.
cold blooded murder - ആസൂത്രിത കൊലപാതകം.
cold war - ശീതസമരം.
collaborate - സഹകരിക്കുക.
collaborative - സഹകരണപരമായ.
collate - ഒത്തുനോക്കുക.
collateral action - ഉപനടപടി, സഹായക നടപടി.
collateral consanguinity - പാർശ്വവഴിക്കുള്ള രക്തബന്ധം.
collateral damage - യാദൃച്ഛിക നാശനഷ്ടം.
collateral heir - ചാർച്ചയിൽപ്പെട്ട അവകാശി.
collateral reading - ആനുഷംഗിക വായന, സഹായകവായന.
collateral security - അധിജാമ്യം, അധികജാമ്യം.
collation - ഒത്തുനോക്കൽ.
colleague - സഹപ്രവർത്തകൻ, കൂട്ടാളി.
collection charges - പിരിവുചെലവ്, പിരിച്ചെടുക്കൽച്ചെലവ്.
collective law - സമാഹരണ നിയമം.
collective responsibility - കൂട്ടുത്തരവാദിത്വം.
collectively responsible - കൂട്ടുത്തവാദപ്പെട്ട.
collector - കളക്ടർ.
collectorate - കളക്ടറേറ്റ്, കളക്ടറുടെ ഓഫീസ്.
collision - സംഘട്ടനം, കൂട്ടിമുട്ടൽ, കൂട്ടിയിടിക്കൽ.
combined effort - സംയുക്തപരിശ്രമം.
combined operation - സംയുക്ത പ്രവർത്തനം.
come into force - പ്രാബല്യത്തിൽ വരുക, ബലത്തിൽ വരുത്തുക, നടപ്പിൽ വരുക.
come into operation - പ്രാബല്യത്തിൽ വരുക, ബലത്തിൽ വരുത്തുക, നടപ്പിൽ വരുക, നിർവ്വഹണക്ഷമമാക്കുക.
comity of nations - രാജ്യാന്തര മര്യാദ.
command - ആജ്ഞാപിക്കുക, ആജ്ഞ.
commandant - കമാൻഡന്റ്.
commander-in-chief - സർവ്വസൈന്യാധിപൻ.
commands of law - നിയമശാസനങ്ങൾ, നിയമാജ്ഞകൾ.
comme il faut - ഇരിക്കേണ്ട രീതിയിൽ.

commencement - പ്രാരംഭം, ആരംഭം, തുടക്കം.
comment - വ്യാഖ്യാനം.
commercial contract - വാണിജ്യക്കരാർ.
commercial monopoly - വാണിജ്യക്കുത്തക.
commercial tax - വാണിജ്യനികുതി.
comminate - ഭീഷണിപ്പെടുത്തുക.
commission - കമ്മിഷൻ, ദല്ലാൾഫീസ്.
commission of an offence - കുറ്റം ചെയ്യൽ.
commission of enquiry - അന്വേഷണക്കമ്മിഷൻ.
commissioner - കമ്മിഷണർ.
commissioner of police - പോലീസ് കമ്മിഷണർ.
commissions of inquiry act - അന്വേഷണ വിചാരണക്കമ്മിഷൻ ആക്ട്.
commit - ചെയ്യുക.
commit depredation - കൊള്ളയടിക്കുക.
commit murder - കൊലപാതകം ചെയ്യുക.
commit offence - കുറ്റം ചെയ്യുക.
commit suicide - ആത്മഹത്യ ചെയ്യുക.
commit to prison - ജയിലിലേക്കയക്കുക.
commit to writing - രേഖപ്പെടുത്തുക.
commitment - ജയിലിലേക്ക് റിമാൻഡ് ചെയ്തുകൊണ്ടുള്ള കോടതിയുത്തരവ്, റിമാൻഡ് ഉത്തരവ്.
committee - സമിതി, കമ്മിറ്റി.
committee of advice - ഉപദേശകസമിതി.
committee of enquiry - അന്വേഷണ സമിതി.
committee of privilege - വിശേഷാധികാരസമിതി.
committee of ways and means - മാർഗ്ഗോപായ സമിതി.
common cause - പൊതുവിഷയം, പൊതുപ്രശ്നം.
common consent - പൊതുസമ്മതം.
common good fund - പൊതുനന്മഫണ്ട്, പൊതുക്ഷേമനിധി.
common ground - പൊതുവേദി, അനുരഞ്ജനവേദി.
common intention - പൊതു ഉദ്ദേശ്യം.
common interest - പൊതുതാല്പര്യം.
common law - പൊതുനിയമം, അലിഖിത നിയമം, സാധാരണ നിയമം, നാട്ടുനടപ്പ്.
common nuisance - പൊതുശല്യം.
common object - പൊതു ഉദ്ദേശ്യം.
common place - പൊതുവേദി, അനുരഞ്ജനവേദി.
common sense - സാമാന്യബോധം, പൊതുബോധം.
commotion - ബഹളം, കലഹം, കലാപം.
communal - വർഗ്ഗീയമായ, സാമുദായികമായ.
communal cauldron - വർഗ്ഗീയത.
communal hatred - വർഗ്ഗീയ വിദ്വേഷം.
communal purpose - സാമൂഹികാവശ്യം, സാമുദായികാവശ്യം.
communal representation - സാമുദായിക പ്രാതിനിദ്ധ്യം.
communal reservation roaster - സാമുദായിക സംവരണപ്പട്ടിക.
communal reservation schedule - സാമുദായിക സംവരണപ്പട്ടിക.
communal riot - വർഗ്ഗീയലഹള.
communalism - വർഗ്ഗീയത, വർഗ്ഗീയവാദം, സാമുദായിക വികാരം, സാമുദായികത.
communication - എഴുത്തുകുത്ത്, അറിയിക്കൽ.
commutation - ലഘൂകരണം, കുറയ്ക്കൽ.
commutation law - വിനിമയനിയമം.
commutation of punishment - ശിക്ഷ ലഘൂകരണം.
commutation of sentence - ശിക്ഷാവിധി ലഘൂകരണം.
co-mortgagor - കൂട്ടുപണയദാതാവ്.
compact - ഉടമ്പടി.

companies (donation to national funds) act - കമ്പനി (ദേശീയനിധികളിലേക്കുള്ള സംഭാവനകൾ) ആക്ട്.
companies (temporary restric-tions on dividends) act - കമ്പനികൾ (ലാഭവീതങ്ങളിൻമേൽ താല്ക്കാലിക നിയന്ത്രണങ്ങൾ) ആക്ട്.
companion - പങ്കാളി, കൂട്ടാളി, സഹായി.
companion vote - കമ്പാനിയൻ വോട്ട്, സഹായിവോട്ട്.
company - കമ്പനി, സംഘം.
company act - കമ്പനി ആക്ട്.
company law - കമ്പനി നിയമം.
company secretaries act - കമ്പനി സെക്രട്ടറിമാർ ആക്ട്.
comparative method - താരതമ്യാത്മക രീതി.
comparative statement - താരതമ്യവിവരണം, തുലനാത്മകവിവരണം.
comparative study - താരതമ്യപഠനം.
compare - ഒത്തുനോക്കുക, താരതമ്യപ്പെടുത്തുക.
compassionate allowance - അനുതാപ ബത്ത, സമാശ്വാസ ബത്ത, കമ്പാഷനേറ്റ് അലവൻസ്.
compassionate appointment - ആശ്രിതനിയമനം.
compassionate pension - സമാശ്വാസ പെൻഷൻ, കമ്പാഷനേറ്റ് പെൻഷൻ.
compel - നിർബ്ബന്ധിക്കുക, ബലപ്രയോഗം.
compel attendance of the witness - സാക്ഷിയെ ഹാജരാക്കുക.
compensation - നഷ്ടപരിഹാരം.
compensation for improvements - ദേഹണ്ഡപ്രതിഫലം, ദേഹണ്ഡത്തിനുള്ള നഷ്ടപരിഹാരം, പ്രയത്ന പ്രതിഫലം.
compensation insurance - നഷ്ടപരിഹാര ഇൻഷുറൻസ്.
compensatory allowance - നഷ്ടപരിഹാരബത്ത, പ്രതിപൂരകബത്ത.
compensatory pension - നഷ്ടപരിഹാര പെൻഷൻ.
compete - മത്സരിക്കുക.
competence - കാര്യക്ഷമത, സാമർത്ഥ്യം, യോഗ്യത.
competent - അധികാരമുള്ള, ക്ഷമതയുള്ള.
competent court - അധികാരമുള്ള കോടതി, ക്ഷമതയുള്ള കോടതി, അധികാരികതയുള്ള കോടതി.
competent authority - ക്ഷമതയുള്ള അധികാരി, ക്ഷമതയുള്ള അധികാരസ്ഥാനം.
competent jurisdiction - മതിയായ അധികാരം, പര്യാപ്തമായ അധികാരം.
competent witness - തക്കസാക്ഷി. പ്രാപ്തനായ സാക്ഷി.
competition - മത്സരം.
competitive examination - മത്സരപ്പരീക്ഷ.
compilation - സമാഹരിക്കൽ, ക്രോഡീകരണം, സമാഹരണം, സമാഹാരം.
complain - പരാതിപ്പെടുക.
complainant - പരാതിക്കാരൻ.
complaint - പരാതി, ആവലാതി.
complaint book - പരാതിപുസ്തകം.
complement - കുറവു നികത്തൽ.
complementary - പൂരകമായ.
complete profit - പരിപൂർണ്ണ ലാഭം.
completion - പൂർത്തീകരണം.
completion certificate - പൂർത്തീകരണ സാക്ഷ്യപത്രം.
completion report - പൂർത്തീകരണ റിപ്പോർട്ട്.
complex - സങ്കീർണ്ണമായ.
complex problems - സങ്കീർണ്ണപ്രശ്നങ്ങൾ.
complexity - സങ്കീർണ്ണത.
compliance - ആജ്ഞാപാലനം, അനുവർത്തനം, അനുസരിക്കുക.
compliance of direction - നിർദ്ദേശം പാലിക്കുക.
compliance report - നിർവ്വഹണവിവരറിപ്പോർട്ട്, നിർദ്ദേശപാലനം സംബ

ന്ധിച്ച റിപ്പോർട്ട്, അനുവർത്തന റിപ്പോർട്ട്.
complicated - സങ്കീർണ്ണമായ, കുഴപ്പം പിടിച്ച.
complication - കുഴഞ്ഞുമറിഞ്ഞ.
comply - പാലിക്കുക, അനുസരിക്കുക.
comply with - പാലിക്കുക, അനുസരിക്കുക.
composite culture - സമ്മിശ്ര സംസ്കാരം.
composite number - സംയുക്തസംഖ്യ, വിഭാജ്യസംഖ്യ.
composition - ഉടമ്പടി, രാജിയാക്കൽ, ഘടന.
composition deed - ഒത്തുതീർപ്പു പത്രം, രാജിപത്രം.
compound interest - കൂട്ടുപലിശ, തുടർപലിശ.
compoundable offence - ഒത്തുതീർപ്പാക്കാവുന്ന കുറ്റം, രാജിയാക്കാവുന്ന കുറ്റം.
compounding of offences - കുറ്റങ്ങൾ രാജിയാക്കൽ, കുറ്റങ്ങൾ ഒത്തുതീർപ്പാക്കൽ.
comprehensive note - സമഗ്രമായ കുറിപ്പ്.
comprehensive proposal - സമഗ്ര നിർദ്ദേശം.
comprehensive proposals - സമഗ്ര നിർദ്ദേശങ്ങൾ.
comprehensive survey - വിശദമായ അവലോകനം.
comprehensive vision - വിശാലവീക്ഷണം.
comprise - ഉൾക്കൊള്ളുക.
compromise - ഒത്തുതീർപ്പ്, രാജി, രാജിയാവുക, ഒത്തുതീർക്കുക.
comptroller and auditor general - കംപ്ട്രോളർ & ആഡിറ്റർ ജനറൽ.
compulsion - നിർബ്ബന്ധം.
compulsive breach of law - വിമുഖതയോടെയുള്ള നിയമലംഘനം.
compulsory - നിർബ്ബന്ധം, നിർബ്ബന്ധിതം, നിർബ്ബന്ധപൂർവ്വകമായ.
compulsory acquisition - നിർബ്ബന്ധപൂർവ്വമുള്ള ഏറ്റെടുക്കൽ, നിർബ്ബന്ധിതാർജ്ജനം.
compulsory deposit scheme (income tax payers) act - നിർബ്ബന്ധിത നിക്ഷേപപദ്ധതി (ആദായനികുതി ദായകർ) ആക്ട്.
compulsory duty - നിർബ്ബന്ധ കർത്തവ്യം.
compulsory labour - നിർബ്ബന്ധ തൊഴിൽ.
compulsory licence - നിർബ്ബന്ധിത ലൈസൻസ്.
compulsory pension - നിർബ്ബന്ധിത പെൻഷൻ.
compurgation - നിരപരാധിത്വം തെളിയിക്കൽ.
computer - കമ്പ്യൂട്ടർ.
computer literacy - കമ്പ്യൂട്ടർ സാക്ഷരത.
computer network - കമ്പ്യൂട്ടർ ശൃംഖല.
computer supervisor - കമ്പ്യൂട്ടർ സൂപ്പർവൈസർ.
conceal - ഒളിപ്പിക്കുക, ഒളിച്ചുവെയ്ക്കുക, മൂടിവെയ്ക്കുക, ഒളിക്കുക.
concealed nature - രഹസ്യസ്വഭാവം.
concealment - ഒളിച്ചുവയ്ക്കൽ, മറച്ചുവയ്ക്കൽ.
concentration camp - തടങ്കല്പാളയം.
concerned with facts - വസ്തുതകളെ സംബന്ധിച്ച.
concessionaire - ദാനം ലഭിച്ചവൻ.
concessional rate - ഇളവുനിരക്ക്.
conciliation - അനുരഞ്ജനം, പൊരുത്തപ്പെടൽ, ഒത്തുതീർപ്പ്.
conciliation board - അനുരഞ്ജനസമിതി.
conciliation officer - കൺസിലിയേഷൻ ഓഫീസർ, അനുരഞ്ജനാധികാരി.
conciliatory measures - അനുരഞ്ജക നടപടികൾ, അനുരഞ്ജനോപായങ്ങൾ.
concise - ചുരുക്കമായ, സംക്ഷിപ്തമായ.

concluding part - ഉപസംഹാരം, അന്തിമഭാഗം, അവസാനഭാഗം.
concluding portion - ഉപസംഹാരം, അന്തിമഭാഗം, അവസാനഭാഗം.
concluding speech - ഉപസംഹാരപ്രസംഗം.
conclusion - സമാപ്തി, നിഗമനം, ഉപസംഹാരം.
conclusive - നിർണ്ണായകമായ.
conclusive evidence - നിർണ്ണായകതെളിവ്, അനിഷേദ്ധ്യത്തെളിവ്, പരിപൂർണ്ണത്തെളിവ്, തീർപ്പുതെളിവ്.
conclusive proof - നിർണ്ണായകത്തെളിവ്, അനിഷേദ്ധ്യത്തെളിവ്, പരിപൂർണ്ണത്തെളിവ്, തീർപ്പുതെളിവ്.
concoct - കെട്ടിച്ചമയ്ക്കുക.
concoct a story - കള്ളക്കഥ കെട്ടിച്ചമയ്ക്കുക, വ്യാജനിർമ്മിതി.
concoct a tale - കള്ളക്കഥ കെട്ടിച്ചമയ്ക്കുക, വ്യാജപ്രചാരം.
concocted case - കെട്ടിച്ചമച്ച കേസ്, വ്യാജകേസ്.
concocted evidence - കെട്ടിച്ചമച്ച തെളിവ്, വ്യാജതെളിവ്.
concoction - കെട്ടിച്ചമയ്ക്കൽ, വ്യാജമായി നിർമ്മിക്കൽ.
concomitant - കൂടെയുള്ള, സഹഗാമി, സഹചാരി, സഹവർത്തി.
concubine - വെപ്പാട്ടി.
concur - അനുകൂലത, യോജിക്കുക.
concurrence - യോജിപ്പ്, സഹാധികാരം, സമ്മതം.
concurrent audit - സമകാല ആഡിറ്റ്, കൺകറന്റ് ആഡിറ്റ്, സമവർത്തി അവലോകനം.
concurrent judgement - കൺകറന്റ് വിധിന്യായം, സമവർത്തിവിധിന്യായം.
concurrent jurisdiction - സമാന അധികാരപരിധി, സമവർത്തി അധികാരപരിധി, സമാനാധികാരപരിധി.
concurrent list - സമവർത്തിലിസ്റ്റ്, കൺകറന്റ് ലിസ്റ്റ്, സഹാധികാരപ്പട്ടിക, സമാധികാരപ്പട്ടിക, സമവർത്തിപ്പട്ടിക.
concurrent power - സമാധികാരം.
concurrent sentence - സംയുക്ത ശിക്ഷാവിധി.
condemn - അപലപിക്കുക, ശിക്ഷിക്കുക, കുറ്റവാളിയാക്കുക, കുറ്റവാളിയായി വിധിക്കുക.
condemnation - ഉപയോഗയോഗ്യമല്ലാത്തതിനാലുള്ള വില്പന, ശിക്ഷിക്കൽ, നിന്ദ.
condemned - കുറ്റംചുമത്തപ്പെട്ട, നിന്ദിതമായ.
condemned article - നിഷ്പ്രയോജ്യ വസ്തു.
condemned cell - ശിക്ഷാതടവുകാരെ പാർപ്പിക്കുന്ന മുറി.
condemned criminal - ശിക്ഷിക്കപ്പെട്ട കുറ്റവാളി, ശിക്ഷവിധിക്കപ്പെട്ട അപരാധി.
condensed summary - സാരസംക്ഷേപം.
condition - നിബന്ധന, വ്യവസ്ഥ, ഉപാധി, സാഹചര്യം.
condition precedent - മുൻ ഉപാധി, പൂർവ്വോപാധി.
conditional - ഉപാധികളോടെ, സോപാധികം.
conditional bail - സോപാധിക ജാമ്യം, ഉപാധികളോടെയുള്ള ജാമ്യം.
conditional bequest - സോപാധിക ഒസ്യത്ത്, ഉപാധികളോടെയുള്ള ഒസ്യത്ത്.
conditional contract - സോപാധിക കരാർ.
conditional endorsement - സോപാധിക മേലെഴുത്ത്.
conditional law - സോപാധിക നിയമം.
conditional order - സോപാധിക ഉത്തരവ്, ഉപാധികളോടെയുള്ള ഉത്തരവ്, നിബന്ധനകളോടെയുള്ള ഉത്തരവ്.
conditional sale - സോപാധിക വില്പന.
conditional surrender - ഉപാധികളോടെയുള്ള കീഴടങ്ങൽ.

conditions of agreement - കരാറിലെ വ്യവസ്ഥകൾ, ഉടമ്പടിവ്യവസ്ഥകൾ.
conditions of contract - കരാർ വ്യവസ്ഥകൾ.
conditions of sale - വില്പന വ്യവസ്ഥകൾ.
conditions of service - സേവനവ്യവസ്ഥകൾ, സർവീസ് നിബന്ധനകൾ.
conditions of service and wages - സേവനവേതനവ്യവസ്ഥകൾ.
conditions of wages - വേതനവ്യവസ്ഥകൾ.
conditions of work - തൊഴിൽ നിബന്ധനകൾ.
condonation - മാപ്പാക്കൽ, ക്ഷമാദാനം.
condonation of delay - കാലതാമസം, മാപ്പാക്കൽ.
condone - മാപ്പുനല്കുക, മാപ്പ്, ഇളവു നല്കുക.
conducive - ഉതകുന്ന.
conduct - പ്രവർത്തിപ്പിക്കുക, പെരുമാറ്റം, പ്രവൃത്തി.
conduct certificate - സ്വഭാവ സർട്ടിഫിക്കറ്റ്.
conduct of auction - ലേലം നടത്തിപ്പ്.
conduct of business - കാര്യങ്ങളുടെ നടത്തിപ്പ്, ബിസിനസ്സ് നടത്തിപ്പ്, കാര്യനിർവ്വഹണം.
conduct of business of the government - സർക്കാർ കാര്യങ്ങളുടെ നടത്തിപ്പ്.
conduct of election rules - തിരഞ്ഞെടുപ്പ് നടത്തിപ്പ് ചട്ടങ്ങൾ.
conduct of government business - സർക്കാർ കാര്യങ്ങളുടെ നിർവ്വഹണം.
conduct of the enquiry - അന്വേഷണ നടത്തിപ്പ്.
conduct register - സ്വഭാവ രജിസ്റ്റർ.
conduct rules - പെരുമാറ്റച്ചട്ടങ്ങൾ.
confederation - രാജ്യമണ്ഡലം, സംഘടന, കോൺഫെഡറേഷൻ.
confer - നല്കുക, ദാനംചെയ്യുക, പ്രദാനം.
conference - സമ്മേളനം.
conference hall - സമ്മേളനശാല, കോൺഫറൻസ് ഹാൾ, സമ്മേളന ഹാൾ.
conferred - നല്കപ്പെട്ട.
conferred by rules - ചട്ടങ്ങളാൽ നല്കപ്പെട്ട, ചട്ടപ്രകാരം.
confessio in judicio - കോടതി മുമ്പാകെയുള്ള കുറ്റസമ്മതം.
confession - കുറ്റസമ്മതം, ഏറ്റുപറച്ചിൽ, കുമ്പസാരം.
confession statement - കുറ്റസമ്മത പ്രസ്താവന.
confession through third degree method - മൂന്നാംമുറ ഉപയോഗിച്ച് കുറ്റം സമ്മതിപ്പിക്കൽ, മർദ്ദിച്ച് കുറ്റം സമ്മതിപ്പിക്കൽ.
confidence - വിശ്വാസം.
confidential - രഹസ്യം, സ്വകാര്യം.
confidential assistant - കോൺഫിഡൻഷ്യൽ അസിസ്റ്റന്റ്.
confidential clerk - കോൺഫിഡൻഷ്യൽ ക്ലർക്ക്.
confidential nature - രഹസ്യ സ്വഭാവം.
confidential record - രഹസ്യരേഖ.
confidential report - രഹസ്യ റിപ്പോർട്ട്.
confidential verification - രഹസ്യപരിശോധന.
confine - തടഞ്ഞുവയ്ക്കുക.
confinement - തടഞ്ഞുവയ്ക്കൽ, തടങ്കൽ.
confirm - സ്ഥിരപ്പെടുത്തുക, സ്ഥിരീകരിക്കുക.
confirmation - സാധൂകരിക്കൽ, സ്ഥിരീകരണം, സ്ഥിരപ്പെടുത്തൽ.
confirmed endorsement - സ്ഥിരീകരിച്ച മേലെഴുത്ത്.
confirmed report - സ്ഥിരീകരിച്ച റിപ്പോർട്ട്.
confiscate - കണ്ടുകെട്ടുക, ജപ്തിചെയ്യുക.

confiscation - കണ്ടുകെട്ടൽ, ജപ്തി, മുതൽക്കൂട്ടൽ.
confitens reus - കുറ്റസമ്മതം നടത്തുന്ന പ്രതി.
conflict - സംഘർഷം, കലഹം, അഭിപ്രായവ്യത്യാസം.
conflict of interest - താല്പര്യവൈരുദ്ധ്യം, വിരുദ്ധ താല്പര്യം.
conflict of laws - നിയമവൈരുദ്ധ്യം.
conflict of opinion - അഭിപ്രായഭിന്നത.
conflicting - പരസ്പരവിരുദ്ധം.
conflicting statement - പരസ്പരവിരുദ്ധ പ്രസ്താവന, വിരുദ്ധ പ്രസ്താവന.
conforming to discipline - അച്ചടക്കം പാലിക്കുന്ന.
conformity - അനുകൂലത, അഭിപ്രായൈക്യം, അനുയോജ്യത.
confront - എതിർപ്പ്, എതിരിടുക, ചെറുത്തു നില്ക്കുക.
confrontation - ഏറ്റുമുട്ടൽ, എതിർപ്പ്..
confused matter - മനസ്സിലാക്കാൻ പ്രയാസമായ പ്രശ്നം.
confute - തെറ്റാണെന്ന് തെളിയിക്കുക, അടിസ്ഥാനരഹിതമെന്ന് സ്ഥാപിക്കുക.
congenital abnormality - ജന്മനാലുള്ള വൈകല്യം, ജന്മനാലുള്ള ദൗർബല്യം.
congenital debility - ജന്മജാതദൗർബല്യം, ജന്മനാലുള്ള വൈകല്യം.
congenital weakness - ജന്മജാത ദൗർബല്യം.
congruity - ചേർച്ച.
conjoint - കൂട്ടവകാശികൾ.
conjoint effort - സംയുക്ത പരിശ്രമം.
conjointly - ഒന്നിച്ചുചേർന്ന്, കൂട്ടായി.
conjugal rights - ദാമ്പത്യാവകാശങ്ങൾ.
connect - ഒന്നിച്ചുചേർക്കുക, യോജിപ്പിക്കുക.
connection - ബന്ധം, സമ്പർക്കം.
connection with media - മാധ്യമങ്ങളുമായുള്ള ബന്ധം.
connection with press - പത്രങ്ങളുമായുള്ള ബന്ധം.
connivance - കണ്ടില്ലെന്നു നടിക്കുക, മൗനാനുവാദം, ഒത്താശ.
connubial - വിവാഹസംബന്ധമായ, വൈവാഹികമായ.
conquer - അധികാരം പിടിച്ചെടുക്കുക.
consanguinity - രക്തബന്ധം, പൂർണ്ണരക്തബന്ധം.
conscience - മനഃസാക്ഷി.
conscience money - പ്രായശ്ചിത്തത്തുക.
conscientious - ന്യായബുദ്ധിയുള്ള, മനഃസാക്ഷിയെ അടിസ്ഥാനമാക്കി.
consecutive crimes - തുടർച്ചയായ കുറ്റകൃത്യങ്ങൾ.
consecutive order - തുടർക്രമം.
consecutive sentences - തുടർച്ചയായ ശിക്ഷാവിധികൾ.
consensual contract - ഉഭയസമ്മതത്തോടെയുള്ള കരാർ.
consent - സമ്മതം.
consent decree - സമ്മത ഡിക്രി.
consent deed - സമ്മതപത്രം.
consent in writing - രേഖാമൂലമുള്ള സമ്മതം, ലിഖിതമായ സമ്മതം.
consent refusal letter - തിരസ്കാര പത്രം.
consequence - പ്രത്യാഘാതം, അനന്തരഫലം, പരിണതഫലം.
conservancy - സംരക്ഷണം.
conservation - സംരക്ഷണം.
conservation assistant - കൺസർവേഷൻ അസിസ്റ്റന്റ്.
conservation of energy - ഊർജ്ജസംരക്ഷണം.
conservation of foreign exchange and prevention of smuggling activities act - വിദേശനാണ്യ വിനിമയത്തിന്റെ പരിരക്ഷണവും കള്ളക്കടത്തു പ്രവർത്തനങ്ങളുടെ നിവാരണവും ആക്ട്.
conservation of paddy and wet land act - നെൽവയൽ തണ്ണീർത്തട സംരക്ഷണ ആക്ട്.
conservation programmes - സംരക്ഷണ പരിപാടികൾ.

conservatives - യാഥാസ്ഥിതികർ, പഴമക്കാർ.
conservator - സംരക്ഷകൻ, കൺസർവേറ്റർ.
conservator of forests - വനപാലകൻ.
conservator of wild life - വന്യമൃഗസംരക്ഷകൻ.
consider - പരിഗണിക്കുക, കണക്കിലെടുക്കുക, ആലോചിക്കുക.
considerable change - സാരമായ മാറ്റം.
consideration - പ്രതിഫലം, പരിഗണന, ആലോചന, മൂല്യം.
consign - ഏല്പിച്ചു കൊടുക്കുക, അയയ്ക്കുക.
consignee - ഏറ്റുവാങ്ങുന്നവൻ.
consignment - ചരക്കുകെട്ട്.
consignor - ചരക്കയയ്ക്കുന്നവൻ.
consistency - പൊരുത്തം, സാംഗത്യം, സ്ഥിരത.
consistency of opinion - അഭിപ്രായസ്ഥിരത.
consistency of view - അഭിപ്രായസ്ഥിരത.
consistent - പൊരുത്തപ്പെടുന്ന.
consistory - യോഗസ്ഥലം.
consolidate - ഒന്നിച്ചു ചേർക്കുക, ഏകീകരിക്കുക, സമാഹരിക്കുക, ക്രോഡീകരിക്കുക.
consolidated amendment notification - സമാഹൃത ഭേദഗതി വിജ്ഞാപനം.
consolidated fund - സഞ്ചിതനിധി.
consolidated fund of india - ഇന്ത്യൻ സഞ്ചിതനിധി.
consolidated fund of state - സംസ്ഥാന സഞ്ചിതനിധി.
consolidated note - സമാഹൃതക്കുറിപ്പ്.
consolidated treasury receipt - ഏകീകൃത ട്രഷറി രസീത്.
consonancy - ഒത്തൊരുമ, യോജ്യത.
consortium - രാഷ്ട്രങ്ങളുടെ കൂട്ടുകെട്ട്, കൺസോർഷ്യം.
conspectus - സാരാംശം, സിംഹാവലോകനം, സാമാന്യവിവരണം.
conspicuous - സ്പഷ്ടമായ, സുവ്യക്തമായ.
conspicuous part - സ്പഷ്ടമായിക്കാണുന്ന ഭാഗം.
conspiracy - ഗൂഢാലോചന, ഉപജാപം, രഹസ്യപദ്ധതി.
conspirators - ഗൂഢാലോചനക്കാർ, ഉപജാപകർ.
conspire - ഗൂഢാലോചന നടത്തുക.
constable - പോലീസുകാരൻ, കോൺസ്റ്റബിൾ.
constabulary - പോലീസ് സേന.
constant cost - സ്ഥിരം ചെലവ്.
constituency - നിയോജകമണ്ഡലം.
constituent - ഘടകമായ.
constituent assembly - ഭരണഘടനാനിർമ്മാണസഭ.
constituent part - ഘടകവിഭാഗം.
constitute - രൂപപ്പെടുത്തുക, സ്ഥാപിക്കുക, സംഘടിപ്പിക്കുക.
constitute a committee - കമ്മിറ്റി രൂപവത്കരിക്കുക, കമ്മിറ്റി ഏർപ്പെടുത്തുക.
constitution - ഭരണഘടന.
constitution of India - ഇന്ത്യൻ ഭരണഘടന.
constitutional government - വ്യവസ്ഥാപിത ഭരണകൂടം.
constitutional guarantee - ഭരണഘടന നല്കുന്ന ഉറപ്പ്.
constitutional machinery - ഭരണഘടനായന്ത്രം, ഭരണഘടനാ സംവിധാനം.
constitutional mandate - ഭരണഘടനാ ബാധ്യത.
constitutional morality - ഭരണഘടനാധാർമികത.
constitutional remedy - ഭരണഘടനാപരമായ പരിഹാരം.
constitutum debiti - കടബാദ്ധ്യത മാറ്റാമെന്ന വാഗ്ദാനം.

constrained - നിർബ്ബന്ധിക്കപ്പെട്ട.
constraint by force - ഭീഷണിയോടു കൂടിയ സമ്മർദ്ദം.
constructive suggestions - സൃഷ്ടിപരമായ നിർദ്ദേശങ്ങൾ.
construe - വ്യാഖ്യാനിക്കുക, അർത്ഥം കല്പിക്കുക.
constuprate - ബലാൽസംഗം ചെയ്യുക, കളങ്കപ്പെടുത്തുക, ലൈംഗികമായി പീഡിപ്പിക്കുക.
consuetudo curiae - കോടതിയനുഷ്ഠാനങ്ങൾ.
consul - രാജപ്രതിനിധി, സ്ഥാനപതി, വാണിജ്യദൂതൻ.
consul general - കോൺസൽ ജനറൽ.
consulage - ഏറ്റുമതിച്ചുങ്കം.
consular attache - കോൺസുലർ അറ്റാഷേ.
consular representative - കോൺസുലർ പ്രതിനിധി.
consulate - കോൺസുലേറ്റ്, സ്ഥാനപതിയാസ്ഥാനം.
consulate general of india - ഇന്ത്യയുടെ കോൺസുലേറ്റ് ജനറൽ.
consulship - സ്ഥാനപതി ഉദ്യോഗം.
consult - ആലോചിക്കുക, അഭിപ്രായം ചോദിക്കുക.
consultant - കൺസൾട്ടന്റ്, ഉപദേശകൻ.
consultation - ആലോചന, കൂടിയാലോചന.
consulting engineer - കൺസൾട്ടിങ് എൻജിനീയർ.
consulting fee - ഉപദേശകഫീസ്, കൺസൾട്ടിങ് ഫീസ്.
consumer - ഉപഭോക്താവ്.
consumer affairs department - ഉപഭോക്തൃകാര്യവകുപ്പ്.
consumer dispute redressal commission - ഉപഭോക്തൃ തർക്കപരിഹാരകമ്മിഷൻ.
consumer dispute redressal forum - ഉപഭോക്തൃ തർക്കപരിഹാര സമിതി, ഉപഭോക്തൃ തർക്കപരിഹാര ഫോറം.
consumer fed - കൺസ്യൂമർസഫെഡ്.
consumer goods - ഉപഭോഗവസ്തുക്കൾ, ഭക്ഷ്യവസ്തുക്കൾ.
consumer market - ഉപഭോക്തൃ വിപണി.
consumer price index - ഉപഭോക്തൃ വിലസൂചിക.
consumer protection - ഉപഭോക്തൃ സംരക്ഷണം.
consumer protection act - ഉപഭോക്തൃ സംരക്ഷണ ആക്ട്.
consumer scheme - ഉപഭോക്തൃ പദ്ധതി.
consumer service centre - ഉപഭോക്തൃ സേവനകേന്ദ്രം.
consumer society - ഉപഭോക്തൃ സമൂഹം.
consumer terrorism - ഭക്ഷ്യവസ്തുക്കളിൽ വിഷംചേർക്കൽ.
consumer's co-operative society - ഉപഭോക്തൃസഹകരണ സംഘം.
consumerism - ഉപഭോക്തൃ താല്പര്യ സംരക്ഷണം.
consummation - പൂർത്തീകരിക്കൽ, പൂർത്തീകരണം.
consummation of marriage - വിവാഹനടപടി പൂർത്തീകരിക്കൽ.
consumption - ഉപഭോഗം.
contact - സമ്പർക്കം, സ്പർശം.
contagion - ദുഷ്പ്രേരണ, രോഗസംക്രമണം.
contagious disease - പകർച്ചവ്യാധി, സാംക്രമികരോഗം, സ്പർശ്യജന്യരോഗം.
containment zone - നിയന്ത്രിതമേഖല, കണ്ടയിൻമെന്റ് സോൺ.
contaminate - മലിനമാക്കുക, കലർപ്പു ചേർക്കുക.
contaminated food - മലിനമാക്കപ്പെട്ട ഭക്ഷണം.
contamination - മലിനമാക്കൽ, അശുദ്ധമാക്കൽ, കലർപ്പു ചേർക്കൽ.
contemnor - കോടതിയലക്ഷ്യക്കാരൻ,

കോടതിയലക്ഷ്യം ചെയ്തയാൾ.
contemporary - സമകാലികം.
contemporary society - സമകാലിക സമൂഹം.
contempt - അവഹേളനം, അവജ്ഞ, വെറുപ്പ്, നിന്ദ.
contempt appeal - കോടതിയലക്ഷ്യ ക്കേസിലെ അപ്പീൽ.
contempt of court - കോടതിയലക്ഷ്യം, കോർട്ടലക്ഷ്യം.
contempt of court proceedings - കോടതിയലക്ഷ്യ നടപടി.
contempt of courts act - കോർട്ട ലക്ഷ്യ ആക്ട്.
contemptible - നിന്ദ്യമായ.
contemt petition - കോടതിയലക്ഷ്യ ഹർജി.
contend - വാദിക്കുക, തർക്കിക്കുക, വാഗ്വാദം ചെയ്യുക.
content - ഉള്ളടക്കം.
contention - തർക്കം, വാഗ്വാദം, വാദം.
contentious policy - വിവാദനയം.
contentious suit - തർക്കമുള്ള വ്യവ ഹാരം, വിവാദാസ്പദ വ്യവഹാരം.
contents received - തുക കൈപ്പറ്റി.
conterminous - സേവനാവസാനത്തി ലുള്ള, പര്യന്തസ്ഥമായ.
conterminous staff - സേവനപര്യ വസാനത്തിലുള്ള ഉദ്യോഗസ്ഥർ.
contest - എതിർക്കുക, മത്സരം.
contestant - മത്സരാർത്ഥി, പരീ ക്ഷാർത്ഥി.
contesting - മത്സരിക്കുന്ന.
context - സന്ദർഭം.
contextual - സന്ദർഭാനുസരണം, സന്ദർഭോചിതമായ.
contextually - സാന്ദർഭികമായി.
contiguity - സാമീപ്യം.
contiguous area - സമീപസ്ഥലം, സമീപപ്രദേശം.
contingencies - യാദൃച്ഛിക ചെലവ്, ആകസ്മികവ്യയം.
contingency - ആകസ്മികത, കണ്ടിൻ ജൻസി, ആകസ്മികതാപദ്ധതി.
contingency fund - ആകസ്മികനിധി, കണ്ടിൻജൻസി ഫണ്ട്.
contingency plan - കണ്ടിൻജൻസി പ്ലാൻ.
contingent - യാദൃച്ഛികം, ആകസ്മി കം, കണ്ടിൻജന്റ്.
contingent expenditure - യാദൃച്ഛി കചെലവ്, ആകസ്മികചെലവ്.
contingent liability - യാദൃച്ഛികബാദ്ധ്യ ത, അനിശ്ചിതബാദ്ധ്യത, ആകസ്മിക ബാദ്ധ്യത.
contingent register - കണ്ടിജന്റ് രജി സ്റ്റർ.
continuance of post - തസ്തിക നില നിറുത്തൽ.
continuance sanction - തുടർച്ചാനു മതി.
continuation note - തുടർച്ചക്കുറിപ്പ്.
continuation sheet - തുടർക്കടലാസ്, തുടർച്ചാഷീറ്റ്.
continue in force - പ്രാബല്യത്തിൽ തുടരുക.
continuing breach - തുടരുന്ന ലം ഘനം.
continuing guarantee - ഈടുനില് ക്കുന്ന ജാമ്യം.
continuous assessment - തുടർ മൂല്യ നിർണ്ണയം, നിരന്തര മൂല്യനിർണ്ണയം.
continuous evaluation - തുടർ മൂല്യ നിർണ്ണയം, നിരന്തര മൂല്യനിർണ്ണയം.
continuous service - തുടർച്ചയായ സേവനം.
contour line - കോണ്ടൂർലൈൻ, സമോ ച്ചരേഖ.
contra - എതിര്, വൈരുദ്ധ്യം.
contra entry - എതിർക്കുറിപ്പ്.
contra suggestion - വിരുദ്ധ നിർദ്ദേശം.
contraband - നിയമവിരുദ്ധമായ, വ്യാജ മായ.
contraband activities - നിയമവി രുദ്ധപ്രവർത്തനങ്ങൾ.
contraband goods - നിഷിദ്ധവസ്തു,

കള്ളക്കടത്ത് സാധനങ്ങൾ.
contraceptive - ഗർഭനിരോധകം.
contract - ഉടമ്പടി, കരാർ.
contract committee - കോൺട്രാക്റ്റ് കമ്മിറ്റി, കരാർസമിതി.
contract for sale - വില്പന ഉടമ്പടി, വില്പനക്കരാർ.
contract guarantee - കരാർ ജാമ്യം.
contract in writing - രേഖാമൂലമുള്ള കരാർ.
contract labour (regulation and abolition) act - കരാർത്തൊഴിൽ (ക്രമപ്പെടുത്തലും നിറുത്തലാക്കലും) ആക്ട്.
contract messenger - കരാർ സന്ദേശവാഹകൻ.
contract of guarantee - ജാമ്യക്കരാർ.
contract of indemnity - നഷ്ടോത്തരവാദക്കരാർ.
contract of service - സർവ്വീസ് കരാർ.
contract officer - കോൺട്രാക്റ്റ് ഓഫീസർ.
contract period - കരാർ കാലാവധി.
contraction of meaning - അർത്ഥസങ്കോചം.
contractor - കാരാറുകാരൻ, കോൺട്രാക്ടർ.
contractual document - കരാർരേഖ.
contractual liability - കരാർപ്രകാരമുള്ള ബാദ്ധ്യത.
contradicable - പ്രതിഷേദ്ധ്യമായ.
contradict - എതിർക്കുക, വിരുദ്ധത, നിഷേധിക്കുക.
contradiction - പൊരുത്തക്കേട്, വൈരുദ്ധ്യം, പ്രതിവാദം.
contradiction in law - നിയമത്തിലെ വൈരുദ്ധ്യം.
contradictor - നിഷേധകൻ.
contradictory - പരസ്പര വിരുദ്ധം, വൈരുദ്ധ്യമുള്ള.
contradictory statement - വിരുദ്ധ പ്രസ്താവന, പരസ്പരവിരുദ്ധ പ്രസ്താവന.
contradistinction - വ്യത്യാസം, വൈപരീത്യം, വിപരീതത്വം.
contrary - വിരുദ്ധമായ, പ്രതികൂലമായ, വിപരീതം.
contrary intention - വിരുദ്ധമായ ഉദ്ദേശ്യം, വിപരീതോദ്ദേശ്യം.
contrary opinion - വിപരീതാഭിപ്രായം.
contrary to law - നിയമവിരുദ്ധമായ.
contrary to rule - ചട്ടവിരുദ്ധമായ, നിയമവിരുദ്ധമായ.
contrary to the evidence - തെളിവിന് വിരുദ്ധമായി.
contrary to the facts - വസ്തുതകൾക്കു വിരുദ്ധമായി.
contrary to truth - സത്യവിരുദ്ധമായ.
contrast - വ്യത്യാസം, അന്തരം.
contravene - ലംഘിക്കുക.
contravention - ലംഘനം, എതിർപ്പ്, പ്രതിബന്ധം.
contribution - വീതവരി, അംശദായം, സംഭാവന, പങ്ക്.
contributor - അംശദാതാവ്.
contributory cause - സഹായക കാരണം.
contributory pension scheme - പങ്കാളിത്ത പെൻഷൻ പദ്ധതി.
contributory provident fund - കോൺട്രിബ്യൂട്ടറി പ്രോവിഡന്റ് ഫണ്ട്.
contrivance - സൂത്രപ്പണി.
control - നിയന്ത്രണം, സംയമനം.
control and direction - നിയന്ത്രണവും നിർദ്ദേശവും.
control and regulation - നിയന്ത്രണവും, ക്രമീകരണവും.
control of expenditure - ചെലവുനിയന്ത്രണം.
control of price - വിലനിയന്ത്രണം.
control panel - കൺട്രോൾ പാനൽ.
control room - കൺട്രോൾ റൂം.
controlled articles - നിയന്ത്രണവസ്തുക്കൾ.
controlled price - നിയന്ത്രിതവില.
controller - കൺട്രോളർ .

controller general - കൺട്രോളർ ജനറൽ.
controller general of capital issues - ക്യാപ്പിറ്റൽ ഇഷ്യൂസ് കൺട്രോളർ ജനറൽ.
controller of stationery - സ്റ്റേഷനറി കൺട്രോളർ.
controller of stores - സ്റ്റോർ കൺട്രോളർ.
controlling officer - നിയന്ത്രണണോദ്യോഗസ്ഥൻ, കൺട്രോളിങ് ഓഫീസർ.
controlment - നിയന്ത്രണം.
controversial - വിവാദപരം, വിരുദ്ധമായ, വിവാദാസ്പദമായ.
controversial issue - വിവാദപ്രശ്നം.
controversy - വിവാദം, തർക്കം.
contumacious - അനുസരണയില്ലാത്ത, നിർബ്ബന്ധബുദ്ധിയായ, ധിക്കാരിയായ.
contumacious conduct - അനുസരണയില്ലാത്ത പെരുമാറ്റം.
contumacious default - നിർബ്ബന്ധബുദ്ധ്യാ വീഴ്ചവരുത്തൽ, കുറ്റകരമായ വീഴ്ച.
contund - അടിക്കുക, ചതയ്ക്കുക.
contusion - ചതവ്.
convalescent home - രോഗാനന്തര വിശ്രമസ്ഥലം.
convene - വിളിച്ചുകൂട്ടുക, യോഗംചേരുക.
convener - കൺവീനർ.
convention - ഉടമ്പടി, സമ്മേളനം, കീഴ്വഴക്കം, കൺവെൻഷൻ.
conventionalists - യാഥാസ്ഥിതികർ.
conversation - സംഭാഷണം.
conversely - വിപരീതക്രമത്തിൽ.
conversion - പരിവർത്തനം.
conversion of religion - മതപരിവർത്തനം.
convey - വിനിമയം.
conveyance - വാഹനം, ആധാരം, കൈമാറ്റപ്പത്രം, കരണം, വിനിമയം.
conveyance allowance - വാഹനബത്ത.
conveyancing - രേഖകൾ തയ്യാറാക്കൽ, ആധാരമെഴുത്ത്.
convict - കുറ്റവാളി, അപരാധി, കുറ്റംസ്ഥാപിക്കുക.
convicted - ശിക്ഷിക്കപ്പെട്ട.
convicted legislator - ശിക്ഷിക്കപ്പെട്ട നിയമസഭാംഗം.
convicted person - ശിക്ഷിക്കപ്പെട്ടയാൾ.
convicted prisoner - ശിക്ഷാതടവുകാരൻ.
conviction - കുറ്റം സ്ഥാപിക്കൽ.
convince - ബോദ്ധ്യപ്പെടുത്തുക, ബോദ്ധ്യംവരുത്തുക, ബോദ്ധ്യമാക്കുക.
convincement - ബോദ്ധ്യപ്പെടുത്തൽ.
convincing proof - വിശ്വസനീയമായ തെളിവ്.
convocation - ബിരുദദാന സമ്മേളനം.
co-obligor - കൂട്ടുബാദ്ധ്യസ്ഥൻ.
cooperation department - സഹകരണവകുപ്പ്.
cooperative banking system - സഹകരണ ബാങ്കിങ് സംവിധാനം.
cooperative consumer movement - സഹകരണ ഉപഭോക്തൃപ്രസ്ഥാനം.
cooperative development corporation - സഹകരണ വികസന കോർപ്പറേഷൻ.
cooperative development sche-me - സഹകരണ വികസനപദ്ധതി.
cooperative housing - സഹകരണ ഭവനനിർമ്മാണം.
cooperative marketing societies - സഹകരണ വിപണനസംഘങ്ങൾ.
cooperative mentality - സഹകരണ മനോഭാവം.
cooperative movement - സഹകരണപ്രസ്ഥാനം.
cooperative officer - സഹകരണ ഓഫീസർ.
co-operative registrar - സഹകരണ രജിസ്ട്രാർ.
cooperative societies (amend-ment)

act - സഹകരണസംഘം (ഭേദഗതി) ആക്ട്.
cooperative societies act - സഹകരണസംഘം ആക്ട്.
cooperative society - സഹകരണ സംഘം.
cooperative training centers - സഹകരണ പരിശീലനകേന്ദ്രങ്ങൾ.
cooperative union - സഹകരണ യൂണിയൻ.
cooperative work - സഹകരണ പ്രവൃത്തി.
cooperator - സഹകാരി.
coordinate - ഏകോപിപ്പിക്കുക.
coordinating officer - ഏകോപനാധികാരി, ഏകോപന ഓഫീസർ, കോഓർഡിനേറ്റിങ് ഓഫീസർ.
coordination committee - ഏകോപന സമിതി.
coordination department - ഏകോപന വകുപ്പ്.
co-owner - കൂട്ടുടമസ്ഥൻ, സഹ ഉടമസ്ഥൻ.
co-ownership - കൂട്ടുടമസ്ഥത.
co-parcener - കൂട്ടവകാശി.
co-plaintiff - കൂട്ട് അന്യായക്കാരൻ, സഹ അന്യായക്കാരൻ.
copra cess act - കൊപ്ര സെസ്സ് ആക്ട്.
copy - പകർത്തുക, പകർപ്പ്, കോപ്പി.
copy application register - പകർപ്പപേക്ഷാ രജിസ്റ്റർ.
copyright - പകർപ്പവകാശം.
copyright material - പകർപ്പവകാശമുള്ള വസ്തു.
copyright of book - ഗ്രന്ഥത്തിന്റെ പകർപ്പവകാശം.
copyright violation - പകർപ്പവകാശ ലംഘനം.
co-respondent - കൂട്ടുപ്രതി, സഹഎതിർകക്ഷി.
corinth - വേശ്യാലയം.
corinthian - വ്യഭിചാരി.
corollary - സ്വാഭാവിക അനുമാനം, ഉപനിഗമനം, ഉപപ്രമേയം, ഉപസിദ്ധാന്തം, അനുബന്ധസിദ്ധാന്തം.
coroner's inquest - മൃത്യുവിചാരണ, അപമൃത്യു വിചാരണ.
corporal - ശാരീരികമായ, ഭൗതികമായ, കായികമായ.
corporal punishment - ശാരീരിക ശിക്ഷ, കായികശിക്ഷ.
corporate affairs ministry - കമ്പനികാര്യ മന്ത്രാലയം.
corporate body - കോർപ്പറേറ്റ് സ്ഥാപനം.
corporate giants - കോർപ്പറേറ്റ് അതികായർ.
corporate responsibility - സംഘടിതമായ ഉത്തരവാദിത്വം, സാമാജികമായ ഉത്തരവാദിത്വം.
corporation - നഗരസഭ, കോർപ്പറേഷൻ.
corporation officer - കോർപ്പറേഷൻ ഓഫീസർ.
corporation tax - കോർപ്പറേഷൻ നികുതി.
corporeal property - ഭൗതികവസ്തു, ഭൗതികസ്വത്ത്, മൂർത്തവസ്തു.
corporeal right - മൂർത്താവകാശം, മൂർത്തിമത്തായ അവകാശം.
corps commander - കോർ കമാൻഡർ.
corpse - മൃതദേഹം, ശവശരീരം, മൃതശരീരം.
corpus delicti - കുറ്റമാക്കിത്തീർക്കുന്ന നിർണ്ണായക വസ്തുതകൾ/തെളിവുകൾ.
corpus juris - നിയമസഞ്ചയം, നിയമസമൂഹം.
corrected edition - ശുദ്ധീകൃതപ്പതിപ്പ്, സംശോധിതപ്പതിപ്പ്.
correction - തിരുത്തൽ.
correction deed - പിഴതിരുത്താധാരം, തെറ്റുതിരുത്താധാരം.
correction house - ജയിൽ, കാരാഗൃഹം, തടവറ.
correction method - തെറ്റുതിരുത്തൽ രീതി.

correction petition - തെറ്റുതിരുത്തൽ ഹർജി.
correction slip - ശുദ്ധിപത്രം.
correctional conference - സ്വഭാവ സംസ്കരണസമ്മേളനം.
corrective punishment - ദുർഗുണപരിഹാര ശിക്ഷ, സ്വഭാവസംസ്കരണശിക്ഷ.
correlation - പരസ്പരബന്ധം.
correspond - യോജിപ്പ്.
correspondence - കത്തിടപാട്, എഴുത്തുകുത്ത്.
corresponding - പ്രതികരിക്കുക.
corrigenda - ശുദ്ധിപത്രം.
corrigendum - ശുദ്ധിപത്രം.
corroborate - സമർത്ഥിക്കുക, സ്ഥിരീകരിക്കുക, കൂട്ടിയിണക്കുക, പിന്തുണയ്ക്കുക.
corroborative evidence - ഉപോൽബലകത്തെളിവ്, സമർത്ഥകത്തെളിവ്, സ്ഥിരീകരണത്തെളിവ്.
corrupt - അഴിമതി, അഴിമതിക്കാരനായ.
corrupt practice - അഴിമതിപ്രവൃത്തി.
corruption - അഴിമതി.
co-sharer - കൂട്ടോഹരിക്കാരൻ.
cost of maintenance - സംരക്ഷണച്ചെലവ്, പരിപാലനച്ചെലവ്, ജീവനാംശച്ചെലവ്.
costs in court - കോടതിയിലെ ചെലവ്, കോടതിച്ചെലവ്.
co-surety - സഹജാമ്യക്കാരൻ.
co-tenant - കൂട്ടുകുടിയാൻ.
cotortfeasor - കൂട്ടുപ്രതി.
co-trustee - കൂട്ടുട്രസ്റ്റി, സഹട്രസ്റ്റി.
cottage - കുടിൽ.
cottage industries department - കുടിൽവ്യവസായ വകുപ്പ്.
council - സമിതി, കൗൺസിൽ.
council chamber - കൗൺസിൽ ചേംബർ.
council meeting - സമിതിയോഗം, കൗൺസിൽ മീറ്റിങ്.
council of ministers - മന്ത്രിസഭ.
council of states - രാജ്യസഭ.
council rules - കൗൺസിൽ ചട്ടങ്ങൾ.
councillor - കൗൺസിലർ, സാമാജികൻ, സഭാംഗം.
counsel - വക്കീൽ, കൗൺസെൽ, ഉപദേശം, അഡ്വക്കേറ്റ്.
counsellor - ഉപദേഷ്ടാവ്, ഉപദേശകൻ.
counsellor at law - നിയമോപദേഷ്ടാവ്.
counter - കൗണ്ടർ, എതിർക്കുക, എതിരായി പ്രവർത്തിക്കുക.
counter - attraction - വിപരീതാകർഷണം.
counter - intelligence - ചാരവിരുദ്ധപ്രവർത്തനം.
counter accusation - പ്രത്യാരോപണം.
counter act - എതിരായി പ്രവർത്തിക്കുക.
counter action - എതിർനടപടി, പ്രതിപ്രവർത്തനം.
counter affidavit - എതിർ സത്യവാങ്മൂലം.
counter allegations - പ്രത്യാരോപണങ്ങൾ.
counter argument - എതിർവാദം, പ്രതിവാദം.
counter attack - പ്രത്യാക്രമണം.
counter balance - തുല്യഭാരമാക്കുക, സമനിലയിലാക്കുക.
counter blow - പ്രത്യാഘാതം.
counter case - എതിർവ്യവഹാരം.
counter charge - പ്രത്യാരോപം, എതിരന്യായം, വാദിക്കെതിരെയുള്ള ആരോപണം.
counter check - പ്രതിരോധിക്കുക.
counter claim - എതിരവകാശം, എതിരവകാശവാദം.
counter criticism - എതിർവിമർശനം, പ്രതിവിമർശനം.
counter espionage - ചാരവിരുദ്ധപ്രവർത്തനം, എതിർചാരപ്പണി.
counter evidence - എതിർത്തെളിവ്, പ്രതികൂലത്തെളിവ്, വിരുദ്ധ സാക്ഷ്യം.

counter force - എതിർശക്തി.
counter insurgency - വിപ്ലവവിരുദ്ധ പ്രവർത്തനം.
counter measure - എതിർനടപടി.
counter move - എതിർപ്രവർത്തനം, എതിർനീക്കം.
counter part - എതിർഭാഗം, പ്രതിഭാഗം.
counter petition - എതിർഹർജി.
counter petitioner - എതിർഹർജിക്കാരൻ, എതിർകക്ഷി.
counter plea - എതിർവാദം.
counter plead - എതിർവാദം നടത്തുക.
counter plot - എതിർ കപടതന്ത്രം, എതിർപദ്ധതി, എതിർപദ്ധതി രൂപപ്പെടുത്തുക, എതിർതന്ത്രം.
counter poison - പ്രതിവിഷം, എതിർ വിഷം.
counter project - എതിർപദ്ധതി.
counter punch - എതിരാക്രമണം.
counter revolution - എതിർ വിപ്ലവം, പ്രതിവിപ്ലവം.
counter security - മറുജാമ്യം.
counter signature - മേലൊപ്പ്.
counter stand - എതിർ നിലപാട്.
counter statement - എതിർപ്രസ്താവന.
counter view - എതിർ കാഴ്ചപ്പാട്, എതിർ സമീപനം, വിപരീതാഭിപ്രായം.
counter vote - എതിരായി വോട്ടുചെയ്യുക, എതിർവോട്ട്.
counterband goods - നിയമവിരുദ്ധ സാധനങ്ങൾ, വ്യാജവസ്തുക്കൾ.
counterfeit - വ്യാജമായ, കള്ളമായ.
counterfeit coin - കള്ളനാണയം.
counterfeit stamp paper - വ്യാജമുദ്രപ്പത്രം.
counterfoil - രസീതുകുറ്റി, കൗണ്ടർ ഫോയിൽ.
countermand - നിറുത്തിവയ്ക്കുക, എതിരുത്തരവ് പിൻവലിക്കുക, റദ്ദാക്കുക, മുൻ ഉത്തരവ് റദ്ദാക്കുക.
counterpart - മറുപ്രതി, എതിർകക്ഷി, പ്രതിഭാഗം.
counterpoise - തൂക്കമൊപ്പിക്കുക സമഭാരമാക്കുക.
countervailing duty - എതിർചുങ്കം, എതിർ തീരുവ.
counting agent - കൗണ്ടിങ് ഏജന്റ്.
counting centre - വോട്ടെണ്ണൽ കേന്ദ്രം.
counting day - വോട്ടെണ്ണൽ ദിനം.
country - നാട്, രാജ്യം.
country liquor - നാടൻ മദ്യം.
country liquor licence - നാട്ടുമദ്യലൈസൻസ്.
country spirit - നാടൻ ചാരായം.
coup d' etat - അട്ടിമറി (ഭരണം), ആകസ്മിക ഭരണപരിവർത്തനം.
coup de foudre - അവിചാരിത സംഭവം, ആകസ്മിക സംഭവം.
coup de main - പെട്ടെന്നുള്ള ആക്രമണം.
coupe - കൂപ്പേ.
courage - ധൈര്യം.
course of business - ബിസിനസ് മുറ, കാര്യപരിപാടി, നടപടിക്രമം.
course of dealing - ഇടപാട് മുറ.
course of discussion - ചർച്ചാവേള.
course of life - ജീവിതഗതി.
court - കോടതി, ന്യായസ്ഥാനം.
court above - അപ്പീൽക്കോടതി.
court below - കീഴ്ക്കോടതി, വിചാരണക്കോടതി.
court charges - കോടതിച്ചെലവ്.
court day - കോടതിദിവസം, കോടതി ദിനം.
court fees - കോർട്ടുഫീസ്, കോടതി ഫീസ്.
court fees and suits valuation act - കോടതിഫീസും വ്യവഹാരസലയും ആക്ട്.
court house - കോടതിക്കെട്ടിടം.
court inferior to - താഴെയുള്ള കോടതി, കീഴ്ക്കോടതി.
court inspector - കോർട്ട് ഇൻസ്പെക്ടർ.

court language - കോടതിഭാഷ.
court martial - കോർട്ടുമാർഷൽ, പട്ടാളക്കോടതി.
court of appeal - അപ്പീൽക്കോടതി.
court of assistance - സഹായകക്കോടതി.
court of civil judicature - സിവിൽ ക്കോടതി.
court of common pleas - സാമാന്യ വാദക്കോടതി.
court of competent jurisdiction - ക്ഷമതയുള്ള കോടതി.
court of criminal judicature - ക്രിമിനൽക്കോടതി.
court of enquiry - അന്വേഷണക്കോടതി, അന്വേഷണ വിചാരണക്കോടതി.
court of first instance - ആദ്യവിചാരണക്കോടതി, ആദ്യകോടതി.
court of justice - നീതിന്യായ കോടതി, ന്യായക്കോടതി.
court of labour disputesl - തൊഴിൽ ത്തർക്കക്കോടതി.
court of law - ന്യായാലയം, നിയമകോടതി, കോടതി.
court of original jurisdiction - ആദ്യ വിചാരണക്കോടതി.
court of records - റെക്കാർഡ് കോടതി.
court of sessions - സെഷൻസ് കോടതി.
court of wards - മൈനർ രക്ഷക ക്കോടതി, കോർട്ട് ഓഫ് വാർഡ്സ്.
court rulings - കോടതിയുടെ റൂളിങ്ങുകൾ, കോടതിയുടെ നിരീക്ഷണങ്ങൾ.
courtesan - അഭിസാരിക, വ്യഭിചാരിണി.
covenant - ഉടമ്പടി, സന്ധിനിയമം, കരാർ, മാമൂൽ, ഉഭയസമ്മതപത്രം.
covenant breaker - കരാർ ലംഘിക്കുന്നവൻ.
covenant breaking - കരാർ ലംഘനം.
covenantee - ഉടമ്പടിയ്ക്കു വഴങ്ങിയവൻ.
covenanter - ഉടമ്പടിക്കാരൻ.
coventurer - കൂട്ടുസംരംഭകൻ.
coward - ഭീരു.
cozen - ചതി, വഞ്ചന, വഞ്ചിക്കുക, ചതിപ്രയോഗിക്കുക.
cozenger - ചതിയൻ, വഞ്ചകൻ.
craziness - ഭ്രാന്ത്.
crazy - ഉന്മത്തൻ, വെറിപിടിച്ച.
creamylayer certificate - ക്രീമിലെയർ സർട്ടിഫിക്കറ്റ്.
create - സൃഷ്ടിക്കുക.
creation of post - തസ്തിക സൃഷ്ടിക്കൽ.
credential - സ്ഥാനപത്രം, അധികാരപത്രം, യോഗ്യതാപത്രം.
credentials committee - യോഗ്യതാപത്രസമിതി.
credibility - വിശ്വാസ്യത, വിശ്വസനീയത.
credible - വിശ്വാസ്യമായ.
credible evidence - വിശ്വാസയോഗ്യമായ തെളിവ്.
credible information - വിശ്വസനീയമായ വിവരം.
credible witness - വിശ്വസ്തനായ സാക്ഷി.
credit - വായ്പ, കടം, മാന്യത, വരവുവയ്ക്കുക.
credit entry - വരവുപതിയ്ക്കൽ, വരവു രേഖപ്പെടുത്തൽ.
credit facility - വായ്പാ സൗകര്യം.
credit system - വായ്പാസമ്പ്രദായം.
creditor - കടം കൊടുത്തവൻ, വായ്പ കൊടുത്തവൻ.
creed - വിശ്വാസം, വിശ്വാസപ്രമാണം.
cremation - ശവദാഹം.
cremation ground - ശ്മശാനം.
crier - വിളംബരങ്ങൾ വിളിച്ചുപറയുന്നവൻ.
crime - കുറ്റം, കുറ്റകൃത്യം, അപരാധം.
crime and punishment - കുറ്റവും ശിക്ഷയും.
crime branch - ക്രൈംബ്രാഞ്ച്.
crime detection - കുറ്റം കണ്ടുപിടിക്കൽ.

crime passionnel - ലൈംഗികാതിക്രമത്തോടെയുള്ള കൊടിയകുറ്റകൃത്യം, ലൈംഗികബന്ധമുള്ള കൊടിയ കുറ്റകൃത്യം.
crime records bureau - ക്രൈം റിക്കാർഡ്സ് ബ്യൂറോ.
crime sheet - കുറ്റപത്രം.
crime station - ക്രൈം സ്റ്റേഷൻ.
criminal - അക്രമി, കുറ്റവാളി, കുറ്റകരമായ, ക്രിമിനൽ, കുറ്റകരം.
criminal abortion - ഭ്രൂണഹത്യ, കുറ്റകരമായ ഗർഭം അലസിപ്പിക്കൽ, കുറ്റകരമായ അലസിക്കൽ.
criminal act - കുറ്റകരമായ കൃത്യം.
criminal action - ക്രിമിനൽ നടപടി.
criminal administration - ക്രിമിനൽ നിയമഭരണം.
criminal appeal - ക്രിമിനൽ അപ്പീൽ.
criminal breach - കുറ്റകരമായ ലംഘനം.
criminal breach of trust - കുറ്റകരമായ വിശ്വാസലംഘനം, വിശ്വാസവഞ്ചന ക്കുറ്റം.
criminal case - ക്രിമിനൽ കേസ്.
criminal charge - ക്രിമിനൽ കുറ്റാരോപണം, ക്രിമിനൽ ചാർജ്.
criminal coercion - കുറ്റകരമായ ബലപ്രയോഗം.
criminal conspiracy - കുറ്റകരമായ ഗൂഢാലോചന.
criminal contempt - ക്രിമിനൽ അലക്ഷ്യം.
criminal court - ക്രിമിനൽക്കോടതി.
criminal court deposit - ക്രിമിനൽ ക്കോടതി നിക്ഷേപം.
criminal encroachment of land - കുറ്റകരമായ വസ്തുകൈയേറ്റം.
criminal foeticide - കുറ്റകരമായ ഭ്രൂണഹത്യ.
criminal force - കുറ്റകരമായ ബലപ്രയോഗം.
criminal intention - കുറ്റകരമായ ഉദ്ദേശ്യം.
criminal intimidation - കുറ്റകരമായ ഭയപ്പെടുത്തൽ.
criminal investigation - കുറ്റാന്വേഷണം.
criminal investigation depart-ment (CID) - കുറ്റാന്വേഷണ വകുപ്പ് (സി ഐ ഡി).
criminal jurisprudence - ക്രിമിനൽ നിയമശാസ്ത്രം, ശിക്ഷാവിധിയെക്കുറിച്ചുള്ള നിയമശാസ്ത്രം.
criminal justice - ക്രിമിനൽ നീതി, ക്രിമിനൽ നീതിന്യായം.
criminal law - ക്രിമിനൽ നിയമം.
criminal law (amendment) act - ക്രിമിനൽ നിയമ (ഭേദഗതി) ആക്ട്.
criminal liability - കുറ്റകരമായ പ്രവൃത്തിയുടെ ബാദ്ധ്യത, ക്രിമിനൽ സ്വഭാവമുള്ള പ്രവൃത്തിയുടെ ബാദ്ധ്യത.
criminal lunatic - ഭ്രാന്തനായ കുറ്റക്കാരൻ.
criminal misappropriation - കുറ്റകരമായ ദുർവ്വിനിയോഗം.
criminal misconduct - കുറ്റകരമായ സ്വഭാവദൂഷ്യം.
criminal offence - ക്രിമിനൽ കുറ്റം.
criminal original petition (Crl. OP) - ക്രിമിനൽ ഒറിജിനൽ പെറ്റിഷൻ.
criminal procedure code - ക്രിമിനൽ നടപടി നിയമസംഹിത, ക്രിമിനൽ നടപടി നിയമം.
criminal proceedings - ക്രിമിനൽ നടപടികൾ.
criminal revision case (Crl RC) - ക്രിമിനൽ റിവിഷൻ കേസ്.
criminal rules of practice - ക്രിമിനൽ നടപടിച്ചട്ടങ്ങൾ.
criminal statistics - കുറ്റവാളികളുടെ സ്ഥിതിവിവരണക്കണക്ക്.
criminal trespass - കുറ്റകരമായ കൈയേറ്റം, കുറ്റകരമായ അതിക്രമിച്ചു കടക്കൽ.
criminal tribe - കുറ്റവാളി വർഗ്ഗം.
criminality - അപരാധിത്വം.

criminology - ക്രിമിനോളജി, കുറ്റവാളി-കുറ്റകൃത്യപഠനശാഖ.
crippled - അംഗഭംഗപ്പെട്ടയാൾ.
crisis - പ്രതിസന്ധി, വിപത്ത്, വിഷമഘട്ടം.
crisis - ridden - പ്രതിസന്ധി നിറഞ്ഞ.
criterion - മാനദണ്ഡം, അളവുകോൽ.
critic - വിമർശകൻ, നിരൂപകൻ.
criticism - വിമർശം, നിരൂപണം, ആക്ഷേപം.
cross action - എതിർ നടപടി.
cross appeal - എതിരപ്പീൽ, ക്രോസ് അപ്പീൽ.
cross breed - മിശ്രജാതി, സങ്കരത്വം, സങ്കരവർഗം.
cross complaint - എതിർപ്പരാതി.
cross cut - കുറുക്കുവഴി.
cross decree - എതിർവിധി.
cross examination - എതിർവിചാരണ, എതിർവിസ്താരം, ക്രോസ് വിസ്താരം.
cross purpose - വിപരീതോദ്ദേശ്യം, വിരുദ്ധമായ ഉദ്ദേശ്യം.
cross question - എതിർചോദ്യം.
cross reference - പ്രതിപരാമർശം.
cross section - പരിച്ഛേദം.
cross subsidy - പരസ്പരയിളവ്.
cross suit - എതിർവ്യവഹാരം.
cross verification - ഒത്തുനോക്കൽ.
crossed cheque - ക്രോസ്ചെയ്ത ചെക്ക്.
crucial - ഒഴിച്ചുകൂടാനാവാത്ത, നിർണ്ണായകമായ.
crucial test - നിർണ്ണായകപരീക്ഷ.
crude form - അപരിഷ്കൃത രൂപം, അസംസ്കൃതരൂപം.
crude oil - അസംസ്കൃത എണ്ണ.
cruelty - ഹിംസ, ക്രൂരത.
cruelty against animals - മൃഗങ്ങളോടുള്ള ക്രൂരത.
cruelty to wild animals - വന്യമൃഗങ്ങളോടുള്ള ക്രൂരത.
cruelty towards animals - മൃഗങ്ങളോടുള്ള ക്രൂരത.
culpable - കുറ്റകരമായ.
culpable homicide - കുറ്റകരമായ നരഹത്യ.
culpable homicide amounting to murder - കൊലപാതകമാകത്തക്ക നരഹത്യ.
culpable homicide not amoun-ting to murder - കൊലപാതകമാകാത്ത കുറ്റകരമായ നരഹത്യ.
culpable laxity - കുറ്റകരമായ അനാസ്ഥ.
cultural affairs department - സാംസ്കാരികവകുപ്പ്.
cultural and heritage policy - സാംസ്കാരിക - പൈതൃകനയം.
cultural heritage - സാംസ്കാരികപാരമ്പര്യം.
cultural nationalism - സാംസ്കാരിക ദേശീയത.
cultural policy - സാംസ്കാരികനയം.
cultural shock - സാംസ്കാരികാഘാതം.
culvert - കലുങ്ക്, ഓവുപാലം.
cumulative effect - സഞ്ചിതഫലം, ഒന്നിച്ചുചേർത്ത ഫലം.
cumulative note - ഒന്നിച്ചുചേർത്ത നോട്ട്.
cumulative punishment - ഒന്നിച്ചുചേർത്ത ശിക്ഷ, സമാഹൃതശിക്ഷ.
cumulative result - സഞ്ചിതഫലം, ഒന്നിച്ചുചേർത്ത ഫലം, സമാഹൃതഫലം.
cunning - കൗശലം.
curfew - കർഫ്യൂ, നിശാനിയമം.
currative petition - തിരുത്തൽ ഹർജി.
currency - കറൻസി, നാണയം.
currency chest - നാണയപ്പെട്ടി.
currency note - കറൻസിനോട്ട്.
currency officer - കറൻസി ഓഫീസർ.
currency rate - നാണ്യനിരക്ക്.
currency stability - നാണയസ്ഥിരത, നാണ്യസ്ഥിരത.

currency value - നാണയമൂല്യം.
current account - കറന്റ് അക്കൗണ്ട്.
current account deficit - കറന്റ് അക്കൗണ്ട് കമ്മി.
current file - നടപ്പുഫയൽ, കറന്റ് ഫയൽ.
current year - തന്നാണ്ട്, നടപ്പുവർഷം.
curriculum - പാഠ്യപദ്ധതി.
curtail - ചുരുക്കുക, വെട്ടിച്ചുരുക്കുക, വെട്ടിക്കുറയ്ക്കുക, പരിമിതപ്പെടുത്തുക.
custodia legis - നിയമത്തിന്റെ കസ്റ്റഡിയിൽ, നിയമബന്ധവസ്സിൽ.
custodial death - കസ്റ്റഡിമരണം.
custodial rape - കസ്റ്റഡിയിലിരിക്കെയുള്ള ബലാൽസംഗം.
custodial torture - കസ്റ്റഡിയിൽവച്ചുള്ള പീഡനം.
custodian - കൈവശക്കാരൻ, സൂക്ഷിപ്പുകാരൻ.
custodian of deposit - നിക്ഷേപസൂക്ഷിപ്പുകാരൻ.
custodian of documents - പ്രമാണം സൂക്ഷിപ്പുകാരൻ.
custodian of enemy property - ശത്രുമുതൽ സൂക്ഷിപ്പുകാരൻ, ശത്രുസ്വത്ത് സൂക്ഷിപ്പുകാരൻ.
custodian of evacuee property - അഭയാർത്ഥിസ്വത്ത് സൂക്ഷിപ്പുകാരൻ.
custodian of material objects - തൊണ്ടിമുതൽ സൂക്ഷിപ്പുകാരൻ.
custody - കസ്റ്റഡി, സൂക്ഷിപ്പ്, തടങ്കൽ, പരിരക്ഷ.
custom - നാട്ടുനടപ്പ്, തീരുവ, സമ്പ്രദായം, ചുങ്കം, ആചാരം.
custom bond - ചുങ്കച്ചീട്ട്.
custom having the force of law - നിയമപ്രകാരമുള്ള ആചാരം.
customary ceremonies - പതിവടിയന്തരങ്ങൾ.
customary law - നാട്ടാചാര നിയമം, ആചാരാധിഷ്ഠിത നിയമം.
customary right - പതിവവകാശം.
customs bond - ചുങ്കച്ചീട്ട്.
customs collector - കസ്റ്റംസ് കളക്ടർ.
customs department - കസ്റ്റംസ് വകുപ്പ്.
customs duty - ചുങ്കവരി, ചുങ്കത്തീരുവ, കസ്റ്റംസ് ഡ്യൂട്ടി.
customs examination - ചുങ്കപരിശോധന.
customs frontier - ചുങ്കാതിർത്തി, കസ്റ്റംസ് അതിർത്തി.
customs house - കസ്റ്റംസ് ഹൗസ്, ചവുക്ക.
customs house officer - കസ്റ്റംസ് ഹൗസ് ഓഫീസർ, ചുങ്കപ്പുര ഓഫീസർ.
customs inspector - കസ്റ്റംസ് ഇൻസ്പെക്ടർ.
customs officer - കസ്റ്റംസ് ഓഫീസർ.
customs tariff - ചുങ്കനിരക്ക്.
cut motion - ഖണ്ഡനപ്രമേയം, ഖണ്ഡനോപക്ഷേപം.
cut purse - പോക്കറ്റടിക്കാരൻ.
cut short - വെട്ടിക്കുറയ്ക്കുക, വെട്ടിച്ചുരുക്കുക.
cut throat - കൊലപാതകി.
cutchery - കച്ചേരി.
cutchi memons act - കച്ചിമെമൻസ് ആക്ട്.
cutting edge level - സാദ്ധ്യമായ നിലവാരം.
cyber crime - സൈബർ കുറ്റകൃത്യം.
cyber criminals - സൈബർ കുറ്റവാളികൾ.
cyber defence and operations - സൈബർ പ്രതിരോധവും പ്രവർത്തനങ്ങളും.
cyber investigation - സൈബർ കുറ്റാന്വേഷണം.
cyber law - സൈബർ നിയമം.
cyber secure environment - സൈബർ സുരക്ഷിതാന്തരീക്ഷം.
cyber security expert - സൈബർ സുരക്ഷാ വിദഗ്ധൻ.
cyber security professional - സൈബർ സുരക്ഷാ വിദഗ്ദ്ധൻ.
cyber security threat - സൈബർ സുരക്ഷാ ഭീഷണി.
cyclone - ചുഴലിക്കാറ്റ്, കൊടുങ്കാറ്റ്.
cytology - കോശവിജ്ഞാനം.

D

D.O.letter - അർദ്ധ ഔദ്യോഗികക്കത്ത്.
dacoit - കൂട്ടുകവർച്ചക്കാരൻ.
dacoity - കൂട്ടായ്മക്കവർച്ച, കൊള്ള, തീവെട്ടിക്കൊള്ള.
dacoity with murder - കൊലപാതകത്തോടുകൂടിയ കൊള്ള.
dactylography - വിരലടയാള പഠനം.
dagger - കഠാര.
daily allowance - ദിവസപ്പടി, ദിനബത്ത.
daily batta - ദിനബത്ത.
daily fine - ദിവസംതോറുമുള്ള പിഴ.
daily note - ദിനക്കുറിപ്പ്.
daily routine - ദിനചര്യ, ദിനക്രമം.
daily wage - ദിവസക്കൂലി, ദിവസവേതനം.
dairy development department - ക്ഷീരവികസന വകുപ്പ്.
dairy development officer - ഡയറി ഡവലപ്മെന്റ് ഓഫീസർ.
dairy farmers welfare fund - ക്ഷീരകർഷക ക്ഷേമനിധി.
dairy officer - ഡയറി ഓഫീസർ.
dak book - തപാൽപുസ്തകം.
dakshina bharat hindi prachara sabha act - ദക്ഷിണ ഭാരത് ഹിന്ദി പ്രചാര സഭ ആക്ട്.
dam safety authority - ഡാം സുരക്ഷാ അതോറിറ്റി.
damage - നാശനഷ്ടം, നഷ്ടം, കേട്, കേടുപാട്.
damage amount - നഷ്ടസംഖ്യ.
damage to person - ശാരീരിക ക്ഷതം.
damage to property - വസ്തുനാശം, വസ്തുവിനുണ്ടാകുന്ന കേടുപാട്.
damages - നഷ്ടപരിഹാരം.
damnify - നാശം വരുത്തുക, നശിപ്പിക്കുക.
danger - അപായം, അപകടം, വിപത്ത്, ആപത്ത്, അത്യാഹിതം.
danger prone area - അപായസാധ്യതകൂടിയ മേഖല.
dangerous - അപകടകരമായ.
dangerous drugs - അപായമരുന്നുകൾ.
dangerous drugs act - അപായകരമായ മയക്കുമരുന്നുകൾ ആക്ട്.
dangerous weapon - മാരകായുധം.
danger-prone - അപായസാദ്ധ്യതയുള്ള.
darbar - ദർബാർ.
data - വിവരം.
data bank - വിവരശേഖരം, ഡാറ്റാ ബാങ്ക്.
data centre - വിവര കേന്ദ്രം, ഡാറ്റാ സെന്റർ.
data collection - വിവരശേഖരണം, ഡാറ്റാ കളക്ഷൻ.
data statement - അടിസ്ഥാന വിവരപ്പട്ടിക.
date - തീയതി.
date of appointment - നിയമനത്തീയതി.
date of birth - ജനനത്തീയതി.
date of effect - പ്രാബല്യത്തീയതി.
date of encashment - പണമാക്കിയ തീയതി, പണംമാറിയ തീയതി.
date of expiry - കാലഹരണത്തീയതി.
date of issue - അയച്ച തീയതി.
date of judgment - വിധിന്യായത്തീയതി.
date of occurrence of vacancy - ഒഴിവ് നിലവിൽവന്ന തീയതി.
date of purchase - വിലവാങ്ങിയ തീയതി.
date of receipt - കൈപ്പറ്റിയ തീയതി.
date of return - തിരിച്ചുകിട്ടുന്ന തീയതി.
date of service of notice - നോട്ടീസ് നടത്തിയ തീയതി.
date stamp - തീയതിമുദ്ര.
day and night strike - രാപകൽ സമരം.
day appointed - നിർദ്ദിഷ്ട ദിവസം,

നിശ്ചയിച്ച ദിവസം.
day book - നാൾവഴി, നാൾവഴിക്കണക്കു പുസ്തകം, ദിനസരിപ്പുസ്തകം, നാൾവഴിപ്പുസ്തകം.
day by day - ദിനംതോറും, ദിവസംതോറും.
day shift - പകൽ ഷിഫ്റ്റ്.
daysman - വിധികർത്താവ്, മദ്ധ്യസ്ഥൻ.
de facto - വസ്തുസ്ഥിതി പ്രകാരമുള്ള, വസ്തുതപ്രകാരമുള്ള, യഥാർത്ഥത്തിലുള്ള, വാസ്തവത്തിലുള്ള, യഥാർത്ഥത്തിലുള്ള.
de facto complainant - യഥാർത്ഥ പരാതിക്കാരൻ.
de facto guardian - യഥാർത്ഥ രക്ഷാകർത്താവ്.
de facto petitioner - യഥാർത്ഥ പരാതിക്കാരൻ.
de jure - നിയമപ്രകാരമുള്ള.
de jure owner - നിയമാനുസൃത ഉടമസ്ഥൻ.
de novo - പുതുതായി, വീണ്ടും.
de novo trial - പുതുവിചാരണ, ആദിതവിചാരണ.
dead - മരിച്ച, മൃതമായ.
dead account - ഉപയോഗത്തിലില്ലാത്ത അക്കൗണ്ട്, നിഷ്ക്രിയമായ കണക്ക്.
dead as a dodo - തികച്ചും മരിച്ച.
dead body - ശവം, ശവശരീരം, മൃതദേഹം, മൃതശരീരം.
dead card - കാലംചെന്ന കാർഡ്.
dead house - ശവക്കല്ലറ.
dead language - മൃതഭാഷ.
dead letter - പ്രാബല്യത്തിലില്ലാതായ നിയമം, ഡെഡ് ലെറ്റർ.
dead lock - സ്തംഭനം.
dead person - മരണപ്പെട്ട വ്യക്തി.
dead stock - വില്ക്കാൻ സാധിക്കാത്ത സ്റ്റോക്ക്, നിരുപയോഗസാധനം.
dead weight - താങ്ങാനാവാത്ത ഭാരം.
deadly - മാരകമായ.
deadly assault - മാരകമായ കൈയേറ്റം.
deadly weapon - മാരകായുധം.
deaf and dumb school - ബധിര-മൂക വിദ്യാലയം.
deaf person - ബധിരൻ.
deal - ഒത്തുതീർപ്പ്, വിനിമയം.
deal with - കൈകാര്യം ചെയ്യുക, ഇടപെടുക, അഭിമുഖീകരിക്കുക.
dealer - വ്യാപാരി.
dealing - ഇടപാട്.
dear - പ്രിയപ്പെട്ട.
dear and near - ബന്ധുമിത്രാദികൾ.
dearness allowance - ക്ഷാമബത്ത.
dearness pay - ക്ഷാമവേതനം.
dearth - ദൗർലഭ്യം.
dearth of food - ഭക്ഷ്യക്ഷാമം.
dearth of resource - വിഭവക്ഷാമം.
death - മരണം, ചരമം, ജീവഹാനി,.
death anniversary - ചരമവാർഷികം.
death bed charges - മരണശയ്യാ ചെലവുകൾ.
death certificate - മരണസർട്ടിഫിക്കറ്റ്, മരണ സാക്ഷ്യപത്രം.
death convict - വധശിക്ഷ നല്കപ്പെട്ട കുറ്റവാളി.
death due to dehydration - നിർജ്ജലീകരണം മൂലമുള്ള മരണം.
death due to drowning - മുങ്ങിമരണം.
death due to hanging - തൂങ്ങിമരണം.
death duty - മരണാനന്തര സ്വത്തു നികുതി.
death of the earning member - വരുമാനമുള്ള അംഗത്തിന്റെ ചരമം/മരണം.
death penalty - വധശിക്ഷ, മരണശിക്ഷ.
death punishment - വധശിക്ഷ, മരണശിക്ഷ.
death rate - മരണനിരക്ക്.
death sentence - മരണശിക്ഷാവിധി.
death warrant - വധശിക്ഷാ ഉത്തരവ്.
death-cum retirement gratuity - മരണ-സേവന വിരാമ ഗ്രാറ്റ്യൂയിറ്റി.
debar - പുറത്താക്കുക, ഒഴിവാക്കുക,

നിരോധിക്കുക, തടയുക.
debarment - പുറത്താക്കൽ, ഒഴിവാക്കൽ, നിരോധം, ബഹിഷ്കരിക്കൽ.
debasement of coins - നാണ്യങ്ങളുടെ വിലകുറയ്ക്കൽ.
debatable matter - വിവാദവിഷയം.
debate - സംവാദം, വിവാദം, വാദപ്രതിവാദം.
debating group - വാദപ്രതിവാദ സംഘം.
debating society - വാദപ്രതിവാദ സമൂഹം.
debauch - ദുർന്നടപ്പ്.
debauchee - ദുർന്നടപ്പുകാരൻ.
debenture - കടപ്പത്രം, ഋണപത്രം, ഡിബഞ്ചർ.
debenture holder - കടപ്പത്രധാരി.
debility - ദൗർബല്യം.
debit - ചെലവെഴുതുക.
debit balance - കിഴിവുബാക്കി, പറ്റുബാക്കി.
debit card - ഡെബിറ്റ് കാർഡ്.
debitrix - കടംവാങ്ങിയ സ്ത്രീ.
debris - അവശിഷ്ടം.
debt - കടം, ഋണം.
debt bond - കടച്ചീട്ട്.
debt charges - കടബാദ്ധ്യത.
debt head - ഋണശീർഷം.
debt relief - കടാശ്വാസം, ഋണാശ്വാസം.
debt relief act - കടാശ്വാസ ആക്ട്.
debt relief bill - ഋണാശ്വാസ ബിൽ.
debt relief commission act - കടാശ്വാസ കമ്മിഷൻ ആക്ട്.
debtor - കടക്കാരൻ.
deceased - പരേതനായ, മരണപ്പെട്ട.
deceased officer - പരേതനായ ഉദ്യോഗസ്ഥൻ.
deceased owner - മരണപ്പെട്ട ഉടമസ്ഥൻ.
deceased pensioner - പരേതനായ പെൻഷണർ.
deceit - ചതി, വഞ്ചന.
deceitful means - കബളിപ്പിക്കുന്ന മാർഗ്ഗം.
deceitful practice - സൂത്രപ്പണി.
deceitful ways - കബളിപ്പിക്കുന്ന മാർഗ്ഗങ്ങൾ.
deceive - പറ്റിക്കുക, കബളിപ്പിക്കുക.
deceiver - ചതിയൻ, വഞ്ചകൻ.
decency - മര്യാദ, മാന്യത, സഭ്യത.
decennial period - ദശവർഷക്കാലം.
decennium - ദശവർഷം.
decent burial - മാന്യമായ ശവസംസ്കാരം, മാന്യമായ ശവമടക്ക്.
decentralisation - വികേന്ദ്രീകരണം.
decentralisation of authority - അധികാര വികേന്ദ്രീകരണം.
decentralised item - വികേന്ദ്രീകൃതയിനം.
decentralization of power - അധികാര വികേന്ദ്രീകരണം.
decentralization of powers act - അധികാര വികേന്ദ്രീകരണ ആക്ട്.
decentralized plan - വികേന്ദ്രീകൃത പദ്ധതി.
decentralized planning - വികേന്ദ്രീകൃതാസൂത്രണം.
deception - ചതി, വഞ്ചന, കബളിപ്പിക്കൽ.
decide - തീരുമാനിക്കുക.
deciding vote - നിർണ്ണായക വോട്ട്.
decision - തീരുമാനം, നിർണ്ണയം, നിശ്ചയം, തീർപ്പ്.
decisive evidence - നിർണ്ണായക തെളിവ്.
decisive factor - നിർണ്ണായകഘടകം.
declaration - അറിയിപ്പ്, പ്രഖ്യാപനം, പ്രസ്താവന.
declaration decision - പ്രഖ്യാപന വിധി.
declaration form - ഡിക്ലറേഷൻ ഫാറം, പ്രഖ്യാപന ഫാറം.
declaration of result - ഫലപ്രഖ്യാപനം.
declaratory decree - അവകാശസ്ഥാപന ഡിക്രി, പ്രഖ്യാപന വിധി, അവ

കാശസ്ഥാപനവിധി.
declare - പ്രഖ്യാപിക്കുക, ഉറപ്പിച്ചുപറയുക.
declared aim - പ്രഖ്യാപിതലക്ഷ്യം.
declared bankrupt - പാപ്പരായി പ്രഖ്യാപിച്ച.
declared policy - പ്രഖ്യാപിതനയം.
declared policy of the govern-ment - സർക്കാരിന്റെ പ്രഖ്യാപിതനയം.
declination - ക്ഷയം.
decline - ക്ഷയിക്കുക, വിസമ്മതിക്കുക, നിഷേധിക്കുക, നശിക്കുക, വിസമ്മതി, അധഃപതനം.
decontrol - നിയന്ത്രണം മാറ്റുക, നിയന്ത്രണരഹിതം.
decorated - വർണ്ണശബളമായ.
decorum - സദാചാരധർമ്മം, ഔചിത്യം.
decree - വിധി, ഡിക്രി, കല്പന.
decree amount - വിധിത്തുക.
decree debt - വിധിക്കടം.
decree debtor - വിധിക്കടക്കാരൻ.
decree holder - വിധിയുടമ.
decree nisi - സോപാധികവിധി, താല്ക്കാലികവിധി.
decree of nullity - അസാധുവാക്കുന്ന വിധി, അസ്ഥിരപ്പെടുത്തുന്ന വിധി.
decree writer - ഡിക്രി എഴുത്തുകാരൻ.
decretal amount - ഡിക്രി തുക.
decretal demand - ഡിക്രിപ്രകാരമുള്ള ഡിമാൻഡ്.
decretal order - വിധിയുത്തരവ്.
deduct - കിഴിക്കുക, കുറയ്ക്കുക, കുറവു ചെയ്യുക.
deduction - കിഴിവ്, കുറയ്ക്കൽ, അനുമാനം.
deed - പ്രവൃത്തി, ആധാരം, കരണം, പ്രമാണം.
deed of agreement - സമ്മതപത്രം, അനുവാദപത്രം.
deed of assignment - തീറാധാരം.
deed of composition - രാജിപത്രം.
deed of contract - കരാർരേഖ.
deed of gift - ഇഷ്ടദാനപത്രം.
deed of lease - പാട്ടച്ചീട്ട്, വാടകച്ചീട്ട്.
deed of release - ഒഴിമുറി.
deed of rent - പാട്ടച്ചീട്ട്, വാടകച്ചീട്ട്.
deed of sale - വിലയാധാരം.
deed of transfer - കൈമാറ്റ ആധാരം, കൈമാറ്റക്കരണം.
deemed to be - കണക്കാക്കപ്പെടുക.
deemster - ജഡ്ജി, ന്യായാധിപൻ.
deep rooted - അടിയുറച്ച.
deep sea fishing - ആഴക്കടൽ മീൻപിടുത്തം, ആഴക്കടൽ മത്സ്യബന്ധനം.
deep structure - ആന്തരഘടന.
deface - വിരൂപമാക്കുക.
defaced coin - തേഞ്ഞുമാഞ്ഞ നാണയം.
defalcation - പണാപഹരണം.
defamation - മാനനഷ്ടം, അപഖ്യാതി, അപകീർത്തി.
defamation case - മാനനഷ്ടക്കേസ്, അപകീർത്തിക്കേസ്.
defamation suit - മാനനഷ്ടവ്യവഹാരം.
defamatory libel - അപകീർത്തികരമായ ലേഖനം.
defamatory per-se - പ്രത്യക്ഷത്തിൽ അപഖ്യാതിയുള്ള.
defamatory questions - അപകീർത്തികരമായ ചോദ്യങ്ങൾ.
defamatory statement - അപകീർത്തികരമായ പ്രസ്താവന.
defame - അകീർത്തി, അപകീർത്തിപ്പെടുത്തുക.
default - വീഴ്ച, വീഴ്ചവരുത്തുക.
default book - വീഴ്ചക്കുറിപ്പു പുസ്തകം.
default in instalment - തവണമുടക്കം.
default of payment - പണമടയ്ക്കാൻ വീഴ്ചവരുത്തൽ.
defaulter - കുടിശ്ശികക്കാരൻ, വീഴ്ചവരുത്തിയ ആൾ.
defeat - പരാജയം, പരാജയപ്പെടുത്തുക, തോല്വി, അസാധുവാക്കുക, തോല്പിക്കുക.

defect - ന്യൂനത, പോരായ്മ, അപാകത.
defection - കൂറുമാറ്റം.
defective - ന്യൂനതയുള്ള.
defence - പ്രതിരോധം, ന്യായ സമർത്ഥനം, പ്രതിവാദം.
defence committee - രാജ്യരക്ഷാസമിതി.
defence department - രാജ്യരക്ഷാവകുപ്പ്, പ്രതിരോധവകുപ്പ്.
defence force - പ്രതിരോധസേന.
defence inspection organisation - രാജ്യരക്ഷാ നിരീക്ഷണസംഘടന.
defence minister - രാജ്യരക്ഷാമന്ത്രി, പ്രതിരോധവകുപ്പുമന്ത്രി.
defence ministry - പ്രതിരോധ മന്ത്രാലയം.
defence of india act - ഇന്ത്യൻ രാജ്യരക്ഷാ ആക്ട്.
defence research and develop-ment council - രാജ്യരക്ഷാഗവേഷണ വികസന കൗൺസിൽ.
defence science laboratory - രാജ്യരക്ഷാ വിജ്ഞാന പരീക്ഷണശാല.
defence service - പ്രതിരോധ സേവനം, രാജ്യരക്ഷാസർവീസ്.
defence services staff college - രാജ്യരക്ഷാ സേവന സ്റ്റാഫ് കോളേജ്, ഡിഫൻസ് സർവീസസ് സ്റ്റാഫ് കോളെജ്.
defence witness - എതിർസാക്ഷി.
defenceless - പ്രതിവാദമില്ലാത്ത.
defend - പ്രതിരോധിക്കുക, ചെറുക്കുക.
defendable - എതിർക്കാവുന്ന, പ്രതിരോധിക്കാവുന്ന.
defendant - എതിർകക്ഷി, പ്രതി.
defender - എതിർകക്ഷി.
defensive - പ്രതിരോധത്തിലായ, പ്രതിരോധത്തിനുവേണ്ടിയുള്ള.
defensive weapon - പ്രതിരോധായുധം.
defensum - നിരോധനം.
defer - താമസിപ്പിക്കുക, നീട്ടിവയ്ക്കുക, മാറ്റിവയ്ക്കുക.
deferred - മാറ്റിവയ്ക്കപ്പെട്ട, നീട്ടിവച്ച.
deferred expenditure - മാറ്റിവയ്ക്കപ്പെട്ട ചെലവ്.
deferred payment - മാറ്റിവയ്ക്കപ്പെട്ട പണമടവ്, കാലതാമസം വന്ന അടവ്.
defiance - ധിക്കരിക്കൽ.
deficiency - അപര്യാപ്തത, അഭാവം, പോരായ്മ, കുറവ്, പഞ്ഞം.
deficient - അപര്യാപ്തം.
deficit - കമ്മി.
deficit budget - കമ്മി ബജറ്റ്.
defier - ധിക്കാരി.
defile - ദുഷിപ്പിക്കുക.
defiliation - ശിശുമോഷണം.
definite - നിശ്ചിതമായ.
definition - നിർവ്വചനം.
definitive judgment - അന്തിമവിധി ന്യായം, അവസാനവിധി, അന്തിമവിധി, നിർണ്ണായകവിധി.
deflower - ചാരിത്ര്യം നശിപ്പിക്കുക, ചാരിത്ര്യം ഇല്ലാതാക്കുക.
deforcement - അന്യായമായി അപരന്റെ സ്വത്ത് കൈവശം വെയ്ക്കൽ.
deforestation - വനനശീകരണം, കാടുതെളിപ്പ്.
deformity - വൈരൂപ്യം.
defossion - ജീവനോടെ ദഹിപ്പിക്കൽ.
defraud - ചതി, വഞ്ചന, കബളിപ്പിക്കുക.
defraudation - വഞ്ചന.
defrauder - വഞ്ചകൻ, ചതിയൻ.
defraudment - വഞ്ചന.
defray expenses - ചെലവുനിർവ്വഹണം.
defunct - പ്രവർത്തനരഹിതം, നിന്നുപോയ, പ്രവർത്തനം നിലച്ച.
defy - ധിക്കരിക്കുക.
degradation - തരംതാഴ്ത്തൽ.
degrade - തരംതാഴ്ത്തുക.
dehire - ജോലിയിൽനിന്ന് വിടുതൽചെയ്യുക.
dehydration - നിർജ്ജലീകരണം.
de-jure - നിയമപ്രകാരമുള്ള.

de-jure owner - നിയമപ്രകാരമുള്ള ഉടമസ്ഥൻ.
delate - കുറ്റം പരസ്യപ്പെടുത്തുക, കുറ്റാരോപണം നടത്തുക.
delation - കുറ്റാരോപണം.
delator - വിവരം നല്കുന്നയാൾ.
delay - കാലതാമസം, കാലവിളംബം, താമസിപ്പിക്കുക, നീട്ടിവയ്ക്കുക.
delay a report - റിപ്പോർട്ടു വൈകിയ്ക്കുക.
delayed - നീട്ടിവച്ച, മാറ്റിവയ്ക്കപ്പെട്ട, കാലതാമസംവന്ന.
delegata potestas non potest delegari - കൈമാറ്റംചെയ്യപ്പെട്ട അധികാരം വീണ്ടും കൈമാറാനാകില്ല.
delegate - ഏല്പിച്ചുകൊടുക്കുക, പ്രതിനിധി, ഭരമേല്പിക്കുക.
delegate power - അധികാരം ഏല്പിക്കുക.
delegation - പ്രതിനിധാനം, പ്രത്യായോജനം, ഡെലിഗേഷൻ, ഏല്പിച്ചുകൊടുക്കൽ.
delegation of financial powers - സാമ്പത്തികാധികാര പ്രത്യായോജനം.
delegation of powers - അധികാരമാറ്റം, അധികാരനിയോഗം, അധികാരപ്രത്യായോജനം, അധികാരം ഏല്പിക്കൽ.
deletarious - ദോഷകരമായ, ഹാനികരമായ.
delete - നീക്കംചെയ്യുക, എടുത്തുകളയുക.
deleterious - ഹാനികരമായ.
deleterious - അപകടകരമായ, ഹാനികരമായ, ദോഷകരമായ.
deletion - എടുത്തുകളയൽ.
deliberate - മനഃപൂർവ്വമുള്ള, സുചിന്തിതമായ, കരുതിക്കൂട്ടിയുള്ള.
deliberate act - കരുതിക്കൂട്ടിയുള്ള പ്രവൃത്തി.
deliberate delay - മനഃപൂർവ കാലതാമസം.
deliberately - കരുതിക്കൂട്ടി, മനഃപൂർവ്വം, വിചാരപൂർവ്വം.
delicate situation - വിഷമസ്ഥിതി.
delict - ക്രിമിനൽക്കുറ്റം.
delimitation - അതിർത്തി നിർണ്ണയം.
delimitation of area - പ്രദേശത്തിന്റെ അതിർത്തി നിർണ്ണയം, അതിർത്തി നിർണ്ണയം.
delimitation of constituency - നിയോജകമണ്ഡലത്തിന്റെ അതിർത്തി നിർണ്ണയം.
delinquency - അപരാധം, വീഴ്ച, അപചാരം, ദുർന്നടപ്പ്.
delinquent - കൃത്യവിലോപി, അപരാധി, അപചാരി.
delirious - സ്വബോധമില്ലാത്ത.
delivery - കൈമാറ്റം, വിതരണം, പ്രസവം.
delivery book - വിതരണപുസ്തകം.
delivery centre - വിതരണകേന്ദ്രം.
delivery clerk - വിതരണക്ലാർക്ക്.
delivery of books and news papers (public libraries) act - പുസ്തകങ്ങളും വർത്തമാനപത്രങ്ങളും നല്കൽ (പൊതു ഗ്രന്ഥശാലകൾ) ആക്ട്.
deluded - വ്യാമോഹത്തിൽ അകപ്പെടുക.
demand - അധികാരത്തോടെ ആവശ്യപ്പെടുക.
demand and collection - മുതലും പിരിവും.
demand draft - ഡിമാൻഡ് ഡ്രാഫ്റ്റ്.
demand fee - ഡിമാൻഡുപടി, ഡിമാൻഡ് ഫീസ്.
demand for grant - സഹായധനാഭ്യർത്ഥന, ഗ്രാന്റിനുള്ള അഭ്യർത്ഥന.
demand memorandum - അഭ്യർത്ഥനാമെമ്മോറാണ്ടം.
demand notice - ഡിമാൻഡ് നോട്ടീസ്.
demand, collection and balance account - മുതൽ പിരിവ് ബാക്കി അക്കൗണ്ട്.
demand, collection, balance - മുതൽ പിരിവ് ബാക്കി.

demand, collection, balance statement - മുതൽ പിരിവ് ബാക്കി സ്റ്റേറ്റ്മെന്റ്.
demands of grant - ധനാഭ്യർത്ഥന.
demarcation - അതിർത്തിനിർണ്ണയം, അതിരടയാളംചെയ്യൽ.
demarcation charges - അതിർത്തി നിർണ്ണയച്ചെലവ്.
demarcation line - അതിർത്തിരേഖ.
demarcation stone - അതിർത്തിക്കല്ല്.
demeanour - പെരുമാറ്റം, പ്രവർത്തന രീതി, പ്രവർത്തനശൈലി.
demesne land - ജന്മിയുടെ ഉപയോഗത്തിനുള്ള ഭൂമി.
demi - official correspondence - അർദ്ധ ഔദ്യോഗിക കത്തിടപാട്.
demi official letter - അർദ്ധ ഔദ്യോഗിക കത്ത്.
demise - മരണം.
demised - പരേതനായ.
demised premise - വാടകയ്ക്കു നല്കിയ വസ്തു/കെട്ടിടം.
demobilisation - പട്ടാളം പിരിച്ചുവിടൽ.
democracy - ജനാധിപത്യം.
democrate - ജനാധിപത്യവിശ്വാസി.
democratic - ജനാധിപത്യപരം.
democratic republic - ജനാധിപത്യ റിപ്പബ്ലിക്ക്.
demonstrate - പ്രദർശിപ്പിക്കുക.
demonstration - പ്രദർശനം, പ്രകടനം.
demonstration farm - പ്രദർശനഫാം.
demonstrative evidence - സ്ഥാപിത തെളിവ്.
demote - തരംതാഴ്ത്തുക.
demotion - ഉദ്യോഗത്താഴ്ച.
demotion - പദവി കുറയ്ക്കൽ, തരം താഴ്ത്തൽ.
demur - സംശയം പ്രകടിപ്പിക്കുക, തടസ്സംപറയുക.
demurrage - വിളംബക്കൂലി.
denial - നിഷേധം, നിഷേധിക്കൽ.
denial of bail - ജാമ്യനിഷേധം.
denial of benefit - ആനുകൂല്യ നിഷേധം.
denial of claim - അവകാശനിരസനം.
denial of employment - തൊഴിൽനിഷേധം.
denial of justice - നീതിഭംഗം.
denial of right - അവകാശനിരസനം.
denigrate - ചെറുതാക്കിക്കാണിക്കുക, അപകീർത്തിപ്പെടുത്തുക.
denomination - ഇനം, തരം.
denote - സൂചിപ്പിക്കുക, രേഖപ്പെടുത്തുക.
denoted - രേഖപ്പെടുത്തിയ.
denotify - വിജ്ഞാപനം പിൻവലിക്കുക.
denounce - അപലപിക്കുക, ആക്ഷേപിക്കുക, നിന്ദിക്കുക, കുറ്റം ചുമത്തുക, തള്ളിപ്പറയുക.
denouncement - അപലപിക്കൽ, കുറ്റാരോപണം, തള്ളിപ്പറയൽ.
de-novo - പുതുതായി.
de-novo enquiry - പുനരന്വേഷണം.
de-novo trial - പുനർവിചാരണ, പുതുവിചാരണ.
density of population - ജനസാന്ദ്രത.
denunciate - അപലപിക്കുക, ആക്ഷേപിക്കുക, കുറ്റം ചുമത്തുക, നിന്ദിക്കുക.
denunciation - അപലപിക്കൽ, കുറ്റാരോപണം, രാജ്യാന്തര ഉടമ്പടി അവസാനിപ്പിക്കൽ.
denunciator - അപവാദം ഉന്നയിക്കുന്നയാൾ, ആക്ഷേപകൻ.
deny - നിരസിക്കുക, തള്ളിക്കളയുക, നിരാകരിക്കുക, നിഷേധിക്കുക.
depart secretly - ഒളിവിൽ പോകുക.
department - വകുപ്പ്.
department of agriculture - കൃഷിവകുപ്പ്.
department of atomic energy - അണുശക്തി വകുപ്പ്.
department of aviation - വ്യോമഗതാഗതവകുപ്പ്.
department of cabinet affairs - മന്ത്രി

സഭാകാര്യവകുപ്പ്.
department of chemicals - രാസവസ്തു വകുപ്പ്.
department of communications - കമ്മ്യൂണിക്കേഷൻസ് വകുപ്പ്.
department of company affairs - കമ്പനികാര്യവകുപ്പ്.
department of economic affairs - സാമ്പത്തികകാര്യവകുപ്പ്.
department of legal affairs - നിയമകാര്യ വകുപ്പ്.
department of mines and metals - ഖനി-ലോഹവകുപ്പ്.
department of public works - പൊതുമരാമത്തുവകുപ്പ്.
department of statistics - സ്ഥിതിവിവരക്കണക്കുവകുപ്പ്.
department of treasuries - ട്രഷറി വകുപ്പ്.
department of youth affairs - യുവജനകാര്യ വകുപ്പ്.
departmental - വകുപ്പുതലത്തിലുള്ള, വകുപ്പുവഴിക്കുള്ള.
departmental action - വകുപ്പുതല നടപടി.
departmental charges - വകുപ്പുതല ചെലവുകൾ.
departmental enquiries (enforcement of attendance of witnesses and production of documents) act - വകുപ്പുതല അന്വേഷണ വിചാരണകൾ (സാക്ഷികളുടെ ഹാജരാക്കലും രേഖകൾ ഹാജരാക്കലും നിർബ്ബന്ധമാക്കൽ) ആക്ട്.
departmental enquiry - വകുപ്പുതല അന്വേഷണം.
departmental enquiry commissi-oner - വകുപ്പുതല അന്വേഷണ കമ്മിഷണർ.
departmental enquiry committee - വകുപ്പുതല അന്വേഷണസമിതി.
departmental examination - വകുപ്പുതലപരീക്ഷ.
departmental inquiry - വകുപ്പുതലവിചാരണ, ഡിപ്പാർട്ട്മെന്റൽ എൻക്വയറി.
departmental inspection - വകുപ്പുതലപരിശോധന, ഡിപ്പാർട്ട്മെന്റൽ പരിശോധന.
departmental instructions - വകുപ്പുതലനിർദ്ദേശങ്ങൾ.
departmental permission - വകുപ്പനുമതി.
departmental promotion - വകുപ്പുതല സ്ഥാനക്കയറ്റം.
departmental promotion commi-ttee - വകുപ്പുതല സ്ഥാനക്കയറ്റസമിതി.
departmental receipts - വകുപ്പു വരവിനങ്ങൾ, ഡിപ്പാർട്ട്മെന്റൽ വരവിനങ്ങൾ.
departmental test - വകുപ്പുതല പരീക്ഷ, ഡിപ്പാർട്ടുമെന്റൽ ടെസ്റ്റ്.
depend - ആശ്രയിക്കുക.
dependable - ആശ്രയിക്കാവുന്ന.
dependancy - ആശ്രയം.
dependants - ആശ്രിതർ.
dependence - ആശ്രയം.
dependent country - ആശ്രിതരാജ്യം.
depiction - വിവരണം.
deplete - കുറവു വരുത്തുക, ശൂന്യമാക്കുക.
deplorable - അപലപനീയമായ.
deploy - വിന്യസിക്കുക.
deployment - വിന്യാസം.
depoliticize - രാഷ്ട്രീയത്തിൽ നിന്നൊഴിയുക.
depone - സത്യം ചെയ്യുക.
deponent - സത്യവാങ്മൂലം സമർപ്പിക്കുന്നയാൾ, മൊഴികൊടുക്കുന്നയാൾ, സാക്ഷി.
depopulation - ജനസംഖ്യ കുറയ്ക്കൽ, നിർജ്ജനീകരണം.
deportation - നാടുകടത്തൽ.
deportation for life - ജീവപര്യന്തം നാടുകടത്തൽ.
deportment - പെരുമാറ്റരീതി.
depose - മൊഴികൊടുക്കുക.
deposit - നിക്ഷേപം, നിക്ഷേപിക്കുക.

deposit account - നിക്ഷേപക്കണക്ക്.
deposit amount - നിക്ഷേപത്തുക.
deposit and remittance heads - നിക്ഷേപ അടവ് ശീർഷങ്ങൾ.
deposit of title deeds - ആധാരപ്പണയം, അവകാശപത്രങ്ങളുടെ നിക്ഷേപം.
deposit receipt - നിക്ഷേപരസീത്.
deposit security - ജാമ്യനിക്ഷേപം.
deposition - മൊഴി.
deposition book - മൊഴിപ്പുസ്തകം.
deposition of witness - സാക്ഷിമൊഴി.
depositor - നിക്ഷേപകൻ.
depository - പണ്ടകശാല, സൂക്ഷിപ്പുസ്ഥലം.
deposits bearing interest - പലിശയുള്ള നിക്ഷേപങ്ങൾ.
deposits bearing no interest - പലിശയില്ലാത്ത നിക്ഷേപങ്ങൾ.
depot - ഡിപ്പോ.
depot manager - ഡിപ്പോ മാനേജർ.
depravation - സാന്മാർഗിക അധഃപതനം.
deprave - ദുഷിപ്പിക്കുക, അധഃപതിപ്പിക്കുക.
depravity - ധാർമ്മികാധഃപതനം, സന്മാർഗ്ഗഭ്രംശം, അഴിമതി, നികൃഷ്ടത.
deprecate - അധിക്ഷേപിക്കുക.
deprecatory - കഠിനമായി ആക്ഷേപിക്കുക.
depreciate - വില കുറയ്ക്കുക, അപമാനിക്കുക.
depreciation - വിലയിടിവ്, വിലകുറയ്ക്കൽ, തേയ്മാനം.
depreciation charge - തേയ്മാനച്ചെലവ്.
depreciation fund - തേയ്മാനനിധി.
depreciation in value - മൂല്യശോഷണം (കാലപ്പഴക്കം കൊണ്ടുള്ള).
depreciation reserve fund - തേയ്മാന കരുതൽനിധി.
depreciation table - വിലയിടിവു പട്ടിക.
depreciator - വിലതാഴ്ത്തിപ്പറയുന്നവൻ.
depredate - അപഹരിക്കുക, മോഷ്ടിക്കുക, കൊള്ളയടിക്കുക, കവർച്ച ചെയ്യുക.
depredation - മോഷണം, കൊള്ള, അപഹരണം, കവർച്ച ചെയ്യിക്കൽ, കവർച്ച, കൊള്ളയടിക്കൽ.
depredator - മോഷ്ടാവ്, കൊള്ളക്കാരൻ, കവർച്ചക്കാരൻ.
deprehend - പിടികൊടുക്കുക.
depress - അടിച്ചമർത്തുക.
depressed class - അധഃകൃതവർഗ്ഗം.
depression - താഴ്ച, ഇടിവ്, മാന്ദ്യം.
depression of trade - വ്യാപാരമാന്ദ്യം.
depressor - ദ്രോഹി, ഉപദ്രവകാരി.
depressurize - അതിസമ്മർദ്ദം കുറയ്ക്കുക.
deprivation - കണ്ടുകെട്ടൽ, നശിപ്പിക്കൽ, ഉന്മൂലനം ചെയ്യുക, ദാരിദ്ര്യം.
deprivation index - ദാരിദ്ര്യസൂചിക.
deprivation of citizenship - പൗരത്വം ഇല്ലാതാകൽ.
deprive - അപഹരിക്കുക, നഷ്ടപ്പെടുത്തുക, ഇല്ലാതാക്കുക, നിഷേധിക്കുക.
deprive of virility - പുരുഷത്വത്തെ ഇല്ലാതാക്കൽ.
deputation - ഡെപ്യൂട്ടേഷൻ.
deputation allowance - ഡെപ്യൂട്ടേഷൻ ബത്ത, ഡെപ്യൂട്ടേഷൻ അലവൻസ്.
depute - നിയോഗിക്കുക.
deputy chairman - ഡെപ്യൂട്ടി ചെയർമാൻ, ഉപാധ്യക്ഷൻ.
deputy chairman of legislative council - നിയമസമിതിയുടെ ഉപാദ്ധ്യക്ഷൻ.
deputy chairman of the commi-ttee - കമ്മറ്റിയുടെ ഉപാധ്യക്ഷൻ.
deputy chief minister - ഉപമുഖ്യമന്ത്രി.
deputy collector - ഡെപ്യൂട്ടി കളക്ടർ.
deputy director - ഡെപ്യൂട്ടി ഡയറക്ടർ.

deputy director of education - വിദ്യാഭ്യാസ ഡെപ്യൂട്ടി ഡയറക്ടർ.
deputy excise commissioner - ഡെപ്യൂട്ടി എക്സൈസ് കമ്മിഷണർ.
deputy health officer - ഡെപ്യൂട്ടി ഹെൽത്ത് ഓഫീസർ.
deputy inspector general - ഡെപ്യൂട്ടി ഇൻസ്പെക്ടർ ജനറൽ.
deputy minister - ഉപമന്ത്രി.
deputy prime minister - ഉപപ്രധാനമന്ത്രി.
deputy registrar - ഡെപ്യൂട്ടി രജിസ്ട്രാർ.
deputy secretary - ഡെപ്യൂട്ടി സെക്രട്ടറി.
deputy speaker - ഡെപ്യൂട്ടി സ്പീക്കർ.
deputy superintendent of police - ഡെപ്യൂട്ടി പോലീസ് സൂപ്രണ്ട്.
deputy tahsildar - ഡെപ്യൂട്ടി തഹസിൽദാർ.
derail the talk - സംഭാഷണം തടസ്സപ്പെടുത്തുക.
derailment - പാളംതെറ്റൽ.
deregle - ചട്ടപ്രകാരമുള്ള.
de-regulate - നിയന്ത്രണം മാറ്റുക, നിയന്ത്രണം അയവുവരുത്തുക.
dereliction - വീഴ്ച, വീഴ്ചവരുത്തുക.
dereliction of duty - കൃത്യവിലോപം, കർത്തവ്യവീഴ്ച, കൃത്യനിർവ്വഹണത്തിലെ വീഴ്ച.
derequisition - അർത്ഥന പിൻവലിക്കുക, റിക്വിസിഷൻ പിൻവലിക്കുക.
deride - ആക്ഷേപിക്കുക, അപഹസിക്കുക.
derision - അവജ്ഞ, ആക്ഷേപം.
derivative deed - അനുബന്ധപ്രമാണം.
derivative document - അനുബന്ധരേഖ.
derivative property - അനുബന്ധസ്വത്ത്.
derogate - ന്യൂനത വരുത്തുക, ആക്ഷേപിക്കുക.
derogation - ന്യൂനത, അനാദരം.
derogatory - അനാദരസൂചകം, അപമാനകരം.
derogatory comment - അപകീർത്തികരമായ പ്രസ്താവന, മാനഹാനി വരുത്തുന്ന പ്രസ്താവന.
descendant - വംശജൻ, സന്തതി, സന്താനം.
descending - അവരോഹണം.
descending order - അവരോഹണക്രമം.
descension - അധോഗതി, അധോഗമനം, അധഃപതനം.
descent - വംശം.
describe - വിവരിക്കുക.
description - വിവരണം.
descriptive - വിവരണാത്മകം.
descriptive criticism - വിവരണാത്മകവിമർശനം.
desecrate - മലിനപ്പെടുത്തുക, വിശുദ്ധി നശിപ്പിക്കുക.
desert - പരിത്യജിക്കുക, ഒഴിവാക്കുക, ഉപേക്ഷിച്ചുപോകുക.
deserve - അർഹത.
desiccation - ഉണക്കൽ, ശോഷണം.
desideratum - അത്യന്താപേക്ഷിതം.
design - രൂപകല്പന, രൂപമാതൃക, അഭികല്പന, ഡിസൈൻ.
design draftsman - ഡിസൈൻ ഡ്രാഫ്റ്റ്സ്മാൻ.
design engineer - ഡിസൈൻ എൻജിനീയർ.
designate - നാമനിർദ്ദേശം ചെയ്യുക, സ്ഥാനനിർദ്ദേശം.
designated officer - നിയുക്ത അധികാരി, സ്ഥാനനിർദ്ദേശം ചെയ്യപ്പെട്ട ഉദ്യോഗസ്ഥൻ.
designation - ഉദ്യോഗപ്പേര്.
designs act - ഡിസൈനുകൾ ആക്ട്.
desirability - അഭിലഷണീയത.
desirable - അഭിലഷണീയം.
desirable qualification - അഭിലഷണീയ യോഗ്യത.

desist - പിന്മാറുക.
desist from - ഒഴിഞ്ഞുമാറൽ.
despatch - അയയ്ക്കുക, ഡെസ്പാച്ച്.
despatch branch - ഡെസ്പാച്ച് ശാഖ.
despatch by local delivery - കൈയിൽ കൊടുത്തയയ്ക്കൽ.
despatch by post - തപാൽവഴി അയയ്ക്കൽ, പോസ്റ്റുവഴി അയയ്ക്കൽ.
despatch memo - ഡെസ്പാച്ച് മെമ്മോ.
despatch method - ഡെസ്പാച്ച് രീതി.
despatch register - ഡെസ്പാച്ച് രജിസ്റ്റർ.
despicable - നിന്ദ്യമായ, നീചമായ.
despisal - അവജ്ഞ.
despise - അപമാനിക്കുക, ആക്ഷേപിക്കുക, അപഹസിക്കുക.
despiser - നിന്ദകൻ, ധിക്കാരി, നിന്ദിക്കുന്നവൻ.
despite - വിരോധം, എതിരായി.
despoil - പിടിച്ചുപറിക്കുക, അപഹരിക്കുക, കൊള്ളയടിക്കുക.
despoiler - മോഷ്ടാവ്, കൊള്ളക്കാരൻ.
despoliation - മോഷണം, പിടിച്ചുപറി, കൊള്ള.
despot - ഏകാധിപതി, സ്വേച്ഛാധിപതി.
despotism - ഏകാധിപത്യം, സ്വേച്ഛാധിപത്യം.
destination - ലക്ഷ്യം, ലക്ഷ്യസ്ഥാനം.
destitute - അഗതി.
destitute certificate - അഗതി സാക്ഷ്യപത്രം.
destitute home - അഗതിമന്ദിരം.
destroy - നശിപ്പിക്കുക, തകർക്കുക, ഒടുക്കുക.
destruct - നശിപ്പിക്കുക.
destruction - നാശനം, നശിപ്പിക്കൽ.
destruction of records - രേഖാനാശനം.
destruction of wild animals - വന്യമൃഗനാശനം.
destructive - വിനാശകരമായ.
detached - വെവ്വേറെയായ, വേർപെട്ട.
detail - വിശദം.
detailed account - സവിസ്തരക്കണക്ക്.
detailed head - വിശദശീർഷം.
detailed information - വിശദവിവരം.
detailed inspection - വിശദപരിശോധന.
detailed project report - വിശദമായ പദ്ധതി റിപ്പോർട്ട്.
detailed soil survey - വിശദമായ മണ്ണ് പര്യവേക്ഷണം.
detailed statement - വിശദ പ്രസ്താവന, വിശദമായ പത്രിക, വിശദമായവിവരണം.
detailed town planning scheme - വിശദ നഗരാസൂത്രണ പദ്ധതി.
detailed valuation statement - വിശദമായ വിലനിർണ്ണയപത്രിക.
details - വിശദാംശങ്ങൾ.
detain - തടയുക, തടഞ്ഞുവയ്ക്കുക.
detain in custody - ബന്തവസ്സിൽ വയ്ക്കുക, തടങ്കലിൽ സൂക്ഷിക്കുക, തടവില്പാർപ്പിക്കുക, തടങ്കലിൽവയ്ക്കുക.
detainee - തടങ്കലിൽ വയ്ക്കപ്പെട്ടവൻ.
detect - കണ്ടുപിടിക്കുക.
detection - കണ്ടുപിടിക്കൽ.
detective - കുറ്റാന്വേഷകൻ.
detective training school - കുറ്റാന്വേഷക പരിശീലന സ്കൂൾ.
detector - കുറ്റാന്വേഷകൻ.
detention - തടങ്കൽ, തടഞ്ഞുവയ്ക്കൽ, കസ്റ്റഡിയിൽ വയ്ക്കൽ.
detention camp - തടങ്കല്പാളയം.
detenue - തടവുകാരൻ, തടങ്കലിൽ വയ്ക്കപ്പെട്ടവൻ.
deter - തടഞ്ഞുനിർത്തുക, ഭയപ്പെടുത്തി തടഞ്ഞുനിർത്തുക, തടയുക, ഭയപ്പെടുത്തി പിന്തിരിപ്പിക്കുക.
deterioration - അധഃപതനം.
determent - തടസ്സം.
determination - തീരുമാനം, നിർണ്ണയം, ഉറപ്പുവരുത്തൽ, നിശ്ചയം.
determination of compensation -

നഷ്ടപരിഹാരനിർണ്ണയം.
determination of exchange value - വിനിമയമൂല്യനിർണ്ണയം.
determination of the value of money - പണത്തിന്റെ മൂല്യനിർണ്ണയം.
determine - തീരുമാനിക്കുക, നിജപ്പെടുത്തുക.
deterrence - തടസ്സം.
deterrent - നിവാരണപരമായ.
deterrent penalty - നിരോധനപ്പിഴ.
dethrone - സ്ഥാനഭ്രഷ്ടനാക്കുക.
detraction - അപവാദം വരുത്തൽ, അപവാദം.
detriment - ഭംഗം, തടസ്സം, കോട്ടം, ഊനം, ദോഷം, ഹാനികരമായ, ഉപദ്രവകരമായ.
detrimental - ഹാനികരമായ, ഹാനി, കേട്, വിരോധം, വിനാശകരം.
detrusion - പുറത്താക്കൽ.
detterent punishment - കുറ്റാവർത്തന നിരോധിത ശിക്ഷ.
devaluation - മൂല്യം കുറയ്ക്കൽ.
devalue - മൂല്യം കുറയ്ക്കുക.
devastate - നശിപ്പിക്കുക, പാഴാക്കുക, പൂർണ്ണമായി നശിപ്പിക്കുക.
devastating flood - അതിനാശമുണ്ടാക്കുന്ന പ്രളയം.
devastation - അതീവനാശം.
devaswam - ദേവസ്വം.
devaswom fund - ദേവസ്വം ഫണ്ട്.
developed country - വികസിത രാജ്യം.
developing country - വികസ്വര രാജ്യം.
developing economy - വികസ്വര സമ്പദ്‌വ്യവസ്ഥ.
development - വികസനം.
development and planning - വികസനവും ആസൂത്രണവും.
development area - വികസനമേഖല.
development authority - വികസന അതോറിറ്റി.
development blocks - വികസനബ്ലോക്കുകൾ.
development board - വികസന ബോർഡ്.
development commissioner - വികസന കമ്മിഷണർ.
development committee - വികസന സമിതി.
development council - വികസനസമിതി.
development finance - വികസനധനം.
development of coastal shipping - തീരദേശ കപ്പൽഗതാഗത വികസനം.
development of policies - നയങ്ങളുടെ വികസനം.
development of public sector - പൊതുമേഖലാവികസനം.
development programme - വികസനപരിപാടി.
development scheme - വികസന പദ്ധതി.
development studies - വികസനപഠനം.
development trust - വികസന ട്രസ്റ്റ്.
deviant conduct - മുറതെറ്റി പ്രവർത്തിക്കുക.
deviation - വ്യതിചലനം, വ്യതിയാനം.
device - ഉപായം, തന്ത്രം, കപടസൂത്രം.
devious - വക്രമായ, ഋജുവല്ലാത്ത, സത്യസന്ധമല്ലാത്ത.
devious route - വളഞ്ഞ വഴി.
devious way - വളഞ്ഞരീതിയിൽ.
devise - ഒസ്യത്തു മുഖാന്തരം സ്വത്തു നല്കുക.
devisee - ഒസ്യത്തവകാശി.
devisive - വിഭജനംചെയ്യുന്ന, ഭിന്നതയുണ്ടാക്കുന്ന.
devisor - ഒസ്യത്ത് നൽകിയയാൾ.
devoid of - രഹിതം.
devoid of justice - ന്യായരഹിതമായ.
devoid of right - അവകാശമില്ലായ്മ.
devolution - (അധികാരം) വിട്ടുകൊടുക്കൽ, വിട്ടുകൊടുക്കൽ, സംക്രമണം പിന്തുടർച്ചലബ്ധി, കൈമാറ്റം, കൈമാറി നല്കൽ.
devolution of power - അധികാരസംക്രമണം.

devotee - വിശ്വാസി.
devour - ഭുജിക്കുക.
diablerie - മന്ത്രവാദം, ദുർമന്ത്രവാദം, ആഭിചാരക്രിയ.
diabolic - പൈശാചികമായ, നിന്ദ്യമായ.
diabolism - ചാത്തൻസേവ, ഭൂതാരാധന.
diagnosis - രോഗനിർണ്ണയം.
diagonal - വികർണ്ണമായ, കോണോടു കോണായ.
diagram - രേഖാചിത്രം.
dialect - ഭാഷാഭേദം.
diamond jubilee - വജ്രജൂബിലി.
diary - ഡയറി.
dictates of conscience - മനഃസാക്ഷിയുടെ പ്രചോദനം.
dictator - സ്വേച്ഛാധിപതി, ഏകാധിപതി.
dictatorship - ഏകാധിപത്യം, സ്വേച്ഛാധിപത്യം.
dictionary - ശബ്ദാവലി, അകാരാദി, നിഘണ്ടു, ശബ്ദകോശം.
dictionary of technical terms - സാങ്കേതിക നിഘണ്ടു.
die intestate - മരണപത്രം എഴുതിവയ്ക്കാതെ മരിക്കുക.
dies- non - ഡയസ്നോൺ, വേതനവിലക്ക്, കോടതി നടപടിയില്ലാത്ത ദിവസം.
diesel engine - ഡീസൽ എൻജിൻ.
diet allowance - ക്ഷണപ്പടി, ഭക്ഷണബത്ത, ഭോജനബത്ത.
differ - വിയോജിക്കുക.
difference - വ്യത്യാസം, അന്തരം, ഭേദം, യോജിപ്പില്ലാതെ.
difference of opinion - അഭിപ്രായഭിന്നത, വ്യത്യസ്താഭിപ്രായം, അഭിപ്രായഭേദം, അഭിപ്രായ വ്യത്യാസം.
different - ഭിന്നം.
differently abled - ഭിന്നശേഷിയുള്ള.
differently abled persons - ഭിന്നശേഷിയുള്ളവർ, വ്യത്യസ്തശേഷിയുള്ളവർ, വ്യത്യസ്ത കഴിവുകളുള്ള വ്യക്തികൾ.
difficult situation - വിഷമസ്ഥിതി.
difficulty - ബുദ്ധിമുട്ട്, വൈഷമ്യം, ക്ലേശം.
digamy - നിയമാനുസൃത രണ്ടാം വിവാഹം.
digest - വിധിന്യായ സംക്ഷിപ്തം, വിധിന്യായ സംഗ്രഹം.
digging - ഖനനം.
digital signature - ഡിജിറ്റൽ ഒപ്പ്.
diglot - ദ്വിഭാഷാഗ്രന്ഥം.
diglot book - ദ്വിഭാഷാ ഗ്രന്ഥം.
diglot edition - ദ്വിഭാഷാ പതിപ്പ്.
diglot register - ദ്വിഭാഷാ രജിസ്റ്റർ.
dignity - പദവി, അന്തസ്സ്.
dignity of labour - തൊഴിലന്തസ്സ്, തൊഴിലിന്റെ അന്തസ്സ്.
dilapidated condition - ജീർണ്ണാവസ്ഥ.
dilatory - താമസംവരുത്തുന്ന, കാലതാമസമുണ്ടാക്കുന്ന.
dilatory conduct - കാലതാമസമുള്ള നിർവ്വഹണം.
dilatory plea - അധികാരപരിധി സംബന്ധിച്ച വാദം.
diligence - ജാഗ്രത, ശ്രദ്ധ.
diluvion - വെള്ളപ്പൊക്കം.
diminish - കുറയുക.
diminusion - കുറവു വരുത്തൽ.
din and bustle - ഒച്ചയും ബഹളവും.
diploma - ഡിപ്ലോമ.
diplomacy - നയതന്ത്രം.
diplomat - നയതന്ത്രപ്രതിനിധി, നയതന്ത്രജ്ഞൻ, വിദേശപ്രതിനിധി.
diplomatic channels - നയതന്ത്രമാർഗ്ഗങ്ങൾ.
diplomatic relation - നയതന്ത്രബന്ധം.
diplomatic representative - നയതന്ത്രപ്രതിനിധി.
dipsomania - അമിത മദ്യപാനശീലം.
dire necessity - അങ്ങേയറ്റം അനിവാര്യമായ.

direct - നിർദ്ദേശിക്കുക, നേരിട്ട്, സംവിധാനം ചെയ്യുക, പ്രത്യക്ഷമായ.
direct appointment - നേരിട്ടുള്ള നിയമനം.
direct cause - പ്രത്യക്ഷകാരണം.
direct charge - പ്രത്യക്ഷച്ചെലവ്.
direct consequence - നേരിട്ടുള്ള ഫലം.
direct effect - നേരിട്ടുള്ള ഫലം.
direct election - നേരിട്ടുള്ള തിരഞ്ഞെടുപ്പ്, പ്രത്യക്ഷ തിരഞ്ഞെടുപ്പ്.
direct evidence - പ്രത്യക്ഷത്തെളിവ്.
direct examination - പ്രഥമവിസ്താരം, പ്രത്യക്ഷവിസ്താരം.
direct recruitment - നേരിട്ടുള്ള റിക്രൂട്ട്മെന്റ്, നേരിട്ടുള്ള ആളെടുപ്പ്.
direct result - നേരിട്ടുള്ള ഫലം.
direct tax - പ്രത്യക്ഷ നികുതി.
direct testimony - പ്രത്യക്ഷമൊഴി.
direct with authority - ആധികാരികമായി നിർദ്ദേശിക്കുക.
direction - നിർദ്ദേശം, സംവിധാനം.
direction and control - നിർദ്ദേശവും നിയന്ത്രണവും.
directive - പൊതുനിർദ്ദേശം, ആധികാരിക നിർദ്ദേശം.
directive principles - നിർദ്ദേശക തത്ത്വങ്ങൾ, മാർഗ്ഗനിർദ്ദേശക തത്ത്വങ്ങൾ.
directly - പ്രത്യക്ഷത്തിൽ.
directly liaising - നേരിട്ട് ബന്ധിപ്പിക്കുന്ന.
director - ഡയറക്ടർ, സംവിധായകൻ.
director board - നിയന്ത്രണസമിതി.
director general - ഡയറക്ടർ ജനറൽ.
director general of civil aviation - സിവിൽ ഏവിയേഷൻ ഡയറക്ടർ ജനറൽ.
director general of civil defence - സിവിൽ ഡിഫൻസ് ഡയറക്ടർ ജനറൽ.
director general of shipping - ഷിപ്പിങ് ഡയറക്ടർ ജനറൽ.
director of agriculture - കൃഷി ഡയറക്ടർ.
director of archives - ആർക്കൈവ്സ് ഡയറക്ടർ.
director of audit - ആഡിറ്റ് ഡയറക്ടർ.
director of education - വിദ്യാഭ്യാസ ഡയറക്ടർ.
director of enforcement - എൻഫോഴ്സ്മെന്റ് ഡയറക്ടർ.
director of estates - എസ്റ്റേറ്റ് ഡയറക്ടർ.
director of family planning - കുടുംബാസൂത്രണ ഡയറക്ടർ.
director of fisheries - ഫിഷറീസ് ഡയറക്ടർ.
director of historical monuments - ചരിത്രസ്മാരക ഡയറക്ടർ.
director of indigenous medicines - നാട്ടുചികിത്സാ ഡയറക്ടർ.
director of industrial co-opera-tion - വ്യവസായ സഹകരണ ഡയറക്ടർ.
director of industries - വ്യവസായവകുപ്പ് ഡയറക്ടർ.
director of information - ഇൻഫർമേഷൻ ഡയറക്ടർ, വാർത്താവിതരണ ഡയറക്ടർ.
director of public instruction - പൊതുവിദ്യാഭ്യാസ ഡയറക്ടർ.
director of technical education - സാങ്കേതികവിദ്യാഭ്യാസ ഡയറക്ടർ.
director of zoo - മൃഗശാല ഡയറക്ടർ.
directorate - ഡയറക്ടറുടെ കാര്യാലയം, ഡയറക്ടറേറ്റ്.
directorate of armament - ആയുധ ഡയറക്ടറുടെ കാര്യാലയം, ആയുധ ഡയറക്ടറേറ്റ്.
directorate of electronics - ഇലക്ട്രോണിക്സ് ഡയറക്ടറേറ്റ്.
directorate of psychological rese-arch - മനശ്ശാസ്ത്ര ഗവേഷണ ഡയറക്ടറേറ്റ്.

directorate of revenue intelli-gence - റവന്യൂ ഇന്റലിജൻസ് ഡയറക്ടറേറ്റ്.
directorate of standardisation - മാന കീകരണ ഡയറക്ടറേറ്റ്.
directorate of statistics - സ്റ്റാറ്റി സ്റ്റിക്സ് ഡയറക്ടറേറ്റ്.
directory - ഡയറക്ടറി.
dirt - മാലിന്യം.
disability - അവശത, നിയമപരമായ അയോഗ്യത.
disability pension - അവശതപെൻ ഷൻ, അംഗപരിമിതപെൻഷൻ.
disabled - അംഗപരിമിതർ, അംഗഭംഗ പ്പെട്ടയാൾ.
disabled person - അംഗപരിമിതൻ.
disablement - അംഗപരിമിതി.
disadvantage - ഹാനി, അഹിതം.
disafforestation - വനം തെളിക്കൽ.
disafforestation activities - കാടുതെ ളിക്കൽ പ്രവർത്തനങ്ങൾ.
disagree - വിയോജിക്കുക, വിസമ്മ തിക്കുക, എതിർപ്പ്.
disagreement - യോജിപ്പില്ലാതെ, വിയോജനം, വിയോജിപ്പ്, അഭിപ്രായ വ്യത്യാസം.
disallow - തള്ളുക, അനുവദിക്കാതി രിക്കുക.
disappearance - തിരോധാനം.
disappoint - നിരാശപ്പെടുത്തുക.
disapprobation - ആക്ഷേപം, വിസ മ്മതി.
disapproval - നിരാകരണം, അസ്വീക രണം.
disaster - ദുരന്തം, അത്യാഹിതം.
disaster management authority - ദു രന്തനിവാരണ അതോറിറ്റി.
disaster management policy - ദുര ന്തനിവാരണ നയം.
disastrous - വിനാശകരമായ.
disband - പിരിച്ചുവിടുക.
disbanded soldiers - പിരിച്ചുവിടപ്പെട്ട പട്ടാളക്കാർ.
disbelief - സംശയം, അവിശ്വാസം.
disbelieve - അവിശ്വസിക്കുക.
disbursing officer - ഡിസ്ബേഴ്സിങ് ഓഫീസർ.
discard - ഉപേക്ഷിക്കുക, ഒഴിവാക്കുക, തള്ളിക്കളയുക, നിരസനം, നിഷ്കാസനം.
discernment - വിവേചനം.
discharge - വിമോചിപ്പിക്കുക, നിർവ്വ ഹിക്കുക, വിട്ടയയ്ക്കുക, ഡിസ്ചാർജ്.
discharge a prisoner - തടവുകാരനെ വിട്ടയയ്ക്കൽ.
discharge certificate - ഡിസ്ചാർജ് സർട്ടിഫിക്കറ്റ്, വിമോചന സാക്ഷ്യ പത്രം.
discharge duty - കർത്തവ്യം നിർവ്വ ഹിക്കുക.
discharge from blame - നിരപരാധി യെന്ന് വിധിക്കുക.
discharge from employment - ജോലി യിൽനിന്നു വിടുതൽചെയ്യുക.
discharge from guilt - നിരപരാധിയെ ന്ന് വിധിക്കുക, അപരാധിയല്ലെന്ന് വി ധിക്കുക, കുറ്റമോചിതനാക്കുക.
discharge from service - സർവ്വീ സിൽനിന്നു പിരിച്ചയയ്ക്കൽ.
discharge of duty - കർത്തവ്യനിർ വ്വഹണം, കൃത്യനിർവ്വഹണം, ജോലി നിർവ്വഹണം.
discharge responsibilities - ചുമത ലകൾ നിർവ്വഹിക്കുക.
discharged soldiers - പിരിച്ചുവിടപ്പെട്ട പട്ടാളക്കാർ.
disciple - അനുഭാവി, അനുയായി.
disciplinary action - അച്ചടക്ക നടപടി.
disciplinary authority - ശിക്ഷണാധി കാരി.
disciplinary proceedings - ശിക്ഷണന ടപടി, അച്ചടക്കനടപടി.
discipline - അച്ചടക്കം, ശിക്ഷണബോ ധം, അനുശാസനം.
disclaim - ത്യജിക്കുക, നിരസിക്കുക.
disclaimer - നിരാകരിക്കുന്നവൻ.

disclose - വെളിപ്പെടുത്തുക, തുറന്നുപറയുക, പരസ്യപ്പെടുത്തുക.
disclosure - വെളിപ്പെടുത്തൽ, ഏറ്റുപറച്ചിൽ, രഹസ്യം പുറത്തുപറയൽ.
disclosure of document - രേഖ വെളിപ്പെടുത്തൽ.
discomfort - സ്വൈരക്കേട്, അസ്വാസ്ഥ്യം.
discompose - സ്വൈരം കെടുത്തുക.
discontent - അതൃപ്തി, അപ്രീതി.
discontentment - അതൃപ്തി.
discontinue - തുടരാതിരിക്കുക.
discount - കിഴിവ്, ഡിസ്കൗണ്ട്, ഇളവ്.
discover - കണ്ടുപിടിക്കുക.
discovery - കണ്ടുപിടുത്തം.
discredit - അപകീർത്തി, അപമാനം, അവിശ്വസിക്കുക.
discrepancy - പൊരുത്തക്കേട്.
discretionary power - വിവേചനാധികാരം.
discretionary sense - വിവേചന ബുദ്ധി.
discriminate - വിവേചനംകാട്ടുക.
discriminating protection - വിവേചനപരമായ സംരക്ഷണം.
discrimination - വിവേചനം, ഉച്ചനീചത്വം, പക്ഷഭേദം.
discursive - അലഞ്ഞുനടക്കുക.
discussion - ചർച്ച, കൂട്ടായുള്ള ചർച്ച.
discussion meeting - ചർച്ചായോഗം.
disdain - അവജ്ഞ, അധിക്ഷേപം, വെറുപ്പ്.
disease - അസുഖം, രോഗം.
disenfranchise - വോട്ടവകാശം എടുത്തുകളയുക.
disentitle - അവകാശം നഷ്ടപ്പെടുത്തുക.
disfigurement - വിരൂപപ്പെടുത്തൽ, വിരൂപമാക്കൽ.
disfranchisement - പൗരത്വം ഇല്ലാതാകൽ.
disgrace - അപമാനം, മാനഹാനി.
disguise - കപടവേഷം.
disgust - ബീഭത്സം.
disgusting - ജുഗുപ്സാവഹം.
dishonest - സത്യനിഷ്ഠയില്ലാത്ത, കാപട്യസ്വഭാവമുള്ള.
dishonour - അപമാനിക്കുക, അപമാനം, അനാദരണം.
dishonour a bill - ബിൽ അനാദരിക്കുക, ബിൽമടക്കുക, ബിൽനിരാകരിക്കുക.
dishonour a cheque - ചെക്ക് അനാദരിക്കുക, ചെക്ക് നിരാകരിക്കുക.
disinclination - വിമുഖത.
disinfectant - രോഗാണുനാശകം.
disinherit - അനന്തരാവകാശമില്ലാതാക്കുക.
disintegration - വിഘടനം, ഭിന്നിപ്പിക്കൽ.
disinterested - നിഷ്പക്ഷമായ.
dislodgement - ഒഴിപ്പിക്കൽ.
dismantle - ഇടിച്ചുപൊളിക്കുക.
dismiss - തള്ളിക്കളയുക, പിരിച്ചുവിടുക, പുറത്താക്കുക.
dismiss the troops - പട്ടാളം പിരിച്ചുവിടൽ.
dismissal - പിരിച്ചുവിടൽ.
dismissal order - പിരിച്ചുവിടൽ ഉത്തരവ്.
disobedience - അനുസരണയില്ലായ്മ, ലംഘനം, അനുസരണക്കേട്.
disobey - ലംഘിക്കുക, അനുസരിക്കാതിരിക്കുക.
disorder - തകരാറ്, ക്രമരഹിതം, അവ്യവസ്ഥിതമായ.
disorderly house - വേശ്യാഗൃഹം.
disorganised - അസംഘടിതം.
disparage - അവമതിക്കുക.
disparity - അസമാനത.
dispel - പിരിച്ചുവിടുക, ഇല്ലാതാക്കുക, പുറത്താക്കുക.
dispense - ഒഴിവാക്കുക.

dispensing power - ഒഴിവാക്കാനുള്ള അധികാരം, ഓഹരി ചെയ്യാനുള്ള അധികാരം.
dispersal of assembly - സംഘത്തെ പിരിച്ചുവിടൽ.
dispersal of unlawful assembly - നിയമവിരുദ്ധസംഘത്തെ പിരിച്ചുവിടൽ.
disperse - പിരിച്ചുവിടുക.
dispirited - നിർവ്വീര്യനായി.
displaced person - ബഹിഷ്കൃതൻ.
displacement - സ്ഥാനഭ്രംശം.
displeasure - അതൃപ്തി, അപ്രീതി.
disposal - തീർപ്പാക്കൽ, തീർപ്പ്, കൈയൊഴിക്കൽ, വില്പന.
disposal jacket - ഡിസ്പോസൽ ജാക്കറ്റ്.
disposal number - തീർപ്പുനമ്പർ.
disposal of appeal - അപ്പീൽവിധി, അപ്പീലിന്റെ അവസാനവിധി, അപ്പീൽ തീർപ്പ്.
disposal of cases - കേസുകൾ തീർപ്പാക്കൽ.
disposal of debris - അവശിഷ്ടം നീക്കംചെയ്യൽ.
disposal of file - ഫയൽ തീർപ്പാക്കൽ.
disposal of material objects - തൊണ്ടിമുതൽ തീർപ്പാക്കൽ, തൊണ്ടിമുതൽ വില്ക്കൽ/നശിപ്പിക്കൽ.
disposal of stolen property - കളവുമുതൽ വിൽക്കൽ, മോഷണമുതൽ വില്ക്കൽ.
dispose of - തീരുമാനിക്കുക, വില്ക്കുക.
disposed case - തീരുമാനിച്ച കാര്യം.
disposition - വസ്തുകൈമാറ്റം.
disposition - നിർവ്വഹണം, ഏർപ്പാട്, കൈമാറ്റം, വിനിയോഗം.
disposition of property - വസ്തു സംബന്ധിച്ച നിയോഗം, വസ്തുകൈമാറ്റം.
dispossess - ഒഴിപ്പിക്കുക, കുടിയിറക്കുക.
dispossession - കൈവശമില്ലാതാക്കൽ, ഒഴിപ്പിക്കൽ, കുടിയിറക്കൽ.
disproportionate - അനുപാതമില്ലാത്ത.
disproportionate asset - അനധികൃത സ്വത്ത്, വരവില്ക്കവിഞ്ഞ സ്വത്ത്.
disprove - തെറ്റെന്ന് സ്ഥാപിക്കുക.
dispute - തർക്കം, വാക്കുതർക്കം, വിവാദം.
disputed - വിവാദപരം, തർക്കത്തിലുള്ള.
disputed issue - തർക്കപ്രശ്നം.
disputed matter - തർക്കവിഷയം, വിവാദവിഷയം.
disputed property - വിവാദവസ്തു.
disputed questions - തർക്കത്തിലുള്ള പ്രശ്നങ്ങൾ.
disqualification - അയോഗ്യത.
disqualifications for membership - അംഗത്വത്തിനുള്ള അയോഗ്യതകൾ.
disqualified - അയോഗ്യമാക്കപ്പെട്ട.
disqualify - അയോഗ്യനാക്കുക.
disregard - അവഹേളനം, അവഗണിക്കുക.
disrepute - അപഖ്യാതി, അപമാനം.
disrupt the dialogue process - സംഭാഷണം തടസ്സപ്പെടുത്തുക.
disruption - അലങ്കോലപ്പെടുത്തൽ.
disruptive forces - ശിഥിലീകരണ ശക്തികൾ.
disruptive tendency - ശിഥിലീകരണ പ്രവണത.
dissatisfaction - അതൃപ്തി.
disseisor - കൈയേറ്റക്കാരൻ.
dissemble - മറച്ചുവയ്ക്കുക, ഭാവിക്കുക.
disseminate - പ്രചാരണം നല്കുക.
dissemination - വ്യാപനം.
dissent - ഖണ്ഡിക്കുക, വിയോജിക്കുക, വിയോജിപ്പ്, വിസമ്മതി, ഭിന്നാഭിപ്രായം.

dissent vote - നിഷേധവോട്ട്.
dissenters - വിമതർ.
dissenting judgment - വിസമ്മതിച്ചുകൊണ്ടുള്ള വിധിന്യായം.
dissenting note - വിയോജനക്കുറിപ്പ്, ഭിന്നാഭിപ്രായക്കുറിപ്പ്.
dissenting opinion - ഭിന്നാഭിപ്രായം, വ്യത്യസ്താഭിപ്രായം.
dissenting vote - എതിർവോട്ട്.
dissidents - വിമതർ.
dissimilar - ഭിന്നം, അസമാനത.
dissolution - പിരിച്ചുവിടൽ.
dissolution of marriage - വിവാഹബന്ധം വേർപെടുത്തൽ.
dissolution of muslim marriage act - മുസ്ലീം വിവാഹവിഘടന ആക്ട്.
dissolution of partnership - കൂട്ടുകച്ചവടം അവസാനിപ്പിക്കൽ, പങ്കാളിത്തക്കച്ചവടം അവസാനിപ്പിക്കൽ.
dissolve - പിരിച്ചുവിടുക, റദ്ദാക്കുക.
dissolve a meeting - യോഗം പിരിച്ചുവിടുക.
distant - ദൂരെ, അകന്ന.
distant clue - അതിവിദൂരസൂചന.
distant education - വിദൂരവിദ്യാഭ്യാസം.
distasteful - അരോചകമായിരിക്കുക.
distillation - വാറ്റ്.
distilled essence - പിഴിഞ്ഞെടുക്കൽ.
distillery - വാറ്റുപുര.
distinct - വിഭിന്നം, വ്യതിരിക്തമായ.
distinctive mark - വിശേഷലക്ഷണം.
distinctiveness - സവിശേഷത.
distinctly - വ്യക്തമായ.
distinguish - വേർതിരിച്ചുകാണിക്കുക.
distinguish - വേർതിരിച്ചു കാണിക്കുക.
distinguished jurist - വിശിഷ്ടനായ നിയമജ്ഞൻ.
distract - ശ്രദ്ധമാറ്റുക.
distraint - കണ്ടുകെട്ടൽ, ജപ്തി.
distraint fees - കണ്ടുകെട്ടൽ ഫീസ്.
distraint on property - വസ്തുജപ്തി, വസ്തുവിൻമേലുള്ള ജപ്തി.
distraint warrant - കണ്ടുകെട്ടൽ വാറണ്ട്.
distress - ദുരിതം, ജപ്തിചെയ്യൽ.
distress relief fund - ദുരിതാശ്വാസനിധി.
distress relief measures - ദുരിതാശ്വാസ നടപടികൾ.
distress warrant - ജപ്തിവാറണ്ട്, ജപ്തി ഉത്തരവ്.
distressed circumstances - ദുരവസ്ഥ.
distribute - വിതരണംചെയ്യുക.
distribution - വിതരണം.
distribution centre - വിതരണകേന്ദ്രം.
distribution list - വിതരണ ലിസ്റ്റ്.
distribution of bonus - ബോണസ് വിതരണം.
distribution of income - വരുമാനവിതരണം.
distribution of pattayam - പട്ടയവിതരണം.
distribution register - വിതരണരജിസ്റ്റർ.
district - ജില്ല.
district court - ജില്ലാക്കോടതി.
district board - ജില്ലാസമിതി, ജില്ലാ ബോർഡ്.
district collector - ജില്ലാ കളക്ടർ.
district development council - ജില്ലാ വികസനസമിതി.
district development officer - ജില്ലാ വികസന ഓഫീസർ.
district educational officer - ജില്ലാ വിദ്യാഭ്യാസ ഓഫീസർ.
district election officer - ജില്ലാ തിരഞ്ഞെടുപ്പ് ഓഫീസർ.
district expert committee - ജില്ലാ വിദഗ്ദ്ധസമിതി.
district gazette - ജില്ലാ ഗസറ്റ്.
district general manager - ജില്ലാ ജനറൽ മാനേജർ.
district informatics officer - ജില്ലാ ഇൻഫർമാറ്റിക്സ് ഓഫീസർ.

district information officer - ജില്ലാ ഇൻഫർമേഷൻ ഓഫീസർ.
district insurance officer - ജില്ലാ ഇൻഷുറൻസ് ഓഫീസർ.
district judge - ജില്ലാ ജഡ്ജി.
district level committee - ജില്ലാതലസമിതി.
district level review meeting - ജില്ലാതല അവലോകനയോഗം.
district magistrate - ജില്ലാ മജിസ്ട്രേറ്റ്.
district map - ജില്ലാ ഭൂപടം, ജില്ലാ മാപ്പ്.
district medical officer - ജില്ലാ മെഡിക്കൽ ഓഫീസർ.
district military benevolent fund - ജില്ലാ സേനാ ഉദാരനിധി.
district municipalities - ജില്ലാ മുനിസിപ്പാലിറ്റികൾ.
district munsiff - ജില്ലാ മുൻസിഫ്.
district office - ജില്ലാ ഓഫീസ്.
district officer - ജില്ലാ ഓഫീസർ.
district planning committee - ജില്ലാ ആസൂത്രണ സമിതി.
district planning officer - ജില്ലാ പ്ലാനിങ് ഓഫീസർ.
district primary education programme - ജില്ലാ പ്രാഥമികവിദ്യാഭ്യാസ പരിപാടി.
district programme - ജില്ലാ പരിപാടി.
district survey superintendent - ജില്ലാ സർവെ സൂപ്രണ്ട്.
district town planner - ജില്ലാ നഗരാസൂത്രകൻ, ജില്ലാ ടൗൺ പ്ലാനർ.
district treasury officer - ജില്ലാ ട്രഷറി ഓഫീസർ.
district youth centre - ജില്ലാ യുവജനകേന്ദ്രം, ജില്ലാ യൂത്ത് സെന്റർ.
distrust - അവിശ്വസിക്കുക.
disturbance of possession - കൈവശത്തിനു തടസ്സം.
ditch - കിടങ്ങ്, ഓട.
ditto - മേല്പടി
diver - മുങ്ങൽവിദഗ്ദ്ധൻ.
divergence - യോജിപ്പില്ലാതെ.
diversion - വ്യതിചലനം, വ്യതിയാനം.
diversion of fund - ഫണ്ട് വകമാറ്റൽ.
divert attention - ശ്രദ്ധമാറ്റുക.
divide - വിഭജിക്കുക, ഹരിക്കുക.
dividend - ലാഭവിഹിതം.
dividend and profit - ലാഭവിഹിതവും ലാഭവും.
division - വിഭാഗം, വിഭജനം, പിളർപ്പ്, അംശം, ഡിവിഷൻ.
division court - ഡിവിഷൻ കോടതി.
division bench - ഡിവിഷൻ ബഞ്ച്.
division of labour - തൊഴിൽ വിഭജനം.
divisional - ഡിവിഷൻ സംബന്ധിച്ച.
divisional accountant - ഡിവിഷണൽ അക്കൗണ്ടന്റ്.
divisional engineer - ഡിവിഷണൽ എൻജിനീയർ.
divisional manager - ഡിവിഷണൽ മാനേജർ.
divisional officer - ഡിവിഷണൽ ഓഫീസർ.
divisional superintendent - ഡിവിഷണൽ സൂപ്രണ്ട്.
divisional traffic manager - ഡിവിഷണൽ ട്രാഫിക് മാനേജർ.
divorce - വിവാഹമോചനം.
divorceable - വിവാഹബന്ധം വേർപെടുത്തത്തക്ക.
divorcee - വിവാഹമോചനം ലഭിച്ചയാൾ, വിവാഹമോചിതൻ/വിവാഹമോചിത.
divorcement - വിവാഹമോചനം.
divorcer - വിവാഹമുപേക്ഷിക്കുന്നയാൾ.
divulge - പുറത്തുപറയുക, വെളിപ്പെടുത്തുക, വെളിവാക്കുക, രഹസ്യം വെളിവാക്കുക.
do an ill turn to - ദ്രോഹിക്കുക.
do away with - ഇല്ലായ്മ ചെയ്യുക, അവസാനിപ്പിക്കുക, കൊല്ലുക.
do justice - നീതി ചെയ്യുക.

do justice to - നീതിപൂർവ്വം പ്രവർത്തിക്കുക.
do out of - പറ്റിക്കുക.
do right - നീതി ചെയ്യുക.
dock workers (regulation of employment) act - ഡോക്ക് തൊഴിലാളികൾ (ജോലി ക്രമപ്പെടുത്തൽ) ആക്ട്.
docket - ഡോക്കറ്റ്.
docket punch - ഡോക്കറ്റ് പഞ്ച്.
docket sheet - ഡോക്കറ്റ് ഷീറ്റ്.
docketing - ഡോക്കറ്റു ചെയ്യൽ.
doctrine - സിദ്ധാന്തം, തത്ത്വം.
document - ആധാരം, കരണം, പ്രമാണം, രേഖ.
document of divorce - വിവാഹമോചന പ്രമാണം.
document of security - ഈടാധാരം.
document writer - ആധാരമെഴുത്തുകാരൻ.
document writing - ആധാരമെഴുത്ത്.
documentary - രേഖീകരണം, ചിത്രീകരണം.
documentary evidence - രേഖാമൂലത്തെളിവ്, രേഖാമൂലമുള്ള തെളിവ്.
documentation - പ്രമാണം ചെയ്യുക, രേഖപ്പെടുത്തി സൂക്ഷിക്കൽ, രേഖയിലാക്കൽ.
dogmatize - പ്രാമാണികമായി പറയുക, സ്ഥാപിച്ചു പറയുക.
dole - ദുരിതാശ്വാസമായി നല്കുന്ന പണം/ഭക്ഷണം, തൊഴിലില്ലായ്മാവേതനം.
doli caper - കുറ്റംചെയ്യാനുള്ള ശേഷി.
dollar - ഡോളർ.
dollar exchange - ഡോളർ വിനിമയം.
domestic - ഗാർഹിക, ആന്തരികം.
domestic affairs - ഗൃഹകാര്യങ്ങൾ.
domestic business - ഗൃഹജോലി.
domestic consumer - ഗാർഹിക ഉപഭോക്താവ്.
domestic consumption - ആഭ്യന്തര ഉപഭോഗം, ഗാർഹികോപഭോഗം.
domestic duties - ഗൃഹകൃത്യങ്ങൾ.
domestic economic indicator - ആഭ്യന്തര സാമ്പത്തിക സൂചകം.
domestic economics - ഗാർഹിക സാമ്പത്തികശാസ്ത്രം.
domestic economy - ആഭ്യന്തര സാമ്പത്തികവ്യവസ്ഥ, ആഭ്യന്തര സാമ്പത്തികസ്ഥിതി, ഗാർഹിക ധനവിനിയോഗം, ഗാർഹിക സാമ്പത്തികസ്ഥിതി, ഗാർഹിക സാമ്പത്തികവ്യവസ്ഥ.
domestic equity market - ആഭ്യന്തര ഓഹരി വിപണി.
domestic health science - ഗാർഹികാരോഗ്യശാസ്ത്രം.
domestic inquiry - ഗാർഹികാന്വേഷണം, ആന്തരികാന്വേഷണം, ആഭ്യന്തര അന്വേഷണം.
domestic market - ആഭ്യന്തര വിപണി.
domestic science - ഗൃഹശാസ്ത്രം, കുടുംബവിജ്ഞാനം.
domestic trade - ആഭ്യന്തരവ്യാപാരം.
domestic violence - ഗാർഹികപീഡനം, ഗാർഹികാതിക്രമം.
domestic violence (prevention) act - ഗാർഹികാതിക്രമങ്ങൾ (തടയൽ) ആക്ട്.
domicile - അധിവാസം, സ്ഥിരവാസം.
domicile certificate - അധിവാസ സർട്ടിഫിക്കറ്റ്.
domiciled owner - അധിവാസ വസ്തു ഉടമ.
dominate - ആധിപത്യം പുലർത്തുക.
domination - ആധിപത്യം.
dominion - ഉടമാവകാശം, അനുഭവാവകാശം, രാജ്യം.
dominion of India - ഇന്ത്യൻ ഡൊമിനിയൻ.
dominion status - ഡൊമിനിയൻ പദവി.
donatio mortis causa - മരണാസന്ന ദാനം.
donation - സംഭാവന, ദാനം.
done to death - കൊല്ലുക.
donee - സംഭാവന വാങ്ങുന്നയാൾ.

donor - ദാനകർത്താവ്, സംഭാവനദാതാവ്.
donor of property - വസ്തു നല്കുന്ന ആൾ.
donum - ദാനം.
doom - വിധി, കോടതിവിധി, വിധിന്യായം.
dormant - നിഷ്ക്രിയം, സുപ്ത.
dormant partner - നിശ്ശബ്ദപങ്കാളി, നിഷ്ക്രിയപങ്കാളി.
dot - സ്ത്രീധനം.
dotal - സ്ത്രീധനമായ.
dotation - സ്ത്രീധനം നല്കൽ.
double barrelled - ഇരട്ടക്കുഴലുള്ള.
double citizenship - ഇരട്ട പൗരത്വം.
double deal - ഇരട്ടത്താപ്പ്.
double dealing - ഇരട്ടത്താപ്പുനയം, ചതി.
double entry - ഇരട്ട രേഖപ്പെടുത്തൽ, ഡബിൾ എൻട്രി.
double entry system - ഇരട്ടപ്പതിയ്ക്കൽ രീതി, ഇരട്ടരേഖപ്പെടുത്തൽ രീതി.
double jeopardy - ഒരേ കുറ്റത്തിനുള്ള രണ്ടു വിചാരണ.
double lock - ഇരട്ടപ്പൂട്ട്.
double taxation - ഇരട്ടക്കരം ചുമത്തൽ.
doubt - സംശയം.
doubtful - സംശയിക്കുക.
doubtful item - സംശയാസ്പദയിനം.
doubtless - സംശയരഹിതമായ, ദ്വയാർത്ഥമില്ലാത്ത.
dower - പെൺപണം, സ്ത്രീധനം.
downfall - അധഃപതനം, തകർച്ച.
dowry - സ്ത്രീധനം.
dowry prohibition act - സ്ത്രീധന നിരോധന ആക്ട്.
draft - കരട്, ഡ്രാഫ്റ്റ്.
draft amendment - ഭേദഗതിയുടെ കരട്.
draft and note - കരടും കുറിപ്പും.
draft bill - കരടുബിൽ.
draft for approval - അംഗീകാരത്തിനുള്ള കരട്.
draft law - കരടുനിയമം.
draft notification - കരടു വിജ്ഞാപനം.
draft order - കരടുത്തരവ്.
draft reply - കരടുമറുപടി.
draft resolution - കരടുപ്രമേയം.
draft rules - കരടുചട്ടങ്ങൾ.
draft sheet - ഡ്രാഫ്റ്റ് ഷീറ്റ്.
drafting - കരടെഴുത്ത്.
drafting capacity - കരടു തയ്യാറാക്കാനുള്ള കഴിവ്, കരടെഴുതാനുള്ള വൈഭവം.
draftsman - ഡ്രാഫ്റ്റ്സ്മാൻ.
drag - നീക്കുക, നിരക്കുക, വലിച്ചിഴയ്ക്കുക.
dragoman - വഴികാട്ടി, ദ്വിഭാഷി, വ്യാഖ്യാതാവ്.
drain - തോട്, ഓട, ചാൽ, ഓവ്.
drainage - അഴുക്കുചാൽ, ഡ്രെയിനേജ്.
drainage department - ഡ്രെയിനേജ് വകുപ്പ്.
drainage line treatment - നീർച്ചാല് കൈകാര്യംചെയ്യൽ.
drainage pipe - ഡ്രെയിനേജ് കുഴൽ.
drainage scheme - ഡ്രെയിനേജ് പദ്ധതി.
drainage works - ഡ്രെയിനേജ് പണികൾ.
drama theatre - നാടകശാല.
drastic punishment - കഠിനശിക്ഷ.
dravidian language - ദ്രാവിഡഭാഷ.
draw a cheque - ചെക്കെഴുതുക.
draw salary - ശമ്പളംവാങ്ങുക.
draw the curtain - മറനീക്കിക്കാണിക്കുക.
draw up - എഴുതിയുണ്ടാക്കുക, ചിട്ടയിൽ ക്രമപ്പെടുത്തുക, തയ്യാറാക്കുക.
draw up syllabus - സിലബസ് തയ്യാറാക്കുക.

drawing officer - ഡ്രോയിങ് ഓഫീസർ.
driage loss - ഉണക്കുനഷ്ടം.
drill - തമര്, ഡ്രിൽ.
drilled coin - തുളഞ്ഞ നാണയം.
drink - കുടിക്കുക, പാനീയം.
drinks and drugs - മദ്യവും മയക്കുമരുന്നും.
drive - പ്രചാരണം, ഓടിക്കുക.
driver - ഡ്രൈവർ.
driving force - നായകശക്തി.
driving licence - ഡ്രൈവിങ് ലൈസൻസ്.
droit - നിയമപരമായ അവകാശം.
droit administratif - ഭരണകാര്യനിയമം.
droits of admiralty - ശത്രുക്കപ്പൽച്ചേതത്തിൽനിന്നുള്ള വരുമാനം.
drop by drop - ഇറ്റിറ്റ്, തുള്ളിതുള്ളിയായി.
drought - വരൾച്ച, ഉണക്ക്.
drug - മരുന്ന്, ഔഷധം.
drug abuse - മയക്കുമരുന്ന് ദുരുപയോഗം.
drug control laboratory - ഔഷധനിയന്ത്രണ പരീക്ഷണശാല.
drug industry - ഔഷധ വ്യവസായം.
drug research institute - ഔഷധ ഗവേഷണ ഇൻസ്റ്റിറ്റ്യൂട്ട്.
drugs (price control) order - ഔഷധ (വിലനിയന്ത്രണ) ഉത്തരവ്.
drugs and cosmetics act - ഔഷധങ്ങളും സൗന്ദര്യവർദ്ധക വസ്തുക്കളും ആക്ട്.
drugs technical advisory board - ഔഷധ സാങ്കേതിക ഉപദേശക ബോർഡ്.
drugs testing laboratory - ഔഷധ പരിശോധനശാല.
drunkard - മദ്യപൻ, കുടിയൻ.
drunkenness - ലഹരി.
dry day - മദ്യനിരോധനദിനം.
dry land - പുരയിടം, കരഭൂമി, പുഞ്ച.
dry zone - ശുഷ്കമേഖല.
dual - ദ്വന്ദം, ഇരട്ടയായ.
dual control - സംയുക്ത നിയന്ത്രണം, ഇരട്ടനിയന്ത്രണം, ദ്വിനിയന്ത്രണം.
dual economy - ദ്വിമുഖ സമ്പദ് വ്യവസ്ഥ.
dubiety - സംശയം.
dubiosity - സംശയസ്ഥിതി, സന്ദേഹസ്ഥിതി.
dubious - അനേകാർത്ഥമുള്ള, അർത്ഥം വ്യക്തമല്ലാത്ത, അവ്യക്തമായ, രണ്ടർത്ഥത്തിൽ വ്യാഖ്യാനിക്കപ്പെടാവുന്നത്.
dubiousness - സംശയസ്ഥിതി, സന്ദേഹസ്ഥിതി.
dubitable - സംശയിക്കത്തക്ക.
dubitation - സംശയം.
dubitative - സംശയകരമായ.
due - കുടിശ്ശിക, കിട്ടാനുള്ള, കൊടുക്കാനുള്ള.
due care and attention - വേണ്ടത്ര അവധാനതയും ശ്രദ്ധയും.
due date - നിയതദിനം.
due process - നിയമാനുസൃത നടപടി.
due regard - അർഹമായ പരിഗണന.
due share - ശരിയായ ഓഹരി.
duel - ദ്വന്ദ്വയുദ്ധം.
duffedar - ഡഫേദാർ.
duffedar major - ഡഫേദാർ മേജർ.
duly - യഥാവിധി, വേണ്ടവിധം, മുറപ്രകാരം, വഴിയാംവണ്ണം.
duly comply with - യഥാവിധി അനുസരിക്കുക.
dungeon - ജയിൽ.
duplicate - ഡ്യൂപ്ലിക്കേറ്റ്, പകർപ്പ്, ഇരട്ടിപ്പ്.
duplicate copy - ഡ്യൂപ്ലിക്കേറ്റ് പ്രതി.
duplicate receipt - ഡ്യൂപ്ലിക്കേറ്റ് രസീത്.
duplicating machine - ഡ്യൂപ്ലിക്കേറ്റിങ് ഉപകരണം.
duplicator - ഡ്യൂപ്ലിക്കേറ്റർ.

durability - ഈട്.
durable - ഈടുനില്ക്കുന്ന.
durable goods - ഈടുനില്ക്കുന്ന സാധനങ്ങൾ, നശ്വരമല്ലാത്ത സാധനങ്ങൾ.
duration - കാലാവധി, സമയപരിധി, കാലദൈർഘ്യം.
duration of course - കോഴ്സിന്റെ കാലാവധി.
duration of life - ജീവിതകാലം, ആയുസ്സ്.
durbar - ദർബാർ.
durbar hall - ദർബാർഹാൾ.
duress - ഭീഷണിയോടെയുള്ള സമ്മർദ്ദം, ബലം പ്രയോഗിച്ചു സമ്മതിപ്പിക്കൽ.
duty - ചുങ്കം, കർത്തവ്യം, ചുമതല, ജോലി, തീരുവ, പ്രവൃത്തി, കടമ, കൃത്യം, ഡ്യൂട്ടി.
duty allowance - ഡ്യൂട്ടി ബത്ത, ഡ്യൂട്ടി അലവൻസ്.
duty chart - ഡ്യൂട്ടി ചാർട്ട്.
duty enjoined by law - നിയമം മൂലം നിഷ്കർഷിച്ചിട്ടുള്ള പ്രവൃത്തി.
duty leave - നിയോഗാവധി, ഡ്യൂട്ടി ലീവ്.
duty officer - ഡ്യൂട്ടി ഓഫീസർ.
duty on transfer of property - വസ്തു കൈമാറ്റച്ചുങ്കം.
duty roster - ഡ്യൂട്ടി റോസ്റ്റർ.
duty to serve notice - നോട്ടീസ് നല്കേണ്ട ചുമതല.
dwell - വസിക്കുക.
dweller - നിവാസി.
dwelling house - വസതി, പാർപ്പിടം.
dying declaration - മരണമൊഴി.
dying intestate - ഒസ്യത്തെഴുതാതെയുള്ള മരണം.
dying without issues - നിസ്സന്താന മൃത്യു.
dynamic power - ചലനാത്മകശക്തി.
dynamite - ഡൈനാമൈറ്റ്.
dysnomy - തെറ്റായ നിയമനിർമ്മാണം.

E

earmark - വകയിരുത്തുക, അടയാളപ്പെടുത്തുക, നീക്കിവയ്ക്കുക.
earn - ആർജ്ജിക്കുക, സമ്പാദിക്കുക.
earned leave - സമ്പാദിതാവധി, ആർജ്ജിതാവധി, ഏൺഡ് ലീവ്.
earnest money - നിരതദ്രവ്യം.
earnest money deposit - നിരതദ്രവ്യ നിക്ഷേപം.
earning member - വരുമാനമുള്ള അംഗം.
earth quake - ഭൂകമ്പം, ഭൂമികുലുക്കം.
earth science studies - ഭൗമശാസ്ത്ര പഠനം.
earth station - ഭൗമനിലയം.
easement - സൗകര്യാവകാശം.
easement of light - പ്രകാശം ലഭിക്കാനുള്ള സൗകര്യാവകാശം.
easement of necessity - അവശ്യസൗകര്യാവകാശം.
easement of way - ഗതാഗതത്തിനുള്ള സൗകര്യാവകാശം, വഴിലഭിക്കുന്നതിനുള്ള സൗകര്യാവകാശം.
easy method - എളുപ്പവഴി.
ebb - വേലിയിറക്കം.
ecclesiastical court - വൈദികന്യായാലയം.
ecdicus - നിയമോപദേഷ്ടാവ്, അറ്റോർണി.
ecological impact - പാരിസ്ഥിതികാഘാതം.
ecologically fragile land - പരിസ്ഥിതി ദുർബ്ബല ഭൂപ്രദേശം.
ecologist - പാരിസ്ഥിതിക വിജ്ഞാനി, പരിസ്ഥിതി ശാസ്ത്രജ്ഞൻ, ഇക്കോളജിസ്റ്റ്.

ecology - പരിസ്ഥിതി ശാസ്ത്രം, ആവാസവ്യവസ്ഥ.
econometrics - ഇക്കണോമെട്രിക്സ്.
economic action - സാമ്പത്തിക നടപടി.
economic activities - സാമ്പത്തികപ്രവർത്തനങ്ങൾ.
economic activity - സാമ്പത്തിക പ്രവർത്തനം.
economic advise - സാമ്പത്തികോപദേശം.
economic advisor - സാമ്പത്തികോപദേഷ്ടാവ്.
economic affairs - സാമ്പത്തിക കാര്യങ്ങൾ.
economic and social planning - സാമ്പത്തിക-സാമൂഹികാസൂത്രണം.
economic condition - സാമ്പത്തികസ്ഥിതി.
economic co-operation - സാമ്പത്തികസഹകരണം.
economic crisis - സാമ്പത്തികപ്രതിസന്ധി.
economic depression - സാമ്പത്തികമാന്ദ്യം, സാമ്പത്തികാധഃപതനം.
economic development - സാമ്പത്തികവികസനം, സാമ്പത്തിക പുരോഗതി.
economic downfall - സാമ്പത്തികമാന്ദ്യം.
economic embargo - സാമ്പത്തിക ഉപരോധം, സാമ്പത്തിക നിരോധം.
economic freedom - സാമ്പത്തിക സ്വാതന്ത്ര്യം.
economic geography - സാമ്പത്തിക ഭൂമിശാസ്ത്രം.
economic growth - സാമ്പത്തിക വളർച്ച.
economic history - സാമ്പത്തിക ചരിത്രം.
economic intelligence inspector - ഇക്കണോമിക് ഇന്റലിജൻസ് ഇൻസ്പെക്ടർ.
economic justice - സാമ്പത്തികനീതി.
economic liberalism - സാമ്പത്തിക ഉദാരവല്ക്കരണം.
economic liberty - സാമ്പത്തിക സ്വാതന്ത്ര്യം.
economic measures - സാമ്പത്തികനടപടി.
economic necessity - സാമ്പത്തികാവശ്യം.
economic offence wing - സാമ്പത്തിക കുറ്റാന്വേഷണ വിഭാഗം.
economic organization - സാമ്പത്തിക സംവിധാനം.
economic planning - സാമ്പത്തികാസൂത്രണം.
economic problem - സാമ്പത്തികപ്രശ്നം.
economic reforms - സാമ്പത്തികപരിഷ്കാരങ്ങൾ.
economic services - സാമ്പത്തികസേവനങ്ങൾ.
economic situation - സാമ്പത്തികാവസ്ഥ.
economic stagnation - സാമ്പത്തികമാന്ദ്യം.
economic stimulus - സാമ്പത്തിക ഉദ്ദീപനം, സാമ്പത്തികോത്തേജനം.
economic system - സാമ്പത്തിക വ്യവസ്ഥ, സാമ്പത്തികഘടന.
economical - മിതവ്യയം, ചെലവുകുറഞ്ഞ.
economical measures - മിതവ്യയ നടപടികൾ.
economical use - മിതോപയോഗം.
economics - ധനതത്ത്വശാസ്ത്രം, ധനശാസ്ത്രം, സാമ്പത്തികശാസ്ത്രം.
economist - ധനശാസ്ത്രജ്ഞൻ, സാമ്പത്തിക ശാസ്ത്രജ്ഞൻ.
economy - സമ്പദ്വ്യവസ്ഥ.
ecosystem - ആവാസവ്യവസ്ഥ.
ecotourism - പരിസ്ഥിതി സൗഹാർദ്ദ വിനോദ സഞ്ചാരം.
edict - ശാസനം.
edition - പതിപ്പ്, എഡിഷൻ.

editor - പത്രാധിപർ, എഡിറ്റർ.
editor- in- chief - ചീഫ് എഡിറ്റർ, മുഖ്യപത്രാധിപർ.
editorial - മുഖപ്രസംഗം.
education advisory board - വിദ്യാഭ്യാസ ഉപദേശക സമിതി.
education department - വിദ്യാഭ്യാസ വകുപ്പ്.
educational career - വിദ്യാഭ്യാസ ജീവിതം.
educational concession - വിദ്യാഭ്യാസ ആനുകൂല്യം.
educational institute - വിദ്യാഭ്യാസ ഇൻസ്റ്റിറ്റ്യൂട്ട്.
educational institution - വിദ്യാഭ്യാസ സ്ഥാപനം.
educational officer - വിദ്യാഭ്യാസ ഓഫീസർ.
educational principles - വിദ്യാഭ്യാസ തത്ത്വങ്ങൾ.
educational psychology - വിദ്യാഭ്യാസ മനഃശാസ്ത്രം.
educational qualification - വിദ്യാഭ്യാസയോഗ്യത.
educational research department - വിദ്യാഭ്യാസ ഗവേഷണ വകുപ്പ്.
educe - വെളിപ്പെടുത്തുക.
eertus plegius - സുരക്ഷിത പണയം.
efface - മായ്ക്കുക.
effacement - ഉന്മൂലനം.
effect - പരിണാമം, ഫലം, പ്രാബല്യം, പ്രഭാവം.
effective - ഫലപ്രദമായ.
effective action - ഊർജ്ജിത നടപടി, ഫലപ്രദ നടപടി.
effective measure - ഊർജ്ജിത നടപടി, ഫലപ്രദ നടപടി.
effective remedy - ഫലപ്രദമായ പരിഹാരം.
effective settlement of grievance - ഫലപ്രദമായ പരാതിപരിഹാരം.
effects - സ്വത്ത്, വസ്തുവക.
effects of the deceased - പരേതന്റെ സ്വത്ത്, പരേതന്റെ സ്വത്തുവകകൾ.
efficacious - ഫലപ്രദമായ.
efficacy - ഫലസിദ്ധി, ഗുണം.
efficiency - കാര്യശേഷി, കാര്യക്ഷമത, ക്ഷമത.
efficiency of labour - തൊഴിൽശക്തിയുടെ കാര്യക്ഷമത.
efficient officer - കാര്യക്ഷമതയുള്ള ഓഫീസർ.
efficient personnel - കാര്യക്ഷമതയുള്ള ഉദ്യോഗസ്ഥൻ.
effort - പരിശ്രമം, പ്രയത്നം, യത്നിക്കുക, ശ്രമം.
egregious - കുപ്രസിദ്ധമായ.
egress - നിർഗ്ഗമിക്കുക.
eject (a person) - ഒഴിപ്പിക്കുക, കുടിയിറക്കുക.
ejection - പുറത്താക്കൽ.
ejectment - നിഷ്കാസനം.
ejectus - കൂട്ടിക്കൊടുപ്പുകാരൻ.
ejusdem generis - സജാതീയമായ, ഏകകുലം, സഹജാതം.
elapse - കഴിഞ്ഞുപോകുക.
elect - തിരഞ്ഞെടുക്കുക.
elected member - തിരഞ്ഞെടുക്കപ്പെട്ട അംഗം.
elected representative - തിരഞ്ഞെടുക്കപ്പെട്ട പ്രതിനിധി.
election - തിരഞ്ഞെടുപ്പ്.
election account - തിരഞ്ഞെടുപ്പു കണക്ക്.
election agent - തിരഞ്ഞെടുപ്പ് ഏജന്റ്.
election by lot - ചീട്ടിട്ടു തിരഞ്ഞെടുപ്പ്, നറുക്കിട്ടു തിരഞ്ഞെടുപ്പ്.
election by single transferable vote - ഒറ്റക്കൈമാറ്റ വോട്ടുമൂലമുള്ള തിരഞ്ഞെടുപ്പ്.
election campaign - തിരഞ്ഞെടുപ്പുപ്രവർത്തനം.
election commission - തിരഞ്ഞെടുപ്പുകമ്മിഷൻ.
election commissioner - തിരഞ്ഞെടുപ്പു കമ്മിഷണർ.

election criteria - തിരഞ്ഞെടുപ്പ് മാനദണ്ഡം.
election duty certificate - തിരഞ്ഞെടുപ്പ് ഡ്യൂട്ടി സർട്ടിഫിക്കറ്റ്.
election expenditure account - തിരഞ്ഞെടുപ്പ് ചെലവു കണക്ക്.
election forms - തിരഞ്ഞെടുപ്പ് ഫാറങ്ങൾ.
election model code of conduct - മാതൃകാ തിരഞ്ഞെടുപ്പ് പെരുമാറ്റച്ചട്ടം.
election observer - തിരഞ്ഞെടുപ്പ് നിരീക്ഷകൻ.
election of office bearers - ഓഫീസ് ഭാരവാഹികളുടെ തിരഞ്ഞെടുപ്പ്.
election offence - തിരഞ്ഞെടുപ്പു കുറ്റം.
election petition - തിരഞ്ഞെടുപ്പു പരാതി, തിരഞ്ഞെടുപ്പുഹർജി.
election propaganda - തിരഞ്ഞെടുപ്പു പ്രചാരണം.
election tribunal - ഇലക്ഷൻ ട്രൈബ്യൂണൽ, തിരഞ്ഞെടുപ്പ് ട്രൈബ്യൂണൽ.
elector - സമ്മതിദായകൻ.
elector population ratio - വോട്ടർ ജനസംഖ്യാനുപാതം.
electoral college - ഇലക്ടറൽ കോളേജ്, തിരഞ്ഞെടുപ്പ് കോളെജ്.
electoral constituency - തിരഞ്ഞെടുപ്പു നിയോജകമണ്ഡലം.
electoral matters - തിരഞ്ഞെടുപ്പു വിഷയങ്ങൾ.
electoral officer - ഇലക്ടറൽ ഓഫീസർ, തിരഞ്ഞെടുപ്പ് ഓഫീസർ.
electoral reforms - തിരഞ്ഞെടുപ്പ് പരിഷ്കാരങ്ങൾ.
electoral registration officer - തിരഞ്ഞെടുപ്പ് രജിസ്ട്രേഷൻ ഓഫീസർ.
electoral right - വോട്ടവകാശം, തിരഞ്ഞെടുപ്പ് സംബന്ധിച്ച അവകാശം, തിരഞ്ഞെടുപ്പവകാശം.
electoral roll - സമ്മതിദായകപ്പട്ടിക, വോട്ടർപ്പട്ടിക.
electoral rolls inspector - വോട്ടർപ്പട്ടിക പരിശോധകൻ.
electoral supervisor - തിരഞ്ഞെടുപ്പ് സൂപ്പർവൈസർ.
electoral ward - തിരഞ്ഞെടുപ്പ് വാർഡ്.
electorate - സമ്മതിദായകൻ, സമ്മതിദായകസംഘം.
electors photo identity card - സമ്മതിദായകരുടെ ഫോട്ടോ പതിച്ച തിരിച്ചറിയൽ കാർഡ്.
electric shock - വൈദ്യുതാഘാതം, വൈദ്യുതഷോക്ക്.
electric train - വൈദ്യുത ട്രെയിൻ.
electrical engineer - ഇലക്ട്രിക്കൽ എൻജിനീയർ.
electrical equipments - വൈദ്യുതോപകരണങ്ങൾ.
electrical works division - വിദ്യുച്ഛക്തി മരാമത്തുവിഭാഗം.
electricity - വിദ്യുച്ഛക്തി, വൈദ്യുതി.
electricity board - വിദ്യുച്ഛക്തി ബോർഡ്, ഇലക്ട്രിസിറ്റി ബോർഡ്.
electricity supply - വൈദ്യുതി വിതരണം.
electricity supply act - വൈദ്യുതി വിതരണ ആക്ട്.
electrification - വൈദ്യുതീകരണം.
electro chemical research institute - വിദ്യുത് - രാസഗവേഷണ ഇൻസ്റ്റിറ്റ്യൂട്ട്.
electrocution - വൈദ്യുതാഘാതമേറ്റ് മരിക്കൽ.
electrometer - ഇലക്ട്രോമീറ്റർ.
electronic development fund - ഇലക്ട്രോണിക് വികസനനിധി.
electronic voting machine - ഇലക്ട്രോണിക് വോട്ടിങ് യന്ത്രം.
electronic voting system - ഇലക്ട്രോണിക് വോട്ടിങ് സമ്പ്രദായം.
elementary education - പ്രാഥമിക വിദ്യാഭ്യാസം, പ്രാരംഭവിദ്യാഭ്യാസം.
elementary stage - പ്രാരംഭദശ, പ്രാരംഭഘട്ടം.
elicit - വെളിവാക്കുക, രഹസ്യം പുറത്തുപറയുക.

elicitation - ചോദ്യംചെയ്ത് തെളിയിക്കൽ.
eligibility - അർഹത, യോഗ്യത.
eligibility for bonus - ബോണസിന് അർഹത.
eligibility test - യോഗ്യതാനിർണ്ണയ പരീക്ഷ.
eligible - അവകാശപ്പെട്ട, അർഹതയുള്ള.
eligible person - യോഗ്യൻ.
elimination - ഒഴിവാക്കൽ, ദൂരീകരണം.
elinguation - നാവുമുറിക്കൽ ശിക്ഷ.
elope - ഒളിച്ചോടുക, കടന്നുകളയുക.
elopement - ഒളിച്ചോട്ടം.
elucidate - വിശദീകരിക്കുക.
elucidatory - തെളിയിക്കുന്ന, വ്യക്തമാക്കുന്ന.
elude - ഒഴിഞ്ഞുകളയുക, മാറിക്കളയുക.
elusion - കബളിപ്പിക്കൽ, തന്ത്രത്തിൽ ഒഴിഞ്ഞുമാറൽ.
e-mail - ഇ-മെയിൽ.
e-mail spoof - വ്യാജ ഇ-മെയിൽ.
emancipate - സ്വാതന്ത്ര്യം നല്കുക, മോചിപ്പിക്കുക.
emasculation - പുരുഷത്വം ഇല്ലാതാക്കൽ, പുംസ്ത്വഹരണം.
embankment - അണക്കെട്ട്, ചിറ, തടബന്ധം, വരമ്പ്.
embargo - കപ്പൽ നിരോധം, വിലക്ക്, വാണിജ്യനിരോധം.
embargo on trade - കച്ചവട നിരോധം.
embarkation - കപ്പലേറ്റം, കപ്പൽകയറൽ.
embarrass - ശല്യപ്പെടുത്തുക, വിഷമിപ്പിക്കുക.
embarrassment - സംഭ്രമം, പരിഭ്രമം, ശല്യം, കുഴപ്പം.
embassy - സ്ഥാനപതികാര്യാലയം, എംബസ്സി.
embezzle - പണം അപഹരിക്കുക.
embezzlement - പണാപഹരണം, ദുർവ്വിനിയോഗം.
embezzlement of government money - സർക്കാർപണം അപഹരിക്കൽ.
embezzlement of public money - പൊതുധന ദുർവ്വിനിയോഗം.
emblem - ചിഹ്നം.
emblems and names act - ചിഹ്നങ്ങളും പേരുകളും ആക്ട്.
embody in statement - പത്രികയിൽക്കൊള്ളിക്കുക.
embolden - ധൈര്യപ്പെടുത്തുക.
emboldener - പ്രോത്സാഹകൻ.
embracery - ജൂറിയെ സ്വാധീനിക്കാൻ ശ്രമിക്കൽ.
embryo - ഭ്രൂണം.
emend - തെറ്റുതിരുത്തുക.
emendate - തെറ്റുതിരുത്തുക.
emendation - തെറ്റുതിരുത്തൽ, സംശോധനം.
emergency - അടിയന്തരം, വിപത്ത്, അടിയന്തരാവസ്ഥ, അത്യാവശ്യം.
emergency cadre - അടിയന്തര കേഡർ, എമർജൻസി കേഡർ.
emergency cases - അടിയന്തരക്കേസുകൾ.
emergency commission - എമർജൻസി കമ്മിഷൻ.
emergency committee - അടിയന്തരക്കമ്മറ്റി.
emergency declaration - അടിയന്തര പ്രഖ്യാപനം.
emergency law - അടിയന്തര നിയമം.
emergency meeting - അടിയന്തര യോഗം.
emergency officer - എമർജൻസി ഓഫീസർ.
emergency powers - അടിയന്തരാധികാരങ്ങൾ.
emergency proclamation - അടിയന്തരാവസ്ഥാവിളംബരം.
emergency production commi-ttee - അടിയന്തര ഉല്പാദനസമിതി.
emergency provisions - അടിയന്തര വ്യവസ്ഥകൾ.

emergency reserve force - അടിയന്തര കരുതൽസേന.
emergency reserve fund - അടിയന്തര കരുതൽ ധനം, അടിയന്തര കരുതൽ നിധി.
emergent file - അടിയന്തര ഫയൽ.
emeute - ജനകീയവിപ്ലവം.
emigrant - വിദേശ അധിവാസി, വിദേശഗമനക്കാരൻ, നാടുമാറിപ്പാർക്കുന്നവൻ, കുടിയേറ്റക്കാരൻ.
emigration - അന്യദേശവാസം, വിദേശകുടിയേറ്റം, എമിഗ്രേഷൻ, നാടുമാറിപ്പാർപ്പ്.
emigration act - വിദേശ കുടിയേറ്റ ആക്റ്റ്, എമിഗ്രേഷൻ ആക്റ്റ്.
emigration commissioner - എമിഗ്രേഷൻ കമ്മിഷണർ.
emissary - ദൂതൻ.
emolument - വേതനം, കൂലി, പാരിതോഷികം.
empanel - പട്ടികയിൽ പേരു ചേർക്കുക, പട്ടികപ്പെടുത്തുക.
emphasize - ഉറപ്പിച്ചുപറയുക, ഊന്നിപ്പറയുക.
emphatic protest - ശക്തിയായ പ്രതിഷേധം.
empirical law - അനുഭവജ്ഞാന നിയമം.
empirical research - അനുഭവജ്ഞാനഗവേഷണം.
empirical study - അനുഭവജ്ഞാനപഠനം.
empiricist - അനുഭവജ്ഞാനി.
employ - നിയമിക്കുക, ഏർപ്പെടുക.
employability - തൊഴിൽസാദ്ധ്യത.
employee - ജീവനക്കാരൻ, ഉദ്യോഗസ്ഥൻ, തൊഴിലാളി.
employee's liability - തൊഴിലാളിയുടെ ബാദ്ധ്യത.
employees provident funds act - എംപ്ലോയീസ് പ്രോവിഡന്റ് ഫണ്ട് ആക്ട്.
employees' state insurance act - ജീവനക്കാരുടെ സ്റ്റേറ്റ് ഇൻഷ്വറൻസ് ആക്ട്.
employer - തൊഴിലുടമ.
employer's liability - തൊഴിലുടമയുടെ ബാദ്ധ്യത.
employers - തൊഴിൽദാതാക്കൾ.
employers' liability act - തൊഴിലുടമയുടെ ബാദ്ധ്യതാ ആക്ട്.
employment - ഉദ്യോഗം, ജോലി, തൊഴിൽ, ജീവനം.
employment assistance - തൊഴിൽസഹായം.
employment exchange - എംപ്ലോയ്മെന്റ് എക്സ്ചേഞ്ച്.
employment exchanges (compulsory notification of vacancies) act - എംപ്ലോയ്മെന്റ് എക്സ്ചേഞ്ചുകൾ (ഒഴിവുകൾ നിർബ്ബന്ധിതമായി വിജ്ഞാപനംചെയ്യൽ) ആക്ട്.
employment guarantee progra-mme - തൊഴിലുറപ്പു പദ്ധതി.
employment liaison officer - എംപ്ലോയ്മെന്റ് ലെയ്സൺ ഓഫീസർ.
employment market - തൊഴിൽ വിപണി.
employment market information - തൊഴിൽവിപണി വിവരം.
employment officer - എംപ്ലോയ്മെന്റ് ഓഫീസർ.
employment programme - തൊഴിൽദാനപരിപാടി.
employment scheme - തൊഴിൽ പദ്ധതി.
empower - അധികാരപ്പെടുത്തുക.
emption - വിലയ്ക്കുവാങ്ങൽ, വില കൊടുത്തു വാങ്ങൽ.
empty - ശൂന്യമായ, ഒഴിഞ്ഞ, എഴുതാത്ത.
en bloc - കൂട്ടത്തോടെ, സംഘമായി.
en ventre sa mere - ഗർഭസ്ഥശിശു.
enable - സാദ്ധ്യമാക്കുക, പ്രാപ്തമാക്കുക, പര്യാപ്തമാക്കുക.
enact - നിയമമാക്കുക, നിയമംനിർമ്മി

ക്കുക, നിയമനിർമ്മാണം നടത്തുക, നിയമം ഉണ്ടാക്കുക.
enactment - നിയമം ഉണ്ടാക്കൽ, നിയമപ്പെടുത്തൽ, നിയമനിർമ്മാണം.
enactment of land law - ഭൂനിയമനിർമ്മാണം.
encamp - കൂടാരമടിക്കുക, ക്യാമ്പുചെയ്യുക.
encase - ഒപ്പംവയ്ക്കുക.
encash - പണമാക്കുക.
encashment - പണമാക്കിമാറ്റൽ.
encircle - വളയുക.
enclose - അടക്കംചെയ്യുക, ഒപ്പംവയ്ക്കുക.
enclosure - ഉള്ളടക്കം, അടക്കം ചെയ്തിട്ടുള്ളത്.
encounter - സംഘട്ടനം.
encouragement - പ്രചോദനം, പ്രോത്സാഹനം.
encroach - കയ്യേറുക.
encroacher - കൈയേറ്റക്കാരൻ.
encroachment - കൈയേറ്റം, കൈവശപ്പെടുത്തുക.
encumbered estate - കുടിക്കടമുള്ള വസ്തു, ബാദ്ധ്യതയുള്ള വസ്തു, കടത്തില്പെട്ട എസ്റ്റേറ്റ്, പണയവസ്തു.
encumbrance - കുടിക്കടം, കടബാദ്ധ്യത, ഋണബാദ്ധ്യത.
encumbrance certificate - കുടിക്കടസാക്ഷ്യപത്രം, ബാദ്ധ്യതാ സർട്ടിഫിക്കറ്റ്, കുടിക്കടപത്രം.
end one's pleadings - വാദം പൂർത്തീകരിക്കുക.
endanger - അപകടത്തിലാക്കുക.
endeavour - പ്രയത്നം, യത്നിക്കുക.
endente cordiale - പരസ്പര സൗഹാർദ്ദം, പരസ്പരമൈത്രി.
endorse in blank - പുറത്തു പേരെഴുതാതെ ഒപ്പിടുക.
endorsement - മേലെഴുത്ത്, ഇണ്ടാസ്, പുറത്തെഴുത്ത്, പുറംകുറിപ്പ്.
endow with power - അധികാരം നല്കുന്ന.
endowment - ദാനസ്വത്ത്, എൻഡോവ്മെന്റ്.
ends of justice - നീതിലക്ഷ്യങ്ങൾ.
enduring - ശാശ്വതമായ, ഈടുനില്ക്കുന്ന, നശിക്കാത്ത.
enemy - ശത്രു, പ്രതിയോഗി, എതിരാളി.
enemy alien - വിദേശ ശത്രു, അന്യദേശ ശത്രു.
enemy country - ശത്രുരാജ്യം.
enemy property - ശത്രുമുതൽ.
enemy property act - ശത്രുവക വസ്തു ആക്ട്.
energy conservation act - ഊർജ്ജ സംരക്ഷണ ആക്ട്.
enface - മുദ്രയടിക്കുക.
enfeeble - ദുർബ്ബലപ്പെടുത്തുക.
enfeoff - ജന്മാവകാശം നല്കുക, നിയമപരമായ അവകാശം നല്കുക.
enfeoffment - നിയമപരമായ അവകാശം നല്കൽ, ജന്മാവകാശം നല്കൽ, കുടിയായ്മാവകാശം നല്കൽ.
enfetter - അടിമയാക്കുക, തടവിലാക്കുക, ചങ്ങലയ്ക്കിടുക.
enforce - നടപ്പിൽ വരുത്തുക, പ്രവർത്തിപ്പിക്കുക, പ്രാവർത്തികമാക്കുക, നടപ്പാക്കുക.
enforce a partition - സ്വത്ത് ഭാഗം വയ്ക്കുക.
enforceable - നടപ്പിൽ വരുത്താവുന്ന, നടപ്പിലാക്കാവുന്ന.
enforcement - നടപ്പാക്കൽ, നടത്തിപ്പ്, നടപ്പിൽവരുത്തൽ.
enforcement directorate - എൻഫോഴ്സ്മെന്റ് ഡയറക്ടറേറ്റ്.
enforcement of decree - ഡിക്രി നടത്തിപ്പ്.
enforcement of rights - അവകാശങ്ങൾ പ്രാവർത്തികമാക്കൽ, അവകാശ പ്രാബല്യം വരുത്തൽ.
enfranchise - വോട്ടവകാശം നല്കുക.
enfranchisement - പൗരാവകാശദാനം.

engage - നിയോഗിക്കുക, ഏർപ്പെടുക.
engage in - ഏർപ്പെടുത്തുക.
engage in intrigue - ഗൂഢാലോചന നടത്തുക.
engineering college - എഞ്ചിനീയറിങ് കോളേജ്.
engineering supervisor - എൻജിനീയറിങ് സൂപ്പർവൈസർ.
engrave - മുദ്രകൊത്തുക.
engross - പകർത്തിയെഴുതുക, അസ്സലെഴുതുക.
engrosser - അസ്സലെഴുതുന്ന ആൾ.
engulf - ഉൾപ്പെടുത്തുക.
enhance - വർദ്ധിക്കുക, ഊർജ്ജിതമാക്കുക, കൂടുക, വർദ്ധിപ്പിക്കുക.
enhanced rate - കൂടിയ നിരക്ക്, വർദ്ധിപ്പിച്ച നിരക്ക്.
enhancement of rent - വാടക വർദ്ധിപ്പിക്കൽ.
enhancement of sentence - ശിക്ഷ വർദ്ധന.
enigmatical - നിഗൂഢമായ.
enjoin - നിർദ്ദേശിക്കുക, അനുശാസിക്കുക.
enjoined by law - നിയമംമൂലം അനുശാസിച്ചിട്ടുള്ള.
enjoyment - അനുഭവം.
enjoyment of land - ഭൂമിയുടെ കൈവശാനുഭവം.
enlarge - വലുതാക്കുക.
enlargement - വിസ്തരണം, വിപുലനം, വിപുലീകരണം.
enlist - ചേർക്കുക, പേരുചേർക്കുക.
enlock - പൂട്ടിയിടുക.
enmesh - വലയില്പെടുത്തുക, കുടുക്കുക.
enmity - പക, ശത്രുത.
enormia - നിയമവിരുദ്ധ പ്രവൃത്തി.
enormity - വലിയ കുറ്റം, അതിക്രമം, കൊടുംപാതകം.
enormous - വ്യാപകമായ.
enough - മതിയായ, മതിയാവുക.
enquete - അന്വേഷണം.
enquire - അന്വേഷിക്കുക.
enquiry - അന്വേഷണം, അന്വേഷണ വിചാരണ.
enquiry commission - അന്വേഷണക്കമ്മിഷൻ.
enquiry committee - അന്വേഷണക്കമ്മിറ്റി.
enquiry counter - അന്വേഷണകൗണ്ടർ.
enquiry office - അന്വേഷണ കാര്യാലയം, എൻക്വയറി ഓഫീസ്.
enquiry officer - അന്വേഷണോദ്യോഗസ്ഥൻ, എൻക്വയറി ഓഫീസർ.
enquiry report - അന്വേഷണറിപ്പോർട്ട്.
enrol - പേരുചേർക്കുക.
enrolment - സന്നത് എടുക്കൽ, പട്ടികയില്പെടുത്തൽ, പട്ടികയിൽ പേരുചേർക്കൽ, പേരുപതിപ്പ്.
enrolment number - എൻറോൾമെന്റ് നമ്പർ.
enslavement - അടിമത്തൊഴിൽ.
ensnare - അകപ്പെടുത്തുക.
ensure - ഉറപ്പുവരുത്തുക.
enter - ചേർക്കുക, പ്രവേശിക്കുക.
enter appeal - അപ്പീൽ ബോധിപ്പിക്കുക.
enter into a contract - കരാർ ചെയ്യുക.
enter into an agreement - ഉടമ്പടി ചെയ്യുക.
enter into legal contract - നിയമപരമായ കരാറിലേർപ്പെടുക.
enterprise - സംരംഭം.
entertain - കൈക്കൊള്ളുക, പരിഗണിക്കുക.
entertain appeal - അപ്പീൽ സ്വീകരിക്കുക.
entertainment tax - വിനോദനികുതി.
entice - വശീകരിക്കുക.
enticement - വശീകരണം, വശീകരിക്കൽ.
entire period - മുഴുവൻ സമയം.
entitle - അവകാശംനല്കുക, അവകാശിയാക്കുക, നിക്ഷിപ്തമാക്കുക.
entitled to - അവകാശമുണ്ടായിരി

ക്കുക, നിക്ഷിപ്തമായിരിക്കുക.
entitlement - അർഹത.
entitlement for bonus - ബോണസിന് അർഹത.
entity - അസ്തിത്വം, നിലനില്പ്.
entrance - പ്രവേശനം.
entrance examination - പ്രവേശനപരീക്ഷ.
entrance examination controller - പ്രവേശനപരീക്ഷാ കൺട്രോളർ.
entrance fee - പ്രവേശനഫീസ്.
entrap - അകപ്പെടുത്തുക, കുടുക്കില് പെടുത്തുക, കെണിയില്പെടുത്തുക.
entrepreneurship development programme - സംരംഭകത്വ വികസനപദ്ധതി.
entrust - ഏല്പിക്കുക, ചുമതലപ്പെടുത്തുക.
entry - പ്രവേശനം, രേഖപ്പെടുത്തൽ.
entry cadre - പ്രവേശന കേഡർ.
entry duty - പ്രവേശനനികുതി.
entry fee - പ്രവേശനഫീസ്.
entry tax - പ്രവേശനനികുതി.
entry ticket - പ്രവേശന ടിക്കറ്റ്.
entry verification zone - പ്രവേശന പരിശോധനാ മേഖല.
enumerate - എണ്ണിപ്പറയുക.
enumerative judgment - ഗണനവിധി.
environment - friendly - പരിസ്ഥിതിസൗഹൃദമായ, പരിസരത്തിന് ഹാനികരമല്ലാത്ത.
environment impact assessment - പരിസ്ഥിതിപ്രത്യാഘാതഗണനം, പാരിസ്ഥിതികാഘാത നിർണ്ണയം.
environment impact audit - പരിസ്ഥിതിപ്രത്യാഘാത അവലോകനം, പാരിസ്ഥിതികാഘാത അവലോകനം.
environment impact study - പാരിസ്ഥിതികാഘാതപഠനം.
environment improvement - പരിസ്ഥിതി മെച്ചപ്പെടുത്തൽ.
environmental impact - പാരിസ്ഥിതികാഘാതം, പരിസ്ഥിതിപ്രത്യാഘാതം.
environmental protection act - പരിസ്ഥിതി സംരക്ഷണ ആക്റ്റ്.
environmental protection meas-ures - പരിസ്ഥിതി സുരക്ഷാനടപടികൾ.
environmental research - പരിസ്ഥിതി ഗവേഷണം.
environmentalist - പരിസ്ഥിതി പ്രവർത്തകൻ.
envisagement - എതിർക്കൽ.
envoy - നയതന്ത്രപ്രതിനിധി, സ്ഥാനപതി.
envoy extraordinary - അസാധാരണ ദൂതൻ.
ephemeral file - താല്ക്കാലിക ഫയൽ.
ephemeral list - താല്ക്കാലിക ലിസ്റ്റ്/പട്ടിക.
ephemeral roll - താല്ക്കാലിക പട്ടിക.
epidemic - സാംക്രമികരോഗം, പകർച്ചവ്യാധി.
epidemic diseases act - സാംക്രമിക രോഗങ്ങൾ ആക്ട്.
epidemiologist - സാംക്രമികരോഗ ശാസ്ത്രജ്ഞൻ.
epidemiology - സാംക്രമികരോഗ ശാസ്ത്രം.
epigone - പിൻതലമുറ, പിൻതലമുറയിലെ വ്യക്തി.
epigraphy - ശിലാലേഖനവിദ്യ.
epistle - നീട്ട്, തിട്ടൂരം.
epistola - വസ്തുകൈമാറ്റ രേഖ, ഭൂമി കൈമാറ്റരേഖ.
epitomize - ന്യൂനീകരിക്കുക, ലഘൂകരിക്കുക.
equal justice - തുല്യനീതി.
equal position - തുല്യനില.
equal remuneration - തുല്യവേതനം.
equal remuneration act - തുല്യവേതനം ആക്ട്.
equal value - സമമൂല്യം, സമവില.
equal work - തുല്യജോലി.
equality - തുല്യത, സമത്വം.
equality before law - നിയമദൃഷ്ട്യാസമത്വം, നിയമസമത്വം.

equality of opportunity - അവസര സമത്വം.
equality of status - സ്ഥിതിസമത്വം.
equality of status and opportunity - സ്ഥിതിസമത്വവും അവസരസമത്വവും.
equally - ഒന്നുപോലെ, ഒരേപോലെ.
equally applicable - ഒരുപോലെ ബാധകമാകുന്നത്.
equated monthly instalment (EMI) - തുല്യമാസ ഗഡു.
equation - സമവാക്യം, സമീകരണം.
equilibrium - സമനില, സന്തുലിതാവ സ്ഥ.
equip - സജ്ജീകരിക്കുക.
equipment - ഉപകരണം, സജ്ജീക രണം.
equipoise - സമനില, സന്തുലിതാവ സ്ഥ, സാമ്യസ്ഥിതി, സാമ്യം, സന്തുല നം, തുലിതാവസ്ഥ.
equipped - സുസജ്ജം, സായുധം.
equitable - നിഷ്പക്ഷമായ, ന്യായ യുക്തമായ, സമത്വപൂർണ്ണമായ, നീതി പൂർവ്വകമായ.
equitable allocation - നീതിപൂർവ്വം വിഭജിച്ചുനല്കൽ.
equitable asset - ന്യായമായി നിശ്ച യിക്കപ്പെടേണ്ട സ്വത്ത്.
equitable distribution - സമതുലിത വിതരണം.
equitable interest - ന്യായയുക്താവ കാശം.
equity - സാമ്യം, നീതിന്യായം, നീതി, സമത്വം.
equity of redemption - വസ്തു വീണ്ടെടുക്കാനുള്ള അവകാശം, പുനഃ സ്ഥാപനാവകാശം.
equity of statute - നിയമസമത്വം, നിയ മസാരം.
equity, equality and good conscience - നീതിയും സമത്വവും സന്മ നസ്സും.
equivalency certificate - തുല്യതാ സാക്ഷ്യപത്രം.
equivalency examination - തുല്യ താപരീക്ഷ.
equivalent - തുല്യം, സമാനം.
equivocal - അനേകാർത്ഥമുള്ള, രണ്ടർ ത്ഥത്തിൽ വ്യാഖ്യാനിക്കപ്പെടാവുന്നത്.
eradicate - ഇല്ലായ്മ ചെയ്യുക, ഉന്മൂ ലനം ചെയ്യുക.
eradication - ഉന്മൂലനം, നിർമ്മാർ ജ്ജനം.
eradication of untouchability - തൊ ട്ടുകൂടായ്മ നിർമ്മാർജ്ജനം.
erase - മായ്ക്കുക, നീക്കുക.
erect - സ്ഥാപിക്കുക, ഉണ്ടാക്കുക, നിർമ്മിക്കുക.
ergatocracy - തൊഴിലാളിഭരണം, തൊഴിലാളി മേധാവിത്വം .
eriach - കൊല്ലപ്പെട്ട കുടുംബത്തിനു കൊലയാളി നല്കുന്ന പിഴ.
eric - കൊല്ലപ്പെട്ട കുടുംബത്തിനു കൊലയാളി നല്കുന്ന പിഴ.
eristic - വിവാദപരമായ, വിവാദശീല മുള്ള.
erosion - ഒലിപ്പ്.
err - പിഴവ് സംഭവിക്കുക.
erratic - ക്രമരഹിതമായ.
erratum - തിരുത്തൽ.
erratum declaration - തിരുത്തൽ പ്രഖ്യാപനം.
erratum list - ശുദ്ധിപത്രം.
erratum notification - തിരുത്തൽ വി ജ്ഞാപനം, പിഴതിരുത്തൽ വിജ്ഞാ പനം.
erratum order - തിരുത്തൽ ഉത്തരവ്.
erring officers - വീഴ്ച വരുത്തിയ ഓഫീസർമാർ, വീഴ്ചവരുത്തിയ ഉദ്യോ ഗസ്ഥർ.
erroneous - തെറ്റായ.
erroneous advise - തെറ്റായ ഉപദേശം.
erroneous knowledge - തെറ്റായ അറിവ്.
error - തെറ്റ്, പിഴവ്, പിശക്.
error in fact - വസ്തുതയിലെ പിഴവ്, വസ്തുതാപ്പിഴവ്.

error in law - നിയമപ്പിഴവ്, നിയമത്തിലെ പിഴവ്.
error of judgement - നിർണ്ണയപ്പിഴവ്, വിവേചനപ്പിഴവ്.
error of omission - വിട്ടുകളഞ്ഞതായ തെറ്റ്, വിട്ടുകളയൽത്തെറ്റ്.
error percentage - പ്രമാദ ശതമാനം.
errorless - അബദ്ധരഹിതമായ, തെറ്റില്ലാത്ത.
errors of commission - ചെയ്ത തെറ്റുകൾ.
escapado - ഓടിരക്ഷപ്പെട്ട കുറ്റവാളി.
escape - രക്ഷപ്പെടുക, ഒളിച്ചോടുക, കസ്റ്റഡിയിൽനിന്ന് ചാടിപ്പോകുക, തടവുചാടുക .
escape from custody - കസ്റ്റഡിയിൽ നിന്ന് രക്ഷപ്പെടുക, കസ്റ്റഡിയിൽനിന്ന് ഒളിച്ചോടുക.
escaped convict - തടവുചാടിയ കുറ്റവാളി.
escapee - തടവുചാടിയയാൾ.
escapement - തടവുചാട്ടം, തടവുചാടൽ.
escheat - അന്യംനില്പ്.
escheat land - അന്യംനില്പ് ഭൂമി.
escheats and forfeitures act - അന്യംനില്പ് കണ്ടുകെട്ടൽ ആക്ട്.
eschew - ഒഴിവാക്കുക, ഉപേക്ഷിക്കുക.
eschewer - ഒഴിവാക്കുന്നവൻ, ത്യജിക്കുന്നവൻ.
escort - അകമ്പടി, എസ്കോർട്ട്, അകമ്പടിസേവിക്കുക, രക്ഷകൻ, അനുയാത്ര ചെയ്യുക.
esnecy - അവകാശസ്വത്തുവിഭജനത്തിൽ മൂത്തസഹോദരിക്കുള്ള ആദ്യ പരിഗണനാവകാശം.
espantoon - ലാത്തി.
especially - പ്രത്യേകിച്ച്, വിശേഷിച്ച്, വിശിഷ്യാ.
espial - ചാരവൃത്തി.
espionage - ചാരവൃത്തി.
espouse - ഭാര്യ/ഭർത്താവ്.
esprit de corps - സംഘഭാവന.
essence of a contract - കരാറിന്റെ സാരാംശം.
essential - ഒഴിച്ചുകൂടാനാവാത്ത, അത്യാവശ്യമുള്ള.
essential commodities - അവശ്യസാധനങ്ങൾ.
essential Commodities act - അവശ്യസാധനങ്ങൾ ആക്ട്.
essential qualification - അവശ്യയോഗ്യത.
essential service - അവശ്യസേവനം, അവശ്യസർവ്വീസ്.
essentiality - ആവശ്യകത
essentiality certificate - അവശ്യതാ സർട്ടിഫിക്കറ്റ്.
established by law - നിയമപ്രകാരം സ്ഥാപിതമായ.
established fact - സ്ഥാപിതവസ്തുത, അംഗീകൃതമായ വസ്തുത.
establishment - സ്ഥാപനം, ജീവനക്കാര്യം.
establishment charge - ഭരണച്ചെലവ്, സ്ഥാപനച്ചെലവ്.
establishment director - എസ്റ്റാബ്ലിഷ്മെന്റ് ഡയറക്ടർ.
establishment section - സ്ഥാപനവിഭാഗം.
estate - വസ്തു, തോട്ടം, ഭൂസ്വത്ത്, എസ്റ്റേറ്റ്.
estate duty - എസ്റ്റേറ്റ് നികുതി, സ്വത്തുനികുതി, എസ്റ്റേറ്റ് ഡ്യൂട്ടി.
estate for life - ആജീവനസ്വത്ത്.
estate labourer - തോട്ടം തൊഴിലാളി.
estate manager - എസ്റ്റേറ്റ് മാനേജർ.
estate of inheritance - പാരമ്പര്യാവകാശ സ്വത്ത്.
estimate - എസ്റ്റിമേറ്റ്, മതിപ്പ്, അടങ്കൽ, വിലയിരുത്തുക.
estimate amount - എസ്റ്റിമേറ്റ് സംഖ്യ.
estimate committee - എസ്റ്റിമേറ്റ് കമ്മറ്റി.
estimate of expenditure - ചെലവുമതിപ്പ്, ചെലവിന്റെ അടങ്കൽ.
estimate officer - എസ്റ്റിമേറ്റ് ഓഫീസർ.

estimated amount - മതിപ്പുതുക.
estimated expenditure - മതിപ്പുചെലവ്.
estimates committee - എസ്റ്റിമേറ്റ് കമ്മിറ്റി.
estimation - നിർണ്ണയം, വിലയിടൽ.
estimation of net proceeds - അറ്റാദായ കണക്കുകൂട്ടൽ.
estimation of vacancies - ഒഴിവുകൾ തിട്ടപ്പെടുത്തൽ.
estoppel - വാദതടസ്സം.
estover - വരുമാനത്തിൽനിന്നുള്ള ബത്ത, ഭൂവരുമാനത്തിൽനിന്നുള്ള ബത്ത.
estranged - അന്യാധീനപ്പെടുത്തിയിട്ടുള്ള.
estrangement - അന്യാധീനപ്പെടുത്തൽ.
estreat - രേഖയുടെ/പ്രമാണത്തിന്റെ പകർപ്പ്, പിഴചുമത്തുക, പിഴയീടാക്കുക.
etc. (etcetera) - മുതലായവ, ഇത്യാദി.
etiquette - സദാചാരധർമ്മം.
euthanasia - ദയാവധം.
evacuate - ഒഴിഞ്ഞുകൊടുക്കുക, ഒഴിപ്പിക്കുക.
evacuation - ഒഴിപ്പിക്കൽ.
evacuee - അഭയാർത്ഥി.
evacuee property - അഭയാർത്ഥി സ്വത്ത്.
evacuee property department - അഭയാർത്ഥിസ്വത്തുവകുപ്പ്
evacuee welfare - അഭയാർത്ഥി ക്ഷേമം.
evade - ഒഴിഞ്ഞുമാറുക, ഒഴിയുക.
evaluate - വിലയിരുത്തുക.
evaluation - മൂല്യനിർണ്ണയം, വിലയിരുത്തൽ.
evaluation committee - വിലയിരുത്തൽക്കമ്മിറ്റി, മൂല്യനിർണ്ണയ സമിതി.
evaluation of standard - നിലവാര നിർണ്ണയം.
evaluation report - മൂല്യനിർണ്ണയ റിപ്പോർട്ട്.
evasion - ഒഴിഞ്ഞുപോകൽ, വർജനം.
event - സംഭവം.
eventual remedy - അന്തിമപരിഹാരം.
evict - ഒഴിപ്പിക്കുക, കുടിയിറക്കുക.
eviction - ഒഴിപ്പിക്കൽ, കുടിയിറക്ക്.
eviction inspector - ഒഴിപ്പിക്കൽ ഇൻസ്പെക്ടർ.
eviction notice - ഒഴിപ്പിക്കൽ നോട്ടീസ്.
eviction proceedings - ഒഴിപ്പിക്കൽ നടപടികൾ.
evidence - തെളിവ്, സാക്ഷ്യം.
evidence act - തെളിവുകൾ ആക്ട്.
evidence, law of - തെളിവുനിയമം.
evidencer - സാക്ഷി.
evidentiary value - തെളിവുമൂല്യം.
evil intention - ദുരുദ്ദേശ്യം.
evil-monger - ദുർപ്രവൃത്തി ചെയ്യുന്നവൻ.
evincement - തെളിയിക്കൽ.
evirate - പുരുഷത്വം ഇല്ലാതാക്കുക.
evite - ഒഴിവാക്കുക.
evolution - പരിണാമം.
evolutionary sequence - പരിണാമക്രമം.
ewbrice - വ്യഭിചാരം.
ex acquitate - നിയമാനുസൃതം, ന്യായാനുസൃതം.
ex dividend - അടുത്ത ലാഭവിഹിതം ചേർക്കാതെ.
ex facie - പ്രത്യക്ഷത്തിൽ, വ്യക്തമായി.
ex interest - പലിശയില്ലാതെ.
ex jure - നിയമാവകാശത്തിൽ.
ex lege - നിയമപ്രകാരം.
ex MLA - മുൻ എം എൽ എ.
ex- president - മുൻ പ്രസിഡന്റ്.
exabundanti - വേണ്ടിടത്തോളം, ധാരാളമായി, ആവശ്യാനുസൃതം.
exacerbate - ഗുരുതരമാവുക, വഷളാവുക, പ്രകോപിപ്പിക്കുക.
exacerbation - പ്രകോപനം.
exact - കൃത്യമായ.
exactitude - കൃത്യത.
exactness - കൃത്യത, കണിശത.

ex-adverso - എതിർഭാഗത്ത്.
ex-aequoet bono - അതനുസരിച്ച്.
exaggeration - അതിഭാവുകത, പർവ്വതീകരണം.
exalt - പദവിയുയർത്തുക.
examination - വിസ്താരം, പരീക്ഷ, പരിശോധന.
examination - in - chief - ആദ്യവിസ്താരം, പ്രഥമ വിസ്താരം, ചീഫ് വിസ്താരം.
examination charge - പരീക്ഷച്ചെലവ്.
examination fees - പരീക്ഷാഫീസ്.
examination leave - പരീക്ഷാവധി.
examination of person - ദേഹപരിശോധന.
examination of witness - സാക്ഷിവിസ്താരം.
examination papers - പരീക്ഷക്കടലാസുകൾ.
examination result - പരീക്ഷാഫലം.
examine - പരിശോധിക്കുക, ഒത്തുനോക്കുക.
examine closely - ഉറ്റുനോക്കുക.
examine on oath - ശപഥത്തിന്മേൽ വിസ്തരിക്കുക.
examinee - പരീക്ഷാർത്ഥി, പരീക്ഷിക്കപ്പെടുന്നവൻ.
examine-in-detail - വിശദപരിശോധന.
examiner - പരീക്ഷകൻ, പരിശോധകൻ, എക്സാമിനർ.
examining fee - പരിശോധനാ ഫീസ്.
example - ഉദാഹരണം.
exanimate - നിർജ്ജീവമായ.
ex-cadre posts - കാഡറിനു വെളിയിലുള്ള തസ്തികകൾ.
excambion - പരസ്പര സ്വത്തുകൈമാറ്റം, പരസ്പര ഭൂമികൈമാറ്റം.
excavation - കുഴിച്ചെടുക്കൽ, ഖനനം.
excavator - കുഴിച്ചെടുക്കുന്ന ആൾ, ഖനനയന്ത്രം.
exceed - അധികമാകുക.
except - ഒഴികെ.
except according to - അനുസരിച്ചല്ലാതെ.
except where otherwise provided - മറ്റുപ്രകാരം വ്യവസ്ഥ ചെയ്തിട്ടുള്ളിടത്തൊഴികെ.
exception - അപവാദം.
exception clause - അപവാദഖണ്ഡം.
exceptional grant - വിശേഷാൽ ധനസഹായം.
excess - അധികം, മിച്ചം, അധികമുള്ള.
excess consumption - അമിത ഉപഭോഗം.
excess duty - അധികനികുതി.
excess land - മിച്ചഭൂമി.
excess profit - അധികലാഭം.
excess profit tax - അധികലാഭനികുതി.
excess rent - അമിതവാടക.
excess tax - അധികനികുതി.
excesses - അതിക്രമം.
excessive - അതിരുകടന്ന, അധികമാകുക, അമിതമായ, അതിയായ.
excessive force - അനാവശ്യബലപ്രയോഗം.
excessively - ക്രമാതീതമായി.
exchange - പരസ്പരമാറ്റം, വച്ചുമാറ്റം, വിനിമയം, എക്സ്ചേഞ്ച്.
exchange above par - അധികമൂല്യവിനിമയം.
exchange below value - അവമൂല്യവിനിമയം.
exchange control - വിനിമയനിയന്ത്രണം.
exchange controller - വിനിമയനിയന്ത്രകൻ.
exchange deed - വിനിമയപത്രം.
exchange equalization fund - വിനിമയ സമീകരണ നിധി.
exchange inspector - എക്സ്ചേഞ്ച് ഇൻസ്പെക്ടർ.
exchange of par - സമമൂല്യവിനിമയം.
exchange price - മാറ്റവില.
exchange rate - വിനിമയനിരക്ക്.
exchange value - വിനിമയമൂല്യം, മാറ്റവില.

exchequer - ഭണ്ഡാരം, ഖജനാവ്.
excise - എക്സൈസ്.
excise (malt liquors) act - എക്സൈസ് (മാൾട്ട് മദ്യങ്ങൾ) ആക്ട്.
excise administration - എക്സൈസ് ഭരണം.
excise collector - എക്സൈസ് കളക്ടർ.
excise commissioner - എക്സൈസ് കമ്മിഷണർ.
excise department - എക്സൈസ് വകുപ്പ്.
excise duty - എക്സൈസ് തീരുവ, എക്സൈസ് നികുതി, എക്സൈസ് ഡ്യൂട്ടി, അബ്കാരിച്ചുങ്കം.
excise manual - എക്സൈസ് മാനുവൽ.
excise tariff - എക്സൈസ് താരിഫ്.
excitement - ആവേശം.
exciting - ആവേശം ജനിപ്പിക്കുന്ന, ആവേശകരം.
exclude - ഒഴിവാക്കുക, പുറംതള്ളുക, പുറത്താക്കുക.
exclusion - ഒഴിവാക്കൽ, ഒഴിച്ചുനിറുത്തൽ, പുറത്താക്കൽ.
exclusive - കേവലം, പരിപൂർണമായ, അനന്യമായ, സമ്പൂർണ്ണമായ.
exclusive agreement - കുത്തകക്കരാർ.
exclusive possession - പരിപൂർണ കൈവശം, മൂർത്തകൈവശം.
exclusive power - പൂർണാധികാരം, സമഗ്രാധികാരം, സമഗ്രാധിപത്യം.
exclusive proof - അനന്യമായ തെളിവ്, സമഗ്രത്തെളിവ്.
exclusive right - അനന്യാവകാശം, പരിപൂർണാവകാശം.
excommunicant - തിരസ്കൃതൻ, ബഹിഷ്കൃതൻ.
excommunication - അയിത്തം, ജാതിഭ്രംശം, സാമുദായിക ഭ്രഷ്ട്.
excommunicator - ഭ്രഷ്ട് കൽപിക്കുന്നവൻ.
ex-con - മുൻകുറ്റവാളി, മുൻതടവുകാരൻ.
excruciate - പീഡിപ്പിക്കുക.
exculpate - കുറ്റവിമുക്തമാക്കുക, നിരപരാധിയെന്ന് വിധിക്കുക.
exculpation - കുറ്റവിമുക്തി, കുറ്റമോചനം.
ex-curia - കോടതിയ്ക്കു പുറത്ത്.
excusable - ന്യായീകരിക്കത്തക്ക, മാപ്പുനൽകാവുന്ന, ക്ഷന്തവ്യമായ.
excuse - ക്ഷമായാചനം, ഒഴികഴിവ്, മാപ്പുനൽകുക.
excuseless - മാപ്പർഹിക്കാത്ത.
excuser - മാപ്പുനൽകുന്നവൻ.
ex-dividend - ലാഭാംശരഹിതം.
execrate - വെറുപ്പുളവാക്കുക.
executant - ആധാരക്കാരൻ, ഒപ്പിട്ടുകൊടുത്ത ആൾ, ഒപ്പിട്ടുപൂർത്തീകരിക്കുന്ന ആൾ.
execute - നിർവ്വഹിക്കുക, വധിക്കുക, വധശിക്ഷ നടപ്പാക്കുക.
execute deed - പ്രമാണം ചെയ്യുക.
execute scheme - പദ്ധതി നടപ്പിലാക്കുക.
execution - വിധിനടത്തൽ, വധം, നടപ്പാക്കൽ, നിർവ്വഹണം, ഒപ്പിട്ട് പൂർത്തീകരിക്കൽ, നടത്തിപ്പ്.
execution charges - വിധിനടത്തുകൂലി.
execution court - വിധിനടത്തു കോടതി.
execution of capital punishment - മരണശിക്ഷ നടപ്പാക്കൽ.
execution of contract - കരാർ നിർവ്വഹണം.
execution of criminals - കുറ്റവാളികൾക്ക് വധശിക്ഷ നൽകൽ.
execution of decree - വിധിനടത്തൽ.
execution of law - നിയമം നടപ്പിലാക്കൽ.
execution of powers - അധികാര നിർവ്വഹണം.
execution of rights - അവകാശങ്ങൾ

നടപ്പാക്കൽ.
execution petition (EP) - വിധിനടത്തു ഹർജി, വിധിനടത്തൽ ഹർജി.
execution proceedings - വിധിന ടത്തൽ നടപടികൾ.
execution process - വിധിനടത്തു നട പടിക്രമം, നിർവ്വഹണക്രമം.
executione judicii - നിർവ്വഹണകാ ലതാമസം ചോദ്യംചെയ്തു കൊണ്ടുള്ള മേൽക്കോടതിയുത്തരവ്.
executioner - ആരാച്ചാർ.
executive action - നിർവ്വാഹകനടപടി.
executive administration - നിർവ്വാ ഹകഭരണം.
executive authority - നിർവ്വഹണാധി കാരി, എക്സിക്യൂട്ടീവ് അധികാരി.
executive committee - നിർവ്വാ ഹകസമിതി, കർമ്മസമിതി, എക്സിക്യൂ ട്ടീവ് കമ്മിറ്റി
executive council - എക്സിക്യൂട്ടീവ് കൗൺസിൽ.
executive employees - എക്സിക്യൂ ട്ടീവ് ജീവനക്കാർ.
executive engineer - എക്സിക്യൂട്ടീവ് എൻജിനീയർ.
executive jurisdiction - നിർവ്വാഹകാ ധികാരപരിധി.
executive magistrate - എക്സിക്യൂ ട്ടീവ് മജിസ്ട്രേറ്റ്.
executive officer - എക്സിക്യൂട്ടീവ് ഓഫീസർ.
executive orders - എക്സിക്യൂട്ടീവ് ഉത്തരവുകൾ.
executive power - നിർവ്വഹണാധി കാരം, നിർവ്വാഹകാധികാരം.
executive staff - നിർവ്വഹണോദ്യോഗ സ്ഥർ.
executory contract - പൂർണമായി നട പ്പിലാക്കാത്ത കരാർ.
executory convenent - നടപ്പിലാക്കാത്ത ഉടമ്പടി.
executory judgment - നടപ്പിലാ ക്കാത്ത വിധിന്യായം.
executory promise - നടപ്പിലാക്കാത്ത വാഗ്ദാനം.
exemplary - മാതൃകാപരം.
exemplary damges - അധികം ഈടാ ക്കുന്ന നഷ്ടപരിഹാരം.
exemplary punishment - മാതൃകാപര മായ ശിക്ഷ, മാതൃകാശിക്ഷ.
exempli gratia - ഉദാഹരണത്തിന്, ഉദാഹരണമായി.
exemplification - ഉദാഹരിക്കൽ, ഉദാ ഹരണംകൊണ്ടു തെളിയിക്കൽ, സാക്ഷ്യപ്പെടുത്തിയ പകർപ്പ്.
exemplify - ഉദാഹരിക്കുക, ഉദാഹരണം കൊണ്ട് തെളിയിക്കുക.
exemplum - ഗുണപാഠം, ഗുണപാഠകഥ.
exempt - ഒഴിവാക്കുക.
exempted articles - ഒഴിവാക്കപ്പെട്ട സാ ധനങ്ങൾ.
exempted law - ഒഴിവാക്കിയ നിയമം.
exempted provision - ഒഴിവാക്കിയ വ്യവസ്ഥ.
exempted proviso - ഒഴിവാക്കിയ പരി മിതവ്യവസ്ഥ.
exemption - ഒഴിവാക്കൽ.
exemption from obligation - ചുമതല യിൽ നിന്നൊഴിവാക്കൽ.
exemption from payment - പണം കൊടുക്കുന്നതിൽനിന്ന് ഒഴിവാക്കൽ.
exemption of tax - നികുതി ഒഴിവാ ക്കൽ.
exercise - അഭ്യാസം, വിനിയോഗം.
exercise functions - ചുമതലകൾ നിർവ്വഹിക്കുക.
exercise of powers - അധികാരവിനി യോഗം.
exert - യത്നിക്കുക.
exertion - പരിശ്രമം.
ex-gratia allowance - സൗജന്യബത്ത.
ex-gratia payment - എക്സ്ഗ്രേഷ്യാ ധനദാനം, ദയാപൂർവ്വമായ ആനുകൂല്യം.
exhaust - തീർത്തുകളയുക.
exhaustive - സ്വയംസമ്പൂർണ്ണമായ.

exhibit - ലക്ഷ്യരേഖ, പ്രദർശിപ്പിക്കുക.
exhibition - പ്രദർശനം.
exhibits of a case - തൊണ്ടിസാധനങ്ങൾ.
exhumation - അടക്കംചെയ്ത ശവം പുറത്തെടുക്കൽ, ശവം കുഴിച്ചെടുക്കൽ.
exhume - ശവംതോണ്ടുക, അടക്കം ചെയ്ത ശവം പുറത്തെടുക്കുക.
exhumer - ശവം കുഴിച്ചെടുക്കുന്നയാൾ.
exigency - അത്യാവശ്യം, ഏറ്റവും അടിയന്തരം, അടിയന്തരം, അടിയന്തര ആവശ്യം.
exigent - അനിവാര്യം.
exile - നാടുകടത്തുക, പ്രവാസം.
exilement - രാജ്യഭ്രഷ്ട്.
ex-inmate - മുൻ അന്തേവാസി.
ex-interest - പലിശകൂടാതെ.
existing law - നിലവിലുള്ള നിയമം.
existing policy - നിലവിലുള്ള നയം.
ex-minister - മുൻമന്ത്രി.
exodus - കൂട്ടപലായനം.
ex-officio - ഔദ്യോഗികനില, ഉദ്യോഗനിലയിൽ, ഉദ്യോഗത്താൽ.
ex-officio member - ഔദ്യോഗികാംഗം, എക്സ് ഒഫിഷ്യോ അംഗം.
exogamy - അന്യജാതിയിൽനിന്നുള്ള വിവാഹം, മിശ്രവിവാഹം.
exonerate - മുക്തനാക്കുക, മോചിപ്പിക്കുക, കുറ്റവിമുക്തനാക്കൽ.
exonerate from charges - കുറ്റവിമുക്തനാക്കുക.
exoneration - കുറ്റമോചനം.
exorbitant - അത്യധികമായ, ഭീമമായ, അതിരുകവിഞ്ഞ.
exordium - ആരംഭം, മുഖവുര, പീഠിക.
exotica - ആകർഷകമായ വസ്തുക്കൾ.
expansion - വിസ്തരണം, വികസനം, വിപുലനം.
expansion of meaning - അർത്ഥവികാസം.
ex-parte - എക്സ്പാർട്ടി, ഏകപക്ഷീയമായ.
exparte order - എക്സ്പാർട്ടി ഉത്തരവ്.
expatriate - നാടുകടത്തുക.
expatriation - പ്രവാസം, ദേശത്യാഗം, നാടുകടത്തൽ .
expectancy of life - ആയുർദൈർഘ്യം.
expectant right - പ്രതീക്ഷിതാവകാശം.
expectations of the citizen - പൗരന്റെ പ്രതീക്ഷകൾ.
expected destinations - പ്രതീക്ഷിത ലക്ഷ്യങ്ങൾ.
expected expenditure - പ്രതീക്ഷിത ചെലവ്.
expedite - ത്വരിതപ്പെടുത്തുക, ത്വരിപ്പിക്കുക.
expedite action - നടപടി ത്വരിതപ്പെടുത്തുക.
expel - പുറത്താക്കുക, പുറംതള്ളുക.
expel from one's country - നാടുകടത്തുക.
expend - ചെലവഴിക്കുക, ചെലവാക്കുക.
expenditure - ചെലവ്, വ്യയം.
expenditure statement - ചെലവുപത്രിക, വ്യയപത്രിക.
expense - ചെലവ്.
expense inaccordance - ക്രമാനുസൃത ചെലവ്.
expense voucher - ചെലവ് വൗച്ചർ.
expensive - അധികച്ചെലവുള്ള, വ്യയഹേതുവായ.
experience - അനുഭവം, അനുഭവിക്കുക, പരിചയം.
experience difficulty - വിഷമത അനുഭവിക്കുക.
experiment - പരീക്ഷണം.
experimental - പരീക്ഷണാർത്ഥം.
experimental station - പരീക്ഷണനിലയം.
experimentation - പരീക്ഷണാത്മകം.
expert - വിദഗ്ദ്ധൻ.
expert committee - വിദഗ്ദ്ധ സമിതി.
expert knowledge - വിദഗ്ദ്ധജ്ഞാനം.

expiate - പ്രായശ്ചിത്തം ചെയ്യുക.
expire - അവസാനിക്കുക.
expiry - അറുതി, സമാപ്തി, പര്യവസാനം.
expiry of leave - അവധികഴിഞ്ഞ.
expiry of sentence - ശിക്ഷാകാലാവധി അവസാനിക്കൽ.
expiry of term - കാലാവധി കഴിയുക.
expiscate - സൂക്ഷ്മപരിശോധന നടത്തി കണ്ടുപിടിക്കുക.
explain - വിവരിക്കുക, വിശദീകരിക്കുക.
explanation - വിശദീകരണം, സമാധാനം.
explanatory - വിവരണാത്മകം, വിശദീകരിക്കാനുദ്ദേശിക്കുന്ന.
explanatory clause - വിശദീകരണ ഖണ്ഡം, വ്യാഖ്യാനഖണ്ഡം.
explanatory memorandum - വിശദീകരണമെമ്മോറാണ്ടം, വിശദീകരണ വിവരക്കുറിപ്പ്.
explanatory note - വിശദീകരണക്കുറിപ്പ്.
explicable - തെളിവാക്കാവുന്ന, വ്യക്തമാകുന്ന, വെളിവാകുന്ന.
explicit - സ്പഷ്ടമായിപ്പറഞ്ഞിട്ടുള്ള.
explicit costs - സ്പഷ്ടച്ചെലവുകൾ.
explode - പൊട്ടിത്തെറിക്കുക.
exploit - ഉപയോഗപ്പെടുത്തുക, മുതലെടുക്കുക, ചൂഷണം ചെയ്യുക.
exploitation - ചൂഷണം.
exploration - പര്യവേക്ഷണം, അന്വേഷണം, പര്യന്വേഷണം.
explore - അന്വേഷിച്ച് കണ്ടെത്തുക, വെളിപ്പെടുത്തുക.
explosion - സ്ഫോടനം, പൊട്ടിത്തെറി.
explosive - സ്ഫോടകമായ.
explosive and inflammable - സ്ഫോടകവും ജ്വാലകവുമായ.
explosive licence - വെടിമരുന്ന് ലൈസൻസ്.
explosive manufacture - വെടിമരുന്നു നിർമ്മാണം, സ്ഫോടകവസ്തു നിർമ്മാണം.
explosive substance - സ്ഫോടകവസ്തു.
exponent - വ്യാഖ്യാതാവ്.
export - കയറ്റുമതി, കയറ്റി അയക്കുക.
export duty - കയറ്റുമതിച്ചുങ്കം.
exposition - വെളിപ്പെടുത്തൽ.
ex-post facto - പൂർവ്വകാല പ്രാബല്യം, മുൻകാലപ്രാബ്യലത്തോടെ, കാര്യോത്തരമായ.
expostulate - എതിർവാദം നടത്തുക.
expostulation - എതിർവാദം.
exposure - അനാവരണം.
ex-president - മുൻ രാഷ്ട്രപതി.
express agreement - പ്രകടമായ കരാർ.
express concern - ഉൽക്കണ്ഠപ്പെടുക, ഉൽക്കണ്ഠ പ്രകടിപ്പിക്കുക.
express emissary - അടിയന്തര ദൂതൻ.
express memo - അടിയന്തര മെമ്മോ.
express messenger - അടിയന്തര ദൂതൻ.
express provision - പ്രകടമായവ്യവസ്ഥ, എടുത്തുപറഞ്ഞിട്ടുള്ള വ്യവസ്ഥ.
expression of interest - താല്പര്യപത്രം.
expression of one's opinion - അഭിപ്രായപ്രകടനം.
expressly - പ്രകടമായി.
expressly authorise - സുവ്യക്തമായി അധികാരപ്പെടുത്തുക.
exprobration - അധിക്ഷേപം.
expropriate - സർക്കാരിലേക്ക് കണ്ടുകെട്ടുക.
expugn - ആക്രമിക്കുക, കീഴടക്കുക.
expulsion - ഒഴിപ്പിക്കൽ, പുറത്താക്കൽ, കുടിയിറക്കൽ.
expunge - മായ്ക്കുക, നീക്കംചെയ്യുക, വെട്ടിക്കളയുക, ഒഴിവാക്കുക.
expurgated edition - ശുദ്ധീകൃതപ്പതിപ്പ്.
ex-service - മുൻസർവ്വീസ്.
ex-service man - വിമുക്തഭടൻ, എക്സ്

സർവ്വീസുകാരൻ.
exsilentio - മറിച്ചുള്ള തെളിവുകളുടെ അഭാവത്തിൽ.
ex-soldier - വിമുക്തഭടൻ.
extant - നിലവിലുള്ള, പ്രാബല്യത്തിലിരിക്കുക, പ്രാബല്യത്തിലുള്ള.
extempore - മുന്നൊരുക്കമില്ലാതെ, മുൻതയ്യാറെടുപ്പില്ലാതെ, പൂർവ്വാലോചന കൂടാതെ.
extend - നീട്ടുക, ദീർഘിപ്പിക്കുക.
extension - വികസനം, വിപുലീകരണം, വിസ്താരം, വിപുലനം, വ്യാപ്തി, ദീർഘിപ്പിക്കൽ, വ്യാപിപ്പിക്കൽ.
extension and training - വികസനവും പരിശീലനവും.
extension of leave - അവധി നീട്ടൽ.
extension of service - സേവനം ദീർഘിപ്പിക്കൽ, സർവ്വീസ് നീട്ടൽ.
extension officer - എക്സ്റ്റൻഷൻ ഓഫീസർ.
extension work - വ്യാപനജോലി.
extensive - വ്യാപകമായ, വിപുലമായ.
extent - വ്യാപ്തി, പരപ്പളവ്, വിസ്താരം, വിസ്തൃതി.
extent of operation - പ്രവർത്തന വ്യാപ്തി.
extent of power - അധികാരപരിധി.
extention petition - സാവകാശഹർജി.
extenuate - കുറ്റം ലഘൂകരിക്കുക.
extenuation - കുറ്റം ലഘൂകരിക്കൽ.
exterminate - പൂർണ്ണമായി നശിപ്പിക്കുക, ഉന്മൂലനം ചെയ്യുക, നിർമ്മാർജ്ജനം ചെയ്യുക.
external - പുറമെയുള്ള, ബാഹ്യം.
external affairs - വിദേശകാര്യങ്ങൾ.
external aggression - ബാഹ്യാക്രമണം.
external change - ബാഹ്യപരിണാമം.
extinct - പ്രചാരം തീർന്ന, പ്രാബല്യത്തിലില്ലാത്ത, നിലവിലില്ലാത്ത, വംശനാശം സംഭവിച്ച, നടപ്പിലില്ലാതായ, നാമാവശേഷമായ.
extinction of right - അവകാശമില്ലാതാക്കൽ, അവകാശം നശിപ്പിക്കൽ.
extinguish - ഇല്ലാതാക്കുക, കെടുത്തുക, തീർക്കുക, അറുതിവരുത്തുക.
extirpate - നിർമ്മാർജ്ജനം.
extort - പിടിച്ചുപറിക്കുക.
extortion - ഭയപ്പെടുത്തിയുള്ള അപഹരണം, പിടിച്ചുപറിക്കൽ, പിടിച്ചുപറി, അപഹരിക്കൽ.
extortionist - പിടിച്ചുപറിക്കാരൻ, അപഹർത്താവ്.
extra - അധികം, കൂടുതൽ, അതിരിക്തം, എക്സ്ട്രാ.
extra - grant - അധിക ധനസഹായം, അതിരിക്ത ഗ്രാന്റ്.
extra cost - പുറംചെലവ്, വിശേഷച്ചെലവ്.
extra cover - അധികപരിരക്ഷ.
extra- curricular activities - പാഠ്യേതര പ്രവർത്തനങ്ങൾ.
extra duty allowance - അധിക സേവനബത്ത, അധികഡ്യൂട്ടി ബത്ത.
extra grant - അതിരിക്തസഹായധനം, എക്സ്ട്രാ ഗ്രാന്റ്.
extra judicial confession - മജിസ്ട്രേറ്റുമുമ്പാകെയല്ലാത്ത കുറ്റസമ്മതം.
extra judicium - കോടതിക്കു പുറത്ത്.
extra jus - നിയമത്തിനപ്പുറത്ത്.
extra leave - അധിക അവധി.
extra legal - നിയമത്തിനുപുറത്തുള്ള.
extra municipal - നഗരബാഹ്യമായ.
extra territorial - രാജ്യാതിർത്തിക്കതീതമായ.
extra territorial jurisdiction - പുറമേയുള്ള വിചാരണാധികാരം.
extra territorial offence - വിദേശകുറ്റം, രാജ്യാന്തരക്കുറ്റം.
extra vaganza - അനിയന്ത്രിതഭാഷാ പ്രയോഗം, അത്യസാധാരണമായ.
extra wage - അധികവേതനം.
extract - സാരം, സാരാംശം, ഏതാനും ഭാഗം വേർതിരിച്ചെടുക്കുക, സംഗ്രഹിച്ചെടുക്കുക.
extradition - കുറ്റവാളികളെ തിരി

ച്ചേല്പിക്കൽ, കുറ്റവാളികളെ കൈമാറൽ (രാജ്യങ്ങൾ തമ്മിൽ).
extradition warrant - എക്സ്ട്രാഡിഷൻ വാറണ്ട്.
extrajudical - കോടതിക്കു പുറത്ത്.
extraordinary - അസാധാരണമായ.
extraordinary gazette - അസാധാരണ ഗസറ്റ്.
extraordinary gratuity - അസാധാരണ ഗ്രാറ്റ്യൂയിറ്റി.
extraordinary jurisdiction - അസാധാരണ അധികാരപരിധി.
extraordinary leave - അസാധാരണ അവധി.
extraordinary meeting - അസാധാരണ യോഗം.
extraordinary original civil jurisdiction - അസാധാരണമായ സിവിൽ ആദ്യ അധികാരപരിധി.
extraordinary pension - അസാധാരണ പെൻഷൻ.
extrapolation - അനുമാനിക്കൽ (ലഭ്യമായ വസ്തുതകളുടെ പിൻബലത്തിൽ).
extra-territorial offence - രാജ്യത്തിനു പുറത്തുള്ള കുറ്റം.
extravagance - പാഴ്ച്ചെലവ്, അമിത ചെലവ്, വരവിൽക്കവിഞ്ഞ് ചെലവാക്കുക, അതിവ്യയം, ദുർവ്യയം.
extravagance in expenditure - അമിതവ്യയം, അതിവ്യയം.
extreme penalty - പരമാവധി ശിക്ഷ.
extreme penalty of law - നിയമത്തിന്റെ പരമാവധി ശിക്ഷ, മരണശിക്ഷ.
extremist - അമിതവാദി.
extrude - പുറത്താക്കുക.
eye witness - ദൃക്സാക്ഷി.
eye witness account - ദൃക്സാക്ഷി വിവരണം.

F

fabricate - കെട്ടിച്ചമയ്ക്കുക, കൃത്രിമമായി ഉണ്ടാക്കുക, വ്യാജമായി നിർമ്മിക്കുക.
fabricate false evidence - കള്ളത്തെളിവ് നിർമ്മിക്കുക.
fabrication of charge - കുറ്റാരോപം കെട്ടിച്ചമയ്ക്കുക, വ്യാജമായി ആരോപിക്കുക.
fabrication of false evidence - വ്യാജത്തെളിവ് നിർമ്മിക്കൽ.
fabrication of offence - കുറ്റം കെട്ടിച്ചമയ്ക്കുക.
fabula - വിവാഹസംബന്ധമായ ഉടമ്പടി.
face amount - ആധാരത്തിൽ കാണിച്ചിട്ടുള്ള തുക.
face value - മുഖവില.
facilitate - സുകരമാക്കുക.
facilitation - പിന്തുണയ്ക്കൽ, സഹായിക്കൽ.
facility - സൗകര്യം.
facsimile - നേർപ്പകർപ്പ്, ശരിപ്പകർപ്പ്, തനിപ്പകർപ്പ്.
facsimile signature - പകർപ്പൊപ്പ്.
fact - വസ്തുത, യാഥാർത്ഥ്യം.
fact based - വസ്തുതാധിഷ്ഠിതമായ.
fact in issue - തർക്കവിഷയം, വിവാദവസ്തുത, തർക്കവസ്തുത.
fact of the matter - വിവാദവിഷയത്തിന്റെ സത്യാവസ്ഥ.
factitious - വ്യാജമായ, കൃത്രിമമായ, അയഥാർത്ഥമായ.
factor - ഘടകം.
factorage - ദല്ലാൾ കമ്മിഷൻ.
factories act - ഫാക്ടറീസ് ആക്ട്.
factors of production - ഉല്പാദനഘടകങ്ങൾ.
factory - നിർമ്മാണശാല, ഫാക്ടറി.

factory and workshop act - ഫാക്ടറി - തൊഴിൽശാലാ ആക്ട്.
factory inspector - ഫാക്ടറി ഇൻസ്പെക്ടർ.
factory manager - ഫാക്ടറി മാനേജർ.
factory owner - ഫാക്ടറിയുടമ.
factory workers - ഫാക്ടറിത്തൊഴിലാളികൾ.
facts and circumstances - വസ്തുതകളും സാഹചര്യങ്ങളും.
facts and figures - വസ്തുതകളും കണക്കുകളും.
facts in issue - തർക്കവസ്തുത, തർക്കത്തിനാസ്പദമായ കാര്യം.
factual - വസ്തുതകളെ സംബന്ധിച്ച, വസ്തുതാപരം, വസ്തുനിഷ്ഠം.
factual error - വസ്തുതയിലെ പിഴവ്.
factual statement - വസ്തുതാമാത്ര പ്രസ്താവന.
factum - വസ്തുത, സംഗതി.
factum probandum - തെളിയിക്കേണ്ട സംഗതി.
facultative endorsement - ഐച്ഛിക പുറംകുറിപ്പ്, ഐച്ഛിക പുറത്തെഴുത്ത്.
fail - പരാജയപ്പെടുക.
failed to attend - ഹാജരാകാൻ കഴിയാത്ത.
failed to report - റിപ്പോർട്ടു ചെയ്യാൻ കഴിയാത്ത, ഹാജരാകാൻ കഴിയാത്ത.
failure - പരാജയം, ലോപം, വീഴ്ച, വീഴ്ചവരുത്തുക, തോല്വി.
failure of duty - കൃത്യവിലോപം.
failure of evidence - തെളിവ് ഹാജരാക്കാതിരിക്കൽ.
failure of justice - നീതിലോപം.
failure of proof - തെളിവ് ഹാജരാക്കാതിരിക്കൽ.
failure of quorum - ക്വാറമില്ലായ്മ.
failure report - പരാജയക്കുറിപ്പ്, വീഴ്ചാറിപ്പോർട്ട്.
fair and equitable - ഉചിതവും നീതിപൂർവ്വകവുമായ.
fair and reasonable - ഉചിതവും യുക്തവുമായ.
fair consideration - ഉചിതമായ പ്രതിഫലം, യോജ്യമായ പ്രതിഫലം.
fair price - ന്യായവില, ആദായവില, മര്യാദവില.
fair rent - ന്യായവാടക.
fair treatment - നല്ല പെരുമാറ്റം.
fair trial - നിയമാനുസൃതവിചാരണ.
fair value - ന്യായവില.
fair value of land - ഭൂമിയുടെ ന്യായവില.
fair wage - ന്യായവേതനം.
fait accompli - നടപ്പാക്കിയ കാര്യം, പ്രാബല്യം നല്കിയത്.
faithfully - വിശ്വാസപൂർവ്വം, വിശ്വസ്തതയോടെ.
fake - വ്യാജമായ.
fake document - വ്യാജരേഖ.
fake e-mail - വ്യാജ ഇ-മെയിൽ.
fake evidence - വ്യാജത്തെളിവ്.
fall back on - പിൻവാങ്ങുക.
fall in price - വിലയിടിയുക.
fall on deaf ear - അവഗണിക്കപ്പെടുക.
fallow land - തരിശുഭൂമി.
false - കള്ളമായ, വ്യാജമായ, അവാസ്തവികമായ.
false affidavit - കള്ളസത്യവാങ്മൂലം.
false arrest - നിയമവിരുദ്ധമായ അറസ്റ്റ്.
false charge - തെറ്റായ കുറ്റാരോപണം.
false claim - തെറ്റായി അവകാശവാദം ഉന്നയിക്കുക, സത്യസന്ധമല്ലാത്ത അവകാശവാദം.
false declaration - അവാസ്തവ പ്രസ്താവന.
false document - കള്ളപ്രമാണം, വ്യാജരേഖ.
false e-mail - വ്യാജ ഇ-മെയിൽ.
false evidence - വ്യാജത്തെളിവ്.
false imprisonment - അന്യായത്തടങ്കൽ, നിയമവിരുദ്ധമായ തടങ്കൽ, ന്യായരഹിത തടങ്കൽ.
false information - തെറ്റായ വിവരം .

false key - കള്ളത്താക്കോൽ.
false mark - വ്യാജചിഹ്നം.
false measure - കള്ള അളവ്, വ്യാജ മാർഗ്ഗം.
false move - തെറ്റായ നീക്കം.
false personation - ആൾമാറാട്ടം.
false pretence - കപടനാട്യം.
false propaganda - തെറ്റായ പ്രചാരണം.
false report - അസത്യമായ റിപ്പോർട്ട്, തെറ്റായ റിപ്പോർട്ട്.
false representation - തെറ്റായ പ്രാതിനിദ്ധ്യം.
false seal - വ്യാജമുദ്ര.
false statement - അവാസ്തവ പ്രസ്താവന.
false step - പിഴവ്, വീഴ്ച.
false weight - കള്ളത്തൂക്കം.
false weights and measures - കള്ളത്തൂക്കങ്ങളും അളവുകളും.
false witness - കള്ളസാക്ഷി.
falsehoold - അസത്യസ്ഥിതി.
falsidical - ചതിവായ.
falsification - തെറ്റിദ്ധരിപ്പിക്കൽ.
falsifide - വ്യാജമായ.
falsish - ഏറെക്കുറെ വ്യാജമായ.
falsity - വാസ്തവവിരുദ്ധം.
familiar - സുപരിചിതമായ, പരിചിതമായ.
family court - കുടുംബകോടതി.
family allowance - കുടുംബബത്ത.
family asset - കുടുംബസ്വത്ത്.
family benefit fund - കുടുംബസഹായനിധി.
family benefit scheme - കുടുംബസഹായ പദ്ധതി.
family budget - കുടുംബബജറ്റ്.
family dispute - കുടുംബത്തർക്കം.
family holding - കുടുംബസ്വത്ത്.
family law - കുടുംബനിയമം.
family member - കുടുംബാംഗം.
family membership certificate - കുടുംബാംഗത്വ സാക്ഷ്യപത്രം.
family pension - കുടുംബ പെൻഷൻ.
family planning - കുടുംബാസൂത്രണം.
family planning centre - കുടുംബാസൂത്രണകേന്ദ്രം.
family planning department - കുടുംബാസൂത്രണ വകുപ്പ്.
family property - കുടുംബസ്വത്ത്.
family welfare - കുടുംബക്ഷേമം.
family welfare department - കുടുംബക്ഷേമ വകുപ്പ്.
family welfare officer - കുടുംബക്ഷേമ ഓഫീസർ.
family welfare scheme - കുടുംബക്ഷേമ പദ്ധതി.
famine - ക്ഷാമം, വറുതി.
famine allowance - ക്ഷാമബത്ത.
famine relief fund - ക്ഷാമാശ്വാസ നിധി.
famine relief officer - ക്ഷാമാശ്വാസ ഓഫീസർ.
famine relief programme - ക്ഷാമനിവാരണ പരിപാടി.
far - ദൂരെ, അകലെയുള്ള.
far reaching effect - പരിണതഫലം, ദൂരവ്യാപകഫലം.
farm - വയൽ, കൃഷിസ്ഥലം.
farm information bureau - കാർഷിക വിജ്ഞാനകേന്ദ്രം.
farmer - കർഷകൻ, കൃഷിക്കാരൻ.
farmers debt relief commission act - കാർഷിക കടാശ്വാസ കമ്മിഷൻ ആക്ട്.
farming - കൃഷി. കാർഷികവൃത്തി.
farming inspector - ഫാമിങ് ഇൻസ്പെക്ടർ.
far-reaching - പരിണാമികമായ.
farthest - അകലെയുള്ള, ഏറ്റവും അകലെയുള്ള.
fase accounting - കണക്കിൽ തിരിമറിനടത്തൽ, വ്യാജ കണക്കുണ്ടാക്കൽ.
fast - ഉപവാസം.
fasting strike - നിരാഹാര സത്യഗ്രഹം.
fatal - മാരകമായ, മാരകം.
fatal accident - മാരക അപകടം.
fatal weapon - മാരകായുധം.

fatal wound - മരണകാരണമായ മുറിവ്.
fateful question - വിധിനിർണ്ണായകമായ ചോദ്യം.
faul play - ചതിപ്രയോഗം.
fault - ന്യൂനത, ദോഷം, പിശക്, കുറ്റം.
fault finder - കുറ്റംകാണുന്നവൻ.
fault finding - കുറ്റം കണ്ടുപിടിക്കൽ.
faultifide - കുറ്റംചാർത്തൽ.
faultless - നിർദ്ദോഷമായ.
faulty - ദോഷപൂർണ്ണമായ.
fautor - സഹായി, പ്രേരകൻ.
faux - വ്യാജമായ, കൃത്രിമമായ.
faux pas - മര്യാദലംഘനം.
faux serment - കള്ളസത്യം, വ്യാജവാഗ്ദാനം.
favour - പക്ഷഭേദം.
favourable condition - അനുകൂലാവസ്ഥ.
favourable terms - അനുകൂലനിബന്ധനകൾ.
favouritism - പക്ഷപാതം.
fear - ഭയം, ഭീതി.
fear or favour - ഭീതിയോ പക്ഷപാതമോ.
fearful - ഭീകരമായ, പേടിയുള്ള.
feasance - കർത്തവ്യനിർവ്വഹണം.
feasibility - സാദ്ധ്യത, പ്രയോഗക്ഷമത.
feasibility study - സാദ്ധ്യതാപഠനം, പ്രായോഗികതാ പഠനം.
feasible - പ്രായോഗികമായ, നടക്കാവുന്ന, നടത്താവുന്ന.
feature - സ്വഭാവം.
feckless - നിഷ്ഫലം.
federal - ഫെഡറൽ, സംഘരാജ്യസ്ഥിതി.
federal court - ഫെഡറൽ കോടതി.
federal state - ഫെഡറൽ രാഷ്ട്രം.
federalism - സംഘരാജ്യതത്ത്വം, ഫെഡറലിസം.
federate - ഏകോപിപ്പിക്കുക, യോജിക്കുക, ഉടമ്പടിയാൽ ചേരുക.
federation - ഫെഡറേഷൻ.
fee - ഫീസ്.
fee - estate - വിരുത്തി.
fee - farm rent - ജന്മിഭോഗം.
fee concession - ഫീസിളവ്, ഫീസ് ആനുകൂല്യം.
feeble - ദുർബ്ബലമായ.
feed back - മൂല്യനിർണ്ണയം, വിലയിരുത്തൽ, നിലവാര നിർണ്ണയം.
feigned - കൃത്രിമമായ.
feigned madness - കപടമായ ഭ്രാന്ത്, കപടോന്മാദം.
felicitate - ആശംസിക്കുക.
felo de se - ആത്മഹത്യാപരം, ആത്മഹത്യ.
felony - മഹാപരാധം, മഹാപാതകം.
female dependant - ആശ്രിത.
female education - സ്ത്രീവിദ്യാഭ്യാസം.
female foeticide - പെൺഭ്രൂണഹത്യ.
female infanticide - പെൺശിശുഹത്യ.
female line - താവഴി, തായ്‌വഴി, പെൺവഴി.
female ward - വനിതാവാർഡ്, സ്ത്രീവിഭാഗം.
feme covert - വിവാഹിത.
feme solo - വിവാഹമോചിത, ഭർത്താവില്ലാത്ത സ്ത്രീ.
feminism - സ്ത്രീവാദം, ഫെമിനിസം.
fend - പ്രതിരോധിക്കുക.
fend off - പ്രതിരോധിക്കുക.
fending off - സ്വയം രക്ഷിക്കുക.
ferocious - ക്രൂരമായ, ഭയങ്കരമായ.
ferry - കടത്ത്.
ferry boat - കടത്തുവള്ളം, കടത്തുബോട്ട്.
ferry money - കടത്തുകൂലി.
ferry toll collector - കടത്തുചുങ്കപ്പിരിവുകാരൻ.
fertiliser corporation of India - ഫെർട്ടിലൈസർ കോർപ്പറേഷൻ ഒഫ് ഇന്ത്യ.
fervent - ഉഗ്രമായ, തീഷ്ണമായ.
festinum remedium - പെട്ടെന്നുള്ള

പരിഹാരം.
festival - ആഘോഷം, ഉത്സവം.
festival allowance - ഉത്സവബത്ത.
fetter -കാൽച്ചങ്ങല, കാൽവിലങ്ങ്, കാലാമം.
feu de joie - ആചാരവെടി.
feudal - പ്രഭുത്വം.
feudal system - ജന്മിത്തസമ്പ്രദായം.
feudatory - പ്രഭിത്വം.
fictictious document - കൃത്രിമരേഖ.
fictitious - അവാസ്തവികമായ, കൃത്രിമമായ, വ്യാജമായ, സാങ്കല്പികമായ.
fictitious asset - വ്യാജ ആസ്തി.
fictitious deed - കള്ളപ്രമാണം, വ്യാജപ്രമാണം.
fictitious name - വ്യാജനാമം, വ്യാജപ്പേര്.
fictitious personality - സാങ്കല്പിക വ്യക്തിത്വം, കൃത്രിമവ്യക്തിത്വം.
fictitious stamp paper - വ്യാജമുദ്രപ്പത്രം.
fictitious statement - അവാസ്തവപ്രസ്താവന.
fidejusor - ജാമ്യക്കാരൻ.
fidelity - വിശ്വസ്തത, വിശ്വസനീയമായ, വിശ്വാസ്യത.
fidelity bond - വിശ്വാസപത്രം.
fidelity guarantee policy - ഫിഡെലിറ്റി ഗാരന്റി പോളിസി.
fiduciary agent - വിശ്വസ്ത പ്രതിനിധി.
fiduciary character - വിശ്വാസാധിഷ്ഠിത സ്വഭാവം.
fiduciary contract - വിശ്വാസാധിഷ്ഠിതക്കരാർ.
fiduciary loan - ജാമ്യമില്ലാവായ്പ.
fiduciary relation - വിശ്വാസാധിഷ്ഠിതബന്ധം.
field agency - ഫീൽഡ് ഏജൻസി.
field assistant - ഫീൽഡ് അസിസ്റ്റന്റ്.
field book - ഫീൽഡ് ബുക്ക്.
field departments - നിർവ്വഹണ വകുപ്പുകൾ.
field manual officer - ഫീൽഡ് മാനുവൽ ഓഫീസർ.
field marshal - ഫീൽഡ് മാർഷൽ.
field measurement book (FMB) - ഫീൽഡളവു പുസ്തകം.
field research station - ഫീൽഡ് റിസർച്ച് സ്റ്റേഷൻ.
field security officer - ഫീൽഡ് സെക്യൂരിറ്റി ഓഫീസർ.
field work - ഫീൽഡ് വർക്ക്.
fieldman - ഫീൽഡ്മാൻ.
fields of specialization - വൈദഗ്ദ്ധ്യമേഖലകൾ.
fierce attack - ഭയങ്കര ആക്രമണം.
fight - അടിപിടി.
fight off - പ്രതിരോധിക്കുക, സ്വയംരക്ഷിക്കുക.
fight tooth and nail - അത്യുഗ്രമായി പോരാടുക.
fight with - ചെറുക്കുക, മത്സരിക്കുക.
fighter - പടയാളി, യോദ്ധാവ്.
figures and facts - കണക്കുകളും വസ്തുതകളും.
filch - കളവ്, മോഷ്ടിക്കുക, അപഹരിക്കുക.
filcher - തസ്കരൻ, കള്ളൻ, മോഷ്ടാവ്.
file - ഫയൽ.
file a suit - വ്യവഹാരം ഫയൽ ചെയ്യുക.
file cover - ഫയൽ കവർ.
file flap - ഫയൽ ഫ്ളാപ്പ്.
file system - ഫയൽ സംവിധാനം.
filed records - ഫയൽ ചെയ്ത റിക്കാർഡുകൾ.
filiate - ദത്തെടുത്ത് മക്കളാക്കുക.
filibuster - സഭാനടപടികൾ തടസ്സപ്പെടുത്തൽ.
filicide - സ്വന്തം കുഞ്ഞിനെ കൊല്ലുക.
filing - ഫയൽ ചെയ്യൽ.
filing a suit - അന്യായം ഫയൽ ചെയ്യുക.
filing of petition - പരാതി ഫയൽചെ

യ്യുക, പരാതി ഹാജരാക്കുക.
filing of record - രേഖകൾ ഫയൽ ചെയ്യൽ.
filing system - ഫയലിങ് സമ്പ്രദായം.
filius nullis - ജാരസന്തതി.
filius populi - ജാരസന്തതി.
film advisory board - ഫിലിം ഉപദേശക ബോർഡ്.
film censor board - ഫിലിം സെൻസർ ബോർഡ്.
film censoring - ഫിലിം സെൻസറിങ്.
film development corporation - ചലച്ചിത്ര വികസന കോർപ്പറേഷൻ.
filthy water - അഴുക്കുവെള്ളം.
final - അന്തിമം.
final cost - അന്തിമമൂല്യം, അന്തിമ വില.
final decision - അന്തിമതീർപ്പ്, അന്തിമതീരുമാനം, അവസാനതീരുമാനം.
final decree - അവസാന ഡിക്രി.
final disposal - അവസാന തീർപ്പ്.
final hearing - അന്തിമ വിചാരണ, അവസാന വിചാരണ.
final judgment - അവസാനവിധി.
final order - അന്തിമ ഉത്തരവ്, അവസാന ഉത്തരവ്.
final part - അന്തിമഭാഗം.
final reading - അന്തിമവായന.
final report - അന്തിമ റിപ്പോർട്ട്.
final stage - അന്തിമ ഘട്ടം.
final verdict - അവസാനവിധി.
final warning - അന്ത്യശാസനം.
final year - അവസാനവർഷം.
finale - ഫൈനൽ.
finally - അവസാനം, ഒടുവിൽ.
finance - ധനകാര്യം, പണം മുടക്കുക.
finance act - ധനകാര്യ ആക്ട്.
finance administration - ധനകാര്യ ഭരണം.
finance bill - ധനകാര്യബിൽ.
finance commission - ധനകാര്യക്കമ്മിഷൻ.
finance committee - ധനകാര്യക്കമ്മിറ്റി, ധനകാര്യസമിതി.
finance department - ധനകാര്യവകുപ്പ്.
finance minister - ധനകാര്യമന്ത്രി
finance ministry - ധനകാര്യമന്ത്രാലയം.
finance officer - ഫിനാൻസ് ഓഫീസർ.
finance scandal - ധനപരമായ അപകീർത്തി, സാമ്പത്തികാക്ഷേപം.
finance secretary - ധനകാര്യ സെക്രട്ടറി.
financial - ധനപരമായ.
financial adjustment - ധനപരമായ നീക്കുപോക്ക്.
financial advisor - ധനകാര്യോപദേഷ്ടാവ്.
financial affair - ധനകാര്യം.
financial agreement - സാമ്പത്തികക്കരാർ.
financial aid - ധനസഹായം.
financial assistance - സാമ്പത്തികസഹായം.
financial benchmark - സാമ്പത്തിക മാനദണ്ഡം.
financial bid - ധനാഭ്യർത്ഥന.
financial certificate - സാമ്പത്തിക സർട്ടിഫിക്കറ്റ്.
financial commissioner - ധനകാര്യ കമ്മിഷണർ.
financial condition - സാമ്പത്തിക സ്ഥിതി, കോശസ്ഥിതി.
financial corporation - ധനകാര്യ കോർപ്പറേഷൻ, ഫിനാൻഷ്യൽ കോർപ്പറേഷൻ.
financial crisis - സാമ്പത്തികപ്രതിസന്ധി.
financial criterion - സാമ്പത്തിക മാനദണ്ഡം.
financial emergency - സാമ്പത്തിക അടിയന്തരാവസ്ഥ.
financial exigency - സാമ്പത്തികപ്രതിസന്ധി.

financial imbalance - സാമ്പത്തിക അസന്തുലിതാവസ്ഥ.
financial institutions - സാമ്പത്തികസ്ഥാപനങ്ങൾ.
financial irregularities - സാമ്പത്തിക ക്രമക്കേടുകൾ.
financial legislation - സാമ്പത്തിക നിയമനിർമ്മാണം.
financial matters - ധനകാര്യവിഷയങ്ങൾ.
financial obligation - ധനപരമായ ബാദ്ധ്യത, ധനബാദ്ധ്യത.
financial position - സാമ്പത്തികനില.
financial powers - ധനകാര്യാധികാരങ്ങൾ.
financial problem - സാമ്പത്തികപ്രശ്നം.
financial result - സാമ്പത്തികഫലം.
financial sanction - ധനകാര്യാനുമതി.
financial services - സാമ്പത്തിക സേവനങ്ങൾ.
financial settlement - ധനകാര്യത്തീർപ്പ്.
financial stability - സാമ്പത്തിക ഭദ്രത, ധനപരമായ സുസ്ഥിരത.
financial statement - ധനവിവരപ്പട്ടിക.
financial support - സാമ്പത്തിക സഹായം.
financial trade - സാമ്പത്തിക വ്യാപാരം.
financial transaction - സാമ്പത്തിക ഇടപാട്.
financial year - സാമ്പത്തികവർഷം.
financially sound - സാമ്പത്തിക ഭദ്രത.
financier - ഫിനാൻസിയർ.
find fault with - കുറ്റപ്പെടുത്തുക.
findout - കണ്ടെത്തുക, കണ്ടുപിടിക്കുക.
fine - പിഴ, പിഴശിക്ഷ.
fines and confiscations - പിഴകളും കണ്ടുകെട്ടലുകളും.
fines and penalties - പിഴകളും ശിക്ഷകളും.
finesse - ഉപായം, തന്ത്രം.
finger impression - വിരലടയാളം.
finger print - വിരലടയാളം.
finger print bureau - വിരലടയാള ബ്യൂറോ.
finger print expert - വിരലടയാള വിദഗ്ദ്ധൻ.
finish - തീർക്കുക, പൂർത്തിയാക്കുക.
finish off - തീർത്തുകളയുക.
fire - വെടിവയ്ക്കുക, തീയ്, അഗ്നി.
fire and rescue station - അഗ്നിരക്ഷാകേന്ദ്രം.
fire brigade - അഗ്നിശമനസേന.
fire engine - ഫയർ എൻജിൻ, അഗ്നിശമന യന്ത്രം, അഗ്നിശമന എൻജിൻ.
fire extinguisher - അഗ്നിശമന യന്ത്രം, അഗ്നിശമനി.
fire fighter - അഗ്നിശമന ഓഫീസർ.
fire fighting - അഗ്നിപ്രതിരോധം.
fire fighting equipments - അഗ്നിശമനോപകരണങ്ങൾ.
fire force - അഗ്നിശമന സേന.
fire insurance - ഫയർ ഇൻഷ്വറൻസ്.
fire insurance fund - ഫയർ ഇൻഷ്വറൻസ് ഫണ്ട്.
fire man - അഗ്നിശമന ഓഫീസർ, ഫയർമാൻ.
fire officer - അഗ്നിശമന ഓഫീസർ, ഫയർ ഓഫീസർ.
fire order - വെടിവയ്പ്പുത്തരവ്.
fire proof - തീപിടിക്കാത്ത.
fire report - തീപ്പിടുത്തറിപ്പോർട്ട്.
fire risk - അഗ്നിബാധാസാദ്ധ്യത.
fire works - കരിമരുന്നുപ്രയോഗം, വെടിക്കെട്ട്.
firearm - തോക്ക്, വെടിയായുധങ്ങൾ, വെടിക്കോപ്പുകൾ.
firka - ഫർക്ക.
first accused - ഒന്നാംപ്രതി.
first aid - പ്രഥമ ശുശ്രൂഷ.
first appeal - ഒന്നാം അപ്പീൽ.
first appellant - ഒന്നാം അപ്പീൽകക്ഷി.

first appellate authority - ഒന്നാം അപ്പീലധികാരി.
first cause - ആദ്യകാരണം, പ്രഥമകാരണം.
first class magistrate - ഒന്നാംക്ലാസ് മജിസ്ട്രേറ്റ്.
first information - പ്രഥമവിവരം.
first information report (FIR) - പ്രഥമ വിവര റിപ്പോർട്ട് (എഫ് ഐ ആർ).
first information statement - പ്രഥമ വിവര പത്രിക.
first offender - ആദ്യകുറ്റക്കാരൻ.
first polling - ഒന്നാമത്തെ വോട്ടെടുപ്പ്.
first sitting - ആദ്യയോഗം.
first step - ആദ്യനടപടി.
fiscal - നികുതി സംബന്ധമായ.
fiscal deficit - ധനക്കമ്മി.
fiscal deficit of the state - സംസ്ഥാനത്തിന്റെ ധനക്കമ്മി.
fiscal policy - സാമ്പത്തികനയം.
fiscal system - സാമ്പത്തിക സമ്പ്രദായം.
fiscal year - സാമ്പത്തികവർഷം.
fisheries and ports department - മത്സ്യബന്ധന-തുറമുഖ വകുപ്പ്.
fishermen - മൽസ്യത്തൊഴിലാളി.
fishermen debt relief commissi-on act - മത്സ്യത്തൊഴിലാളി കടാശ്വാസ കമ്മിഷൻ ആക്ട്.
fishermen's relief fund - മത്സ്യത്തൊഴിലാളികൾക്കുള്ള ആശ്വാസനിധി.
fishermen's welfare fund act - മത്സ്യത്തൊഴിലാളി ക്ഷേമനിധി ആക്ട്.
fishery - മീൻപിടുത്തം.
fishing and fisheries - മീൻപിടുത്തവും മീൻവ്യവസായവും.
fishing operations - മത്സ്യബന്ധനപ്രവർത്തനങ്ങൾ.
fishweir - മീൻവളർത്തുകേന്ദ്രം.
fissiparous tendency - ഛിദ്രവാസന.
fist - കൈയെഴുത്ത്.
fisticuff - മുഷ്ടിയുദ്ധം.
fitness certificate - ഫിറ്റ്നസ് സർട്ടിഫിക്കറ്റ്.
five year plan - പഞ്ചവത്സര പദ്ധതി.
fix the liability - ബാദ്ധ്യത നിശ്ചയിക്കുക.
fixation of fees - ഫീസ് നിശ്ചയിക്കൽ.
fixation of pay - ശമ്പളനിർണ്ണയം.
fixation of rent - വാടകനിർണ്ണയം.
fixed capital - സ്ഥിരം മുതൽ/മൂലധനം.
fixed grant - നിശ്ചിതഗ്രാന്റ്, നിശ്ചിത സഹായധനം.
fixed travelling allowance - നിശ്ചിത യാത്രാബത്ത, നിശ്ചിതയാത്രപ്പടി.
flag - കൊടി, പതാക.
flag and flag-staff - കൊടിയും കൊടിമരവും.
flag code - പതാകാ നിയമസംഹിത.
flag day - പതാകാദിനം.
flag post - കൊടിമരം.
flag salute - പതാകാവന്ദനം.
flagrant violation - സ്പഷ്ടമായ ലംഘനം, വ്യക്തമായ ലംഘനം.
flagship programme - അതിപ്രധാന പരിപാടി.
flag-staff - കൊടിമരം.
flam - വഞ്ചിക്കുക.
flaring up communal passion - വർഗ്ഗീയവികാരം ഇളക്കിവിടുക, സാമുദായികവികാരം ഇളക്കിവിടുക.
flash strike - മിന്നല്പണിമുടക്ക്.
flattery - വ്യാജസ്തുതി.
flaw - പോരായ്മ.
flawless - കുറ്റമറ്റതായ.
flee - പിൻതിരിഞ്ഞോടുക.
floating capital - വ്യാപാരമുതൽ, വ്യാപാരമൂലധനം.
floating charge - അസ്ഥിരവില.
floating debt - കണക്കറിയാത്ത കടം, പലവക പൊതുകടം.
flog - ചാട്ടകൊണ്ടടിക്കുക.
flogging - അടിശിക്ഷ.
flood - വെള്ളപ്പൊക്കം.
flood control - വെള്ളപ്പൊക്ക നിയ

ന്ത്രണം.
flood relief - വെള്ളപ്പൊക്ക ദുരിതാശ്വാസം.
floor of the assembly - സഭാതലം.
fluctuation - ഏറ്റക്കുറച്ചിൽ, അസ്ഥിരത.
flummery - അസംബന്ധം.
fluvial sheet - ഉപരിപത്രം.
flying squad - ഫ്ളൈയിങ് സ്ക്വാഡ്.
fob - വഞ്ചിക്കുക.
foeticide - ഭ്രൂണഹത്യ.
foetus - ഗർഭസ്ഥശിശു.
foist - തെറ്റായ ആരോപണമുന്നയിക്കുക, കളവായി ചേർക്കുക .
follies and foibles - കുറ്റങ്ങളും കുറവുകളും.
follow up action - തുടർനടപടി.
follower - അനുഭാവി, അനുയായി, പിൻഗാമി.
food adulteration - ഭക്ഷ്യവസ്തുവിൽ മായംചേർക്കൽ.
food advisory committee - ഭക്ഷ്യോപദേശക സമിതി.
food allowance of witnesses - സാക്ഷികളുടെ ഭക്ഷണബത്ത.
food and agricultural organisa-tion - ഭക്ഷ്യ-കാർഷിക സംഘടന.
food contamination - ഭക്ഷ്യവസ്തു മലിനമാക്കൽ.
food control - ഭക്ഷ്യനിയന്ത്രണം.
food department - ഭക്ഷ്യവകുപ്പ്.
food minister - ഭക്ഷ്യവകുപ്പുമന്ത്രി, ഭക്ഷ്യമന്ത്രി.
food poisoning hazard - ഭക്ഷ്യവിഷബാധ.
food production - ഭക്ഷ്യോല്പാദനം.
food safety and standard act - ഭക്ഷ്യഭദ്രതയും ഗുണനിലവാരം ഉറപ്പുവരുത്തലും ആക്ട്.
food security - ഭക്ഷ്യസുരക്ഷ.
food, civil supplies and consumer affairs department - ഭക്ഷ്യ, പൊതുവിതരണ-ഉപഭോക്തൃകാര്യ വകുപ്പ്.
foolscap - ഫുൾസ്കാപ്.
foot note - അടിക്കുറിപ്പ്, കീഴ്ക്കുറിപ്പ്.
footprint expert - പാദമുദ്രാവിദഗ്ദ്ധൻ.
for information - അറിവിലേക്കു വേണ്ടി.
for orders - ഉത്തരവിനായി.
for ready reference - ഉടൻ പരിശോധനയ്ക്കായി.
for the time being in force - തൽസമയം പ്രാബല്യത്തിലിരിക്കുന്ന.
forage - കവർച്ച ചെയ്യുക, കൊള്ളയടിക്കുക.
forbearance from investigation - അന്വേഷണത്തിൽനിന്ന് പിന്മാറൽ.
forbid - തടഞ്ഞുവയ്ക്കൽ, വിലക്കുക.
forbidden - വിലക്കപ്പെട്ട, നിഷിദ്ധമായ.
forbidden by law - നിയമത്താൽ നിരോധിക്കപ്പെട്ട.
force - സേന, ബലപ്രയോഗം, ബലം, ശക്തി, പ്രാബല്യം.
force of law - നിയമത്തിന്റെ ബലം, നിയമപ്രാബല്യം.
forced labour - നിർബ്ബന്ധത്തൊഴിൽ, നിർബ്ബന്ധിച്ച് തൊഴിൽ ചെയ്യിക്കൽ, നിർബ്ബന്ധിച്ച് പണിചെയ്യിക്കൽ.
forcible eviction - ബലമായി ഒഴിപ്പിക്കൽ, ബലംപ്രയോഗിച്ച് ഒഴിപ്പിക്കൽ.
forebode - ദുസൂചന.
forecast - പ്രവചനം, മുൻകൂട്ടിക്കാണുക, പൂർവ്വകല്പനം.
fore-cited - മേലുദ്ധരിച്ച.
fore-closure - നിരോധനം.
foregoing - മുൻപറഞ്ഞ, കഴിഞ്ഞുപോകുക, പൂർവ്വഗതം.
foregoing provisions - മുൻപറഞ്ഞ വ്യവസ്ഥകൾ.
forehand rent - മുൻകൂർവാടക.
foreign affairs - വിദേശകാര്യങ്ങൾ.
foreign affairs committee - വിദേശകാര്യസമിതി.
foreign affairs department - വിദേശകാര്യ വകുപ്പ്.

foreign affairs secretary - വിദേശകാര്യസെക്രട്ടറി.
foreign article - വിദേശവസ്തു.
foreign bill of exchange - വിദേശ വിനിമയപത്രം.
foreign branch - വിദേശശാഖ.
foreign country - വിദേശരാജ്യം, മറുനാട്.
foreign currency rate - വിദേശ നാണ്യവിനിമയവില, അന്യനാണ്യ വിനിമയവില.
foreign currency reserve - വിദേശനാണ്യശേഖരം.
foreign embassy - വിദേശകാര്യാലയം.
foreign exchange - വിദേശനാണ്യ വിനിമയം, വിദേശവിനിമയം.
foreign exchange rate - വിദേശനാണ്യ മാറ്റവില, അന്യനാണ്യ മാറ്റവില.
foreign goods - വിദേശവസ്തു.
foreign investment - വിദേശനിക്ഷേപം, വിദേശ മുതൽമുടക്ക്.
foreign judgement - വിദേശവിധിന്യായം.
foreign jurisdiction - വിദേശാധികാരാതിർത്തി, വിദേശ അധികാരപരിധി.
foreign law - വിദേശനിയമം.
foreign liquor - വിദേശമദ്യം.
foreign loans - വിദേശ വായ്പകൾ.
foreign mail service - വിദേശ തപാൽസർവീസ്.
foreign market - വിദേശവിപണി.
foreign marriage act - വിദേശ വിവാഹ ആക്ട്.
foreign overseas office - വിദേശ സമുദ്രാന്തര ഓഫീസ്.
foreign policy - വിദേശനയം.
foreign relations - വിദേശബന്ധങ്ങൾ.
foreign secretary - വിദേശകാര്യ സെക്രട്ടറി.
foreign service - അന്യത്ര സേവനം, വിദേശ സേവനം.
foreign shipping - വിദേശീയ കപ്പൽഗതാഗതം.
foreign state - വിദേശരാഷ്ട്രം, വിദേശരാജ്യം.
foreign trade - വിദേശവ്യാപാരം.
foreign trade zone - വിദേശ വ്യാപാര മേഖല.
foreigner - വിദേശി.
foreman - ഫോർമാൻ.
forenoon - ഉച്ചയ്ക്കുമുമ്പ്.
forensic institute - ഫോറൻസിക് ഇൻസ്റ്റിറ്റ്യൂട്ട്.
forensic science laboratory - ഫോറൻസിക് സയൻസ് ലാബ്.
foresee - മുൻകൂട്ടിക്കാണുക.
foresight - ദീർഘദൃഷ്ടി.
forest and wild life department - വനം - വന്യജീവി വകുപ്പ്.
forest area - വനപ്രദേശം.
forest brigand - വനം കൊള്ളക്കാരൻ.
forest conservation act - വനസംരക്ഷണ ആക്ട്.
forest department - വനംവകുപ്പ്.
forest land - വനഭൂമി.
forest law - വനസംരക്ഷണനിയമം.
forest officer - ഫോറസ്റ്റ് ഓഫീസർ.
forest produce - വനവിഭവം, വനോല്പന്നം.
forest range office - വനം റെയിഞ്ച് ഓഫീസ്.
forest range officer - ഫോറസ്റ്റ് റേഞ്ച് ഓഫീസർ.
forest ranger - ഫോറസ്റ്റ് റെയിഞ്ചർ.
forest research institute - വനഗവേഷണ ഇൻസ്റ്റിറ്റ്യൂട്ട്.
forestall - മുൻകൂട്ടിത്തടയുക.
forestation - വനവല്ക്കരണം, വനരോപണം.
forester - ഫോറസ്റ്റർ.
forestry - വനവല്ക്കരണം.
forestry schemes - വനപരിപാലന പദ്ധതികൾ.
fore-warn - മുന്നറിയിപ്പ് നല്കുക.
foreword - ആമുഖം, മുഖവുര, അവതാരിക, ഉപക്രമണം, ഉപോദ്ഘാതം, ഉ

പക്രമം, പീഠിക.
forfeit - കണ്ടുകെട്ടുക.
forfeited to the government - സർക്കാരിലേക്ക് കണ്ടുകെട്ടിയ.
forfeiture - കണ്ടുകെട്ടൽ.
Forfeiture act - കണ്ടുകെട്ടൽ ആക്ട്.
forfeiture of stolen property - മോഷണവസ്തു കണ്ടുകെട്ടൽ.
forged - വ്യാജനിർമ്മിതം, കൃത്രിമ നിർമ്മിതം.
forged certificate - വ്യാജസർട്ടിഫിക്കറ്റ്, വ്യാജസാക്ഷ്യപത്രം.
forged document - വ്യാജനിർമ്മിത രേഖ, കള്ളപ്രമാണം.
forged seal - വ്യാജമുദ്ര.
forged signature - കള്ളയൊപ്പ്.
forged stamp paper - വ്യാജ മുദ്രപ്പത്രം.
forgery - കള്ളപ്രമാണം ചമയ്ക്കൽ.
forget - മറവി.
forgive - മാപ്പുനല്കുക.
forgiveness - മാപ്പാക്കൽ, മാപ്പ്.
form - ഫാറം.
formal - ഔപചാരികമായ.
formal approval - ഔപചാരികമായ അംഗീകാരം.
formal conference - ഔപചാരിക സമ്മേളനം.
formal sanction - ഔപചാരികാനുവാദം, ഔപചാരിക അനുമതി.
formality - ഔപചാരികത, ചടങ്ങ്.
formalize - ആധികാരികമാക്കുക.
former - മുൻപത്തെ, മുൻ.
former deed - കീഴാധാരം, മുന്നാധാരം.
former minister - മുൻമന്ത്രി.
former president - മുൻ രാഷ്ട്രപതി, മുൻ പ്രസിഡന്റ്.
forms and stationery - ഫാറങ്ങളും സ്റ്റേഷനറിയും.
forms of exploitation - ചൂഷണ രീതികൾ.
formula - സൂത്രം, സൂത്രവാക്യം, ഫോർമുല.
formulate - രൂപപ്പെടുത്തുക, രൂപവല്ക്കരിക്കുക.
fornicate - വ്യഭിചരിക്കുക.
fornication - വ്യഭിചാരം, പരസ്ത്രീസംഗം.
fornicator - വ്യഭിചാരി, ജാരൻ.
fornix - വേശ്യാലയം.
forsake - ഉപേക്ഷിക്കൽ, കയ്യൊഴിയൽ, പരിത്യജിക്കുക, ആപത്തിൽ ഉപേക്ഷിക്കുക.
forsaken - ഉപേക്ഷിക്കപ്പെട്ട.
fort - കോട്ട.
fort house - കോട്ടമന്ദിരം.
forth coming - വരുന്ന, അടുത്തുവരുന്ന.
forthright reply - സത്യസന്ധമായ മറുപടി.
forthwith - ഉടനടി, ഉടനെ, തൽക്ഷണം.
fortnight - ദ്വൈവാരം.
fortnightly - ദ്വൈവാരിക.
fortnightly report - ദ്വൈവാര റിപ്പോർട്ട്.
forward - അയയ്ക്കുക, അയച്ചുകൊടുക്കുക.
forward and backward linkages - മുൻ പിൻ ബന്ധങ്ങൾ.
foster father - വളർത്തച്ഛൻ.
foster home - വളർത്തുഭവനം.
foundation - ആധാരം, അടിസ്ഥാനം, അസ്തിവാരം.
founder - സ്ഥാപകൻ.
fourth rate - നാലാംതരം.
fraction - അംശം, ഭാഗം, ഭിന്നം.
fracture - ഒടിവ്, ഭംഗം.
fragile - ദുർബ്ബലം.
fragment - അംശം.
fragmentation - തുണ്ടുതുണ്ടാക്കൽ, ഖണ്ഡനം.
frail - ദുർബ്ബലം.
frame - രൂപപ്പെടുത്തുക, രൂപവല്ക്കരിക്കുക.
frame charge - കുറ്റപത്രം തയ്യാറാക്കുക.
framing of rules - ചട്ടങ്ങളുടെ നിർ

മ്മാണം.
franchise - വോട്ടവകാശം.
fraternity - സാഹോദര്യം.
fratricide - സഹോദരനെ വധിക്കൽ, സഹോദരഹത്യ.
fraud - തട്ടിപ്പ്, ചതി, വഞ്ചന.
fraudulent - കള്ളമായ, കപടമുള്ള, വ്യാജപൂർവ്വകമായ.
fraudulent dealings - വഞ്ചനാപൂർവ്വമായ ഇടപാടുകൾ.
free and fair election - സ്വതന്ത്രവും നിഷ്പക്ഷവുമായ തിരഞ്ഞെടുപ്പ്.
free batter - കവർച്ചക്കാരൻ.
free boarding and lodging - സൗജന്യഭക്ഷണ താമസ സൗകര്യം.
free booter - കവർച്ചക്കാരൻ, കടൽക്കള്ളൻ.
free booty - കവർച്ചമുതൽ.
free compulsory education - സൗജന്യ നിർബ്ബന്ധിത വിദ്യാഭ്യാസം.
free consent - സ്വതന്ത്രമായ സമ്മതം, സ്വമനസ്സാലെയുള്ള സമ്മതം.
free election - സ്വതന്ത്രമായ തിരഞ്ഞെടുപ്പ്.
free farm rent - ശാശ്വതജന്മഭോഗം.
free from blame - കുറ്റവിമോചനം നടത്തുക.
free from offence - കുറ്റവിമോചനം നടത്തുക.
free from prejudice - മുൻവിധിയില്ലാതെ.
free hold - കരമിളവുഭൂമി.
free holders - കരമിളവു ഭൂവുടമകൾ.
free legal aid - സൗജന്യ നിയമസഹായം.
free of cost - വിലകൂടാതെ, സൗജന്യമായി.
free of rent - വാടകയില്ലാത്ത.
free on board - കപ്പൽവരെ ചരക്ക് എത്തിക്കൽ.
free on rail - റെയിൽ വരെ ചരക്കെത്തിക്കൽ.
free port - നികുതിയില്ലാത്തുറമുഖം.
free ration - സൗജന്യ റേഷൻ.
free symbols - സ്വതന്ത്രചിഹ്നങ്ങൾ.
free trade - സ്വതന്ത്രവ്യാപാരം.
free trade zone - സ്വതന്ത്രവ്യാപാര മേഖല.
freedom - സ്വാതന്ത്ര്യം.
freedom fighter - സ്വാതന്ത്ര്യസമര സേനാനി.
freedom fighters pension - സ്വാതന്ത്ര്യസമര സേനാനി പെൻഷൻ.
freedom of choice - ഹിതപ്രകടന സ്വാതന്ത്ര്യം.
freedom of enterprise - ഉദ്യമ സ്വാതന്ത്ര്യം.
freedom of entry - പ്രവേശനസ്വാതന്ത്ര്യം.
freedom of expression - അഭിപ്രായ പ്രകടന സ്വാതന്ത്ര്യം, ആശയപ്രകടന സ്വാതന്ത്ര്യം.
freedom of movement - സഞ്ചാരസ്വാതന്ത്ര്യം.
freedom of religion - മതസ്വാതന്ത്ര്യം.
freedom of speech - അഭിപ്രായ സ്വാതന്ത്ര്യം, പ്രസംഗസ്വാതന്ത്ര്യം, വാഗ്സ്വാതന്ത്ര്യം.
freedom of speech and expre-ssion - സംസാര - ആശയപ്രകടന സ്വാതന്ത്ര്യം.
freedom of the press - പത്രപ്രവർത്തന സ്വാതന്ത്ര്യം, പത്രസ്വാതന്ത്ര്യം, മാധ്യമസ്വാതന്ത്ര്യം.
freedom of thought - ചിന്താസ്വാതന്ത്ര്യം.
freedom of worship - ആരാധനാ സ്വാതന്ത്ര്യം.
freedom to exit - നിർഗമന സ്വാതന്ത്ര്യം.
freehold - ജന്മാവകാശവസ്തു.
freeze to death - മരവിപ്പിച്ചു കൊല്ലുക, വിറങ്ങലിപ്പിച്ചുകൊല്ലുക.
freight - ചരക്കുകൂലി, കേവുകൂലി.
freight and cost - കൂലിച്ചെലവുൾപ്പെടെയുള്ള സാധനവില.
freight charge - ചരക്കുകൂലി, കേവുകൂലി.
frightful - ഭയങ്കരമായ, അതിഭയങ്കരം.

frisk - ദേഹപരിശോധന നടത്തുക.
from time to time - അതതുസമയത്ത്, യഥാകാലം, അപ്പോഴപ്പോൾ, തക്കസമയം, അപ്പപ്പോൾ.
frontier area - അതിർത്തിപ്രദേശം.
frontier custom - അതിർത്തിച്ചുങ്കം.
frozen account - മരവിപ്പിച്ച അക്കൗണ്ട്.
frugal - മിതവ്യയം, മിതവ്യയശീലമുള്ള.
fruitfully - ഫലവത്തായി.
fruitless - നിഷ്ഫലം.
fuel research institute - ഇന്ധന ഗവേഷണ ഇൻസ്റ്റിറ്റ്യൂട്ട്.
fugitive - അഭയാർത്ഥി.
fulfil a condition - വ്യവസ്ഥ നിറവേറ്റുക.
full court - ഫുൾകോർട്ട്.
full additional charge - പൂർണ്ണ അധികചുമതല.
full bench - ഫുൾ ബെഞ്ച്.
full particulars - പൂർണ്ണവിവരം, പൂർണ്ണ വിവരണം.
full pension - മുഴുവൻ പെൻഷൻ.
full stop - പൂർണ്ണവിരാമം.
full support - പരിപൂർണ്ണ പിന്തുണ.
full weight coin - തൂക്കംതികഞ്ഞ നാണയം, തൂക്കമുള്ള നാണയം.
function - പ്രവർത്തനം, പ്രവൃത്തി, കർത്തവ്യം.
functional distribution - പ്രവൃത്തിപരമായ വിതരണം.
functionary - ഉദ്യോഗസ്ഥൻ.
fund - നിധി, ഫണ്ട്.
fund of amortisation - ഋണമോചന നിധി.
fundamental - മൗലികമായ, അടിസ്ഥാനപരമായ.
fundamental change - അടിസ്ഥാനപരമായമാറ്റം.
fundamental duty - പ്രാഥമിക കർത്തവ്യം, മൗലിക കർത്തവ്യം.
fundamental factor - അടിസ്ഥാന ഘടകം.
fundamental formula - മൂലസൂത്രം, അടിസ്ഥാന ഫോർമുല.
fundamental law - അടിസ്ഥാന നിയമം.
fundamental principles - മൗലികതത്വങ്ങൾ.
fundamental right - മൗലികാവകാശം.
furlough - ശമ്പളത്തോടുകൂടിയ അവധി, അവധി അനുവദിക്കൽ.
furnish - നല്കുക.
further action - തുടർനടപടി, അനന്തരനടപടി, മേൽനടപടി.
further examination - തുടർവിസ്താരം.
further information - കൂടുതൽ വിവരം, അധികവിവരം.
further investigation - തുടരന്വേഷണം.
further report - തുടർറിപ്പോർട്ട്.
fuss - വലിയ ഒച്ചപ്പാടുണ്ടാക്കുക.
future estate - ഭാവിയിൽ ലഭിക്കാവുന്ന സ്വത്ത്.

G

g o - ജി ഒ.
gahan - ഗഹാൻ.
gahan release deed - ഗഹാൻ ഒഴിവുകുറി.
gain - ലാഭം.
gain and loss - ലാഭനഷ്ടങ്ങൾ.
gall and wormwood - വെറുപ്പോ ശല്യമോ ഉളവാക്കുന്നത്.
gallantry award - ധീരതാപുരസ്കാരം.
gallery - ഗാലറി.
gallows - തൂക്കുമരം, കഴുമരം.
galvanised iron - നാകം പൂശിയ ഇരുമ്പുതകിട്.
gambling - ചൂതാട്ടം, ചൂതുകളി.
gambling (amendment) act - ചൂതാട്ട (ഭേദഗതി) ആക്ട്.

gambling and betting - ചൂതുകളിയും വാതുവയ്പും.
game licence - നായാട്ടുലൈസൻസ്.
game sanctuary - വന്യമൃഗസങ്കേതം.
gang - സംഘം.
gang rape - കൂട്ടബലാൽസംഗം.
gangster - തെരുവുതെമ്മാടി, കുറ്റവാളി സംഘാംഗം.
gangsters - ആഭാസക്കൂട്ടം.
ganja - കഞ്ചാവ്.
gaol - ജയിൽ.
gaoler - ജയിലർ.
garbage - മാലിന്യം.
garble - വസ്തുതകൾ വളച്ചൊടിക്കുക.
gazette - ഗസറ്റ്.
gazette notification - ഗസറ്റ് വിജ്ഞാപനം.
gazetted officer - ഗസറ്റഡ് ഓഫീസർ.
gazetted post - ഗസറ്റഡ് തസ്തിക.
gazetteer - ഗസറ്റിയർ, ഭൂമിശാസ്ത്രസൂചിക.
gender - ലിംഗം.
gender based violence - ലിംഗാധിഷ്ഠിത പീഡനം.
gender bias - ലിംഗാധിഷ്ഠിത പക്ഷപാതം.
gender budgeting - ലിംഗസമത്വം കണക്കാക്കൽ.
gender difference - ലിംഗഭേദം.
gender equality - ലിംഗസമത്വം.
gender ratio - ലിംഗാനുപാതം.
genealogical chart - വംശാവലിപ്പട്ടിക.
genealogical table - വംശാവലിപ്പട്ടിക.
genealogical tree - വംശാവലിപ്പട്ടിക.
genealogy - വംശാവലി.
general - പൊതുവായ, സാമാന്യം.
general administration - പൊതുഭരണം.
general administration depart-ment - പൊതുഭരണവകുപ്പ്.
general allowance - പൊതുബത്ത.
general assets - പൊതു ആസ്തികൾ.
general body - ജനറൽബോഡി.
general body meeting - പൊതുയോഗം, പൊതുസമ്മേളനം.
general circular - ജനറൽ സർക്കുലർ, പൊതുസർക്കുലർ.
general clauses act - സാമാന്യഖണ്ഡങ്ങൾ ആക്റ്റ്, ജനറൽ ക്ലോസസ് ആക്ട്.
general conditions - പൊതുവ്യവസ്ഥകൾ.
general conditions of contract - കരാറിന്റെ പൊതു നിബന്ധനകൾ, കരാറിന്റെ പൊതുവ്യവസ്ഥകൾ.
general conference - പൊതുസമ്മേളനം.
general contract - പൊതുകരാർ.
general defence - പൊതുപ്രതിരോധം.
general description - പൊതുവിവരണം.
general diary - ജനറൽ ഡയറി.
general education department - പൊതുവിദ്യാഭ്യാസ വകുപ്പ്.
general election - പൊതു തിരഞ്ഞെടുപ്പ്.
general exceptions - പൊതു അപവാദങ്ങൾ.
general explanation - പൊതു വിശദീകരണം.
general features - പൊതുസ്വഭാവങ്ങൾ.
general financial matters - പൊതു ധനകാര്യവിഷയങ്ങൾ.
general importance - പൊതുപ്രധാന്യം.
general information - പൊതുഅറിയിപ്പ്.
general inspection - പൊതുപരിശോധന.
general instruction - പൊതുനിർദ്ദേശം.
general intent - പൊതു ഉദ്ദേശ്യം.
general law - പൊതുനിയമം.
general manager - ജനറൽ മാനേജർ.
general meeting - പൊതുയോഗം.
general notice - പൊതുഅറിയിപ്പ്.

general notification - പൊതുവിജ്ഞാപനം.
general order - പൊതു ഉത്തരവ്.
general outline - പൊതുരൂപരേഖ.
general power of attorney - പൊതുമുർത്ഥാർനാമ, പൊതുമുർത്ഥാർകാരൻ.
general practice - പൊതുസമ്പ്രദായം.
general principles - പൊതുതത്ത്വങ്ങൾ.
general principles of law - നിയമത്തിന്റെ പൊതുതത്ത്വങ്ങൾ, നിയമസംബന്ധമായ പൊതുതത്ത്വങ്ങൾ.
general procedure - പൊതുനടപടിക്രമം.
general proposal - പൊതുനിർദ്ദേശം.
general provident fund - ജനറൽ പ്രൊവിഡന്റ് ഫണ്ട്.
general provision - പൊതുവ്യവസ്ഥ.
general public - പൊതുജനം.
general revenue - പൊതുമുതൽ, പൊതുവരുമാനം.
general rules - പൊതുചട്ടങ്ങൾ.
general sales tax (amendment) act - പൊതു വില്പന നികുതി (ഭേദഗതി) ആക്ട്.
general services - പൊതുസേവനങ്ങൾ.
general strike - പൊതുപണിമുടക്ക്.
general theory - പൊതുസിദ്ധാന്തം.
general understanding - ഏകദേശധാരണ.
general usage - പൊതുവഴക്കം.
generic problems - വർഗ്ഗപ്രശ്നങ്ങൾ.
genocide - വംശഹത്യ, കൂട്ടക്കൊല.
gentlemen's agreement - വാക്കാൽക്കരാർ.
genuine - അകൃത്രിമം.
genuine cause - ന്യായമായ കാരണം.
genuine evidence - ന്യായമായ തെളിവ്, ശരിയായ തെളിവ്.
genuine reason - ന്യായമായ കാരണം.
geographical information system (GIS) - ഭൂമിശാസ്ത്ര വിവരസംവിധാനം.
geography - ഭൂമിശാസ്ത്രം.
geology - ഭൂവിജ്ഞാനശാസ്ത്രം.
geology department - ഭൂവിജ്ഞാനവകുപ്പ്.
gerent - ഭരണാധികാരി.
germane - യോജിച്ച, സംഗതമായ, പ്രസക്തമായ, ബന്ധപ്പെട്ട.
gerrymander - വഞ്ചനാപ്രവൃത്തി, പക്ഷപാതത്തോടെയുള്ള മണ്ഡലവിഭജനം.
gesture - ആംഗ്യം.
get rid of - നിരാകരിക്കുക.
gibbet - തൂക്കുമരം, തൂക്കിലേറ്റൽ.
gift - ദാനം, ഇഷ്ടദാനം, ഉപഹാരം, സമ്മാനം, പാരിതോഷികം.
gift deed - ഇഷ്ടദാനപത്രം, ദാനപത്രം, ദാനാധാരം.
gift *inter vivos* - ജീവിച്ചിരിക്കുന്നവർ തമ്മിലുള്ള ദാനം.
gift tax - ദാനനികുതി.
gift to temples - ദേവസ്വദാനം.
gist - രത്നച്ചുരുക്കം, സാരം, സാരാംശം.
gist of a case - കേസിന്റെ സാരം.
gist of a contract - കരാറിന്റെ സാരാംശം.
give a deaf ear - ശ്രദ്ധിക്കാതിരിക്കുക.
give concession - ഇളവുനല്കുക.
give effect to - നടപ്പാക്കുക, പ്രയോഗത്തിലാക്കുക.
give freedom - വിമോചിപ്പിക്കുക.
give reference - സൂചന കൊടുക്കുക.
give statement - മൊഴികൊടുക്കുക.
give up - ഉപേക്ഷിക്കുക, ത്യജിക്കുക, വേണ്ടെന്നു വയ്ക്കുക.
global economic meet - ആഗോള സാമ്പത്തിക ഉച്ചകോടി.
global tender - ആഗോളദർഘാസ്.
glossary of legal terms - നിയമശബ്ദകോശം.
go to court - കോടതി കയറുക.
go to low - വ്യവഹാരം ആരംഭിക്കുക.
gold control - സ്വർണ്ണനിയന്ത്രണം.

golden jubilee - സുവർണ്ണജൂബിലി.
gombeen - അന്യായപ്പലിശ ഈടാക്കൽ.
good behaviour - സത്പെരുമാറ്റം, നല്ലനടപ്പ്.
good belief - ഉത്തമവിശ്വാസം.
good cause - ശരിയായ കാരണം.
good debt - ഈടാകും കടം, കിട്ടും കടം.
good faith - ഉത്തമവിശ്വാസം.
good governance - സദ്ഭരണം.
good morals - സദാചാരം.
good practice - സദ്വൃത്തി, സദാചാരപ്രവൃത്തി.
good reason - തക്ക കാരണം.
good service - സദ്സേവനം.
good service entry - സദ്സേവനരേഖ.
good title - സംശയരഹിതമായ അവകാശം.
goods and services tax - ചരക്ക് സേവന നികുതി.
goods and services tax act - ചരക്കു സേവനനികുതി ആക്ട്.
goodwill - സത്പേര്.
govern - ഭരണം നടത്തുക, ഭരിക്കുക.
governance - ഭരണനിർവ്വഹണം, ഭരണം.
governance system - ഭരണസംവിധാനം, ഭരണസമ്പ്രദായം.
governed by rules - ചട്ടങ്ങളാൽ അനുശാസിക്കപ്പെട്ട, ചട്ടംമൂലം നിയന്ത്രിതമായ.
governing body - ഭരണസമിതി.
government - സർക്കാർ, ഭരണകൂടം, ഗവൺമെന്റ്.
government activities - സർക്കാരിന്റെ പ്രവർത്തനങ്ങൾ.
government buildings act - സർക്കാർ കെട്ടിടങ്ങൾ ആക്ട്.
government business - സർക്കാർ കാര്യം.
government departments - സർക്കാർ വകുപ്പുകൾ.
government directives - സർക്കാർ നിർദ്ദേശങ്ങൾ.
government documents - സർക്കാർ രേഖകൾ.
government dues - സർക്കാർ കുടിശ്ശിക.
government employees - സർക്കാർ ജീവനക്കാർ.
government gazette - സർക്കാർ ഗസറ്റ്.
government health service - ഗവൺമെന്റ് ആരോഗ്യവകുപ്പ്.
government initiative - സർക്കാർ ഉദ്യമം.
government machinery - ഭരണകൂടം, ഭരണയന്ത്രം.
government memorandum - സർക്കാർ മെമ്മോറാണ്ടം.
government of india - ഭാരത സർക്കാർ, ഇന്ത്യ ഗവൺമെന്റ്.
government of india gazette - ഭാരത സർക്കാർ ഗസറ്റ്.
government order - സർക്കാരുത്തരവ്, ഗവൺമെന്റുത്തരവ്.
government order (manuscript) - സർക്കാരുത്തരവ് (കൈയെഴുത്ത്).
government order (printed) - സർക്കാരുത്തരവ് (അച്ചടിച്ചത്).
government order (routine) - സർക്കാരുത്തരവ് (സാധാരണ).
government personnel - സർക്കാരുദ്യോഗസ്ഥർ.
government pleader - ഗവൺമെന്റ് പ്ലീഡർ, സർക്കാർ വക്കീൽ, സർക്കാർ അഭിഭാഷകൻ.
government press - സർക്കാർ പ്രസ്സ്.
government proceedings - സർക്കാർ നടപടികൾ.
government property - സർക്കാർ വസ്തു.
government records - സർക്കാർ രേഖകൾ.
government resolution - സർക്കാർ

പ്രമേയം.
government savings banks act - ഗവൺമെന്റ് സേവിങ്സ് ബാങ്ക് ആക്ട്.
government servant - ഗവണ്മെന്റ് ജീവനക്കാരൻ.
government servant's conduct rules - സർക്കാർ ജീവനക്കാരുടെ പെരുമാറ്റ ച്ചട്ടങ്ങൾ.
government servants - സർക്കാർ ജീവനക്കാർ, സർക്കാർ ഉദ്യോഗസ്ഥർ.
government staff - സർക്കാരുദ്യോഗ സ്ഥർ.
government suits register - സർക്കാർ വ്യവഹാര രജിസ്റ്റർ.
governor - ഗവർണർ.
grade of pay - ശമ്പളഗ്രേഡ്.
grade promotion - ഗ്രേഡ് പ്രമോഷൻ.
grand total - ഒട്ടാകെ.
grand total amount - ഒട്ടാകെയുള്ള തുക.
grant - സഹായധനം, ഗ്രാന്റ്.
grant and loan in aid - സഹായ ധനവും വായ്പയും.
grant bail - ജാമ്യം അനുവദിക്കുക.
grant-in-aid - സഹായധനം.
gratification - പ്രതിഫലം.
gratuitous deed - പ്രതിഫലമില്ലാതെ ചമയ്ക്കുന്ന ആധാരം.
gratuitous service - പ്രതിഫലരഹിത മായ സേവനം.
gratuitous transfer - സൗജന്യ കൈ മാറ്റം.
gratuity - ഗ്രാറ്റ്യൂയിറ്റി.
grave offence - മഹാപരാധം, മഹാ പാതകം.
grave yard - ശ്മശാനം, ശവക്കോട്ട.
grease the palm - കൈക്കൂലി കൊ ടുക്കുക.
great grand child - പേരക്കുട്ടിയുടെ കുട്ടി.
great grand father - മുതുമുത്തച്ഛൻ.
great grand mother - മുതുമുത്തശ്ശി.
grief - സങ്കടം.
grievance - ആവലാതി, സങ്കടം.
grievance petition - സങ്കടനിവേദനം.
grievous bodily hurt - കഠിനമായ ദേഹോപദ്രവം.
grievous hurt - കടുത്ത പരിക്ക്.
grimly - ഭീകരമായ.
grisly - ഭീകരമായ, ബീഭത്സം.
gross amount - മൊത്തം തുക.
gross assets - മൊത്തം ആസ്തികൾ.
gross income - മൊത്തം വരുമാനം.
gross loss - മൊത്തം നഷ്ടം.
gross misconduct - ഗുരുതരമായ നടപടിദൂഷ്യം.
gross negligence - ഗുരുതരമായ ഉപേ ക്ഷ, ഗുരുതരമായ അശ്രദ്ധ.
gross profit - മൊത്തലാഭം.
gross revenue - മൊത്തം വരുമാനം.
ground of appeal - അപ്പീൽക്കാരണം.
ground of quarrel - കലഹകാരണം.
ground of suit - വ്യവഹാരത്തിന്റെ അടിസ്ഥാനം.
ground rent - തറവാടക.
ground rent assessment - തറവാടക നിർണ്ണയം.
ground water department - ഭൂഗർഭജ ല വകുപ്പ്.
groundless - അടിസ്ഥാനരഹിതമായ.
grounds of arrest - അറസ്റ്റിനുള്ള കാര ണങ്ങൾ.
group - സംഘം, ഗ്രൂപ്പ്.
group commander - ഗ്രൂപ്പ് കമാൻഡർ.
group insurance scheme - ഗ്രൂപ്പ് ഇൻ ഷ്വറൻസ് പദ്ധതി.
group of delegates - പ്രതിനിധിസം ഘം.
group of diplomats - ദൂതസംഘം.
growth of population - ജനസംഖ്യാ വർദ്ധനവ്.
grudge - പക, വിദ്വേഷം, വിരോധം.
gruesome - ഭീകരമായ, ബീഭത്സം.
gruesome entertainment - ക്രൂരമായ വിനോദം.
guarantee - ഉറപ്പ്, ഗാരണ്ടി, ഉറപ്പു

നല്കുക, ഉറപ്പുവരുത്തുക.
guarantor - ഉറപ്പുനല്കുന്നയാൾ.
guard - കാവൽ, പാറാവ്, രക്ഷകൻ, സൂക്ഷിക്കുക, കാക്കുക, ഗാർഡ്, കാവല്ക്കാരൻ.
guard room - പാറാവുമുറി.
guardian - രക്ഷാകർത്താവ്, രക്ഷിതാവ്.
guardian ad litem - വ്യവഹാരകാലത്തെ രക്ഷാകർത്താവ്.
guardian and ward - രക്ഷകനും രക്ഷിതനും, രക്ഷാകർത്താവും രക്ഷിതനും.
guardians and wards act - രക്ഷാകർത്താക്കന്മാരും വാർഡുകളും ആക്ട്.
guardianship - രക്ഷാകർത്തൃത്വം.
guardianship certificate - രക്ഷാകർത്തൃത്വ സർട്ടിഫിക്കറ്റ്.
guidance - മാർഗ്ഗദർശനം.
guideline - മാർഗ്ഗരേഖ.
guilt - അപരാധം, കുറ്റം.
guilty - കുറ്റവാളി, അപരാധി, അപരാധിയാകുക, കുറ്റബോധമുള്ള.
guilty person - അപരാധി.
gun - തോക്ക്.
gun license - തോക്കുലൈസൻസ്.
gun powder - കരിമരുന്ന്, വെടിമരുന്ന്.
gun salute - ആചാരവെടി.
guruvayoor devaswam act - ഗുരുവായൂർ ദേവസ്വം ആക്ട്.
gyve - വിലങ്ങ്, ആമം, കൈയാമം.

H

habeas corpus - ഹേബിയസ് കോർപ്പസ്.
habeas corpus petition (HCP) - ഹേബിയസ് കോർപ്പസ് പരാതി.
habitat development - വാസസ്ഥല വികസനം.
habitation - വാസസ്ഥലം, വാസസ്ഥാനം.
habitual - പതിവായ, ശീലമാക്കുക.
habitual indebtedness - പതിവുകടഋണബാദ്ധ്യത.
habitual murderer - സ്ഥിരം കൊലപാതകി.
habitual offender - സ്ഥിരംകുറ്റവാളി, പതിവുകുറ്റക്കാരൻ.
habitual robber - പതിവുകവർച്ചക്കാരൻ.
haemorrhage - രക്തസ്രാവം.
half monthly compensation - അർദ്ധമാസ നഷ്ടപരിഹാരം.
half pay - അർദ്ധശമ്പളം.
half pay leave - അർദ്ധവേതനാവധി, അർദ്ധശമ്പളാവധി.
ham fisted - വിലക്ഷണമായ.
hame sucken - ഭവനഭേദനം.
hamlet - ചെറുഗ്രാമം, ഗ്രാമം, ഊര്.
hamper - തടസ്സം, തടസ്സപ്പെടുത്തുക.
hand and seal - കൈയൊപ്പും മുദ്രയും.
hand bill - ലഘുലേഖ, പരസ്യം.
hand book - കൈപ്പുസ്തകം.
hand cuff - കൈവിലങ്ങ്, കൈയാമം.
hand fetter - കൈവിലങ്ങ്, കൈയാമം.
hand in hand - ഒന്നിച്ചുചേർന്ന്.
hand over - കൈമാറ്റം.
hand writing expert - കൈയക്ഷര വിദഗ്ദ്ധൻ.
handabend - മോഷണ വസ്തുവുമായി പിടിക്കപ്പെട്ടവൻ.
handborow - കൈപ്പണയം.
handfast - കരാർ.
handicapped persons - വികലാംഗർ.
handicapped welfare corporation - വികലാംഗക്ഷേമ കോർപ്പറേഷൻ.
handing over charge - ചുമതലയേല്പിക്കൽ, ചാർജേല്പിക്കൽ.
handing over of powers - അധികാരക്കൈമാറ്റം.
handloom industry - കൈത്തറി വ്യവസായം.
handloom workers welfare cess act

- കൈത്തറിത്തൊഴിലാളിക്ഷേമ സെസ് ആക്ട്.
hang - തൂക്കിക്കൊല്ലുക.
hang by the neck - കഴുത്തിൽ കെട്ടിത്തൂക്കുക.
hang in the balance - അനിശ്ചിതത്വത്തിൽ തുടരുക, അനിശ്ചിതമായി തുടരുക.
hanging - തൂങ്ങിമരണം, തൂക്കൽ.
hangman - ആരാച്ചാർ.
happening by chance - അവിചാരിത സംഭവം.
harassment - പീഡനം.
harbour department - തുറമുഖ വകുപ്പ്.
harbour the accused - കുറ്റക്കാരനെ പാർപ്പിക്കൽ.
hard and fast rule - കർശന നിയമം, കർക്കശനിയമം.
hard as nails - വളരെ കഠിനമായ.
hard cash - രൊക്കം പണം.
hard currency area - ഹാർഡ് കറൻസി പ്രദേശം.
hard drinker - പെരുംകുടിയൻ.
hard fisted - പിശുക്കനായ.
hard labour - കടുപ്പമുള്ള ജോലി.
hard nut to crack - മനസ്സിലാക്കാൻ പ്രയാസമായ പ്രശ്നം.
hard row to hoe - പ്രയാസമേറിയ കാര്യം.
hard task - കഠിനജോലി.
hard to understand - ദുർഗ്രഹമായ.
hard work - അതിപ്രയത്നം, ദേഹണ്ഡം, കടുപ്പമുള്ള ജോലി, കഠിനജോലി.
harden - കഠിനതരമാക്കുക.
hardship - ദുരിതം.
harlot - വേശ്യ, വ്യഭിചാരിണി.
harlotry - വേശ്യാവൃത്തി.
harm - ദ്രോഹം, ഹാനി, കോട്ടം, ഉപദ്രവം.
harmful - ഹാനികരമായ.
harmless - നിർദ്ദോഷി, നിർദ്ദോഷമായ, നിരുപദ്രവം.
harmony - യോജിപ്പ്, സൗഹാർദ്ദം, അനുകൂലത.
harrier - കവർച്ചക്കാരൻ, കൊള്ളക്കാരൻ.
harry - കൊള്ളയടിക്കുക, കവർച്ച ചെയ്യുക.
hartal - ഹർത്താൽ.
hassle - തർക്കം.
haste - പെട്ടെന്ന്.
hatchet - കൈക്കോടാലി.
hatred - അവജ്ഞ, വിരോധം, വെറുപ്പ്, വിദ്വേഷം.
havildar - ഹവിൽദാർ.
havildar major - ഹവിൽദാർ മേജർ.
having the force of law - നിയമപ്രാബല്യമുള്ള.
havoc - കൊടുംനാശം, വൻനാശം, സർവ്വനാശം.
haybote - അറ്റകുറ്റപ്പണിക്കായി കുടിയാനു നല്കുന്ന ബത്ത, കുടിയായ്മാവകാശം .
hazard - വിപത്ത്.
hazardous - അപായസാദ്ധ്യതയുള്ള, അപകടകരമായ.
hazardous tort - അപകൃത്യം.
he carriers act - കാരിയർ ആക്ട്.
head accountant - ഹെഡ് അക്കൗണ്ടന്റ്.
head clerk - ഹെഡ് ക്ലാർക്ക്.
head constable - ഹെഡ് കോൺസ്റ്റബിൾ.
head line - തലക്കെട്ട്, ശീർഷകം.
head money - തലപ്പണം.
head note - തലക്കുറിപ്പ്.
head of account - അക്കൗണ്ട് ഹെഡ്, അക്കൗണ്ട് ശീർഷകം, കണക്കിനം.
head of department - വകുപ്പുതലവൻ.
head of income - വരുമാനശീർഷം, ആയശീർഷം.
head of office - ഓഫീസ് മേധാവി.
head of state - രാഷ്ട്രത്തലവൻ.
head office - ആസ്ഥാനകാര്യാലയം, ഹെഡ് ഓഫീസ്.

head quarters - ആസ്ഥാനം, ഹെഡ് ക്വാർട്ടേഴ്സ്.
headline - തലവാചകം.
headload workers act - ചുമട്ടുതൊഴിലാളി ആക്ട്.
heal - ഭേദമാകുക.
health and family welfare depart-ment - ആരോഗ്യ കുടുംബക്ഷേമവകുപ്പ്.
health care system - ആരോഗ്യ സുരക്ഷാസംവിധാനം.
health centre - ആരോഗ്യകേന്ദ്രം.
health certificate - ആരോഗ്യ സർട്ടിഫിക്കറ്റ്.
health department - ആരോഗ്യവകുപ്പ്.
health indicators - ആരോഗ്യ സൂചികകൾ.
health nutrients - ആരോഗ്യ പോഷകങ്ങൾ.
health officer - ഹെൽത്ത് ഓഫീസർ.
healthy relation - ആരോഗ്യകരമായ ബന്ധം.
hear the other side - എതിർഭാഗം കൂടി കേൾക്കൽ, എതിർകേൾവി, മറുകേൾവി.
hearing - ഹിയറിങ്, കക്ഷികളെ കേൾക്കൽ.
hearing in person - നേരിട്ട് കേൾക്കൽ.
hearsay evidence - കേട്ടുകേൾവിത്തെളിവ്, കേൾവിത്തെളിവ്.
hearse - ശവമഞ്ചം.
hearth and home - താമസസ്ഥലം.
heated argument - വാഗ്വാദം.
heavy downpour - അതിവർഷം, അതിവൃഷ്ടി.
heavy engineering department - ഘന എൻജിനീയറിങ് വകുപ്പ്.
heavy engineering division - ഘന എൻജിനീയറിങ് വിഭാഗം.
heavy equipment - ഘന ഉപകരണം.
heavy industry - ഘനവ്യവസായം.
heavy load - അതിഭാരം.
hedge marriage - ഒളിച്ചോട്ടവിവാഹം, രഹസ്യവിവാഹം.
heedful - ശ്രദ്ധവയ്ക്കുക.
heedless - ശ്രദ്ധിക്കാതിരിക്കുക, ചെവിക്കൊള്ളാതിരിക്കുക.
heighten - ഉയർത്തുക.
heinous - നികൃഷ്ടമായ, അതിനിഷ്ഠുരമായ, ക്രൂരമായ.
heinous action - ഹീനപ്രവൃത്തി.
heinous crime - നികൃഷ്ടമായ കുറ്റം, കൊടിയകുറ്റം, മഹാപരാധം.
heinous offence - കൊടിയകുറ്റം, നീചമായകുറ്റം, നികൃഷ്ടമായ കുറ്റം .
heir - അവകാശി, അനന്തരാവകാശി.
heir at law - നിയമപ്രകാരമുള്ള അനന്തരാവകാശി.
heir apparent - നേരെ അടുത്ത അവകാശി.
heir at law - നിയമാവകാശി.
heir by custom - ആചാരക്രമംമൂലമുള്ള അനന്തരാവകാശി.
heir by devise - മരണശാസനം/ വില്പത്രം മൂലമുള്ള അനന്തരാവകാശി.
heir expectant - പ്രതീക്ഷിതാവകാശി.
heir presumptive - സംഭവ്യാവകാശി.
heir successor - അനന്തരഗാമി.
heirdom - പിൻതുടർച്ച.
heiress - അനന്തരാവകാശിനി, അനന്തരാവകാശമുള്ള സ്ത്രീ.
heirless - അനന്തരാവകാശികളില്ലാത്ത.
heirloom - പാരമ്പര്യാവകാശം, പാരമ്പര്യസ്വത്ത്.
heirship - പിൻതുടർച്ച, പിൻതുടർച്ചാവകാശം.
heirship certificate - പിൻതുടർച്ചാവകാശ സർട്ടിഫിക്കറ്റ്, പിന്തുടർച്ച സർട്ടിഫിക്കറ്റ്.
held on to - മുറുകെപ്പിടിക്കുക.
help and advice - സഹായവും ഉപദേശവും.
henchmen - കൂട്ടാളി, പരിചാരകൻ, സഹായി.
herculean task - അതീവ ദുഷ്കരമായ,

ഭഗീരഥപ്രയത്നം.
hereby - ഇതിനാൽ.
heredes proximi - അടുത്ത അവകാശികൾ, അനന്തരാവകാശികൾ.
heredes remotiores - അകന്ന അവകാശികൾ.
hereditament - ദായസ്വത്ത്.
hereditary - പൈതൃകം, ആനുവംശികം, പിന്തുടർച്ചാപരം.
hereditary claim - പാരമ്പര്യാവകാശം, പരമ്പരാവകാശം.
hereditary office - പരമ്പരയായ ഉദ്യോഗം, ആസ്ഥികസ്ഥാനം.
hereditary property - പൈതൃകസ്വത്ത്.
hereditas legitima - നിയമപ്രകാരമുള്ള അവകാശി, നിയമാനുസൃതാവകാശി.
heredity - വംശപാരമ്പര്യം, അനന്തരാവകാശം, പൈതൃകം.
heres - അവകാശി.
heres ex asse - ഏകാവകാശി, മൊത്തം സ്വത്തിന്റെ ഏകാവകാശി.
heres ex testamento - മരണശാസനപ്രകാരമുള്ള അവകാശി.
heres factus - മരണശാസനപ്രകാരമുള്ള അവകാശി.
heres legitimus - നിയമാനുസൃതാവകാശി.
heres natus - ജന്മാവകാശി.
heres rectus - ശരിയായ അവകാശി, യഥാർത്ഥ അവകാശി.
heresy - മതനിന്ദ, മതവിരുദ്ധവാദം.
heretic - മതനിന്ദകൻ.
heriditable - പരമ്പരാവകാശമായ, പാരമ്പര്യാവകാശമായ.
heritage - പൈതൃകസ്വത്ത്, പാരമ്പര്യം.
heritage centre - പൈതൃക കേന്ദ്രം.
heritage policy - പൈതൃകനയം.
hesia - പെരുമാറ്റാവകാശം, ഒരുതരം സൗകര്യാവകാശം.
hesitate - അറച്ചുനില്ക്കുക, മടിച്ചുനില്ക്കുക.
hesitation - വിമുഖത.
heterogeneous - ബഹുജാതീയമായ.
heterosexual - എതിർലിംഗ സംഭോഗാനുരാഗി.
hiba - ദാനം.
hiba-bil-iwaz - പ്രതിഫലം പറ്റിക്കൊണ്ടുള്ള ദാനം.
hidden - നിഗൂഢമായ, രഹസ്യമായ, മറച്ചുവയ്ക്കപ്പെട്ട.
hidden nature - രഹസ്യസ്വഭാവം.
hide - ഒളിപ്പിക്കൽ, തോൽ, മറയ്ക്കുക, പതുങ്ങുക.
hideous - ബീഭത്സമായ.
hiding place - ഒളിത്താവളം.
hierarchical order - അധികാരക്രമം.
hierarchy - അധികാരശ്രേണി, പദവിപരമ്പര.
high court - ഹൈക്കോടതി.
high court judge - ഹൈക്കോടതി ജഡ്ജ്.
high commissioner - ഹൈക്കമ്മിഷണർ.
high handed - അക്രമമായ, ധിക്കാരപരമായ.
high level committee - ഉന്നതതലസമിതി
high level conference - ഉന്നതതലസമ്മേളനം.
high position - ഉന്നതപദവി, ഉന്നതസ്ഥാനം.
high power commission - ഉന്നതാധികാരക്കമ്മിഷൻ.
high power committee - ഉന്നതാധികാരസമിതി.
high seas - പുറം കടൽ, പുറങ്കടൽ.
higher authority - മേലധികാരം.
higher education council - ഉന്നതവിദ്യാഭ്യാസ കൗൺസിൽ.
higher education department - ഉന്നതവിദ്യാഭ്യാസ വകുപ്പ്.

higher enquiry - മേലന്വേഷണം.
higher scrutiny - മേലന്വേഷണം.
higher secondary education - ഹയർ സെക്കൻഡറി വിദ്യാഭ്യാസം.
highest bid - ഏറ്റവും കൂടിയ ലേലം വിളി.
highly confidential - പരമരഹസ്യം.
highway protection - ഹൈവേ സംരക്ഷണം.
highway protection act - ഹൈവേ സംരക്ഷണ ആക്ട്.
highway robbery - പെരുവഴിക്കവർച്ച.
highwayman - പിടിച്ചുപറിക്കാരൻ, കവർച്ചക്കാരൻ.
hijacker - അപഹരിക്കുന്നവൻ.
hijacking - വാഹനാപഹരണം, അപഹരണം, (വിമാനം) തട്ടിക്കൊണ്ടുപോകൽ.
hill tract - മലമ്പാത, മലമ്പ്രദേശം.
hinder - തടസ്സപ്പെടുത്തുക.
hindrance - തടസ്സം, പ്രതിബന്ധം, വിഘ്നം, തടയൽ.
hindu adoptions and maintena-nce act - ഹിന്ദു ദത്തുകളും സംരക്ഷണവും ആക്ട്.
hindu code - ഹിന്ദുകോഡ്.
hindu coparcenary - ഹിന്ദുകൂട്ടവകാശികൾ.
hindu disposition of property act - ഹിന്ദു വസ്തുവിനിയോഗ ആക്ട്.
hindu gains of learning act - ഹിന്ദു വിദ്യാപ്രാപ്തലാഭ ആക്ട്.
hindu inheritance (removal of disabilities) act - ഹിന്ദു അനന്തരാവകാശ (അവശതകൾ നീക്കം ചെയ്യൽ) ആക്ട്.
hindu joint family - ഹിന്ദു കൂട്ടുകുടുംബം.
hindu law - ഹിന്ദുനിയമം.
hindu marriage (validation of proceedings) act - ഹിന്ദു വിവാഹങ്ങൾ (നടപടികൾ സാധൂകരിക്കൽ) ആക്ട്.
hindu marriage act - ഹിന്ദു വിവാഹ ആക്ട്.
hindu minority and guardianship act - ഹിന്ദു മൈനോറിറ്റിയും രക്ഷാകർത്തൃത്വവും ആക്ട്.
hindu religious and charitable endowment department - ഹിന്ദുമത ധർമ്മാർത്ഥദാന വകുപ്പ്.
hindu succession act - ഹിന്ദു പിന്തുടർച്ചാവകാശ ആക്ട്.
hindu undivided family - ഹിന്ദു അവിഭക്തകുടുംബം.
hire - കൂലി, വാടക.
hire charges - വാടകക്കൂലി.
hire purchase - തവണവ്യവസ്ഥ.
hire purchase agreement - ഹയർപർച്ചേസ് ഉടമ്പടി.
hired labour - കൂലിവേല.
hirer - വാടകയ്ക്കെടുത്തയാൾ.
hissa - ഓഹരി.
historical awareness - ചരിത്രബോധം.
historical method - ചരിത്രാത്മക രീതി.
history of service - സേവനചരിത്രം.
hit - അടിക്കുക.
hit the head lines - വാർത്താ പ്രാധാന്യം നേടുക.
hither and thither - എല്ലായിടവും, അങ്ങുമിങ്ങും, എമ്പാടും.
hoarding - പൂഴ്ത്തിവയ്പ്.
hoarding and profiteering - പൂഴ്ത്തിവയ്പ്പും കൊള്ളലാഭവും.
hokum - അസംബന്ധം.
hold an opinion - അഭിപ്രായപ്പെടുക.
hold forth a problem - പ്രശ്നം ഉന്നയിക്കുക.
hold off - നിർത്തിവച്ചത്.
hold on - പിടിച്ചുനിർത്തുക, നീട്ടിവയ്ക്കുക.
hold over - നീട്ടിവയ്ക്കുക.
hold property - വസ്തുവകകൾ സൂക്ഷിക്കുക.
hold to account - ഉത്തരവാദിയാക്കുക.

hold up - തടഞ്ഞുനിർത്തുക, അധികം താമസിക്കുക.
holder of a decree - വിധിയുടമ.
holding - കൈവശവസ്തു, നടപ്പു വസ്തു.
holiday - ഒഴിവ്, ഒഴിവുദിവസം, അവധി ദിവസം.
holiday registration - അവധിദിന രജിസ്ട്രേഷൻ, ഒഴിവുദിന രജിസ്ട്രേഷൻ.
holiday wages - ഒഴിവുദിന വേതനം, ഒഴിവുദിവസ ശമ്പളം, അവധിദിവസ ശമ്പളം.
home department - ആഭ്യന്തരവകുപ്പ്.
home for the destitutes - അനാഥമന്ദിരം.
home grown epidemic - ഗൃഹജന്യ സാംക്രമിക രോഗം.
home guard - ഹോംഗാർഡ്.
home minister - ആഭ്യന്തരമന്ത്രി.
home secretary - ആഭ്യന്തര സെക്രട്ടറി, ആഭ്യന്തരകാര്യ സെക്രട്ടറി.
homicide - നരഹത്യ.
homosexual - സ്വവർഗ്ഗാനുരാഗി, സ്വവർഗ്ഗഭോഗി.
homosexuality - സ്വവർഗ്ഗരതി.
honest reply - സത്യസന്ധമായ മറുപടി.
honesty of purpose - ഉദ്ദേശ്യശുദ്ധി.
honorarium - ഓണറേറിയം, മാന വേതനം.
honorary magistrate - ഓണററി മജിസ്ട്രേറ്റ്.
honorary service - ഓണററി സർവീസ്, വേതനമില്ലാ സേവനം.
honour - ബഹുമതി, ആദരം, ബഹുമാനിക്കുക.
honours and *insignias* - ബഹുമതികളും പദവിമുദ്രകളും.
honours and titles - ബഹുമതികളും സ്ഥാനങ്ങളും.
hooch tragedy - വ്യാജമദ്യ ദുരന്തം.
hoodwink - ചതിക്കുക, വഞ്ചിക്കുക.
hooker - അഭിസാരിക, വേശ്യ.
hooligan - തെരുവുതെമ്മാടി.
hoosegow - ജയിൽ, തടവറ.
horrible - ഭീകരമായ, അതിഭയങ്കരം.
horrid - അതിഭയങ്കരം.
horridness - ബീഭത്സം.
horse race - കുതിരപ്പന്തയം.
hospital leave - ആശുപത്രിയവധി, ഹോസ്പിറ്റൽ ലീവ്.
hospiticide - അതിഥിഹത്യ.
hostage - ആൾജാമ്യം, ഈടാൾ.
hostile deeds - ശത്രുവ്യാപാരം.
hostile policy - ശത്രുതാ നയം.
hostile to one's nation - ദേശവിരുദ്ധമായ.
hostile witness - എതിർസാക്ഷി, പ്രതികൂലസാക്ഷി, എതിർകക്ഷിക്കനുകൂലമായി തിരിയുന്ന സാക്ഷി.
hostility - പക, വൈരം.
hot - blooded - ക്രുദ്ധനായ, കുപിതനായ.
hothead - എടുത്തുചാട്ടക്കാരൻ, താന്തോന്നി.
hotline - ഹോട്ട്ലൈൻ.
hotseat - ഉത്തരവാദിത്വമുള്ള സ്ഥാനം.
hotshot - വിരുതൻ.
hotspot - ഹോട്ട്-സ്പോട്ട്.
hotspur - ഉഗ്രകോപി, എടുത്തുചാട്ടക്കാരൻ, ക്ഷിപ്രകോപി.
hours of employment - ജോലിസമയം.
hours of work - പ്രവൃത്തിസമയം.
house arrest - വീട്ടുതടങ്കൽ.
house breaker - ഭവനഭേദകൻ.
house breaking - ഭവനഭേദനം.
house building advance - ഭവനനിർമ്മാണ വായ്പ.
house building and research institute - ഭവന നിർമ്മാണ ഗവേഷണ ഇൻസ്റ്റിറ്റ്യൂട്ട്.
house building scheme - ഭവന നിർമ്മാണ പദ്ധതി.
house building society - ഭവന

നിർമ്മാണ സംഘം.
house of commons - ജനസഭ.
house of correction - ദുർഗ്ഗുണപരിഹാര പാഠശാല.
house of lords - പ്രഭുസഭ.
house of parliament - പാർലമെന്റ് സഭ.
house of people - ലോകസഭ.
house rent allowance - വീട്ടുവാടകബത്ത.
house servants - വീട്ടുവേലക്കാർ, ഗാർഹിക ജോലിക്കാർ.
house surgeon - ഹൗസ് സർജൻ.
house tax - വീട്ടുകരം.
house trespass - ഭവനകയ്യേറ്റം.
household - ഗാർഹികം, ഗൃഹസംബന്ധമായ, കുടുംബസംബന്ധമായ.
housing co-operative society - പാർപ്പിട സഹകരണസംഘം.
housing loan - ഭവന വായ്പ.
housing scheme - ഭവനപദ്ധതി, പാർപ്പിട പദ്ധതി.
hue and cry - ഒച്ചപ്പാട്.
human intervention - മാനുഷിക ഇടപെടൽ.
human resource development - മാനവവിഭവശേഷി വികസനം.
human resource development department - മാനവശേഷി വികസന വകുപ്പ്.
human right - മനുഷ്യാവകാശം.
human rights commission - മനുഷ്യാവകാശക്കമ്മിഷൻ.
human sacrifice - നരബലി.
humble petition - വിനീതഹർജി.
humbug - തട്ടിപ്പ്.
hunger strike - ഉപവാസം, നിരാഹാരസത്യഗ്രഹം.
hurdlesome - അതീവദുഷ്കരമായ.
hurricane - ചുഴലിക്കാറ്റ്.
hurt - പരിക്ക്, ദേഹോപദ്രവം.
hustle and bustle - തിക്കും തിരക്കും.
hustler - വേശ്യ, അഭിസാരിക.
hut insurance scheme - കുടിൽ ഇൻഷ്വറൻസ് പദ്ധതി.
huzur - ഹജൂർ.
hydro electric power - ജലവൈദ്യുതശക്തി.
hypertext - തിരമൊഴി.
hypothecaria action - ഭൂപണയനടത്തിപ്പ് വ്യവഹാരം.
hypothecate - പണയപ്പെടുത്തുക.
hypothecation - ചൂണ്ടിപ്പണയം.
hypothecation bond - പണയാധാരം.
hypothecation mortgage - ചൂണ്ടിപ്പണയം.

I

ibid - അതേ പുസ്തകത്തിൽ.
iconoclast - വിഗ്രഹധ്വംസകൻ.
ideal - മാതൃകാപരമായ, മാതൃകാരൂപം.
idealistic - മാതൃകാപരം.
idem per idem - അതുപോലെതന്നെ.
identical representation - സമാനപ്രാതിനിധ്യം.
identical scale of pay - സമാന ശമ്പളസ്കെയിൽ.
identification - തിരിച്ചറിയൽ.
identification card - തിരിച്ചറിയൽ കാർഡ്.
identification mark - അടയാളമുദ്ര, തിരിച്ചറിയൽ അടയാളം.
identification parade - തിരിച്ചറിയൽ പരേഡ്.
identify - തിരിച്ചറിയുക.
identity card - തിരിച്ചറിയൽ കാർഡ്.
identity certificate - തിരിച്ചറിയൽ സാക്ഷ്യപത്രം, അടയാള സർട്ടിഫിക്കറ്റ്.
idiolect - വ്യക്തിഭാഷ.
idiot - ജഡബുദ്ധി, മൂഢൻ, ബുദ്ധിശൂന്യൻ.
ignominy - മാനഹാനി, അപഖ്യാതി.

ignorance - അജ്ഞത, അറിവില്ലായ്മ.
ignorance of law - നിയമാജ്ഞത.
ignorantia - അജ്ഞത.
ignorantia facti - വസ്തുതകളെക്കുറിച്ചുള്ള അജ്ഞത.
ignorantia facti excusat - വസ്തുതകളെക്കുറിച്ചുള്ള അജ്ഞതയ്ക്ക് മാപ്പു ലഭിക്കും.
ignorantia juris - നിയമത്തെക്കുറിച്ചുള്ള അജ്ഞത.
ignorantia juris non excusat - നിയമത്തെക്കുറിച്ചുള്ള അജ്ഞതയ്ക്ക് മാപ്പില്ല.
ignore - അവഗണിക്കുക, പുറംതള്ളുക.
ill advised action - ദുരുപദിഷ്ടനടപടി.
ill feeling - ദുരനുഭവം.
ill intention - ദുരുദ്ദേശ്യം.
ill- motive - ദുഷ്ടലക്ഷ്യം.
illaqueate - കുടുക്കില്പെടുത്തുക.
ill-balanced - അസന്തുലിതമായ, സ്ഥിരതയില്ലാത്ത.
illegal - അനധികൃതമായ, നിയമവിരുദ്ധമായ, ന്യായരഹിതമായ, നിയമസാധുതയില്ലാത്ത, അവിഹിതമായ.
illegal action - നിയമവിരുദ്ധ നടപടി.
illegal activity - നിയമവിരുദ്ധപ്രവർത്തനം.
illegal arrest - നിയമവിരുദ്ധമായ അറസ്റ്റ്.
illegal gratification - അനധികൃത പ്രതിഫലം, നിയമവിരുദ്ധ പ്രതിഫലം.
illegal imprisonment - നിയമവിരുദ്ധമായ തടങ്കൽ.
illegal means - നിയമവിരുദ്ധ മാർഗ്ഗങ്ങൾ.
illegal omission - നിയമവിരുദ്ധമായ കർത്തവ്യലോപം.
illegal practice - നിയമവിരുദ്ധപ്രവർത്തനം, നിയമവിരുദ്ധ സമ്പ്രദായം, നിയമവിരുദ്ധ നടപടി.
illegal trespass - നിയമവിരുദ്ധമായി അതിക്രമിച്ചുകടക്കൽ.
illegality - നിയമവിരുദ്ധത.
illegible - അവ്യക്തമായ.
illegible copy - തെളിയാത്ത പകർപ്പ്, വായിക്കാൻ കഴിയാത്ത പകർപ്പ്.
illegitimate - നിയമവിരുദ്ധമായ, നിയമാനുസൃതമല്ലാത്ത.
illegitimate child - ജാരസന്തതി.
ill-fame - ദുഷ്കീർത്തി, അകീർത്തി, അപഖ്യാതി.
illiberal - സങ്കുചിതമായ.
illicit - നിയമവിരുദ്ധമായ, ലൈസൻസില്ലാത്ത, അനധികൃതമായ, വ്യാജനിർമ്മിതം, അവിഹിതമായ.
illicit contact - നിയമവിരുദ്ധബന്ധം.
illicit intercourse - നിയമവിരുദ്ധ ലൈംഗികബന്ധം, അവിഹിതസംഗം.
illicit liquor - വ്യാജമദ്യം.
illicit relation - നിയമവിരുദ്ധബന്ധം.
illicit trade - കള്ളക്കച്ചവടം, കപടവ്യാപാരം.
ill-repute - അകീർത്തി, അപകീർത്തി..
ill-treat - അപമാനിക്കുക, ഉപദ്രവിക്കുക, മോശമായി പെരുമാറുക.
illude - കബളിപ്പിക്കൽ.
ill-will - ദോഷവിചാരം.
imbecile - ദുർബ്ബലത.
imbursement - പണംകൊടുക്കൽ.
immanacle - ബന്ധിക്കുക.
immaterial - സാരമില്ലാത്ത.
immediate - അടിയന്തരം, ഉടനെ.
immediate action - അടിയന്തര നടപടി.
immediate cause - അതിസമീപ കാരണം.
immediate effect - ഉടൻപ്രാബല്യം.
immediate enforcement - ഉടനടി നടപ്പാക്കൽ.
immediate financial assistance - അടിയന്തര സാമ്പത്തികസഹായം.
immediate measures - അടിയന്തര നടപടികൾ.
immediate slip - അടിയന്തരക്കുറിപ്പ്.
immediate superior - നേരേ മേലധികാരി.
immediately - ഉടനടി, പെട്ടെന്ന്,

വളരെപ്പെട്ടെന്ന്, ഉടൻതന്നെ.
immediately before - തൊട്ടുമുമ്പേ.
immediately below - തൊട്ടുതാഴെ.
immediately preceding - തൊട്ടു മുമ്പുള്ള.
immediatematters - അടിയന്തരകാര്യങ്ങൾ.
immense pressure - അതിസമ്മർദ്ദം.
immesh - കുടുക്കുക.
immigrants - കുടിയേറ്റക്കാർ, കുടിയേറുന്നവർ.
immigration - കുടിയേറ്റം.
imminent - ആസന്നമായ, സമീപസ്ഥമായ.
imminent danger - ആസന്നമായ അപായം.
immobile - നിശ്ചലമായ.
immoral - അസാന്മാർഗ്ഗികമായ.
immoral character - അസാന്മാർഗ്ഗിക സ്വഭാവം.
immoral traffic - വ്യഭിചാരം, അനാശാസ്യം, അസാന്മാർഗിക വ്യാപാരം.
immoral traffic (prevention) act - വ്യഭിചാര (നിരോധന) ആക്ട്.
immovable - സ്ഥാവരം.
immovable property - സ്ഥാവരവസ്തു, സ്ഥാവരസ്വത്ത്.
immovable property register - സ്ഥാവരവസ്തു രജിസ്റ്റർ.
immunity - ഒഴിവാക്കൽ, ബാധിക്കായ്ക.
immure - തടവിലിടുക.
impact - ആഘാതം.
impair - ക്ഷയിപ്പിക്കുക, കോട്ടം വരുത്തുക.
imparcare - തടങ്കലിലാക്കുക, തടവിലാക്കുക.
impart instructions - നിർദ്ദേശങ്ങൾ നല്കുക, ബോധനം നല്കുക.
impart training - പരിശീലനം നല്കുക.
impartial - നിഷ്പക്ഷമായ, പരപ്രേരണ കൂടാതെ.
impartial investigation - നിഷ്പക്ഷമായ അന്വേഷണം.
impartible - അവിഭാജ്യമായ, വിഭജിക്കാനാവാത്ത.
impartible asset - അവിഭാജ്യസ്വത്ത്.
impasse - ദുർഘടാവസ്ഥ.
impassive - നിഷ്ക്രിയനായിരിക്കുക.
impawn - പണയപ്പെടുത്തുക.
impeach - കുറ്റം ചുമത്തുക, കുറ്റവിചാരണം ചെയ്യുക, രാജ്യദ്രോഹക്കുറ്റം ചുമത്തുക, ആക്ഷേപവിചാരണ ചെയ്യുക.
impeachable offence - ആക്ഷേപവിചാരണക്കുറ്റം.
impeachment - ദോഷാരോപണം, ആക്ഷേപ വിചാരണ, കുറ്റവിചാരണ.
impeachment of president - രാഷ്ട്രപതിയുടെ ആക്ഷേപ വിചാരണ.
impeccable - നിർദ്ദോഷമായ.
impede - തടസ്സപ്പെടുത്തുക.
impediment - തടസ്സം.
impending - പ്രത്യാസന്നമായ, ആസന്നമായ.
impending danger - ആസന്നമായ അപായം.
impenetrable - ഉള്ളിലേക്ക് കടക്കാനാവാത്ത, അഭേദ്യമായ.
imperative - അലംഘനീയമായ.
imperfect - പോരായ്മ.
imperfect charge - അപൂർണ്ണ കുറ്റാരോപണം.
imperialism - സാമ്രാജ്യത്വവാദം.
imperil - അപകടത്തിലാക്കുക, അസാദ്ധ്യമാക്കുക.
impermanency - അസ്ഥിരത.
impersonation - ആൾമാറാട്ടം.
impertinent - പ്രസക്തമല്ലാത്ത, അപ്രസക്തമായ.
impetuous - വീണ്ടുവിചാരമില്ലാതെ.
impignoration - പണയംകൊടുക്കുക, പണയപ്പെടുത്തുക.
impinge - അനധികൃതമായി കൈകട

ത്തൽ, സംഘട്ടനമുണ്ടാക്കുക, അതിർത്തിലംഘിച്ച് പ്രവേശിക്കുക.
implead - കക്ഷിചേർക്കുക.
impleading of parties - കേസിൽ കക്ഷിചേർക്കൽ.
impledge - പണയം വയ്ക്കുക.
implement - നടപ്പാക്കുക, ഉപകരണം.
implicate - ഉൾപ്പെടുത്തുക.
implication - ഉൾപ്പെടുത്തൽ.
implication of law - നിയമത്തിന്റെ വ്യംഗ്യാർത്ഥം.
implicit - അന്തർലീനമായ, ചോദ്യം ചെയ്യാത്ത, നിർവ്വിവാദമായ.
implied - അന്തർനിഹിതമായ, വ്യംഗ്യമായ.
implied agreement - വ്യംഗ്യ കരാർ.
implied assent - പരോക്ഷാനുമതി.
implied easement - പരോക്ഷമായ സൗകര്യാവകാശം.
implied meaning - ആന്തരാർത്ഥം, വ്യംഗ്യാർത്ഥം.
import - ഇറക്കുമതി.
import and export duties - ഇറക്കുമതി - കയറ്റുമതി തീരുവകൾ.
import duty - ഇറക്കുമതിച്ചുങ്കം.
import licence - ഇറക്കുമതി ലൈസൻസ്.
import trade controller - ഇറക്കുമതി വ്യാപാര കൺട്രോളർ.
importance - പ്രാധാന്യം.
important - പ്രധാനപ്പെട്ട.
important file - പ്രധാനപ്പെട്ട ഫയൽ.
important order - സുപ്രധാന ഉത്തരവ്.
important papers - പ്രധാനപ്പെട്ട കടലാസ്സുകൾ.
imported goods - ഇറക്കുമതിച്ചരക്കുകൾ.
importune - (ശക്തമായി) വശീകരിക്കുക.
impose - ചുമത്തുക.
impose fine - പിഴചുമത്തുക.
impose restriction - നിയന്ത്രണമേർപ്പെടുത്തുക.
imposition - ചുമത്തൽ.
imposition of tax - നികുതിചുമത്തൽ.
impossible - അസാദ്ധ്യം.
impost - തീരുവ, നികുതി.
imposter - ചതിയൻ, വഞ്ചകൻ.
imposture - വഞ്ചന.
impotence - ദുർബ്ബലത.
impound - പൂട്ടിവയ്ക്കുക, തടഞ്ഞുവയ്ക്കുക, ജപ്തിചെയ്യുക.
impounded document - ജപ്തിചെയ്ത ആധാരം.
impracticable - അപ്രായോഗികമായ, പ്രായോഗികമല്ലാത്ത.
imprecate - ശപിക്കുക.
imprecation - ശാപം.
imprecise - ഏറ്റക്കുറച്ചിൽ.
impregnable - അജയ്യമായ.
impress - മുദ്രപതിപ്പിക്കുക.
impression - അടയാളം, പതിപ്പ്, മുദ്ര.
imprest - അച്ചാരം, ജാമ്യത്തുക, മുൻപണം.
imprest holder - അച്ചാരംകെട്ടിയ ആൾ.
imprest money - ജാമ്യപ്പണം, മുൻകൂർതുക, അച്ചാരപ്പണം.
imprison - ജയിലിലിലടയ്ക്കുക, തടവിലിടുക.
imprisonment - തടങ്കൽ, തടവ്, തടങ്കലിൽ പാർപ്പിക്കൽ, തടവുശിക്ഷ.
imprisonment for life - ജീവപര്യന്തം തടവ്.
improbable - അസംഭവ്യമായ.
improper - അനുചിതം, അവിഹിതമായ.
improper activity - അനുചിതപ്രവർത്തനം.
impropriety - അനൗചിത്യം.
improve - അഭിവൃദ്ധിപ്പെടുത്തുക.
improvement - അഭിവൃദ്ധി, മെച്ചപ്പെടുത്തൽ, ദേഹണ്ഡം, പരിഷ്കരണം.
imprudence - അവിവേകം.

imprudent - വിവേകമില്ലാത്ത.
impube - പ്രായപൂർത്തിയാകാത്ത കുട്ടി.
impudence - താന്തോന്നിത്തം, അഹമ്മതി, ധിക്കാരപരമായ.
impudent - ധിക്കാരിയായ.
impugned order - ചോദ്യംചെയ്യപ്പെട്ട ഉത്തരവ്, തർക്കിത ഉത്തരവ്.
impulsive - വീണ്ടുവിചാരമില്ലാതെ.
impunity - ശിക്ഷയിൽനിന്നുള്ള സംരക്ഷണം, ശിക്ഷയിളവ്.
imputation - അപവാദം, ദോഷാരോപണം.
impute - ചുമത്തുക, ആരോപിക്കുക.
in a restricted sense - പരിമിതമായ അർത്ഥത്തിൽ.
in a short span - ചുരുങ്ങിയ സമയത്തിനുള്ളിൽ.
in abeyance - നിർത്തിവച്ചത്.
in abstract - സംക്ഷിപ്തമായി.
in accordance with - അനുസരിച്ച്, അനുസൃതമായി, അതനുസരിച്ച്, അതുപോലെ.
in accordance with law - നിയമാനുസൃതമായി, നിയമപ്രകാരം, നിയമമനുസരിച്ച്.
in addition to - അതിനുപുറമെ.
in advance - നേരത്തേതന്നെ, മുൻകൂട്ടി, മുൻകൂറായി.
in alieno solo - അന്യന്റെ വസ്തുവിൽ, മറ്റൊരാളുടെ വസ്തുവിൽ.
in all respect - എല്ലാ അർത്ഥത്തിലും, എല്ലാവിധത്തിലും.
in all strain - പരമാവധി ആയാസപ്പെട്ട്.
in any case - ഏതുനിലയിലും.
in any manner - ഏതെങ്കിലുംതരത്തിൽ.
in any other capacity - മറ്റേതെങ്കിലും നിലയിൽ.
in any respect - ഏതുനിലയിലും.
in any way - ഏതുവിധേനയും, ഏതെങ്കിലും പ്രകാരത്തിൽ, ഏതെങ്കിലുംവിധത്തിൽ.
in arbitrium judicis - ജുഡീഷ്യൽ ഓഫീസറുടെ/ജഡ്ജിയുടെ വിവേചനാധികാരത്തിൽ.
in association with others - മറ്റുള്ളവരുമായി ചേർന്ന്.
in attendance - സന്നിഹിതരായിരിക്കുക.
in camera - സ്വകാര്യമായി.
in camera court proceedings - സ്വകാര്യമായ കോടതിനടപടികൾ.
in cash or kind - പണമായോ സാധനമായോ.
in charge - ചുമതല വഹിക്കുന്ന, ചാർജ് വഹിക്കുന്ന, ഇൻചാർജ്.
in chronological order - കാലാനുക്രമത്തിൽ, കാലാനുസാരേണ.
in circulation - പ്രചാരത്തിൽ.
in close proximity - അടുത്തടുത്ത്.
in conformity with - അനുകൂലമായ, അനുരൂപമായ.
in conjunction with others - മറ്റുള്ളവരുമായി ചേർന്ന്.
in connection with - സംബന്ധിച്ച്, ബന്ധപ്പെട്ട്.
in consequence of - കാരണത്താൽ, അനന്തരഫലമായ, ഫലമായി.
in consonance with - പൊരുത്തപ്പെടുന്ന വിധം.
in consultation with - ആലോചിച്ച്.
in contemplation - ആലോചനയിലിരിക്കുന്ന, പര്യാലോചനയിലുള്ള.
in contravention of - ലംഘിച്ചുകൊണ്ട്.
in course of time - കാലക്രമേണ, കാലാന്തരത്തിൽ.
in custodia legis - നിയമാധീനത്തിൽ, നിയമത്തിന്റെ അധീനതയിൽ.
in due course - കാലക്രമേണ, യഥാകാലം, യഥാസമയം, കാലാന്തരത്തിൽ, തക്കസമയം.
in due process of law - നിയമാനുസൃതമായി.
in due time - യഥാകാലം.
in exercise of powers - അധികാരങ്ങൾ

വിനിയോഗിച്ചുകൊണ്ട്.
in extenso - സമഗ്രമായി.
in fact - സത്യത്തിൽ, വാസ്തവത്തിൽ, യഥാർത്ഥത്തിൽ.
in favour of - അനുകൂലമായ.
in force - പ്രാബല്യത്തിലുള്ള, പ്രയോഗത്തിലുള്ള.
in forma pauperis - പാപ്പരായി.
in foro - കോടതിമുമ്പാകെ.
in good faith - ഉത്തമവിശ്വാസത്തിൽ.
in his own name - സ്വന്തം പേരിൽ, തന്റെ പേരിൽ.
in lieu of - പകരം, പകരമായി.
in limine - തുടക്കത്തിൽത്തന്നെ, ആരംഭത്തിൽത്തന്നെ.
in loco parentis - രക്ഷിതാക്കളുടെ സ്ഥാനത്ത്.
in memoriam - ചരമലേഖനം, സ്മരണക്കുറിപ്പ്, മരിച്ച വ്യക്തിയെക്കുറിച്ചുള്ള ലേഖനം.
in part - ഭാഗികമായി.
in particular - പ്രത്യേകിച്ച്.
in person - നേരിട്ട്, സ്വയം നേരിട്ട്.
in private - സ്വകാര്യമായി.
in proportion to - ആനുപാതികമായി.
in public - പരസ്യമായി, പൊതുവായി.
in respect of - അതിനെ സംബന്ധിച്ച്.
in return - പ്രതിഫലമായി.
in reward - പ്രതിഫലമായി.
in safe custody - ഭദ്രമായ സൂക്ഷിപ്പിൽ.
in season and off season - അവസരത്തിലും അനവസരത്തിലും.
in season and out of season - തക്കസമയത്തും അനവസരത്തിലും.
in sequence - ക്രമമായി.
in supersession of - അതിലംഘിച്ചുകൊണ്ട്, ദുർബ്ബലപ്പെടുത്തിക്കൊണ്ട്.
in terms of complaint - പരാതിപ്രകാരം, പരാതിയിലെ അപേക്ഷപ്രകാരം.
in terms of plaint - അന്യായ പ്രകാരം, അന്യായത്തിലെ അപേക്ഷപ്രകാരം.
in the cause of - ഇന്നതിനു വേണ്ടി.
in the fullness of time - കാലം തികയുമ്പോൾ.
in the jurisdiction - അധികാരപരിധിക്കുള്ളിലുള്ള.
in the legal concept - നിയമസങ്കല്പിതമായ.
in the legal perspective - നിയമദൃഷ്ടിയിൽ, നിയമപരമായ കാഴ്ചപ്പാടിൽ.
in the midst of litigations - വ്യവഹാരങ്ങൾക്കിടയിൽ, ഹർജികൾക്കിടയിൽ.
in the ordinary course - സാധാരണഗതിയിൽ.
in these circumstances - ഈ സാഹചര്യങ്ങളിൽ.
in this case - ഇക്കാര്യത്തിൽ.
in this context - ഈ പരിതസ്ഥിതിയിൽ.
in this manner - ഇപ്രകാരം.
in this particular case - ഈ പ്രത്യേക കാര്യത്തിൽ.
in this regard - ഇക്കാര്യത്തിൽ.
in toto - പൂർണ്ണമായി, മൊത്തത്തിൽ, പൂർണ്ണമായ, മുഴുവനായി.
in unison - ഐകകണ്ഠ്യേന.
in utmost good faith - അങ്ങേയറ്റം ഉത്തമവിശ്വാസത്തിൽ.
in violation of - ലംഘിച്ചുകൊണ്ട്.
in writing - രേഖാമൂലം.
inaccessible - പ്രാപ്യമല്ലാത്ത.
inaccurate - കൃത്യമല്ലാത്ത.
inadaptable - അസ്വീകാര്യമായ, സ്വീകാര്യമല്ലാത്ത.
inadequate - അപര്യാപ്തമായ, പര്യാപ്തമല്ലാത്ത.
inadmissible - അസ്വീകാര്യം, അനനുവദനീയം, അനുവദനീയമല്ലാത്ത.
inalienable - അന്യാധീനപ്പെടുത്താൻ സാധിക്കാത്ത.
inam - ഇനാം.

inam commissioner - ഇനാം കമ്മി ഷണർ.
inamdar - ഇനാംദാർ, ഇനാംലഭിച്ച യാൾ.
inapplicable - ബാധകമല്ലാത്ത.
inappropriate - അനുചിതമായ.
incamera proceedings - രഹസ്യമായ കേസ് വിചാരണ, രഹസ്യവിചാരണ.
incapability - അസമർത്ഥത.
incapacitated - പ്രവർത്തനശേഷി ന ഷ്ടപ്പെട്ട.
incapacitated officer - പ്രവർത്തനശേ ഷി നഷ്ടപ്പെട്ട ഓഫീസർ.
incapacity - അസമർത്ഥത, അപ്രാ പ്തി.
incarcerate - തടവിലിടുക, ജയിലിലാ ക്കുക, തടവിൽ വയ്ക്കുക, തടങ്കലിൽ വയ്ക്കുക.
incarceration - തടവ്, തടങ്കൽ.
incendiary - മനഃപൂർവ്വമായ തീവയ്പ്പ്, വിദ്വേഷജനകമായ.
incentivize - ഒരുകാര്യത്തിനുവേണ്ടി പ്രേരിപ്പിക്കുക.
inception - ഉടമ്പടിയുടെ ആരംഭം, കരാറിന്റെ ഉത്ഭവം.
incessant rain - തോരാമഴ.
incest - വ്യഭിചാരം, നിഷിദ്ധവിവാഹം, നിഷിദ്ധസംഗമം.
incestuous adultery - നിഷിദ്ധവ്യഭി ചാരം, ബന്ധുക്കൾ തമ്മിലുള്ള വ്യഭി ചാരം.
in-charge - ചുമതല വഹിക്കുന്ന, ചാർജ് വഹിക്കുന്ന, ഇൻചാർജ്.
inchoated crime - പൂർത്തിയാവാത്ത കുറ്റകൃത്യം.
inchoated stamp paper - എഴുതിത്തു ടങ്ങിയ മുദ്രപ്പത്രം.
incidence of taxation - നികുതിബാ ദ്ധ്യത.
incident - സംഭവം.
incident report - സംഭവറിപ്പോർട്ട്.
incidental - ആനുഷംഗികമായ.
incidental charge - അനാമത്ത് ചെല വ്, ആനുഷംഗികചെലവ്.
incidental expenses - ആനുഷംഗിക ചെലവുകൾ.
incidental matters - ആനുഷംഗിക വി ഷയങ്ങൾ.
incidental relief - ഉപനിവൃത്തി.
incidentally - സാന്ദർഭികമായി.
incite - (കുറ്റം ചെയ്യാൻ) പ്രേരിപ്പി ക്കുക.
incitement - പ്രേരണ, പ്രകോപനം.
incitory literature - ഉത്തേജക സാ ഹിത്യം.
inclose - അടക്കംചെയ്യുക.
inclosure - അടക്കംചെയ്തിട്ടുള്ളത്.
include - ഉൾക്കൊള്ളിക്കുക, ഉൾ ക്കൊള്ളുക.
inclusion - ഉൾപ്പെടുത്തൽ, ഏകോപി പ്പിക്കൽ.
inclusive - ഉൾപ്പെടെയുള്ള.
incognito - അജ്ഞാതമായി.
income - വരുമാനം, ആദായം, ആയം.
income and expenditure - വരവുചെ ലവ്.
income and expenditure account - വരവു ചെലവുകണക്ക്.
income tax - ആദായനികുതി.
income tax assessment - ആദായ നികുതി നിർണ്ണയം.
income tax clearance certificate - ആദായനികുതി ഒടുക്കൽ സർട്ടിഫി ക്കറ്റ്.
income tax free - ആദായനികുതി വിമുക്തം.
income tax officer - ഇൻകം ടാക്സ് ഓഫീസർ.
incoming return - വരവുപത്രിക.
incompatible - പരസ്പരവിരുദ്ധമായ, ചേർച്ചയില്ലാത്ത, പൊരുത്തമില്ലാത്ത.
incompetence - അസമർത്ഥത.
incompetency - ക്ഷമതയില്ലായ്മ.
incompetent - ക്ഷമതയില്ലാത്ത.

incomplete - അപൂർണ്ണം.
incongruous - പൊരുത്തമില്ലാത്ത, യോജിക്കാത്ത.
inconsistency - പൊരുത്തക്കേട്, വൈരുദ്ധ്യം, ചേർച്ചയില്ലായ്മ, സാംഗത്യമില്ലായ്മ, അസാംഗത്യം, പരസ്പര വൈരുദ്ധ്യം, പരസ്പര വിരുദ്ധത.
inconsistency between facts - വസ്തുതകൾ തമ്മിൽ പൊരുത്തമില്ലായ്മ.
inconsistency between laws - നിയമങ്ങൾ തമ്മിലുള്ള പൊരുത്തമില്ലായ്മ.
inconsistent - സംഗതമല്ലാത്ത, ചേർച്ചയില്ലാത്ത.
inconsistent statement - വിരുദ്ധപ്രസ്താവന.
incontrovertible - അവിതർക്കിതമായ.
inconvenience - അസൗകര്യം.
incorporate - ഏകീകരിക്കുക.
incorporation - ഏകോപിപ്പിക്കൽ.
incorporeal right - അമൂർത്താവകാശം.
incorrect text - അപപാഠം.
incorrigible - തിരുത്താനാവാത്ത, അപരിഹാര്യമായ, പരിഹരിക്കാനാവാത്ത.
increase - വർദ്ധിക്കുക.
increase and decrease - കൂടുതൽ കുറവ്, കൂടുതലും കുറവും.
increase in value - മൂല്യക്കയറ്റം.
increased rate - കൂടിയനിരക്ക്.
incredible - അവിശ്വസനീയം.
increment - ഇൻക്രിമെന്റ്.
increment certificate - ഇൻക്രിമെന്റ് സർട്ടിഫിക്കറ്റ്.
incriminate - കുറ്റാരോപണം, കുറ്റം ചുമത്തുക.
incriminating statement - കുറ്റാരോപണ പ്രസ്താവന, കുറ്റപ്പെടുത്തൽ പ്രസ്താവന.
incrimination - കുറ്റംചുമത്തൽ.
inculcation - ഉപദേശം.
inculpate - കുറ്റാരോപണം നടത്തുക, കുറ്റംചുമത്തുക, ദോഷാരോപണം നടത്തുക, കുറ്റപ്പെടുത്തുക.
incumbent - ജീവനക്കാരൻ.
incur debt - കടപ്പെടുക.
incursion - ആക്രമണം.
incursion, sea - കടലാക്രമണം.
indebtedness - കടബാദ്ധ്യത.
indecent - മോശമായ, അസഭ്യമായ.
indecent exposure - നഗ്നതാപ്രദർശനം, അശ്ലീലപ്രദർശനം.
indecent representation of wom-en (prohibition) act - സ്ത്രീകളെ മോശമായി ചിത്രീകരിക്കൽ (നിരോധന) ആക്ട്.
indefinite - അനിശ്ചിതം.
indefinite character - അനിശ്ചിത സ്വഭാവം.
indefinite strike - അനിശ്ചിതകാല പണിമുടക്ക്.
indefinite tenancy - അനിശ്ചിതകാല കുടിയായ്മ.
indelible ink - മായാത്തമഷി.
indemnification - നഷ്ടോത്തരവാദം.
indemnify - നഷ്ടോത്തരവാദം ചെയ്യുക.
indemnity bond - നഷ്ടോത്തരവാദ പത്രം.
indemnity letter - നഷ്ടോത്തരവാദ ക്കത്ത്.
indendment of law - നിയമലക്ഷ്യം.
indent - ആവശ്യപത്രം, ഇൻഡന്റ്.
indenture - കരാർ, ഉടമ്പടി.
indentured labourer - കരാർ കൂലിക്കാരൻ, ഉടമ്പടിക്കൂലിക്കാരൻ, കരാർബദ്ധ കൂലിക്കാരൻ.
independence - സ്വാതന്ത്ര്യം.
independence day - സ്വാതന്ത്ര്യദിനം.
independent charge - സ്വതന്ത്രചുമതല.
index - സൂചിക, ഇൻഡക്സ്.
index card - സൂചികാകാർഡ്.
index mark - സൂചികക്കുറിപ്പ്, സൂചികാചിഹ്നം.
index number - സൂചികസംഖ്യ.
index sheet - സൂചികാ ഷീറ്റ്.

index slip - സൂചകക്കുറി, ഇൻഡക്സ് സ്ലിപ്പ്.
india government - ഭാരതസർക്കാർ.
indian administrative service - ഇന്ത്യൻ അഡ്മിനിസ്ട്രേറ്റീവ് സർവീസ്, ഇന്ത്യൻ ഭരണസർവീസ്.
indian agricultural research institute - ഇന്ത്യൻ കാർഷിക ഗവേഷണ ഇൻസ്റ്റിറ്റ്യൂട്ട്.
indian army - ഇന്ത്യൻ കരസേന.
indian audit and accounts service - ഇന്ത്യൻ ആഡിറ്റ് ആൻഡ് അക്കൗണ്ട്സ് സർവീസ്.
indian christian marriage act - ഇന്ത്യൻ ക്രിസ്ത്യൻ വിവാഹ ആക്ട്.
indian contract act - ഇന്ത്യൻ കരാർ ആക്ട്.
indian council of agricultural research - ഇന്ത്യൻ കാർഷിക ഗവേഷണ കൗൺസിൽ.
indian criminal law (amendment) act - ഇന്ത്യൻ ക്രിമിനൽ നിയമ (ഭേദഗതി) ആക്ട്.
indian delegates office - ഇന്ത്യൻ പ്രതിനിധികാര്യാലയം.
indian diplomatic representatives - ഇന്ത്യൻ നയതന്ത്രപ്രതിനിധികൾ.
indian divorce act - ഇന്ത്യൻ വിവാഹ മോചന ആക്ട്.
indian dock labourers act - ഇന്ത്യൻ ഡോക്ക് തൊഴിലാളികൾ ആക്ട്.
indian easements act - ഇന്ത്യൻ സൗകര്യാവകാശ ആക്ട്.
indian economy - ഇന്ത്യൻ സമ്പദ് വ്യവസ്ഥ.
indian evidence act - ഇന്ത്യൻ തെളിവ് ആക്ട്.
indian fatal accidents act - പ്രാണ നാശകമായ അപകടങ്ങൾ ആക്ട്.
indian foreign service - ഇന്ത്യൻ വിദേശസർവീസ്.
indian indigenous medicine department - ഭാരതീയ നാട്ടുചികിത്സാവകുപ്പ്.
indian information service - ഇന്ത്യൻ വാർത്താവിതരണ സർവീസ്.
indian institute of biochemistry and experimental medicine - ഇന്ത്യൻ ജീവ രസതന്ത്രപരീക്ഷണ ഔഷധ ഇൻസ്റ്റിറ്റ്യൂട്ട്.
indian law reports act - ഇന്ത്യൻ ലാ റിപ്പോർട്ടുകൾ ആക്ട്.
indian majority act - ഇന്ത്യൻ മെജോറിറ്റി ആക്ട്.
indian marine service - ഇന്ത്യൻ മറൈൻ സർവീസ്.
indian medical degrees act - ഇന്ത്യൻ മെഡിക്കൽ ബിരുദങ്ങൾ ആക്ട്.
indian medical service - ഇന്ത്യൻ മെഡിക്കൽ സർവീസ്.
indian motor vehicle act - ഇന്ത്യൻ മോട്ടോർവാഹന ആക്ട്.
indian partnership act - ഇന്ത്യൻ പങ്കാളിത്ത ആക്ട്.
indian penal code - ഇന്ത്യൻ ശിക്ഷാനിയമ സംഹിത.
indian registration act - ഇന്ത്യൻ രജിസ്ട്രേഷൻ ആക്ട്.
indian stamp act - ഇന്ത്യൻ മുദ്രപ്പത്ര ആക്ട്.
indian states - ഇന്ത്യൻ സംസ്ഥാനങ്ങൾ.
indian succession act - ഇന്ത്യൻ പിൻതുടർച്ച ആക്ട്, ഇന്ത്യൻ പിന്തുടർച്ചാവകാശ ആക്ട്.
indian trade unions act - ഇന്ത്യൻ ട്രേഡ് യൂണിയൻ ആക്ട്.
indian trust act - ഇന്ത്യൻ ട്രസ്റ്റ് ആക്ട്.
indian union - ഇന്ത്യൻ യൂണിയൻ.
indicate - സൂചിപ്പിക്കുക.
indication - സൂചന, അടയാളചിഹ്നം, അടയാളം.
indicator - സൂചകം.
indicium - കുറ്റാരോപണം.

indict - കുറ്റംചുമത്തുക, കുറ്റപ്പെടുത്തുക.
indictable - കുറ്റംചുമത്താവുന്ന.
indictable offence - ശിക്ഷാർഹമായ കുറ്റം.
indictee - കുറ്റവാളി.
indictment - കുറ്റാരോപണം, കുറ്റം ചുമത്തൽ, കുറ്റപത്രം, ആക്ഷേപം.
indifferent - ശ്രദ്ധിക്കാതിരിക്കുക.
indigence - ദാരിദ്ര്യം.
indigenous language - തദ്ദേശഭാഷ.
indigenous language year - തദ്ദേശഭാഷാവർഷം.
indigenous medicinal system - നാട്ടുചികിത്സാ സമ്പ്രദായം.
indigenous medicine department - നാട്ടുചികിത്സാവകുപ്പ്.
indigenous system of medicine - നാട്ടുചികിത്സാ സമ്പ്രദായം.
indigent - ദരിദ്രമായ, നിർദ്ധനൻ.
indigent patient - നിർദ്ധനരോഗി.
indigent sportsmen - നിർദ്ധനരായ കായികതാരങ്ങൾ.
indignance - ധാർമ്മികരോഷം.
indignation - കോപം, ധാർമ്മികരോഷം, രോഷം.
indignity - അവഹേളനം, അവജ്ഞ, കോപം.
indirect - പരോക്ഷമായ.
indirect charge - പരോക്ഷച്ചെലവ്.
indirect evidence - പരോക്ഷത്തെളിവ്.
indirect tax - പരോക്ഷനികുതി.
indiscipline - അച്ചടക്കമില്ലായ്മ, ശിക്ഷണരാഹിത്യം.
indiscreet - വിവേകമില്ലാത്ത, വിവേകം നഷ്ടപ്പെടുക.
indiscriminately - വിവേചനമില്ലാതെ, വകതിരിക്കാതെ, വ്യത്യാസംനോക്കാതെ.
indispensable - ഒഴിച്ചുകൂടാത്ത, ഒഴിച്ചുകൂടാനാവാത്ത.
indispensable matter - ഒഴിച്ചുകൂടാനാവാത്ത ഒരു കാര്യം.
indisputable - നിരാക്ഷേപമായ, അവിതർക്കിതമായ.
indistinguishable - വേർതിരിച്ചറിയാൻ കഴിയാത്ത.
indite - രചിക്കുക.
inditement - രചന.
inditer - രചയിതാവ്.
individual cost - സ്വകാര്യച്ചെലവ്.
individual inspection - വ്യക്തിഗതപരിശോധന.
individual judgement - വ്യക്തിപരമായ വിധിന്യായം.
individual liberty - വ്യക്തിസ്വാതന്ത്ര്യം.
indivisible - അഭേദ്യമായ, വിഭജിക്കാനാവാത്ത, അവിഭാജ്യമായ.
indomitable - വഴങ്ങാത്ത.
indubious - സംശയരഹിതമായ, നിസ്സംശയമായ.
indubitable - നിസ്സംശയമായ, സംശയരഹിതമായ.
induce - പ്രേരിപ്പിക്കുക, പ്രോത്സാഹിപ്പിക്കുക.
inducement - പ്രേരണ, കൈക്കൂലി.
indulge - രസിക്കുക, ആസക്തമാവുക.
industrial and labour disputesl - വ്യവസായ തൊഴിൽത്തർക്കങ്ങൾ.
industrial and technological museum - വ്യാവസായിക-സാങ്കേതിക മ്യൂസിയം.
industrial area - വ്യവസായമേഖല, വ്യവസായപ്രദേശം.
industrial backwardness - വ്യാവസായിക പിന്നാക്കാവസ്ഥ.
industrial capital - വ്യവസായ മൂലധനം, വ്യവസായമുതൽ.
industrial concern - വ്യവസായസ്ഥാപനം.
industrial conference - വ്യവസായ സമ്മേളനം.
industrial development area - വ്യവസായ വികസനമേഖല.
industrial development fund - വ്യവസായ വികസനനിധി.

industrial dispute - വ്യവസായ തർക്കം.
industrial disputes (banking and insurance companies) act - വ്യാവസായികതർക്കങ്ങൾ (ബാങ്കിങ് കമ്പനികളും ഇൻഷ്വറൻസ് കമ്പനികളും) ആക്ട്.
industrial disputes act - വ്യാവസായികതർക്കങ്ങൾ ആക്ട്.
industrial employment (standing orders) act - വ്യാവസായികത്തൊഴിൽ (സ്ഥിരം ഉത്തരവുകൾ) ആക്ട്.
industrial exposure training - വ്യവസായിക വൈദഗ്ദ്ധ്യപരിശീലനം.
industrial financial corporation of india - ഇന്ത്യൻ വ്യവസായ ധനകാര്യ കോർപ്പറേഷൻ.
industrial monopoly - വ്യവസായക്കുത്തക.
industrial policy resolution - വ്യവസായ നയപ്രമേയം.
industrial production - വ്യാവസായിക നിർമ്മാണം.
industrial relation - വ്യാവസായിക ബന്ധം.
industrial research - വ്യാവസായിക ഗവേഷണം.
industrial security - വ്യവസായ സുരക്ഷിതത്വം.
industrial security act - വ്യവസായ സുരക്ഷിതത്വ ആക്ട്.
industrial training institute - വ്യാവസായിക പരിശീലനകേന്ദ്രം.
industrial tribunal - വ്യവസായ ട്രിബ്യൂണൽ.
industrial trust - വ്യവസായ ട്രസ്റ്റ്.
industrialist - വ്യവസായപ്രമുഖൻ.
industries (development and regulation) act - വ്യവസായ (വികസനവും നിയന്ത്രണവും) ആക്ട്.
industries department - വ്യവസായവകുപ്പ്.
industries development commissioner - വ്യവസായവികസന കമ്മിഷണർ.
industry - വ്യവസായം.
inebriation - ലഹരി, ലഹരിയുള്ള.
ineffective - ഫലപ്രദമല്ലാത്ത.
ineffectual - പ്രയോജനമില്ലാത്ത.
inefficiency - കഴിവുകേട്, കാര്യശേഷിയില്ലായ്മ.
ineligibility - അനർഹത, അർഹമല്ലാത്ത.
ineligible - അനർഹം.
inequality - അസമത്വം.
inequitable - നീതിപൂർവ്വമല്ലാത്ത.
inequity - അനീതി, അസമത്വം.
inevitable - അനിവാര്യം, ഒഴിവാക്കാൻവയ്യാത്ത.
inevitable accident - ഒഴിവാക്കാനാവാത്ത അപകടം.
inevitable cause - അനിവാര്യകാരണം.
inevitable expenses - അവശ്യച്ചെലവുകൾ.
inevitable payments - അനിവാര്യച്ചെലവുകൾ, അവശ്യച്ചെലവുകൾ.
inexperience - പരിചയക്കുറവ്.
inexpert - അവിദഗ്ദ്ധ.
infact - സത്യത്തിൽ, വാസ്തവത്തിൽ.
infamous crime - അപകീർത്തികമായ കുറ്റകൃത്യം.
infamous punishment - കഠിനതടവുശിക്ഷ, കഠിനാദ്ധ്വാനത്തോടെയുള്ള തടവുശിക്ഷ.
infamy - ചീത്തപ്പേര്, അപകീർത്തി.
infant mortality rate - ശിശുമരണനിരക്ക്.
infanticide - ശിശുഹത്യ.
infantry - കാലാൾപ്പട.
infected area - രോഗബാധിതപ്രദേശം, ബാധിതപ്രദേശം.
infectious disease - പകർച്ചവ്യാധി, സാംക്രമികരോഗം.
infectious disease hospital - സാംക്രമികരോഗ ആശുപത്രി.

inference - അനുമാനം, നിഗമനം.
inferential - ഊഹിക്കത്തക്ക, അനുമാനിക്കത്തക്ക.
inferior - നിലവാരമില്ലാത്ത.
infernal - പൈശാചികമായ, ക്രൂരമായ.
infidel - വിശ്വാസലംഘകൻ, വിശ്വാസവഞ്ചകൻ.
infidelity - വിശ്വാസരഹിതമായ, വിശ്വാസവഞ്ചന, പ്രതിജ്ഞാലംഘനം.
infiltration - നുഴഞ്ഞുകയറ്റം.
infinite - അതിരില്ലാതെ, അനന്തമായ.
infinitude - അനന്തത.
infinity - അനന്തത.
infirmary - ആതുരാലയം.
infirmity - ദൗർബല്യം, ബലഹീനത.
infitiari - ആരോപണം നിഷേധിക്കുക.
inflammable - എളുപ്പം തീപിടിക്കുന്ന, ജ്വാലകമായ.
inflammable and explosive - ജ്വാലകവും സ്ഫോടകവുമായ.
inflammable materials - എളുപ്പം കത്തുന്ന സാധനങ്ങൾ, എളുപ്പം തീപിടിക്കുന്ന സാധനങ്ങൾ.
inflammatory speech - തീവ്രവികാരമുണർത്തുന്ന പ്രസംഗം.
inflation of money - നാണയപ്പെരുപ്പം, നാണ്യപ്പെരുപ്പം.
inflict - ചുമത്തുക.
inflict penalty - പിഴചുമത്തുക.
inflict punishment - ശിക്ഷ ഏല്പിക്കുക.
infliction of capital punishment - മരണശിക്ഷ നടപ്പാക്കൽ.
influence - സ്വാധീനം.
influential - സ്വാധീനശക്തി.
inform - അറിയിക്കുക.
inform by notice - നോട്ടീസുമൂലം അറിയിക്കുക.
informal conference - അനൗപചാരിക സമ്മേളനം.
informal meeting - അനൗപചാരിക യോഗം.
informality - അനൗപചാരികത്വം.
informant - വിവരദായകൻ, വിവരം നല്കുന്നയാൾ.
information - വിവരം, വാർത്ത, അറിവ്.
information and public relations department - വിവര-പൊതുജനസമ്പർക്കവകുപ്പ്.
information commission - വിവരാവകാശക്കമ്മിഷൻ.
information commissioner - വിവരാവകാശക്കമ്മിഷണർ.
information officer - ഇൻഫർമേഷൻ ഓഫീസർ.
information technology - വിവരസാങ്കേതികവിദ്യ.
information technology department - വിവരസാങ്കേതികവിദ്യാ വകുപ്പ്.
infra - താഴെ.
infraction - അതിക്രമം, ലംഘനം.
infraction of law - നിയമലംഘനം.
infrastructure - അടിസ്ഥാനസൗകര്യം.
infrastructure development - അടിസ്ഥാനസൗകര്യവികസനം.
infrastructure investment fund (amendment) act - അടിസ്ഥാനസൗകര്യ നിക്ഷേപനിധി (ഭേദഗതി) ആക്ട്.
infringe - അതിരുകടക്കുക, ലംഘിക്കുക.
infringement - ലംഘനം, അതിലംഘനം.
infringement of language right - ഭാഷാവകാശലംഘനം.
infringement of law - നിയമലംഘനം.
infringement of right - അവകാശലംഘനം.
infructuous expenditure - പാഴ്ച്ചെലവ്.
ingrained - അടിയുറച്ച.
ingredient - ഘടകം.
ingress - പ്രവേശം.
ingress and egress - അകത്തേക്കും പുറത്തേക്കും.
inhabit - വസിക്കുക, അധിവസിക്കുക.
inhabitant - നിവാസി.
inherent power - സഹജാധികാരം, നി

ലീനാധികാരം, നിഹിതാധികാരം.
inherit - പാരമ്പര്യമായി കിട്ടുക, പൈതൃകമായി കിട്ടുക, പിൻതുടർച്ചയായി കിട്ടുക.
inheritance - അനന്തരാവകാശം, പിൻതുടർച്ചാവകാശം, പാരമ്പര്യം.
inheritance of property - സ്വത്തിന്റെ പിൻതുടർച്ചാവകാശം/അനന്തരാവകാശം, വസ്തുദായക്രമം.
inherited property - തറവാട്ടുസ്വത്ത്.
inherited task - പാരമ്പര്യചുമതല, പാരമ്പര്യദൗത്യം.
inheritor - പിന്തുടർച്ചക്കാരൻ, അവകാശി.
inhibit - നിഷേധിക്കുക, വിലക്കുക, നിരോധിക്കുക.
inhibition - വിലക്ക്, നിരോധം, എതിർപ്പ്, തടയൽ.
initial - ഒപ്പടയാളം.
initial approach paper - പ്രാരംഭ സമീപനരേഖ.
initial deposit - പ്രാരംഭനിക്ഷേപം.
initial expenditure - പ്രാരംഭച്ചെലവ്.
initial fixation of pay - പ്രാരംഭ ശമ്പളനിർണ്ണയം.
initial investment - പ്രാരംഭനിക്ഷേപം.
initial pay - പ്രാരംഭശമ്പളം.
initialled and dated - ഒപ്പടയാളവും തീയതിയും വച്ച.
initiate action - നടപടി തുടങ്ങുക.
initiative - ഉദ്യമം.
injunction - നിരോധനം, നിരോധം.
injunction order - നിരോധന ഉത്തരവ്, നിരോധനാജ്ഞ.
injuries sustained after death - മരണത്തിനു ശേഷമുണ്ടായ പരുക്കുകൾ.
injuries sustained before death - മരണത്തിനു മുമ്പുണ്ടായ പരുക്കുകൾ.
injurious - ഹാനികരമായ.
injury - പരിക്ക്, ക്ഷതം.
injustice - അനീതി, അന്യായം, നീതിപൂർവ്വമല്ലാത്ത.
inland waterways authorities of india act - ഭാരതത്തിന്റെ ഉൾനാടൻ ജലമാർഗ്ഗ അതോറിറ്റി ആക്ട്.
inmate - അന്തേവാസി.
inmesh - വലയിലകപ്പെടുത്തുക, കെണിയിലാക്കുക.
innate - അന്തർലീനമായ.
innate power - സഹജാധികാരം.
innative ideas - സ്വാഭാവികബോധം.
inner meaning - ആന്തരാർത്ഥം.
inner structure - ആന്തരഘടന, അന്തർഘടന.
innocent - നിരപരാധി.
innovating entrepreneurs - നവീന സംരംഭകർ.
innuendo - ദുസൂചന.
innumerable - എണ്ണമില്ലാത്ത, അസംഖ്യം.
inoculation - പ്രതിരോധ കുത്തിവയ്പ്പ്, വാക്സിനേഷൻ.
inoffensive - ആക്രമിക്കാത്ത, ദോഷംചെയ്യാത്ത.
inoperative - പ്രവർത്തനരഹിതം.
inopportune - അനവസരത്തിലുള്ള, അകാലികമായ.
inordinate - ക്രമരഹിതമായ, അതിരുകടന്ന.
inordinate delay - ക്രമാതീതമായ കാലതാമസം, അമിതമായ കാലതാമസം.
inquest - പ്രേതവിചാരണ, ഇൻക്വസ്റ്റ്.
inquest report - പ്രേതവിചാരണ റിപ്പോർട്ട്, മരണാന്വേഷണ റിപ്പോർട്ട്.
inquiry - അന്വേഷണം, വിചാരണ.
inquiry clerk - എൻക്വയറി ക്ലാർക്ക്.
inquiry inspector - എൻക്വയറി ഇൻസ്പെക്ടർ.
inquiry office - അന്വേഷണകാര്യാലയം.
inquisition - ന്യായവിചാരണ, അന്വേഷണം, വിചാരണ, ഔദ്യോഗികപരിശോധന.
inquisition report - ജുഡീഷ്യൽ അന്വേഷണ റിപ്പോർട്ട്.

ins and outs - ഉള്ളുകള്ളികൾ.
insanity - ഭ്രാന്ത്, ഉന്മാദം.
inscribe - രേഖപ്പെടുത്തുക.
insect - കീടം, പ്രാണി.
insecticide - കീടനാശിനി.
insert - ഉൾക്കൊള്ളിക്കുക, ഒപ്പം വയ്ക്കുക.
insert in a list - പട്ടികയിൽച്ചേർക്കുക.
insert in a roll - പട്ടികയിൽച്ചേർക്കുക.
insert in a schedule - പട്ടികയിൽച്ചേർക്കുക.
inshore fishing - തീരക്കടൽ മൽസ്യബന്ധനം.
inside - അകം, അകത്ത്.
insidious - വഞ്ചനാപൂർവ്വമായ.
insignia - അടയാളം, അധികാരചിഹ്നം, പദവിചിഹ്നം.
insignia of office - പദവിമുദ്രകൾ.
insignificant - അപ്രധാനമായ, അപ്രസക്തമായ.
insinuation - പ്രമാണസൂക്ഷിപ്പ്, പൊതുരേഖകൾ എഴുതി സൂക്ഷിക്കൽ.
insist - ഊന്നിപ്പറയുക.
insolence - ധിക്കരിക്കൽ.
insolvency - പാപ്പരത്തം, നിർദ്ധനത്വം.
insolvency petition - പാപ്പർഹർജി.
insolvent - നിർദ്ധനൻ, പാപ്പർ.
inspect - പരിശോധിക്കുക.
inspecting officer - പരിശോധനാ ഉദ്യോഗസ്ഥൻ.
inspection - പരിശോധന.
inspection after execution - നിർവ്വഹണാനന്തര പരിശോധന.
inspection at site - സ്ഥലപരിശോധന, സ്ഥലത്തുചെന്നുള്ള പരിശോധന.
inspection authority - പരിശോധനാധികാരി.
inspection bunglow - ഇൻസ്പെക്ഷൻ ബംഗ്ലാവ്.
inspection certificate - പരിശോധനാ സർട്ടിഫിക്കറ്റ്.
inspection circle - പരിശോധനാ സർക്കിൾ.
inspection diary - പരിശോധനാ ഡയറി, ഇൻസ്പെക്ഷൻ ഡയറി.
inspection fee - പരിശോധനാ ഫീസ്.
inspection note - പരിശോധനക്കുറിപ്പ്, ഇൻസ്പെക്ഷൻ നോട്ട്.
inspection of personal register - പേഴ്സണൽ രജിസ്റ്റർ പരിശോധന.
inspection report - പരിശോധനാ റിപ്പോർട്ട്, ഇൻസ്പെക്ഷൻ റിപ്പോർട്ട്.
inspector - ഇൻസ്പെക്ടർ, പരിശോധകൻ.
inspector general - ഇൻസ്പെക്ടർ ജനറൽ.
inspector general of forests - ഫോറസ്റ്റ് ഇൻസ്പെക്ടർ ജനറൽ.
inspector general of police - പോലീസ് ഇൻസ്പെക്ടർ ജനറൽ.
inspector general of prisons - ജയിൽ ഇൻസ്പെക്ടർ ജനറൽ.
inspector general of registration - രജിസ്ട്രേഷൻ ഇൻസ്പെക്ടർ ജനറൽ.
inspector of co-operative socie-ties - സഹകരണസംഘം ഇൻസ്പെക്ടർ.
inspector of drugs control - ഔഷധനിയന്ത്രണ ഇൻസ്പെക്ടർ, ഡ്രഗ്സ് കൺട്രോൾ ഇൻസ്പെക്ടർ.
inspector of police - പോലീസ് ഇൻസ്പെക്ടർ.
inspector of printing - അച്ചടി ഇൻസ്പെക്ടർ.
install - സ്ഥാപിക്കുക.
installation - സംസ്ഥാപനം.
instalment - തവണ, ഗഡു.
instalment scheme - തവണപദ്ധതി, ഇൻസ്റ്റാൾമെന്റ് പദ്ധതി.
instalment system - തവണപദ്ധതി, ഇൻസ്റ്റാൾമെന്റ് പദ്ധതി.
instant - ഉടനെ, ഉടൻതന്നെ.
instantaneous - വളരെപ്പെട്ടെന്ന്, അപ്പോൾത്തന്നെ.
instead of - പകരം, പകരമായി.
instigate - പ്രേരിപ്പിക്കുക.
institute - ഇൻസ്റ്റിറ്റ്യൂട്ട്.

institute of children's literature - ബാലസാഹിത്യ ഇൻസ്റ്റിറ്റ്യൂട്ട്.
institute of education - വിദ്യാഭ്യാസ ഇൻസ്റ്റിറ്റ്യൂട്ട്.
institute of languages - ഭാഷാ ഇൻസ്റ്റിറ്റ്യൂട്ട്.
institute proceedings - നടപടികൾ ആരംഭിക്കുക.
institution - സ്ഥാപനം.
institution of religious denomination - മതവിഭാഗപരമായ സ്ഥാപനം.
institution of suit - വ്യവഹാരം ബോധിപ്പിക്കൽ.
instruct - നിർദ്ദേശിക്കുക.
instruct with authority - ആധികാരികമായി നിർദ്ദേശിക്കുക.
instruction - നിർദ്ദേശം.
instructor - പരിശീലകൻ, അദ്ധ്യാപകൻ, ശിക്ഷകൻ, ഇൻസ്ട്രക്ടർ.
instrument - പ്രമാണം, കരണം, ആധാരം.
instrument of accession - പ്രവേശനപ്രമാണം.
instrument of divorce - വിവാഹമോചനപത്രം, വിവാഹമോചനപ്രമാണം.
instrument of gift - ഇഷ്ടദാനപത്രം, ദാനപത്രം.
instrument of government - സർക്കാർശാസനം.
instrument of interpretation - വ്യാഖ്യാനോപാധി.
instrument of mortgage - ഒറ്റിക്കരണം, ഒറ്റിയാധാരം.
instrument of partition - ഭാഗപത്രം.
instrument of trust - ട്രസ്റ്റാധാരം.
insubordination - അനുസരണയില്ലായ്മ, ആജ്ഞാലംഘനം.
insufficiency - പോരായ്മ, അപര്യാപ്തത.
insufficient - അപര്യാപ്തമായ.
insulate - ഒറ്റപ്പെടുത്തുക.
insult - അപമാനം, ആക്ഷേപിക്കുക, അധിക്ഷേപം, അപമാനിക്കുക.
insurance - ഇൻഷുറൻസ്.
insurance company - ഇൻഷുറൻസ് കമ്പനി.
insurance officer - ഇൻഷുറൻസ് ഓഫീസർ.
insurance policy - ഇൻഷുറൻസ് പോളിസി.
insurance premium - ഇൻഷുറൻസ് പ്രീമിയം.
insured letter - ഇൻഷ്വർ ചെയ്ത കത്ത്.
insurgency - ലഹള, വിപ്ലവം, ആഭ്യന്തരകലാപം, ആഭ്യന്തരവിപ്ലവം.
insurrection - വിപ്ലവം, പ്രക്ഷോഭം, ലഹള.
intangible asset - ഭൗതികസ്വത്ത്.
intangible property - ഭൗതികസ്വത്ത്.
integral part - അവിഭാജ്യഘടകം.
integrated child development project - സംയോജിത ശിശുവികസന പദ്ധതി.
integrated child development scheme - സംയോജിത ശിശുവികസന പദ്ധതി.
integrated child protection scheme - സംയോജിത ശിശുസംരക്ഷണ പദ്ധതി.
integrated disease surveillance programme - സംയോജിത രോഗനിരീക്ഷണപരിപാടി.
integrated district development plan - സംയോജിത ജില്ലാവികസന പദ്ധതി.
integrated rural development programme (IRDP) - സംയോജിത ഗ്രാമവികസനപരിപാടി.
integration - ഏകീകരണം, സംയോജനം.
integration of offices - ഓഫീസുകളുടെ ഏകീകരണം.
integration of services - സർവീസ് സംയോജനം.
integration of states - സംസ്ഥാനങ്ങളുടെ സംയോജനം.
integrity - അഖണ്ഡത, സത്യനിഷ്ഠ.
intellectual property right - ബൗദ്ധികസ്വത്തവകാശം.

intelligence - രഹസ്യവാർത്ത.
intelligence bureau - ഇന്റലിജൻസ് ബ്യൂറോ, രഹസ്യവാർത്താവകുപ്പ്.
intelligence officer - ഇന്റലിജൻസ് ഓഫീസർ.
intend - ഉദ്ദേശിക്കുക.
intense - തീവ്രമായ.
intense scrutiny - തീവ്ര സൂക്ഷ്മപരിശോധന.
intensify - തീവ്രമാക്കുക, ഊർജ്ജിതമാക്കുക.
intensive - തീവ്രമായ.
intensive area - തീവ്രപ്രവർത്തനപ്രദേശം.
intensive care unit - തീവ്രപരിചരണ വിഭാഗം.
intensive development scheme - തീവ്രവികസനപദ്ധതി, ഊർജ്ജിത വികസന പദ്ധതി.
intensive drive - തീവ്രപരിശ്രമം.
intensive programme - തീവ്രയത്നപരിപാടി.
intensive training - തീവ്രപരിശീലനം.
intention - ഉദ്ദേശ്യം, ലക്ഷ്യം.
intentionally - ബോധപൂർവ്വം, കരുതിക്കൂട്ടി, ഉദ്ദേശ്യപൂർവ്വം.
inter - മറവുചെയ്യുക, ശവം കുഴിച്ചിടുക, കുഴിച്ചിടുക, ഇടയിൽ.
inter alia - സാന്ദർഭികമായി, മറ്റുസംഗതികൾക്കിടയിൽ.
inter parties - കക്ഷികൾതമ്മിൽ.
inter se - പരസ്പരം, തമ്മിൽ.
inter state - സംസ്ഥാനാന്തര, രാജ്യാന്തര.
inter state migrant worker - സംസ്ഥാനാന്തര കുടിയേറ്റത്തൊഴിലാളി.
inter vivos - ജീവിച്ചിരിപ്പുള്ളവർ തമ്മിൽ.
interaction - അഭിമുഖ ചർച്ച.
interbank - ബാങ്കുകൾ തമ്മിലുള്ള.
intercast marriage couples - മിശ്രവിവാഹിതർ.
intercaste - മിശ്രജാതി.
intercaste marriage - മിശ്രവിവാഹം.
intercaste marriage couples - മിശ്ര വിവാഹിതർ.
intercede - മദ്ധ്യസ്ഥത വഹിക്കുക.
intercedent - മദ്ധ്യസ്ഥൻ.
interceder - മദ്ധ്യസ്ഥൻ.
intercept - പിടികൂടുക, തടസ്സപ്പെടുത്തുക, തടയുക, വഴിയിൽ തടഞ്ഞുനിർത്തുക.
intercept - വഴിയിൽ തടഞ്ഞുനിർത്തുക.
intercepter - ഇന്റർസെപ്റ്റർ.
interception - തടസ്സം.
interception - വഴിയിൽ തടഞ്ഞുപിടിക്കൽ.
intercession - ഇടപെടൽ, മദ്ധ്യസ്ഥത വഹിക്കൽ.
interchange - പരസ്പരം വിനിമയം ചെയ്യുക.
interclude - തടഞ്ഞുവയ്ക്കുക.
intercolonial - കോളനികൾ തമ്മിലുള്ള.
intercommune - പരസ്പരവ്യവഹാരം ചെയ്യുക.
intercommunicable - പരസ്പരവ്യവഹാരം ചെയ്യാവുന്ന.
inter-country adoption - രാജ്യാന്തരദത്തെടുക്കൽ.
intercourse - സംസർഗ്ഗം, ലൈംഗികബന്ധം, ഇടപാട്, ലൈംഗികവേഴ്ച.
interdict - വിലക്ക്.
interdiction - വിലക്കൽ, വിലക്കൽപ്രവൃത്തി.
interdictive - വിലക്കാനധികാരമുള്ള.
interest - പലിശ, അഭിരുചി, ഹിതം.
Interest act - പലിശ ആക്ട്.
interest free - പലിശകൂടാതെ.
interest free loan - പലിശരഹിത വായ്പ.
interest of beneficiary - ഗുണഭോക്താവിന്റെ താല്പര്യം.
interest on principal amount - മുതല്പലിശ.
interested party - തല്പരകക്ഷി.

interests of minorities - ന്യൂനപക്ഷങ്ങളുടെ താല്പര്യങ്ങൾ.
interests of the government - സർക്കാരിന്റെ താല്പര്യങ്ങൾ.
interfere - ഇടപെടുക.
interfere in - കൈകടത്തുക.
interference - ഇടപെടൽ, കൈകടത്തൽ.
interim - ഇടക്കാല.
interim attachment - ഇടക്കാല ജപ്തി.
interim award - ഇടക്കാല അവാർഡ്.
interim budget - ഇടക്കാല ബജറ്റ്.
interim government - ഇടക്കാല സർക്കാർ, ഇടക്കാല ഗവൺമെന്റ്.
interim grant - ഇടക്കാലസഹായധനം.
interim order - ഇടക്കാല ഉത്തരവ്.
interim relief - ഇടക്കാലാശ്വാസം.
interim reply - ഇടക്കാല മറുപടി.
interim report - ഇടക്കാല റിപ്പോർട്ട്.
interim stay - ഇടക്കാല സ്റ്റേ.
interjacent - നടുവിലുള്ള, ഇടയിലുള്ള, മദ്ധ്യേയുള്ള.
interject - ഇടയിൽ ചേർക്കുക.
interlineation - ഇടയ്ക്കു തിരുത്തിച്ചേർക്കൽ.
interlocation - കൂടിയാലോചന, സംഭാഷണം.
interlocutory application - ഇടക്കാല അപേക്ഷ.
interlope - വേണ്ടാത്തതിൽ തലയിടുക.
interloper - കാരണമില്ലാതെ തലയിടുന്നവൻ, വലിഞ്ഞുകയറി ഇടപെടുന്നവൻ.
interloper litigant - ശല്യക്കാരനായ വ്യവഹാരി.
intermarriage - വിജാതീയ വിവാഹം.
inter-marriage - മിശ്രവിവാഹം.
intermarry - മിശ്രവിവാഹം ചെയ്യുക.
intermediary - മദ്ധ്യവർത്തി, മദ്ധ്യസ്ഥൻ.
intermediary rights - മദ്ധ്യവർത്തി അവകാശങ്ങൾ.
interment - ശവസംസ്കാരം.
interment - ശവം മറവുചെയ്യൽ.
intermittent - ഇടവിട്ടിടവിട്ട്.
intern - തടവിലാക്കുക.
internal - ആന്തരികം.
internal conflict - ആഭ്യന്തര കലഹം, ആഭ്യന്തര കലാപം, ആഭ്യന്തര ലഹള.
internal debt - ആഭ്യന്തര കടം.
internal disturbance - ആഭ്യന്തരകലാപം, ആഭ്യന്തരലഹള.
internal inspection system - ആഭ്യന്തര പരിശോധനാസംവിധാനം.
internal inspection wing - ആഭ്യന്തര പരിശോധനാവിഭാഗം.
internal security - ആഭ്യന്തര സുരക്ഷിതത്വം, ആഭ്യന്തരഭദ്രത.
internal strike - ആഭ്യന്തരസമരം.
internal trade - ആഭ്യന്തരവ്യാപാരം.
internal uprising - ആഭ്യന്തരകലാപം, ആഭ്യന്തരലഹള.
internal working rules - ആഭ്യന്തര പ്രവർത്തനച്ചട്ടങ്ങൾ.
international agreement - അന്താരാഷ്ട്രക്കരാർ.
international commission - അന്താരാഷ്ട്രക്കമ്മിഷൻ.
international conference - അന്താരാഷ്ട്ര സമ്മേളനം.
international day of peace - രാജ്യാന്തര സമാധാനദിനം.
international day of the girl child - പെൺകുട്ടികൾക്കായുള്ള രാജ്യാന്തരദിനം.
international geographical year - അന്താരാഷ്ട്ര ഭൂമിശാസ്ത്രപഠന വർഷം.
international law - അന്തർദേശീയ നിയമം, അന്താരാഷ്ട്ര നിയമം.
international monetary fund - അന്താരാഷ്ട്ര നാണയനിധി.
international organisation - ലോക സംഘടന, അന്താരാഷ്ട്ര സംഘടന.
international sea route - അന്തർദേശീയ ജലപാത.

international security - അന്താരാഷ്ട്ര സുരക്ഷിതത്വം.
international tax - അന്താരാഷ്ട്രനികുതി.
international trade organisation - അന്താരാഷ്ട്ര വ്യാപാരസംഘടന.
international women's day - രാജ്യാന്തര വനിതാദിനം.
internecine - ഇരുവശവും നശിപ്പിക്കുക, അന്യോന്യം നശിപ്പിക്കുക പരസ്പരം നശിപ്പിക്കുക, പരസ്പര വിനാശകരമായ.
internee - തടങ്കലിലാക്കപ്പെട്ടയാൾ.
internet network - ഇന്റർനെറ്റ് ശൃംഖല.
internment - തടങ്കൽ, തടങ്കലിൽ പാർപ്പിക്കൽ.
internuncio - മദ്ധ്യസ്ഥൻ.
interpellate - ചോദ്യംചെയ്യുക, അധികാരപൂർവ്വം ചോദിക്കുക.
interpellation - നിയമസഭാചോദ്യം, ഉപചോദ്യം.
interpolation - ഇടയ്ക്കു തിരുത്തിച്ചേർക്കൽ.
interpose - കൈകടത്തുക.
interpret - വ്യാഖ്യാനിക്കുക.
interpretation - വ്യാഖ്യാനം, ടിപ്പണി.
interpretation clause - വ്യാഖ്യാന ഖണ്ഡം.
interpreter - വ്യാഖ്യാതാവ്.
interrogate - ചോദ്യംചെയ്യുക.
interrogation - ചോദ്യം, ചോദ്യംചെയ്യൽ.
interrogation mark - ചോദ്യച്ചിഹ്നം.
interrogator - ചോദ്യംചെയ്യുന്ന ആൾ.
interrupt - തടസ്സപ്പെടുത്തുക.
interruption - വിഘ്നം.
interruption in service - സർവീസ് വിഘ്നം.
intersperse - ഇടകലർത്തി വിതറുക.
interstice - വിള്ളൽ, വിടവ്.
interstitial - ഇടക്കാല.
intervene - കൈകടത്തുക.
intervention - തടസ്സം, കൈകടത്തൽ, ഇടപെടൽ.
interview - കൂടിക്കാഴ്ച, അഭിമുഖസംഭാഷണം, അഭിമുഖം, മുഖാമുഖം.
intestacy - മരണപത്രമില്ലായ്മ.
intestate - മരണപത്രമില്ലാതെ, മരണപത്രമെഴുതാതെ, വില്പത്രമെഴുതാത്തവൻ.
intestate succession - മരണപത്രംകൂടാതെയുള്ള പിന്തുടർച്ച.
intimate - അറിയിക്കുക.
intimation - അറിയിപ്പ്.
intimidate - ഭീഷണിപ്പെടുത്തുക, വിരട്ടുക.
intimidation - ഭയപ്പെടുത്തൽ, ഭീഷണി.
intoxicant - ലഹരിപദാർത്ഥം.
intoxicating drug - ലഹരിമരുന്ന്.
intoxication - ലഹരി, ലഹരിയുള്ള.
intra vires - അധികാരപരിധിക്കുള്ളിലുള്ള.
intravene - ഇടപെടുക.
intreat - അപേക്ഷിക്കുക.
intricacy - ജടിലത.
intrigue - ഗൂഢാലോചന, ഉപജാപം, രഹസ്യപദ്ധതി.
intriguer - ഗൂഢാലോചനക്കാരൻ.
intriguery - രഹസ്യക്കൂട്ടുകെട്ട്.
intrinsic power - സഹജമായ അധികാരം.
intrinsic value - യഥാർത്ഥമൂല്യം.
introduce - അവതരിപ്പിക്കുക, പരിചയപ്പെടുത്തുക.
introducer - അവതാരകൻ.
introduction - അവതാരിക, മുഖവുര, ആമുഖം, അവതരണം, പ്രസ്താവന, പീഠിക.
introduction of bills - ബില്ലുകൾ അവതരിപ്പിക്കൽ.
introduction slip - അവതരണക്കുറിപ്പ്.
intrude - നുഴഞ്ഞുകയറുക.
intrude - അതിക്രമിക്കുക, നുഴഞ്ഞുകയറുക.

intrusion - നുഴഞ്ഞുകയറ്റം, അതിക്രമിച്ചു കടക്കൽ.
inundation - ജലപ്രളയം.
inurement - നിത്യവ്യവഹാരം, പതിവാക്കൽ.
invade - ആക്രമിക്കുക, എതിർക്കുക, അതിക്രമിക്കുക, കൈയേറുക.
invader - ആക്രമണകാരി, അക്രമി.
invalid - അസാധു, സാധുവല്ലാത്ത.
invalid election - അസാധുവായ തിരഞ്ഞെടുപ്പ്.
invalid pension - ദുർബ്ബലതപ്പെൻഷൻ.
invalidate - അസ്ഥിരപ്പെടുത്തുക, അസാധുവാക്കുക, ദുർബ്ബലപ്പെടുത്തുക.
invalidate the will - മരണപത്രം ദുർബ്ബലപ്പെടുത്തൽ.
invalidation - അസാധുവാക്കൽ.
invasion - ആക്രമണം.
invent - കണ്ടുപിടിക്കുക.
invention - കണ്ടുപിടുത്തം.
inventor - ഉപജ്ഞാതാവ്.
inventory - പുള്ളിപ്പടി ലിസ്റ്റ്, സാധനവിവരപ്പട്ടിക, വസ്തുവിവരപ്പട്ടിക.
inverse - വിപരീതം.
inverse problems - വിപരീതപ്രശ്നങ്ങൾ.
inverse ratio - വിപരീതാനുപാതം.
investigate - അന്വേഷിക്കുക.
investigation - അന്വേഷണം.
investigation agency - അന്വേഷണ ഏജൻസി.
investigation group - അന്വേഷണസംഘം.
investigation report - അന്വേഷണ റിപ്പോർട്ട്.
investigation team - അന്വേഷണസംഘം.
investiture - അധികാരദാനം.
investment - നിക്ഷേപം, മുതൽമുടക്ക്.
investment allowance - നിക്ഷേപബത്ത.
investment fund - നിക്ഷേപനിധി.
invictus - തോല്പിക്കാൻ പറ്റാത്ത, തകർക്കാൻ പറ്റാത്ത.
invidious - അനാശാസ്യമായ, വിദ്വേഷം വളർത്തുന്ന.
invincible - കീഴടക്കാനാവാത്ത.
invitation letter - ക്ഷണക്കത്ത്.
invite - ക്ഷണിക്കുക.
inviting tenders - ദർഘാസ് ക്ഷണിക്കൽ, ടെൻഡർവിളിക്കൽ.
invoice - ഇൻവോയ്സ്.
invoice register - ഇൻവോയ്സ് രജിസ്റ്റർ.
involuntary action - അനൈച്ഛിക നടപടി.
involve - ഉൾക്കൊള്ളുക.
ipso facto - അതുകൊണ്ടുതന്നെ, തന്നിമിത്തം, സ്വയമേവ.
ipso jure - നിയമപ്രകാരം.
iron control - ഇരുമ്പു നിയന്ത്രണം.
iron industries - ഇരുമ്പുവ്യവസായം.
irony - വിപരീതാർത്ഥപ്രയോഗം.
irrationale - യുക്തിരഹിതമായ.
irrebuttable - വിവാദമല്ലാതിരിക്കുക, ഖണ്ഡിക്കാനാവാത്ത.
irrecoverable - വീണ്ടെടുക്കാനാവാത്ത, ഈടാക്കാനാവാത്ത, കിട്ടാത്ത, പിരിഞ്ഞുകിട്ടാത്ത, ഭേദമാവാത്ത, വസൂലാക്കാനാവാത്ത.
irrecoverable arrears - കിട്ടാക്കുടിശ്ശിക, വസൂലാക്കാൻ പറ്റാത്ത കുടിശ്ശിക.
irredeemable - വീട്ടാൻകഴിയാത്ത.
irredeemable mortgage - വീണ്ടുകിട്ടാപ്പണയം.
irrefutable - നിർവ്വിവാദമായ, വിവാദമല്ലാതിരിക്കുക.
irregular - ക്രമരഹിതമായ.
irregular endorsement - അനിയതമായ പുറത്തെഴുത്ത്.
irrelevant - അപ്രസക്തമായ, സംഗതമല്ലാത്ത.
irreparable - പരിഹരിക്കാനാവാത്ത, പ്രതിവിധിയില്ലാത്ത, അപരിഹാര്യമായ.

irrespective of - നിരപേക്ഷമായി, പരിഗണിക്കാതെയുള്ള.
irresponsible - ഉത്തരവാദിത്വമില്ലാത്ത, നിരുത്തരവാദപരമായ.
irretrievable - അപരിഹാര്യമായ.
irreverence - അവഹേളനം.
irrevocable - മാറ്റാനാവാത്ത, സ്ഥിരമായ, പിൻവലിക്കാനാവാത്ത.
irrigation - ജലസേചനം.
irrigation and water conservation act - ജലസേചനവും ജലസംരക്ഷണവും ആക്ട്.
irrigation cess - വെള്ളക്കരം, ജലസേചനനികുതി.
irrigation engineer - ഇറിഗേഷൻ എൻജിനീയർ.
isolate - ഒറ്റപ്പെടുത്തുക.
isolated post - ഒറ്റപ്പെട്ട തസ്തിക.
isolation - ഒറ്റപ്പെടുത്തൽ.
isonomy - നിയമതുല്യത, അവകാശതുല്യത.
issue - അയയ്ക്കുക, പ്രശ്നം, വിവാദസംഗതി, വിവാദാംശം, പതിപ്പ്, പുറപ്പെടുവിക്കുക.
issue orders - ഉത്തരവു പുറപ്പെടുവിക്കുക.
issued capital - ഇറക്കുമുതൽ, ഇറക്കുമൂലധനം.
item - ഇനം.
item wise - ഇനം തിരിച്ച്.
items of receipts and charges - വരവു ചെലവിനങ്ങൾ.
itinerary - യാത്രാകാര്യക്രമം.

J

jack - knife - മടക്കുകത്തി.
jactitation - ഹാനികരമായ പ്രസ്താവന.
jail - ജയിൽ, തടവറ, കാരാഗൃഹം.
jail breaking - ജയിൽഭേദനം.
jail corps - ജയിൽസേന, ജയിൽ കാവല്പട, ജയിൽ കോർ.
jail manufactures - ജയിൽനിർമ്മിത വസ്തുക്കൾ.
jail premises - ജയിൽ പരിസരം.
jailor - ജയിലർ.
jamabandy - ജമാബന്തി, വില്ലേജാഫീസ് വാർഷികപരിശോധന.
jemmy - മോഷണത്തിനുള്ള ആയുധം.
jenmabhogam - ജന്മഭോഗം.
jenmam right - ജന്മാവകാശം.
jenmibhogam - ജന്മിഭോഗം.
jeofail - വാദത്തിലുള്ള തെറ്റ്, വാദത്തിലുണ്ടായ തെറ്റ്.
jeopardy - വിപത്ത്, അപകടം, അപായസ്ഥിതി.
jiggered - സങ്കീർണ്ണമായ.
jink - കബളിപ്പിക്കുക, വഞ്ചിക്കുക.
job - ഉദ്യോഗം, ജീവനം, ജോലി, പണി.
job oriented - തൊഴിലധിഷ്ഠിത.
jobbery - ഔദ്യോഗിക അഴിമതി.
join - യോജിപ്പിക്കുക.
joinder of parties - കേസിൽ കക്ഷിചേർക്കൽ, കക്ഷിചേർക്കൽ.
joining date - പ്രവേശനത്തീയതി.
joining pay - പ്രവേശനകാല ശമ്പളം.
joining period - പ്രവേശനകാലം.
joining time - പ്രവേശനകാലം, ജോയിനിങ് ടൈം.
joint account - സംയുക്ത അക്കൗണ്ട്.
joint and several responsibility - കൂട്ടായും വെവ്വേറെയുമുള്ള ഉത്തരവാദിത്വം.
joint annuity - സംയുക്ത വാർഷിക വേതനം.
joint applicants - സംയുക്താപേക്ഷകർ.
joint application - സംയുക്ത അപേക്ഷ.
joint attestation - കൂട്ടായുള്ള സാക്ഷ്യപ്പെടുത്തൽ.
joint commissioner of excise - എക്സൈസ് ജോയിന്റ് കമ്മിഷണർ.

joint committee - ജോയിന്റ് കമ്മിറ്റി, സംയുക്ത കമ്മിറ്റി, സംയുക്തസമിതി.
joint consultation - കൂട്ടായുള്ള ചർച്ച, സംയുക്ത കൂടിയാലോചന.
joint contract - കൂട്ടുടമ്പടി.
joint control - സംയുക്ത നിയന്ത്രണം.
joint defendant - കൂട്ടുപ്രതി.
joint director - ജോയിന്റ് ഡയറക്ടർ.
joint enquiry - സംയുക്താന്വേഷണം.
joint family - കൂട്ടുകുടുംബം.
joint family property - കൂട്ടുകുടുംബസ്വത്ത്.
joint family system - കൂട്ടുകുടുംബ സമ്പ്രദായം.
joint farming - കൂട്ടുകൃഷി.
joint farming co-operative society - കൂട്ടുകൃഷി സഹകരണസംഘം.
joint heir - കൂട്ടവകാശി.
joint holder - കൂട്ടുകൈവശക്കാരൻ.
joint labour - കൂട്ടുപ്രയത്നം.
joint liability - സംയുക്തബാദ്ധ്യത.
joint owner - കൂട്ടുടമസ്ഥൻ, കൂട്ടുടമ.
joint patta - കൂട്ടുപട്ടയം.
joint possession - കൂട്ടുകൈവശം.
joint property - കൂട്ടവകാശ ഭൂമി, കൂട്ടുവസ്തു, കൂട്ടവകാശവസ്തു.
joint registrar - ജോയിന്റ് രജിസ്ട്രാർ.
joint responsibility - കൂട്ടുത്തരവാദിത്വം.
joint right - കൂട്ടവകാശം.
joint secretary - ജോയിന്റ് സെക്രട്ടറി.
joint session - സംയുക്തസമ്മേളനം.
joint session of the parliament - പാർലമെന്റിന്റെ സംയുക്തസമ്മേളനം.
joint sitting - സംയുക്തയോഗം.
joint statement - സംയുക്തപ്രസ്താവന.
joint stock company - കൂട്ടുടമാകമ്പനി, ജോയിന്റ് സ്റ്റോക്ക് കമ്പനി.
joint tenancy - കൂട്ടുകുടിയായ്മ.
joint tenant - കൂട്ടുകുടിയാൻ.
joint tortfeasor - സഹകുറ്റവാളി, സഹസിവിൽകുറ്റവാളി.
joint trial - കൂട്ടുവിചാരണ, സംയുക്ത വിചാരണ.
joint venture - സംയുക്തസംരംഭം.
joint verification - സംയുക്തപരിശോധന.
jointly and severally - ഒറ്റയ്ക്കും കൂട്ടായും, കൂട്ടായും വെവ്വേറെയും, ഒറ്റയ്ക്കും തെറ്റയ്ക്കും.
jointly entitled - കൂട്ടായി അവകാശപ്പെട്ട.
jointly or separately - കൂട്ടായോ വെവ്വേറെയോ.
journal - വാർത്താപത്രിക, ജേർണൽ.
journalism - പത്രപ്രവർത്തനം, ജേർണലിസം.
journalist - പത്രപ്രവർത്തകൻ, ജേർണലിസ്റ്റ്.
Journalist's conference - പത്രപ്രവർത്തക സമ്മേളനം.
judge - ന്യായാധിപൻ, ജഡ്ജി, വിധിക്കുക.
judgement in personam - വ്യക്തിക്ക് എതിരായ വിധി.
judgement of lower court - കീഴ്ക്കോടതി വിധി.
judgement seat - ന്യായാസനം.
judges (enquiry) act - ജഡ്ജിമാർ (അന്വേഷണവിചാരണ) ആക്ട്.
judging committee - സ്ഥാനനിർണ്ണയ കമ്മിറ്റി.
judgment - വിധി, ജഡ്ജ്മെന്റ്, ന്യായനിർണ്ണയം, വിധിന്യായം, കോടതിവിധി, ന്യായവിധി.
judgment creditor - വിധിയുടമ.
judgment debt - വിധിക്കടം.
judgment debtor - വിധിക്കടക്കാരൻ.
judgment of acquittal - കുറ്റവിമുക്തനാക്കിക്കൊണ്ടുള്ള വിധി.
judgment of acquittal - കുറ്റവിമുക്തനാക്കിക്കൊണ്ടുള്ള വിധിന്യായം.
judgment-in-rem - വസ്തുവിനെതിരായ വിധി.
judicator - ജഡ്ജി.

judicatory - കോടതി.
judicature - നീതിപാലനം, ന്യായവിചാരണസഭ, ന്യായാധിപത്യം, വ്യവഹാരതന്ത്രം, നീതിന്യായക്കോടതി, ന്യായഭരണം, കോടതി, വിചാരണസഭ.
judicature - ന്യായാസനം.
judicial - ജുഡീഷ്യൽ, കോടതിമുഖേനയുള്ള.
judicial administration - നീതിന്യായഭരണം.
judicial admission - ജഡ്ജി മുമ്പാകെയുള്ള സമ്മതം.
judicial commissioner - ജുഡീഷ്യൽ കമ്മിഷണർ.
judicial confession - കോടതിമുമ്പാകെയുള്ള കുറ്റസമ്മതം, ജഡ്ജി മുമ്പാകെയുള്ള കുറ്റസമ്മതം.
judicial decision - ജുഡീഷ്യൽ തീർപ്പ്.
judicial department - ജുഡീഷ്യൽ വകുപ്പ്, നീതിന്യായവകുപ്പ്.
judicial discretion - കോടതിയുടെ വിവേചനാധികാരം.
judicial enquiry - ജുഡീഷ്യൽ അന്വേഷണം.
judicial enquiry report - ജുഡീഷ്യൽ അന്വേഷണ റിപ്പോർട്ട്.
judicial first class magistrate - ജുഡിഷ്യൽ ഒന്നാംക്ലാസ് മജിസ്ട്രേറ്റ്.
judicial magistrate - ജുഡീഷ്യൽ മജിസ്ട്രേറ്റ്.
judicial notice - ജുഡീഷ്യൽ നോട്ടീസ്.
judicial office - ജുഡീഷ്യലുദ്യോഗം.
judicial officer - ജുഡീഷ്യൽ ഓഫീസർ.
judicial probe - ജുഡീഷ്യൽ അന്വേഷണം.
judicial proceedings - ജുഡീഷ്യൽ നടപടികൾ, നീതിന്യായനടപടികൾ.
judicial proof - ജുഡീഷ്യൽ തെളിവ്.
judicial review - വിധിപുനഃപരിശോധന, കോടതിയുടെ പുനഃപരിശോധന.
judicial separation - കോടതി മുഖേനയുള്ള വിവാഹമോചനം.
judicial service - ജുഡീഷ്യൽ സർവീസ്, നീതിന്യായ സേവനം.
judicial stamps - ജുഡീഷ്യൽ സ്റ്റാമ്പ്.
judicial trial - ന്യായവിചാരണ.
judiciary - ജുഡീഷ്യറി, നീതിന്യായമണ്ഡലം, ന്യായാധിപവർഗ്ഗം.
judicious - നീതിയുക്തമായ, കാര്യബോധമുള്ള, വിവേകമുള്ള, വിവേകപൂർവ്വമായ.
jugment - വിധിന്യായം, വിധിനിർണ്ണയം.
jump bail - ജാമ്യവ്യവസ്ഥ ലംഘിക്കുക.
junior accountant - ജൂനിയർ അക്കൗണ്ടന്റ്.
junior clerk - ജൂനിയർ ക്ലാർക്ക്.
junior commander - ജൂനിയർ കമാൻഡർ.
junior commissioned officer - ജൂനിയർ കമ്മീഷൻഡ് ഓഫീസർ.
junior grade clerk - ജൂനിയർ ഗ്രേഡ് ക്ലാർക്ക്.
junior mortgage - രണ്ടാംഒറ്റി.
junior most - ഏറ്റവും ജൂനിയറായ.
junior non commissioned officer - ജൂനിയർ നോൺ കമ്മീഷൻഡ് ഓഫീസർ.
jura fiscalia - ധനസംബന്ധമായ അവകാശം, ധനകാര്യാവകാശം, സാമ്പത്തികാവകാശം.
jura personarum - വ്യർത്ഥവകാശം.
jural - നിയമവുമായി ബന്ധപ്പെട്ട.
juration - സത്യപ്രതിജ്ഞ ചെയ്യൽ.
jure belli - യുദ്ധനിയമം.
juridical - നിയമസംബന്ധമായ.
juris - നിയമസംബന്ധമായ.
jurisconsult - നിയമോപദേശകൻ.
jurisdiction - അധികാരപരിധി, അധികാരാതിർത്തി.
jurisinceptor - നിയമവിദ്യാർത്ഥി, സിവിൽ നിയമവിദ്യാർത്ഥി.
jurisprudence - നിയമശാസ്ത്രം.
jurist - നിയമജ്ഞൻ, നിയമപണ്ഡിതൻ.

juror - ജൂറിയംഗം, ജൂറർ.
jury - ജൂറി.
jury member - ജൂറിയംഗം.
juryman - ജൂറിയംഗം.
jus - നിയമം.
jus belli - യുദ്ധനിയമം.
jus civile - സിവിൽനിയമം.
jus commune - പൊതുനിയമം.
jus in personam - വ്യർത്ഥവകാശനിയമം.
jus non scriptum - അലിഖിതനിയമം.
jus scriptum - ലിഖിതനിയമം.
just - നീതിപൂർവ്വകമായ, നീതിയുക്തമായ, ന്യായം.
just and equitable - നീതിയുക്തവും സമത്വപൂർണ്ണവുമായ, ന്യായപൂർവകവും നീതിപൂർവ്വകവും.
just and equitable solution - ന്യായവും സമത്വവുമുള്ള പരിഹാരം.
just and fair - നീതിയുക്തവും ഉചിതവുമായ.
just claim - ന്യായയുക്തമായ അവകാശവാദം.
just compensation - ന്യായമായ നഷ്ടപരിഹാരം.
justa causa - ന്യായമായ കാരണം.
justice - നീതി, ജഡ്ജി, ന്യായാധിപൻ, നീതിയും സമത്വവും സന്മനസ്സും, ന്യായം.
justiciar - ന്യായാധിപൻ, ജഡ്ജി.
justifiable - ന്യായീകരിക്കത്തക്ക.
justifiable homicide - നീതീകരിക്കത്തക്ക നരഹത്യ.
justification - സാധൂകരണം, നീതീകരണം, ന്യായീകരണം.
justify - സാധൂകരിക്കുക, ന്യായീകരിക്കുക, നീതീകരിക്കുക.
juvenile - കുട്ടികൾ.
juvenile court - കുട്ടികളുടെ കോടതി.
juvenile culprit - നിയമവുമായി പൊരുത്തപ്പെടാത്ത കുട്ടി.
juvenile, delinquent - നിയമവുമായി പൊരുത്തപ്പെടാത്ത കുട്ടി.
juvenile home - ബാലമന്ദിരം.
juvenile justice - ബാലനീതി.
Juvenile justice (care and prote-ction of children) act - ബാലനീതി (കുട്ടികളുടെ പരിചരണവും സംരക്ഷണവും) ആക്ട്.
juvenile offender - നിയമവുമായി പൊരുത്തപ്പെടാത്ത കുട്ടി.
juxta formam statuti - നിയമമനുസരിച്ച്.
juxtapose - അടുത്തടുത്തു വയ്ക്കുക.
juxtaposition - അടുത്തടുത്ത്.

K

kabala - അവകാശക്കൈമാറ്റരേഖ, അവകാശക്കൈമാറ്റാധാരം.
kanam - കാണം.
kanam mortgagee - കാണപ്പാട്ടക്കാരൻ.
kanam tenancy - കാണംകുടിയായ്മ.
kanam tenancy act - കാണക്കുടിയായ്മ ആക്ട്.
kanam tenant - കാണപ്പാട്ടക്കാരൻ, കാണക്കുടിയാൻ.
kanoon - നിയമം.
kaput - തകർക്കപ്പെട്ട, നശിപ്പിക്കപ്പെട്ട.
Kazis act - കാസികൾ ആക്ട്.
keddah - കാട്ടാനപിടുത്തം.
keelage - കപ്പൽച്ചുങ്കം.
keep afar - അകന്നുനിൽക്കുക.
keep at a distance - അകറ്റി നിറുത്തുക.
keep in abeyance - നടപടി നിർത്തിവയ്ക്കൽ.
keep promise - വാക്കുപാലിക്കുക.
keeper - രക്ഷാകർത്താവ്, സൂക്ഷിപ്പുകാരൻ.
keeper of accounts - അക്കൗണ്ടന്റ്, കണക്കെഴുത്തുകാരൻ.

kefuffle - ബഹളം, കലഹം, കലാപം.
kept in abeyance - താൽക്കാലികമായി നിർത്തിവയ്ക്കൽ.
kerala court fees and suits valu-ation act - കേരള കോടതിഫീസും വ്യവഹാരസലയും ആക്റ്റ്.
kerala advocates clerks welfare fund act - കേരള അഭിഭാഷകഗുമസ്ത ക്ഷേമനിധി ആക്റ്റ്.
kerala advocates welfare fund act - കേരള അഭിഭാഷകക്ഷേമനിധി ആക്റ്റ്.
kerala agricultural debt (temp-orary relief) act - കേരള കാർഷിക കടം (താൽക്കാലിക ആശ്വാസ) ആക്റ്റ്.
kerala agricultural income tax act - കേരള കാർഷികാദായനികുതി ആക്റ്റ്.
kerala agricultural university act - കേരള കാർഷിക സർവ്വകലാശാല ആക്റ്റ്.
kerala agricultural workers act - കേരള കർഷകത്തൊഴിലാളി ആക്റ്റ്.
kerala anand marriages regist-ration rules - കേരള ആനന്ദ് വിവാഹ രജിസ്ട്രേഷൻ ചട്ടങ്ങൾ.
kerala anti-social activities (prevention) act - കേരള സാമൂഹികവിരുദ്ധ പ്രവർത്തനങ്ങൾ (തടയൽ) ആക്ക്ട്.
kerala automobiles limited (vali-dation of appointment of perso-nnel) act - കേരള ഓട്ടോമൊബൈൽസ് ലിമിറ്റഡ് (ജീവനക്കാരുടെ നിയമനംസാധൂകരിക്കൽ) ആക്റ്റ്.
kerala aviation training centre - കേരള വ്യോമയാന പരിശീലനകേന്ദ്രം.
kerala building tax act - കേരള കെട്ടിടനികുതി ആക്റ്റ്.
kerala cashew workers relief and welfare fund act - കേരള കശുവണ്ടിത്തൊഴിലാളി ആശ്വാസ ക്ഷേമനിധി ആക്റ്റ്.
kerala ceiling on government guarantees act - കേരള ഗവൺമെന്റ് ഗ്യാരണ്ടികളുടെ പരമാവധി പരിധി ആക്റ്റ്.
kerala consumer welfare fund - കേരള ഉപഭോക്തൃ ക്ഷേമനിധി.
kerala contingency fund act - കേരള ആകസ്മികനിധി ആക്റ്റ്.
kerala co-operative laws (amend-ment) act - കേരള സഹകരണനിയമങ്ങൾ (ഭേദഗതി) ആക്റ്റ്.
kerala co-operative societies (amen-dment) act - കേരള സഹകരണസംഘം (ഭേദഗതി) ആക്റ്റ്.
kerala co-operative societies act - കേരള സഹകരണസംഘം ആക്റ്റ്.
kerala decentralization of powers act - കേരള അധികാരവികേന്ദ്രീകരണ ആക്റ്റ്.
kerala education act - കേരള വിദ്യാഭ്യാസ ആക്റ്റ്.
kerala financial corporation - കേരള ഫിനാൻഷ്യൽ കോർപ്പറേഷൻ.
kerala fire and rescue service - കേരള അഗ്നി-രക്ഷാസേവനം.
kerala fishermen's welfare fund act - കേരള മൽസ്യത്തൊഴിലാളി ക്ഷേമനിധി ആക്റ്റ്.
kerala forest development fund - കേരള വനവികസന നിധി.
kerala forest research institute (kfri) - കേരള വനഗവേഷണ ഇൻസ്റ്റിറ്റ്യൂട്ട്.
kerala gaming (amendment) act - കേരള ചൂതാട്ട (ഭേദഗതി) ആക്റ്റ്.
kerala government secretariat instructions - കേരള ഗവൺമെന്റ് സെക്രട്ടേറിയറ്റ് നിർദ്ദേശങ്ങൾ.
kerala government servants conduct rules - കേരള സർക്കാർ ജീവനക്കാരുടെ പെരുമാറ്റച്ചട്ടങ്ങൾ.
kerala ground water (control and regulation) act - കേരള ഭൂജലം (നിയന്ത്രണവും ക്രമീകരണവും) ആക്റ്റ്.
kerala handicraft development corporation ltd. - കേരള കരകൗശല വികസന കോർപ്പറേഷൻ ലിമിറ്റഡ്.
kerala handloom workers welfare fund act - കേരള കൈത്തറിത്തൊഴിലാളി ക്ഷേമനിധി ആക്റ്റ്.

kerala highway protection act - കേരള ഹൈവേ സംരക്ഷണ ആക്ട്.
kerala infrastructure investment fund act - കേരള അടിസ്ഥാനസൗകര്യ നിക്ഷേപനിധി ആക്ട്.
kerala institute of languages - കേരള ഭാഷാ ഇൻസ്റ്റിറ്റ്യൂട്ട്.
kerala irrigation and water conservation act - കേരള ജലസേചനവും ജലസംരക്ഷണവും ആക്ട്.
kerala kerosene control order - കേരള മണ്ണെണ്ണ നിയന്ത്രണ ഉത്തരവ്.
kerala land conservancy act - കേരള ഭൂസംരക്ഷണ ആക്ട്.
kerala land development corporation - കേരള ഭൂവികസന കോർപ്പറേഷൻ.
kerala land development scheme rules - കേരള ഭൂവികസനപദ്ധതി ചട്ടങ്ങൾ.
kerala land reforms act - കേരള ഭൂപരിഷ്കരണ ആക്ട്.
kerala land relinquishment act - കേരള ഭൂമി വിട്ടൊഴിയൽ ആക്ട്.
kerala land tax act - കേരള ഭൂനികുതി ആക്ട്.
kerala livestock development and milk marketing board - കേരള കന്നുകാലിവികസനവും ക്ഷീരവിപണനവും ബോർഡ്.
kerala loading and unloading (regulation of wages and restriction of unlawful practices) act - കേരള കയറ്റിറക്ക് (കൂലിക്രമപ്പെടുത്തലും നിയമവിരുദ്ധപ്രവർത്തനങ്ങൾ നിയന്ത്രിക്കലും) ആക്ട്.
kerala local authorities (prohi-bition of defections) act - കേരള തദ്ദേശസ്വയംഭരണ സ്ഥാപനങ്ങൾ (കൂറുമാറ്റം നിരോധിക്കൽ) ആക്ട്.
kerala local authorities entertainment tax act - കേരള തദ്ദേശാധികാരസ്ഥാന വിനോദനികുതി ആക്ട്.
kerala luxury tax act - കേരള ആഡംബരനികുതി ആക്ട്.
kerala motor transport workers welfare fund act - കേരള മോട്ടോർഗതാഗതത്തൊഴിലാളി ക്ഷേമനിധി ആക്ട്.
kerala motor vehicle taxation act - കേരള മോട്ടോർവാഹന നികുതിചുമത്തൽ ആക്ട്.
kerala municipality act - കേരള മുനിസിപ്പാലിറ്റി ആക്ട്.
kerala police act - കേരള പോലീസ് ആക്ട്.
kerala prison rules - കേരള ജയിൽ ചട്ടങ്ങൾ.
kerala promotion of tree growth in non-forest areas act - കേരള വനേതര പ്രദേശങ്ങളിൽ വൃക്ഷം വളർത്തൽ പ്രോത്സാഹന ആക്ട്.
kerala protection of river banks and regulation of removal of sand act - കേരള നദീതീര സംരക്ഷണവും മണൽ വാരൽ നിയന്ത്രണവും ആക്ട്.
kerala public services act - കേരള പബ്ലിക് സർവീസസ് ആക്ട്.
kerala public works department manual - കേരള പൊതുമരാമത്ത് വകുപ്പു മാന്വൽ.
kerala revenue card act - കേരള റവന്യൂ കാർഡ് ആക്ട്.
kerala road fund act - കേരള റോഡ് ഫണ്ട് ആക്ട്.
kerala social security mission - കേരള സാമൂഹികസുരക്ഷാ മിഷൻ.
kerala stamp act - കേരള മുദ്രപ്പത്ര ആക്ട്.
kerala state beverages (manufacturing and marketing) corporation - കേരള സംസ്ഥാന ബിവറേജസ് (ഉല്പാദനവും വിപണനവും) കോർപ്പറേഷൻ.
kerala state bio- diversity board - കേരള സംസ്ഥാന ജൈവവൈവിദ്ധ്യ ബോർഡ്.

kerala state coastal area develop-ment corporation - കേരള സംസ്ഥാന തീരദേശ വികസന കോർപ്പറേഷൻ.
kerala state commission for backward classes act - കേരള സംസ്ഥാന പിന്നാക്കവിഭാഗക്കമ്മീഷൻ ആക്ട്.
kerala state commission for prot-ecion of child rights - കേരള സംസ്ഥാന ബാലാവകാശക്കമ്മീഷൻ.
kerala state constructions corpor-ation - കേരള സംസ്ഥാന നിർമ്മാണ കോർപ്പറേഷൻ.
kerala state council for child welfare - കേരള സംസ്ഥാന ശിശുക്ഷേമ സമിതി.
kerala state development corpo-ration for scheduled caste / sche-duled tribe - സംസ്ഥാന പട്ടികജാതി/ പട്ടികവർഗ വികസന കോർപ്പറേഷൻ.
kerala state electricity board - കേരള സംസ്ഥാന വിദ്യുച്ഛക്തി ബോർഡ്.
kerala state film development corporation - കേരള സംസ്ഥാന ചലച്ചിത്രവികസന കോർപ്പറേഷൻ.
kerala state financial enterprises - കേരള സ്റ്റേറ്റ് ഫിനാൻഷ്യൽ എന്റർപ്രൈസസ്.
kerala state handicapped persons welfare corporation - കേരള സംസ്ഥാന വികലാംഗക്ഷേമ കോർപ്പറേഷൻ.
kerala state insurance department - കേരള സംസ്ഥാന ഇൻഷ്വറൻസ് വകുപ്പ്.
kerala state land mortgage bank - കേരള സംസ്ഥാന ഭൂപണയ ബാങ്ക്.
kerala state pollution control board - കേരള സംസ്ഥാന മലിനീകരണനിയന്ത്രണ ബോർഡ്.
kerala state right to service act - കേരള സംസ്ഥാന സേവനാവകാശ ആക്ട്.
kerala state social welfare board - കേരള സംസ്ഥാന സാമൂഹികക്ഷേമ ബോർഡ്.
kerala state women's commi-ssion - കേരള സംസ്ഥാന വനിതാക്കമ്മീഷൻ.
kerala state women's develop-ment corporation - കേരള സംസ്ഥാന വനിതാവികസന കോർപ്പറേഷൻ.
kerala state youth policy - കേരള സംസ്ഥാന യുവജനനയം.
kerala statistics and economiccs subordinate service special rules - കേരള സാമ്പത്തിക സ്ഥിതിവിവരക്കണക്ക് സബോർഡിനേറ്റ് സർവീസ് വിശേഷാൽ ചട്ടങ്ങൾ.
kerala stay of eviction procee-dings act - കേരള ഒഴിപ്പിക്കൽ നടപടികൾ നിർത്തിവയ്ക്കൽ ആക്ട്.
kerala sub jail rules - കേരള സബ്ജയിൽ ചട്ടങ്ങൾ.
kerala surcharge on taxes act - കേരള നികുതിയിന്മേലുള്ള സർചാർജ് ആക്ട്.
kerala survey and boundaries act - കേരള സർവെ-അതിരടയാള ആക്ട്.
kerala sustainable urban develo-pment project - കേരള സുസ്ഥിര നഗരവികസന പദ്ധതി.
kerala tax on luxuries act - കേരള ആഡംബരനികുതി ആക്ട്.
kerala tourism department - കേരള വിനോദസഞ്ചാര വകുപ്പ്.
kerala tourism development corporation - കേരള വിനോദസഞ്ചാരവികസന കോർപ്പറേഷൻ.
kerala value added sales tax act - കേരള മൂല്യവർദ്ധിത വില്പനനികുതി ആക്ട്.
kerala water authority - കേരള ജല അതോറിറ്റി.
kerala water supply act - കേരള ജലവിതരണ ആക്ട്.
kerala women's commission - കേരള വനിതാക്കമ്മീഷൻ.
kerala women's commission act - കേ

രള വനിതാക്കമ്മിഷൻ ആക്ട്.
key map - കീമാപ്പ്, മുഖ്യഭൂപടം, അടിസ്ഥാന ഭൂപടം.
khadi and other handloom industries development (additi-onal excise duty on cloth) act - ഖാദി-മറ്റു കൈത്തറി വ്യവസായ വികസന (തുണിയിൻമേൽ അധിക എക്സൈസ് ഡ്യൂട്ടി) ആക്ട്.
khadi and village industries board - ഖാദി-ഗ്രാമവ്യവസായ ബോർഡ്.
kheda operation - കാട്ടാനപിടുത്തം.
kick back - കോഴ.
kick up a row - വലിയ ഒച്ചപ്പാടുണ്ടാക്കുക.
kidnap - അപഹരിക്കുക, ബലമായി തട്ടിക്കൊണ്ടുപോകുക, ബലാൽ കൊണ്ടുപോകുക.
kidnapper - തട്ടിക്കൊണ്ടുപോകുന്നയാൾ.
kidnapping - ആൾമോഷണം, തട്ടിക്കൊണ്ടുപോകൽ.
kidnapping of child - ശിശുമോഷണം.
kidnapping of infant - ശിശുമോഷണം.
kid-on - കാപട്യം, അസത്യരീതി.
kill - കൊല്ലുക, വധിക്കുക.
killer - കൊലപാതകി, കൊലയാളി, ഘാതകൻ.
killer - കൊലപാതകി.
kin - ബന്ധുക്കൾ.
kind - ദയവുള്ള.
kindle - തീകൊളുത്തുക, പ്രകോപിപ്പിക്കുക, ഉദ്ദീപിപ്പിക്കുക.
kindly - ദയയോടെ.
kindred - കുടുംബം.
kist - കിസ്ത്.
kist bandi - കിസ്തുബന്തി.
kist date - കിസ്തുതീയതി.
kith - സുഹൃത്തുക്കൾ, മിത്രങ്ങൾ.
kith and kin - ബന്ധുക്കൾ.
kleptograph - ക്ലെപ്റ്റോഗ്രാഫ്.
kleptomania - മോഷണശീലം, മോഷണത്വര.
knave - വഞ്ചകൻ, തെമ്മാടി, ചതിയൻ.
knell - മരണമണി, മരണമണിമുഴക്കം.
knife - കത്തി.
knout - ചാട്ടയടി.
knowingly or deliberately - അറിഞ്ഞുകൊണ്ടോ മനഃപൂർവ്വമോ.
knowingly or willfully - അറിഞ്ഞുകൊണ്ടോ മനഃപൂർവ്വമോ.
knowledge of the case - കേസിനെക്കുറിച്ചുള്ള അറിവ്.
knubble - മുഷ്ടികൊണ്ട് ഇടിക്കുക.
kudivarom - കുടിവാരം.
kuthakappattom - കുത്തകപ്പാട്ടം.
kuzhikanam - കുഴിക്കാണം.
kybosh - അസംബന്ധം.

L

LA interpellation register - നിയമസഭാചോദ്യ രജിസ്റ്റർ.
LA question - നിയമസഭാ ചോദ്യം.
labile - സ്ഥിരതയില്ലാത്ത.
laboratory - പരീക്ഷണശാല, ലബോറട്ടറി.
laborious - ശ്രമകരമായ.
labour - തൊഴിൽ.
labour court - ലേബർ കോടതി.
labour act - തൊഴിൽ ആക്ട്, ലേബർ ആക്ട്.
labour and emigration act - തൊഴിൽ-വിദേശ കുടിയേറ്റ ആക്ട്.
labour and rehabilitation depart-ment - തൊഴിലും പുനരധിവാസവും വകുപ്പ്.
labour bank - ലേബർ ബാങ്ക്.
labour camp - ലേബർക്യാമ്പ്.
labour class - തൊഴിലാളിവർഗ്ഗം.
labour commission - ലേബർ കമ്മിഷൻ.
labour commissioner - ലേബർ കമ്മിഷണർ.
labour contract - തൊഴിൽക്കരാർ.

labour co-operative society - തൊഴിലാളി സഹകരണ സംഘം.
labour department - തൊഴിൽവകുപ്പ്.
labour dispute - തൊഴിൽത്തർക്കം.
labour force - തൊഴിൽശക്തി.
labour movement - തൊഴിലാളി പ്രസ്ഥാനം.
labour officer - ലേബർ ഓഫീസർ.
labour relations - തൊഴിൽബന്ധങ്ങൾ.
labour room - പ്രസവമുറി.
labour theory - തൊഴിൽസിദ്ധാന്തം.
labour tribunal - ലേബർ ട്രിബ്യൂണൽ.
labour union - തൊഴിലാളി യൂണിയൻ.
labour welfare - തൊഴിലാളിക്ഷേമം.
labourer - തൊഴിലാളി.
labour's day - തൊഴിലാളിദിനം.
lacerate - മുറിവേല്പിക്കുക.
lack - അപര്യാപ്തം, അഭാവം, കുറവ്.
lack of confidence - വിശ്വാസക്കുറവ്.
lack of experience - പരിചയക്കുറവ്.
lack of good faith - ഉത്തമവിശ്വാസമില്ലായ്മ.
lack of mental equanimity - മനസ്സൈഥര്യമില്ലായ്മ, സമചിത്തതയില്ലായ്മ.
lack of order - ക്രമരഹിതം.
lack of resource - വിഭവക്ഷാമം.
lackey - വേലക്കാരൻ, ഭൃത്യൻ.
lacking - പോരായ്മ.
lacuna - വിടവ്, പഴുത്.
laddish - ആഭാസകരമായ, അഹങ്കാരിയായ.
ladrone - കള്ളൻ, മോഷ്ടാവ്, കവർച്ചക്കാരൻ.
laird - പ്രഭു, ജന്മി, കുടുംബസ്ഥൻ.
lairwite - വ്യഭിചാരക്കുറ്റത്തിനുള്ള പിഴ.
laissez passer - യാത്രാനുവാദപത്രം.
laissez-faire - ഇടപെടാതിരിക്കൽ.
lambaste - അടിക്കുക, പ്രഹരിക്കുക, നിശിതമായി വിമർശിക്കുക.
lame excuse - മുടന്തൻ ന്യായം.
lameduck - കുടിശ്ശികക്കാരൻ, പാപ്പരായവൻ.
lament - നിലവിളിക്കുക, വിലപിക്കുക.
lancinate - കീറുക, പിളർക്കുക.
land - സ്ഥലം, ഭൂമി, വസ്തു.
land acquisition - സ്ഥലമെടുപ്പ്, ഭൂമി പൊന്നുംവിലയ്ക്കെടുക്കൽ.
land acquisition act - ഭൂമി പൊന്നുംവിലയ്ക്കെടുക്കൽ ആക്ട്.
land acquisition officer - സ്ഥലമെടുപ്പ് ഓഫീസർ, പൊന്നുംവില ഓഫീസർ.
land assignment - ഭൂമിപതിവ്.
land assignment act - ഭൂമിപതിവ് ആക്ട്, ഭൂമി പതിച്ചുകൊടുക്കൽ ആക്ട്.
land bank - ഭൂപണയബാങ്ക്, ലാൻഡ് ബാങ്ക്.
land capability classification - ഭൂശേഷിവർഗ്ഗീകരണം.
land ceiling - ഭൂപരിധി.
land cess - ഭൂവരി, ഉപകരം.
land conservancy - ഭൂസംരക്ഷണം.
land conservancy act - ഭൂസംരക്ഷണ ആക്ട്.
land development - ഭൂവികസനം.
land development banks - ഭൂവികസന ബാങ്കുകൾ.
land development corporation - ഭൂവികസന കോർപ്പറേഷൻ.
land development scheme rules - ഭൂവികസന പദ്ധതി ചട്ടങ്ങൾ.
land distribution - ഭൂവിതരണം.
land encroachment - ഭൂമി കൈവശപ്പെടുത്തൽ, ഭൂമികൈയേറ്റം.
land grabbing - അന്യന്റെ ഭൂമി കൈവശപ്പെടുത്തുക, ഭൂമി കൈവശപ്പെടുത്തൽ.
land held free - കരമൊഴിവു ഭൂമി.
land held jointly - കൂട്ടവകാശ ഭൂമി.
land hiring and disposal directo-rate - ഭൂമി പാട്ടം - വില്പന ഡയറക്ടറേറ്റ്.
land holder - ഭൂമി കൈവശക്കാരൻ.
land holding - കുടിയായ്മ.
land improvement - ഭൂ അഭിവൃത്തി.
land improvement loan - ഭൂ അഭിവൃദ്ധി വായ്പ.

land in possession - കൈവശവസ്തു.
land information system - ഭൂവിവര പദ്ധതി.
land lord - ഭൂവുടമ.
land management - ഭൂപരിപാലനം.
land map - ഭൂപടം, ഭൂചിത്രം, ഭൂമിയുടെ മാപ്പ്.
land mark - അതിരടയാളം, എലുകക്കല്ല്.
land measuring - ഭൂമി അളക്കൽ.
land mortgage bank - ഭൂപണയ ബാങ്ക്.
land owner - ഭൂവുടമ, വസ്തു ഉടമ.
land plan - ഭൂമിയുടെ പ്ലാൻ, ഭൂചിത്രം.
land policy - ഭൂനയം.
land reclamation - ഭൂമിയുദ്ധാരണം, ഭൂമിനികത്തിയെടുക്കൽ.
land record - ഭൂരേഖ.
land record maintenance - ഭൂരേഖാ സംരക്ഷണം, ഭൂരേഖാ പരിപാലനം.
land reforms - ഭൂപരിഷ്കരണം.
land reforms act - ഭൂപരിഷ്കരണ ആക്ട്.
land reforms laws - ഭൂപരിഷ്കരണ നിയമങ്ങൾ.
land registration - ഭൂമി രജിസ്ട്രേഷൻ.
land relinquishment - ഭൂമി വിട്ടൊഴിയൽ, ഭൂമി പരിത്യജിക്കൽ.
land rent - തറവാടക.
land revenue - ലാൻഡ് റവന്യൂ.
land revenue account - ലാൻഡ് റവന്യൂ അക്കൗണ്ട്.
land revenue commissioner - ലാൻഡ് റവന്യൂകമ്മിഷണർ.
land revenue department - ലാൻഡ് റവന്യൂ വകുപ്പ്.
land route - കരമാർഗ്ഗം.
land sketch - ഭൂചിത്രം.
land survey - ഭൂമി അളക്കൽ, ഭൂസർവെ.
land tax - ഭൂനികുതി, ഭൂമിക്കരം, വസ്തുക്കരം.
land tax act - ഭൂനികുതി ആക്ട്.
land tax exemption - ഭൂമിയുടെ കരമൊഴിവാക്കൽ.
land tenure - കുടിയായ്മ, ഭൂനടപ്പവകാശം.
land tenure system - ഭൂവുടമാ സമ്പ്രദായം.
land transaction - ഭൂമിയിടപാട്, ഭൂമി വ്യാപാരം.
land tribunal - ലാൻഡ് ട്രിബ്യൂണൽ
land utilization order - ഭൂവിനിയോഗ ഉത്തരവ്.
land value - തറവില, വസ്തുവിന്റെ വില
landed interest - ഭൂവുടമസ്ഥരുടെ താല്പര്യം.
landed property - ഭൂസ്വത്ത്.
landing charge - ഇറക്കുകൂലി.
landless - സ്വത്തില്ലാത്ത, ഭൂരഹിതർ.
landless agricultural labourer - ഭൂരഹിത കർഷകത്തൊഴിലാളി.
landless labourer - ഭൂരഹിത തൊഴിലാളി.
landlord - ജന്മി.
landmark - ഭൂവടയാളം, എലുക, അതിരടയാളം, അതിർത്തിക്കല്ല്.
landmark order - സുപ്രധാന ഉത്തരവ്.
landslide - ഉരുൾപൊട്ടൽ.
language - ഭാഷ.
language contact - ഭാഷാസമ്പർക്കം.
language expert - ഭാഷാവിദഗ്ദ്ധൻ.
language for communication - എഴുത്തുകുത്തുഭാഷ.
languages of law - നിയമഭാഷ.
lapidate - കല്ലെറിഞ്ഞുകൊല്ലുക.
lapidation - കല്ലെറിഞ്ഞുകൊല്ലൽ
lapse - വീഴ്ച, കാലാവധി കഴിയുക, ലാപ്സാവുക.
lapsed amount - കാലഹരണപ്പെട്ട തുക.
lapsed deposit - കാലഹരണപ്പെട്ട നിക്ഷേപം.
larcener - മോഷ്ടാവ്.
larceny - കളവ്, മോഷണം, മോഷ്ടിക്കുക.
large scale industry - വൻകിടവ്യവസായം.

largesse - ഔദാര്യം.
larrikin - തെമ്മാടി, റൗഡി.
larrikinism - തെമ്മാടിത്തരം, റൗഡിത്തരം, പോക്കിരിത്തരം.
larrison rule - പുനർവിചാരണാവകാശതത്ത്വം, പുതിയ തെളിവിന്മേൽ പ്രതിയ്ക്കുള്ള പുനർവിചാരണാവകാശം.
lascar - ലാസ്കർ.
lascivious - ഭോഗാസക്തനായ, വിഷയാസക്തിയുള്ള, കാമാർത്തിയുള്ള, ദുർന്നടത്തമുള്ള, ഭോഗാസക്തപ്രവൃത്തി, വ്യഭിചാരപ്രവൃത്തി.
lash - ചാട്ടകൊണ്ടടിക്കുക, ചാട്ടകൊണ്ടുള്ള പ്രഹരം.
last date - അവസാനതീയതി.
last heir - അന്തിമാവകാശി.
last legal holder - അന്തിമ നിയമാനുസൃത കൈവശക്കാരൻ.
last pay certificate - അവസാന ശമ്പളസർട്ടിഫിക്കറ്റ്, അവസാന ശമ്പള സാക്ഷ്യപത്രം, അന്തിമ വേതന പത്രം, അന്തിമ വേതന സാക്ഷ്യപത്രം.
last preceding - ഒടുവിൽക്കഴിഞ്ഞ.
last report - അന്തിമ റിപ്പോർട്ട്.
last stage - അന്തിമഘട്ടം.
last will - അവസാനമെഴുതിയ ഒസ്യത്ത്.
late attendance - താമസിച്ച് ഹാജരാകൽ.
late payment - വൈകി പണംനല്കൽ.
latent - പ്രത്യക്ഷമല്ലാത്ത, പ്രകടമല്ലാത്ത, അന്തർലീനമായ, അവ്യക്തമായ.
latent ambiguity - പ്രത്യക്ഷമല്ലാത്ത അവ്യക്തത.
later - പിന്നീടുള്ള.
later reference - ഉത്തരപരാമർശം.
latifundia - ജന്മസ്വത്തുക്കൾ, വലിയ ഭൂസ്വത്തുക്കൾ.
latitatio - ഒളിച്ചുവയ്ക്കൽ, മറച്ചുവയ്ക്കൽ (വ്യക്തിയെ).
latro - മോഷ്ടാവ്, കള്ളൻ.
latrocination - പെരുവഴിക്കവർച്ച, വഴിയോരക്കവർച്ച, വഴിയോരക്കൊള്ള.
laud - പ്രശംസിക്കൽ.
lavatory - ശുചിമുറി.
law - നിയമം.
law court - നിയമകോടതി.
law abiding - നിയമാനുവർത്തിയായ.
law and justice - നീതിന്യായം, നിയമവും നീതിയും.
law and order - നിയമസമാധാനം.
law and theory - നിയമവും സിദ്ധാന്തവും.
law based on right - അവകാശാധിഷ്ഠിത നിയമം.
law book - നിയമഗ്രന്ഥം.
law breaker - നിയമലംഘകൻ.
law charges - കോടതിച്ചെലവ്. വ്യവഹാരച്ചെലവ്.
law college - ലാ കോളെജ്.
law commission - ലാ കമ്മിഷൻ.
law day - കോടതിദിവസം.
law department - നിയമവകുപ്പ്.
law enforcer - നിയമം നടപ്പിലാക്കുന്നയാൾ.
law graduate - നിയമബിരുദധാരി.
law in force - പ്രാബല്യത്തിലിരിക്കുന്ന നിയമം.
law journal - നിയമജേർണൽ, നിയമപത്രിക, ലാ ജേർണൽ.
law language - കോടതിഭാഷ, നിയമഭാഷ.
law maker - നിയമനിർമ്മാതാവ്.
law minister - നിയമമന്ത്രി.
law monger - നിസാരവക്കീൽ.
law of contract - കരാർനിയമം.
law of election - തിരഞ്ഞെടുപ്പുനിയമം.
law of evidence - തെളിവുനിയമം.
law of limitation - കാലഹരണനിയമം.
law of primogeniture - ജ്യേഷ്ഠാവകാശ നിയമം.
law of succession - പിന്തുടർച്ചാവകാശ നിയമം.
law officer - ലാ ഓഫീസർ.

law report - നിയമ റിപ്പോർട്ട്, ലാ റിപ്പോർട്ട്.
law secretary - നിയമസെക്രട്ടറി, നിയമവകുപ്പുസെക്രട്ടറി.
law suit - അന്യായം, നിയമവ്യവഹാരം.
law term - നിയമസംജ്ഞ.
law writer - നിയമഗ്രന്ഥകർത്താവ്.
lawful - നിയമപ്രകാരമുള്ള.
lawful act - നിയമാനുസൃത പ്രവൃത്തി.
lawful appeal - നിയമാനുസൃതമായ അപ്പീൽ.
lawful authority - നിയമാനുസൃതാധികാരി, നിയമാനുസൃത അധികാരസ്ഥാനം.
lawful cause - നിയമപരമായ കാരണം, ന്യായമായ കാരണം.
lawful custody - നിയമപരമായ കസ്റ്റഡി, നിയമപരമായി കസ്റ്റഡിയിൽ വയ്ക്കൽ.
lawful custom - നിയമപ്രകാരമുള്ള ആചാരം.
lawful guardian - നിയമാനുസൃത രക്ഷാകർത്താവ്.
lawful manner - നിയമാനുസൃത രീതി.
lawful means - നിയമാനുസൃതമായ മാർഗ്ഗങ്ങൾ.
lawful owner - നിയമപ്രകാരമുള്ള ഉടമസ്ഥൻ, നിയമാനുസൃത ഉടമസ്ഥൻ.
lawful power - നിയമാനുസൃതാധികാരം.
lawful profession - നിയമാനുസൃതമായ തൊഴിൽ.
lawfully - നിയമാനുസൃതമായി.
law-giver - നിയമനിർമ്മാതാവ്.
lawless - നിയമവാഴ്ചയില്ലാത്ത, നിയമരഹിതമായ, നിയമമില്ലാത്ത.
lawlessly - നിയമം പാലിക്കാതെ, നിയമവിരുദ്ധമായി.
lawlessness - നിയമരാഹിത്യം.
law-maker - നിയമനിർമ്മാതാവ്.
laws in force - പ്രാബല്യത്തിലുള്ള നിയമങ്ങൾ.
laws of war - യുദ്ധനിയമങ്ങൾ.
laws on land - ഭൂനിയമങ്ങൾ.
lawyer - അഭിഭാഷകൻ, നിയമജ്ഞൻ, വക്കീൽ.
laxity of duty - കർത്തവ്യലോപം.
lay - പിഴചുമത്തുക, കുറ്റംചുമത്തുക.
lay by the heels - തടവിൽവയ്ക്കുക.
lay down ones arms - കീഴടങ്ങുക.
lay hands on - പിടികൂടുക, തട്ടിയെടുക്കുക.
lay judge - വക്കീലായിട്ടില്ലാത്ത ജഡ്ജി.
lay off - ലേ-ഓഫ്, ഭാഗികമായി ജോലി ഇല്ലാതിരിക്കുക.
layman - സാധാരണക്കാരൻ.
lead translator - മുഖ്യപരിഭാഷകൻ.
leader - നേതാവ്.
leader and chief whips of recognised parties and groups in parliament (facilities) act - പാർലമെന്റിലെ അംഗീകൃത പാർട്ടികളുടെയും ഗ്രൂപ്പുകളുടെയും നേതാക്കൻമാർക്കും ചീഫ് വിപ്പുകൾക്കുമുള്ള (സൗകര്യങ്ങൾ) ആക്ട്.
leader of opposition - പ്രതിപക്ഷനേതാവ്.
leader of the house - സഭാനേതാവ്.
leadership - നേതൃത്വം.
leading counsel - പ്രധാന വക്കീൽ, പ്രമുഖനായ വക്കീൽ.
leading question - സൂചകചോദ്യം.
league - സംഘം, സഖ്യം, ലീഗ്.
leakage of information - വിവരം ചോർന്നുപോകൽ.
lean month - ക്ഷാമമാസം.
learned counsel - പരിജ്ഞാനമുള്ള അഭിഭാഷകൻ.
lease - പാട്ടം.
lease amount - പാട്ടത്തുക.
lease deed - പാട്ടച്ചീട്ട്, പാട്ടക്കുറി, പാട്ടച്ചാർത്ത്.
lease for life - ആയുഷ്കാല പാട്ടം.
lease hold - പാട്ടവസ്തു.

lease holder - പാട്ടക്കാരൻ.
lease of trees - വൃക്ഷപ്പാട്ടം.
lease on land - തറപ്പാട്ടം, വസ്തു വാടക.
lease right - പാട്ടാവകാശം.
lease without term - കാലാവധിയില്ലാത്ത പാട്ടം.
leasehold improvement - പാട്ടവസ്തുവിലെ ദേഹണ്ഡങ്ങൾ.
leasing - കള്ളം, വ്യാജം, അസത്യം.
leasing-maker - രാജ്യദ്രോഹി.
leave - അനുമതി, അവധി, കൈവിടുക, ഒഴിവ്.
leave account - അവധിക്കണക്ക്, ലീവ് അക്കൗണ്ട്.
leave allowance - അവധിബത്ത.
leave application - അവധിയപേക്ഷ.
leave for absence - അസാന്നിദ്ധ്യത്തിനുള്ള അനുമതി.
leave for appeal - അപ്പീലനുവാദം, അപ്പീൽ അനുമതി.
leave for higher studies - ഉപരിപഠനാവധി.
leave for personal affairs - സ്വകാര്യാവശ്യത്തിനുള്ള അവധി, തനതാവശ്യത്തിനുള്ള അവധി.
leave for private affairs - സ്വകാര്യാവശ്യത്തിനുള്ള അവധി, തനതാവശ്യത്തിനുള്ള അവധി.
leave in the lurch - കൈവിടുക, ആപത്തിൽ ഉപേക്ഷിക്കുക.
leave not due - അർഹതപ്പെടാത്ത അവധി, മുൻകൂർ അവധി, ലീവ് നോട്ട് ഡ്യൂ.
leave not earned - അനാർജ്ജിതാവധി.
leave of court - കോടതിയുടെ അനുവാദം.
leave on loss of pay - ശമ്പളമില്ലാത്ത അവധി, ശൂന്യവേതനാവധി.
leave on medical certificate - മെഡിക്കൽ സർട്ടിഫിക്കറ്റിൻമേലുള്ള അവധി.
leave out - വിട്ടുകളയൽ.
leave preparatory to retirement - വിരമിക്കലിനു മുന്നോടിയായുള്ള അവധി.
leave salary - അവധിക്കാല ശമ്പളം, അവധിവേതനം.
leave surrender - ലീവ് സറണ്ടർ.
leave to introduce the bill - ബിൽ അവതരിപ്പിക്കാനുള്ള അനുമതി.
leave vacancy - അവധി ഒഴിവ്, അവധിസ്ഥാനം.
leave with pay - ശമ്പളത്തോടുകൂടിയ അവധി.
leave without allowance - ശൂന്യവേതനാവധി.
leave without pay - ശമ്പളമില്ലാത്ത അവധി.
lecher - വ്യഭിചാരി, ദുർന്നടപ്പുകാരൻ, വിഷയലമ്പടൻ, സ്ത്രീലമ്പടൻ.
lecherous - വിഷയാസക്തിയുള്ള, കാമാർത്തിയുള്ള.
lecherousness - വിഷയലമ്പടത്വം, ദുർന്നടപ്പ്.
lechery - ദുർന്നടപ്പ്.
ledger - പേരേട്, ലഡ്ജർ.
leer - അശ്ലീലനോട്ടം.
left stranded - ആപത്തിൽ അകപ്പെടുക.
legacy - പൂർവ്വസ്വത്ത്, ഒസ്യത്തവകാശം, മരണശാസനദാനം, വില്പത്രം, ഒസ്യത്ത് പ്രകാരം ലഭിക്കുന്ന സ്വത്ത്.
legacy duty - ഒസ്യത്തവകാശനികുതി.
legacy hunter - ഒസ്യത്തവകാശംലഭിക്കാൻ സേവപിടിക്കുന്നയാൾ.
legal - നിയമപരമായ, നൈയാമികമായ.
legal action - നിയമനടപടി.
legal advice - നിയമോപദേശം.
legal advisor - നിയമോപദേഷ്ടാവ്.
legal affairs department - നിയമകാര്യ വകുപ്പ്.
legal aid - നിയമസഹായം.
legal aim - നിയമലക്ഷ്യം.
legal assistance - നിയമസഹായം.
legal assistance to the poor - പാവപ്പെട്ടവർക്കുള്ള നിയമസഹായം.

legal character - നിയമസ്വഭാവം.
legal code - നിയമസംഹിത.
legal condition - നിയമപരമായ വ്യവസ്ഥ, നിയമപരമായ ഉപാധി.
legal contract - നിയമാനുസൃതമായ കരാർ.
legal dictionary - നിയമ നിഘണ്ടു.
legal discretion - നിയമപരമായ വിവേചനാധികാരം.
legal document - നിയമരേഖ.
legal ethics - നിയമപരമായ ധാർമ്മികത/നൈതികത.
legal etiquette - നിയമമര്യാദ, നിയമപരമായ മര്യാദ.
legal evidence - നിയമസാധുതയുള്ള തെളിവ്.
legal excuse - നിയമപരമായ ന്യായീകരണം.
legal expense - നിയമപരമായ ചെലവ്.
legal expert - നിയമവിദഗ്ദ്ധൻ.
legal glossary - നിയമശബ്ദകോശം.
legal heir - നിയമപ്രകാരമുള്ള അനന്തരാവകാശി.
legal heirship certificate - അനന്തരാവകാശ സാക്ഷ്യപത്രം, പിന്തുടർച്ചാവകാശ സർട്ടിഫിക്കറ്റ്.
legal matter - നിയമപരമായ വിഷയം, നിയമകാര്യം.
legal notice - നിയമാനുസൃത നോട്ടീസ്.
legal obligation - നിയമബാദ്ധ്യത, നിയമപരമായ ബാദ്ധ്യത.
legal opinion - നിയമപരമായ അഭിപ്രായം, നിയമോപദേശം.
legal practice - അഭിഭാഷകവൃത്തി, വക്കീൽ പ്രവൃത്തി, വക്കീൽപ്പണി.
legal practitioner - അഭിഭാഷകൻ.
legal proceedings - നിയമനടപടി.
legal profession - അഭിഭാഷകവൃത്തി, നിയമവൃത്തി, വക്കീൽപ്പണി.
legal purpose - നിയമലക്ഷ്യം.
legal remedy - നിയമപരിഹാരം, നിയമാനുസൃത പ്രതിവിധി.
legal representative - നിയമാനുസൃത പ്രതിനിധി, നിയമപരമായ പ്രതിനിധി.
legal responsibility - നിയമപരമായ ഉത്തരവാദിത്വം.
legal right - നിയമപരമായ അവകാശം, നിയമാവകാശം.
legal separation - നിയമാനുസൃത വിവാഹമോചനം, നിയമാനുസൃത വേർപിരിയൽ.
legal service - നിയമസേവനം, ലീഗൽ സർവീസ്.
legal strike - നിയമാനുസൃത പണിമുടക്ക്.
legal studies - നിയമപഠനം.
legal tender - നാണയത്തിന്റെ നിയമസാധുത.
legal title - നിയമപരമായ ഉടമാവകാശം.
legal validity - നിയമസാധുത, നിയമസാധുത്വം.
legalese - (കഠിനമായ) നിയമഭാഷ, (ദുർഗ്രഹമായ) നിയമഭാഷ.
legalisation - നിയമാനുസൃതമാക്കൽ.
legalise - നിയമാനുസൃതമാക്കുക, നിയമാനുസൃതമായി പ്രഖ്യാപിക്കുക.
legalism - നിയമസിദ്ധാന്തം.
legalist - നിയമനിഷ്ഠയുള്ളവൻ.
legalistic approach - നിയമാനുസൃത സമീപനം.
legality - നിയമസാധുത.
legalize - നിയമാനുസൃതമാക്കുക.
legally - നിയമപരമായി.
legally authorised - നിയമപരമായി അധികാരപ്പെടുത്തപ്പെട്ട, നിയമപരമായി ചുമതലപ്പെടുത്തപ്പെട്ട.
legally binding - നിയമബദ്ധമായ.
legalness - നിയമസാധുത.
legate - പ്രതിനിധി.
legatee - ഒസ്യത്തവകാശി, പൈതൃകാവകാശി.
legation - പ്രതിനിധിമന്ദിരം, ദൗത്യം,

ദൂതസംഘം.
legation of India - ഇന്ത്യൻ പ്രതിനിധിമന്ദിരം.
legator - ഒസ്യത്ത് നല്കിയയാൾ.
legible - സ്പഷ്ടമായ, വ്യക്തമായ.
legislate - നിയമം ഉണ്ടാക്കുക, നിയമം നിർമ്മിക്കുക.
legislation - നിയമനിർമ്മാണം.
legislative - നിയമസംബന്ധിയായ.
legislative assembly - നിയമസഭ, നിയമനിർമ്മാണസഭ.
legislative assembly interpell-ation - നിയമസഭാ ചോദ്യം.
legislative assembly of the state - സംസ്ഥാന നിയമസഭ.
legislative business - നിയമനിർമ്മാണകാര്യം.
legislative council - നിയമനിർമ്മാണ കൗൺസിൽ, നിയമസമിതി, നിയമനിർമ്മാണ സമിതി, ലെജിസ്ലേറ്റീവ് കൗൺസിൽ.
legislative department - നിയമനിർമ്മാണ വകുപ്പ്.
legislative function - നിയമനിർമ്മാണ ജോലി.
legislative measure - നിയമനിർമ്മാണ നടപടി.
legislative power - നിയമനിർമ്മാണാധികാരം.
legislative power of the assembly - സഭയുടെ നിയമനിർമാണാധികാരം.
legislative procedure - നിയമനിർമാണ നടപടിക്രമം, നിയമനിർമ്മാണ പ്രക്രിയ.
legislative relations - നിയമനിർമ്മാണ ബന്ധങ്ങൾ.
legislator - നിയമസഭാംഗം.
legislators' hostel - നിയമസഭാംഗങ്ങളുടെ വാസസ്ഥലം/ ഹോസ്റ്റൽ.
legislature - നിയമസഭ, നിയമനിർമാണസഭ.
legist - നിയമജ്ഞൻ.
legit - നിയമാനുസൃതമായി.
legitimacy - നിയമസാധുത.
legitimate - നിയമപ്രകാരമുള്ള, നിയമാനുസൃതമായ, ന്യായപ്രകാരമുള്ള.
legitimize - നിയമസാധുത്വം നല്കുക.
leman - ജാരൻ, വെപ്പാട്ടി, കാമുകൻ.
lend - പലിശയ്ക്ക് നല്കുക, വായ്പ നല്കുക.
lender - വായ്പ കൊടുക്കുന്നയാൾ, കടംകൊടുക്കുന്നയാൾ.
lending and borrowing - കടംകൊടുക്കലും കടംവാങ്ങലും.
length of service - സേവനദൈർഘ്യം, സർവീസ് ദൈർഘ്യം.
lenient sentence - കുറഞ്ഞ ശിക്ഷ.
lenient view - ഉദാരമായ കാഴ്ചപ്പാട്.
lese-majesty - രാജ്യദ്രോഹം.
lesion - മുറിവ്, ക്ഷതം.
lessee - വാടകക്കാരൻ, പാട്ടക്കാരൻ.
lessen - കുറയ്ക്കുക.
lessor - പാട്ടംകൊടുത്തയാൾ.
let - അനുവദിക്കുക.
let the buyer beware - വാങ്ങുന്നയാൾ ശ്രദ്ധിക്കണം.
let the cat out of the bag - രഹസ്യം പുറത്താക്കുക, കള്ളിപുറത്താക്കുക.
let the seller beware - വില്ക്കുന്നയാൾ ശ്രദ്ധിക്കണം.
lethal - മാരകമായ.
lethal weapon - മാരകായുധം.
lethiferous - നാശകരമായ, മരണകരമായ.
letter bomb - തപാൽബോംബ്, ലെറ്റർബോംബ്.
letter box - തപാൽപെട്ടി.
letter of acceptance - സ്വീകാര്യപത്രം.
letter of advice - അറിയിപ്പുപത്രം.
letter of attorney - മുർത്ഥാർ.
letter of authorisation - അധികാരപത്രം.
letter of authority - അധികാരപത്രം.
letter of credence - വിശ്വാസപത്രം.
letter of credit - വിനിമയപത്രം.
letter of delegation - അധികാരപത്രം.

letter of exchange - വിനിമയപത്രം.
letter of guarantee - ജാമ്യച്ചീട്ട്, ജാമ്യ പത്രം.
letter of interest - താല്പര്യപത്രം.
letter of license - അധികാവധിപത്രം.
letter of testament - മരണശാസനാധികാരപത്രം.
letter op - തപാൽഹർജി.
letterhead - ലെറ്റർഹെഡ്.
letters patent appeal (LPA) - ലെറ്റേഴ്സ് പേറ്റന്റ് അപ്പീൽ.
lettre-decachet - തടങ്കലുത്തരവ്.
levant - പലായനം ചെയ്യുക.
level of price - വിലനിലവാരം.
levy - ചുമത്തുക.
levy ground rent - തറവാടക ചുമത്തൽ.
lewd - കാമാതുരനായ, ദുർന്നടപ്പുള്ള, വിഷയാസക്തിയുള്ള.
lewd woman - വേശ്യ, അഭിസാരിക.
lewdness - വിഷയലമ്പടത്വം.
lex - നിയമം.
lex domicilli - പ്രദേശികനിയമം.
lex loci - നാട്ടുവഴക്കം, സ്ഥാനനിയമം.
lex mercatoria - കച്ചവടനിയമം, വ്യാപാരനിയമം.
lex scripta - ലിഖിതനിയമം.
lexicographer - നിഘണ്ടുകർത്താവ്.
lexicography - നിഘണ്ടുനിർമ്മാണം.
lexicon - മഹാനിഘണ്ടു, നിഘണ്ടു, അകാരാദി, ശബ്ദാവലി, ശബ്ദകോശം.
liabilities and obligations - ബാദ്ധ്യതകളും കടപ്പാടുകളും.
liability - ബാദ്ധ്യത, കടബാദ്ധ്യത.
liability certificate - ബാദ്ധ്യതാ സർട്ടിഫിക്കറ്റ്.
liable - വിധേയമാകാവുന്ന, ഉത്തരവാദപ്പെട്ട, ബാദ്ധ്യസ്ഥമായ.
liaison - സമ്പർക്കം.
liaison officer - ലെയ്സൺ ഓഫീസർ.
libel - രേഖാമൂല അപവാദം.
libeller - അപവദിക്കുന്നവൻ, അപവാദമുണ്ടാക്കുന്നയാൾ.
libellous - അപകീർത്തികരമായ.
liberal - ഉദാരമായ.
liberal policy - ഉദാരനയം.
liberalism - മിതവാദം.
liberalization policy - ഉദാരവല്ക്കരണ നയം.
liberate - മോചിപ്പിക്കുക, വിമോചിപ്പിക്കുക, ഉദ്ധരിക്കുക, സ്വതന്ത്രമാക്കുക.
liberation - മോചനം.
liberation money - മോചനദ്രവ്യം.
liberator - വിമോചകൻ.
libertarian - സ്വാതന്ത്ര്യോൽഘോഷകൻ.
libertine - വിഷയലമ്പടൻ, ദുർന്നടപ്പുകാരൻ.
liberty - സ്വതന്ത്രത, സ്വാതന്ത്ര്യം.
liberty of belief - വിശ്വാസ സ്വാതന്ത്ര്യം.
liberty of conscience - അന്തക്കരണ സ്വാതന്ത്ര്യം.
liberty of expression - അഭിപ്രായപ്രകടന സ്വാതന്ത്ര്യം, ആശയപ്രകടന സ്വാതന്ത്ര്യം.
liberty of speech - വാഗ്സ്വാതന്ത്ര്യം.
liberty of speech and expression - വാഗ്സ്വാതന്ത്ര്യവും അഭിപ്രായപ്രകടന സ്വാതന്ത്ര്യവും.
liberty of the press - പത്രസ്വാതന്ത്ര്യം, പത്രപ്രവർത്തന സ്വാതന്ത്ര്യം.
liberty of thought - ചിന്താസ്വാതന്ത്ര്യം.
liberty of worship - ആരാധനാസ്വാതന്ത്ര്യം.
libidinous - ഭോഗാസക്തനായ, വിഷയാസക്തിയുള്ള, കാമാർത്തിയുള്ള, ദുർന്നടത്തമുള്ള.
libidinousness - കാമവാസന, ലൈംഗികതൃഷ്ണ.
librarian - ലൈബ്രേറിയൻ.
library - ഗ്രന്ഥശാല, ഗ്രന്ഥാലയം, ലൈബ്രറി.
licence - ലൈസൻസ്.
licence fee - ലൈസൻസ് ഫീസ്.
licence inspector - ലൈസൻസ് ഇൻസ്പെക്ടർ.

licensee - ലൈസൻസ് ഉള്ളയാൾ, ലൈസൻസ് ലഭിച്ചയാൾ.
licensing authority - ലൈസൻസിങ് അധികാരി.
licensing officer - ലൈസൻസിങ് ഓഫീസർ.
licensing rules - ലൈസൻസിങ് ചട്ടങ്ങൾ.
licensor - ലൈസൻസ് നല്കുന്നയാൾ.
licentious - ഭോഗാസക്തനായ, വിഷയാസക്തിയുള്ള, കാമാർത്തിയുള്ള, ദുർന്നടത്തമുള്ള.
licit - നിയമാനുസൃതമായ.
lickerish - സ്ത്രീലമ്പടനായ, ഭോഗാസക്തനായ.
licking - കനത്ത പരാജയം, കനത്ത പ്രഹരം.
lie - കള്ളം, നുണ, അസത്യം.
lie detection test - നുണപരിശോധന.
lie detector - ലൈ ഡിറ്റക്ടർ.
liegeman - കുടിയാൻ, വിശ്വസ്തനായ അനുയായി.
lien - ലാവണം.
lieu - പകരം.
lieutenancy - ലെഫ്റ്റനന്റ് പദവി.
lieutenant - ലെഫ്റ്റനന്റ്.
lieutenant colonel - ലെഫ്റ്റനന്റ് കേണൽ.
lieutenant commander - ലെഫ്റ്റനന്റ് കമാൻഡർ.
lieutenant general - ലെഫ്റ്റനന്റ് ജനറൽ.
lieutenant governor - ലെഫ്റ്റനന്റ് ഗവർണർ.
life and property - ജീവനും സ്വത്തും.
life annuity - ആയുഷ്കാല വാർഷിക വേതനം.
life certificate - ലൈഫ് സർട്ടിഫിക്കറ്റ്.
life convict - ജീവപര്യന്തത്തടവുകാരൻ.
life estate - ആജീവനസ്വത്ത്.
life expectancy - ആയുർദൈർഘ്യം.
life imprisonment - ജീവപര്യന്തം, ആജീവനത്തടവ്.
life insurance - ലൈഫ് ഇൻഷുറൻസ്.
life insurance corporation - ലൈഫ് ഇൻഷുറൻസ് കോർപ്പറേഷൻ.
life interest - ആയുഷ്കാല അവകാശം.
life member - ആയുഷ്കാല മെമ്പർ.
life partner - ജീവിതപങ്കാളി.
life prisoner - ജീവപര്യന്ത തടവുകാരൻ.
life problem - ജീവൽപ്രശ്നം.
life saving medicines - ജീവൻരക്ഷാ മരുന്നുകൾ.
life sentence - ജീവപര്യന്തം, ആജീവനത്തടവ്, ജീവപര്യന്തം തടവുശിക്ഷാവിധി.
life tenant - ആജീവനക്കുടിയാൻ, ആയുഷ്കാലകുടിയാൻ.
life time - ജീവിതകാലം, ആയുഷ്കാലം.
life time policy - ആജീവന പോളിസി.
lightenup - പിരിമുറുക്കം കുറയ്ക്കുക, കോപം കുറയ്ക്കുക.
lime stone and dolomite mines labour welfare fund act - ചുണ്ണാമ്പുകല്ല് - ഡോളമൈറ്റ് ഖനിത്തൊഴിലാളി ക്ഷേമനിധി ആക്ട്.
limit - പരിധി, പരിമിതപ്പെടുത്തുക, ക്ലിപ്തപ്പെടുത്തുക.
limitation - കാലഹരണം, പരിധി.
limitation act - കാലഹരണ ആക്ട്.
limitation limit - കാലഹരണപരിധി.
limitation of law - നിയമത്തിന്റെ പരിമിതി.
limitation of prosecutions - പ്രോസിക്യൂഷനുകൾക്കുള്ള കാലഹരണം.
limitation of suits - വ്യവഹാരങ്ങളുടെ കാലഹരണം.
limited - ക്ലിപ്തം, ക്ലിപ്തബാദ്ധ്യതയുള്ള.

limited company - ക്ലിപ്തബാധ്യതാ കമ്പനി, ലിമിറ്റഡ് കമ്പനി.
limited liability - ക്ലിപ്ത ബാദ്ധ്യത.
limited period - ക്ലിപ്ത കാലം.
limited tender - ക്ലിപ്തദർഘാസ്.
limmer - മോഷ്ടാവ്, കള്ളൻ, റൗഡി.
limnology - ശുദ്ധജലാശയ വിജ്ഞാനീയം.
line department - അനുബന്ധവകുപ്പ്.
line of action - പ്രവർത്തന പാത, പ്രവർത്തന വഴി, പ്രവർത്തന പഥം.
line of ascent - പൂർവ്വജന്മ പരമ്പര.
line of conduct - നടപടിക്രമം.
line of defence - പ്രതിരോധനിര.
line of descent - വംശപരമ്പര, സന്തതിപരമ്പര.
line of navigation - ജലഗതാഗത മാർഗ്ഗം.
line of transport - ഗതാഗതവീഥി.
lineage - വംശം, വംശാവലി, വംശപരമ്പര.
lineal descendant - നേരെയുള്ള പിന്തുടർച്ചക്കാരൻ, നേരെയുള്ള സന്താനം, അവരോഹണ പരമ്പര.
lineal heir - നേരേയുള്ള അവകാശികൾ.
lingua franca - പൊതുഭാഷ, സംസാരഭാഷ.
linguistic minority - ഭാഷാന്യൂനപക്ഷം.
link - യോജിപ്പിക്കുക, ശൃംഖല, കണ്ണി.
link file - ലിങ്ക് ഫയൽ.
link language - ബന്ധഭാഷ.
lipothymy - ബോധക്കേട്, മോഹാലസ്യം.
liquid assets - രൊക്കം സ്വത്ത്.
liquidate - പിരിച്ചുവിടുക.
liquidation - പിരിച്ചുവിടൽ, ലിക്വിഡേഷൻ.
liquidation inspector - ലിക്വിഡേഷൻ ഇൻസ്പെക്ടർ.
liquidator - ലിക്വിഡേറ്റർ.
liquor - മദ്യം, ചാരായം.
liquor prohibited area - മദ്യനിരോധന മേഖല.
liquor prohibition - മദ്യനിരോധനം.
liquor shop - മദ്യഷാപ്പ്.
lis - വ്യവഹാരം, അന്യായം, വിവാദം, തർക്കം.
lis mota - വ്യവഹാരകാരണം, നടപടിക്കുള്ള കാരണം, തർക്കം ഉത്ഭവിച്ചതിനാൽ.
lis pendens - വ്യവഹാരമദ്ധ്യേ, വ്യവഹാരം നിലവിലുണ്ടായിരിക്കൽ.
list - പട്ടിക, ലിസ്റ്റ്.
list of business - കാര്യക്രമസൂചിക.
list of cases - കേസുകളുടെ പട്ടിക.
list of trial cases - വിചാരണക്കേസുകളുടെ പട്ടിക.
literal - പദാനുപദമായി.
literal interpretation - പദാനുപദ വ്യാഖ്യാനം.
literal translation - പദാനുപദ വിവർത്തനം.
literate - സാക്ഷരൻ.
litigant - വ്യവഹാരി, വ്യവഹാരം നല്കുന്നയാൾ.
litigation - വ്യവഹാരം.
litigation officer - ലിറ്റിഗേഷൻ ഓഫീസർ.
littoral areas - കടലോരപ്രദേശങ്ങൾ.
littoral zone - തീരപ്രദേശം, തീരജലപ്രദേശം.
live birth - സജീവ ജനനം.
live stock inspector - ലൈവ്സ്റ്റോക്ക് ഇൻസ്പെക്ടർ.
live stock officer - ലൈവ്സ്റ്റോക്ക് ഓഫീസർ.
live telecast - തൽസമയ സംപ്രേക്ഷണം.
livelihood - ആജീവനം, ഉപജീവനമാർഗം.
living expense - ജീവിതച്ചെലവ്.
living frugal life - ചുരുങ്ങിയ ചെല

വിൽ ജീവിക്കുക.
loading and unloading - കയറ്റിറക്ക്.
loading and unloading charges - കയറ്റിറക്കു കൂലി.
loading and unloading expense - കയറ്റിറക്കു ചെലവ്
loan - വായ്പ.
loan and grant-in-aid - വായ്പയും സഹായധനവും.
loan certificate - വായ്പാ സർട്ടിഫിക്കറ്റ്.
loan dues - വായ്പാ കുടിശ്ശിക.
loan without interest - പലിശയില്ലാക്കടം.
loan word - കടംകൊണ്ടപദം, കടംകൊണ്ട വാക്ക്.
loans and advances - വായ്പകളും മുൻകൂറുകളും.
loathe - അവജ്ഞ, വെറുപ്പ്.
loaves and fishes - ആനുകൂല്യങ്ങൾ.
local - തദ്ദേശ്യം.
local court - പ്രാദേശികാധികാരക്കോടതി.
local administration - പ്രാദേശിക ഭരണം.
local administrative body - തദ്ദേശഭരണസമിതി.
local allowance - പ്രാദേശികബത്ത, ലോക്കൽ അലവൻസ്.
local area - പ്രാദേശികമേഖല, തദ്ദേശ മേഖല.
local area development - പ്രാദേശികവികസനം.
local area development progra-mme - പ്രാദേശിക വികസനപരിപാടി.
local authority - തദ്ദേശാധികാര സ്ഥാനം, പ്രാദേശികാധികാരി.
local cess - പ്രാദേശികനികുതി.
local custom - പ്രാദേശികാചാരം.
local development plan - പ്രാദേശിക വികസനരൂപരേഖ.
local development scheme - പ്രാദേശിക വികസനപദ്ധതി.
local education committee - പ്രാദേശിക വിദ്യാഭ്യാസസമിതി.
local extent - തദ്ദേശവ്യാപ്തി.
local fund - തദ്ദേശനിധി, ലോക്കൽ ഫണ്ട്.
local fund audit department - ലോക്കൽഫണ്ട് ഓഡിറ്റ് വകുപ്പ്.
local holiday - പ്രാദേശിക ഒഴിവു ദിവസം.
local inspection - സ്ഥലപരിശോധന.
local institution - തദ്ദേശാധികാര സ്ഥാപനം.
local jurisdiction - പ്രാദേശികാധികാരപരിധി.
local law - പ്രാദേശികനിയമം.
local self government - തദ്ദേശ സ്വയംഭരണം.
local self government depart-ment - തദ്ദേശ സ്വയംഭരണവകുപ്പ്.
local self government institutions - തദ്ദേശ സ്വയംഭരണ സ്ഥാപനങ്ങൾ.
lock out - പൂട്ടിയിടൽ, ലോക്കൗട്ട്.
lock up - തടവുമുറി, ലോക്കപ്പ്.
lockdown - ലോക്ഡൗൺ, അടച്ചുപൂട്ടൽ, കുറ്റവാളികളെ താല്ക്കാലികമായി ജയിലിലിലടയ്ക്കൽ.
lock-out of the file - ഫയലിൽനിന്ന് നീക്കുക.
loco inspector - ലോക്കോ ഇൻസ്പെക്ടർ.
loco parentis - താല്ക്കാലിക രക്ഷാകർത്താവ്.
loco-mote disability - ചലനവൈകല്യം.
locum tenens - പ്രതിപുരുഷൻ.
locus standi - സ്ഥാനാധികാരം.
lodge a complaint - ആവലാതി ബോധിപ്പിക്കുക, പരാതി ബോധിപ്പിക്കുക.
lodged disposal (L.Dis) - തല്ക്കാല തീർപ്പ് (എൽ.ഡിസ്).

log book - ലോഗ് ബുക്ക്.
logos - വാദപ്രതിവാദം, ന്യായീകരിക്കുക.
lok sabha - ലോക്സഭ.
lokpal - ലോക്പാൽ.
lone mediator - ഏകമാത്ര മദ്ധ്യസ്ഥൻ.
lone representative - ഏകപ്രതിനിധി.
long delay - അധികകാലതാമസം.
long leave - ദീർഘാവധി
long standing grudge - ദീർഘകാല വൈരം.
long term credit - ദീർഘകാല വായ്പ.
long term goal - ദീർഘകാല ലക്ഷ്യം.
long term loan - ദീർഘകാല വായ്പ.
longevity - ആയുർദൈർഘ്യം.
look out notice - ലുക്കൗട്ട് നോട്ടീസ്.
loophole - പഴുത്, തന്ത്രം, ഉപായം, വിടവ്.
loot - മോഷണം, കവർച്ച ചെയ്യുക.
lopsided - അസന്തുലിതമായ, സ്ഥിരതയില്ലാത്ത.
lose - നഷ്ടമാകുക.
lose one's head - ശിരച്ഛേദം ചെയ്യപ്പെടുക.
loss - നഷ്ടം.
loss of caste - ജാതിഭ്രഷ്ട്.
loss of citizenship - പൗരത്വനഷ്ടം.
loss of earnings - വരുമാന നഷ്ടം.
loss of limbs - അംഗഭംഗം.
loss of position - സ്ഥാനഭ്രംശം.
loss of reputation - മാനനഷ്ടം.
loss of seniority - സീനിയോറിറ്റി നഷ്ടം.
loss of trust - വിശ്വാസംനഷ്ടപ്പെടൽ.
loss of usufructs - ആദായനഷ്ടം.
loss on resale - പുനർവില്പന നഷ്ടം, പുനർ വിക്രയനഷ്ടം.
lost amount - നഷ്ടസംഖ്യ.
lost grant - നഷ്ടപ്പെട്ട സഹായധനം.
lost in thought - മതിമറന്നുപോവുക.
lotic zone - ഒഴുക്കുള്ള പ്രദേശം.
Lotteries (Regulation) act - ലോട്ടറികൾ (ക്രമപ്പെടുത്തൽ) ആക്ട്.
lottery - ഭാഗ്യക്കുറി.
lottery agent - ഭാഗ്യക്കുറി ഏജന്റ്.
lottery department - ഭാഗ്യക്കുറിവകുപ്പ്.
loud speaker - ഉച്ചഭാഷിണി.
lounge - വിശ്രമമുറി.
low cost - ചെലവുകുറഞ്ഞ.
low income group - താഴ്ന്ന വരുമാനക്കാർ.
low pressure - ന്യൂനമർദ്ദം.
low vision - കാഴ്ചക്കുറവ്.
lower court - കീഴ്ക്കോടതി.
lower division clerk - ലോവർ ഡിവിഷൻ ക്ലാർക്ക്.
lower grade clerk - ലോവർഗ്രേഡ് ക്ലാർക്ക്.
lower scale of pay - കുറഞ്ഞ ശമ്പളസ്കെയിൽ.
lowest price - ഏറ്റവുംകുറഞ്ഞ വില.
lowest rate - ഏറ്റവുംകുറഞ്ഞ നിരക്ക്.
loyal - വിശ്വാസ്യമായ.
loyally - വിശ്വാസപൂർവ്വം.
lucre - ഹീനസമ്പാദ്യം, അവിഹിത സമ്പാദ്യം.
lump sum - മൊത്തത്തുക.
lunacy - ചിത്തഭ്രമം, ഉന്മാദം, മാനസികരോഗം.
lunatic - മാനസികവെല്ലുവിളി നേരിടുന്നയാൾ, ചിത്തഭ്രമമുള്ള വ്യക്തി.
lunatic asylum - മാനസികരോഗാശുപത്രി.
lure - വശീകരിക്കുക, പ്രലോഭിപ്പിക്കുക.
lurking house trespass - ഒളിച്ചുള്ള വീടുകൈയേറ്റം.
lurking place - ഒളിത്താവളം, ഒളിസ്ഥലം.
lust - കാമാസക്തി.
lustful - വിഷയാസക്തിയുള്ള.
luxury tax - ആഡംബരനികുതി.
lynch - വിചാരണയില്ലാതെ വധിക്കുക.

M

mace - യുദ്ധസാമഗ്രി, ദണ്ഡ്.
machinate - ഗൂഢാലോചന നടത്തുക.
machination - ഗൂഢാലോചന, ഉപജാപം.
machinator - ഉപജാപകൻ, ഗൂഢാലോചന നടത്തുന്നയാൾ.
machine gun - യന്ത്രത്തോക്ക്.
machine made goods - യന്ത്രനിർമ്മിത വസ്തുക്കൾ.
machinery - യന്ത്രസാമഗ്രി.
machinery of government - ഭരണയന്ത്രം.
macro economic problems - സ്തൂല സാമ്പത്തികപ്രശ്നങ്ങൾ, വലിയ സാമ്പത്തികപ്രശ്നങ്ങൾ.
mactation - ആചാരപ്രകാരം നടത്തുന്ന വധം/ഹത്യ, മൃഗബലി.
mactator - കൊലയാളി.
mactatus - ആചാരപ്രകാരം നടത്തുന്ന വധം/ഹത്യ, മൃഗബലി.
mad - ഉന്മത്തൻ.
mad house - ഭ്രാന്താലയം.
made a party - കക്ഷിചേർക്കൽ.
made to suffer - യാതനയ്ക്കു വിധേയനാവുക.
madness - ഉന്മാദം, ചിത്തഭ്രമം.
mafia - കുറ്റവാളിസംഘം, മാഫിയ.
magazine - മാഗസിൻ, വാർത്താപത്രിക.
magisterial functions - മജിസ്ട്രേറ്റിന്റെ അധികാരങ്ങൾ/പ്രവർത്തനങ്ങൾ.
magisterial powers - മജിസ്ട്രേറ്റിന്റെ അധികാരങ്ങൾ.
magistrate - മജിസ്ട്രേറ്റ്.
magistrate court - മജിസ്ട്രേറ്റ് കോടതി.
magistrate of competent juris-diction - അധികാരക്ഷമതയുള്ള മജിസ്ട്രേട്ട്.
magna carta - അവകാശപ്രമാണം, അവകാശപത്രിക, അവകാശരേഖ.
mahar - മഹർ.
mahatma gandhi national rural employment guarantee scheme - മഹാത്മാഗാന്ധി ദേശീയ ഗ്രാമീണ തൊഴിലുറപ്പു പദ്ധതി.
mahatma gandhi pravasi sura-ksha yojna - മഹാത്മാഗാന്ധി പ്രവാസി സുരക്ഷാ യോജന.
mahazar - മഹസ്സർ.
mahout - ആനക്കാരൻ, പാപ്പാൻ.
mahr - മഹർ.
mail agent - മെയിൽ ഏജന്റ്.
mail clerk - മെയിൽ ക്ലാർക്ക്.
mail overseer - മെയിൽ ഓവർസിയർ.
maim - അംഗവൈകല്യം, അംഗഭംഗപ്പെടുത്തുക.
main - മുഖ്യ.
main branch - മുഖ്യശാഖ.
main business centre - മുഖ്യവ്യാപാരകേന്ദ്രം.
main card - മുഖ്യകാർഡ്.
main document - പ്രധാനരേഖ.
main head - മുഖ്യശീർഷകം.
main record - പ്രധാനരേഖ.
main target - പ്രധാനലക്ഷ്യം, മുഖ്യലക്ഷ്യം.
main title - മുഖ്യശീർഷകം.
mainour - തൊണ്ടിമുതൽ, കളവുമുതൽ, മോഷണമുതൽ, തൊണ്ടിസാധനം.
mainpernable - ജാമ്യം ലഭിക്കാവുന്ന.
mainsworn - കള്ളസത്യംചെയ്യുക, കള്ളപ്രതിജ്ഞയെടുക്കുക.
maintain order - ക്രമസമാധാനം പാലിക്കുക.
maintain peace and order - ക്രമസമാധാനം പാലിക്കുക.
maintenance - ജീവനാംശം, അറ്റകുറ്റപ്പണി, സംരക്ഷണം.
maintenance allowance - ജീവനബത്ത, സംരക്ഷണപ്പടി.
maintenance amount - ജീവനാംശത്തുക.

maintenance and welfare of parents and senior citizen act - രക്ഷിതാക്കളുടെയും മുതിർന്ന പൗരന്മാരുടെയും സംരക്ഷണവും ക്ഷേമവും ആക്ട്.
maintenance of discipline - അച്ചടക്കപാലനം.
maintenance of land records - ഭൂരേഖ സംരക്ഷണം.
maintenance of law - നിയമപാലനം.
maintenance of secrecy - രഹസ്യപാലനം.
major - മുഖ്യ, പ്രായപൂർത്തിയായ, വൻകിട, പ്രധാനപ്പെട്ട, മേജർ.
major general - മേജർ ജനറൽ.
major head - മുഖ്യശീർഷകം, മേജർ ഹെഡ്.
major irrigation - വൻകിട ജലസേചനം.
major penalty - മുഖ്യശിക്ഷ.
major port - പ്രധാന തുറമുഖം, മുഖ്യ തുറമുഖം.
major portion - സിംഹഭാഗം.
major scheme - പ്രധാനപദ്ധതി.
majority - ഭൂരിപക്ഷം.
majority communities - ഭൂരിപക്ഷ സമുദായങ്ങൾ.
majority representation - ഭൂരിപക്ഷപ്രാതിനിദ്ധ്യം.
majority vote - ഭൂരിപക്ഷ വോട്ട്.
majus jus - മുഖ്യാവകാശം, പ്രധാനാവകാശം.
make - ഉണ്ടാക്കുക.
make a demand upon - ആവശ്യമുന്നയിക്കുക.
make a good score - നല്ല നേട്ടമുണ്ടാക്കുക.
make a point of - ഊന്നിപ്പറയുക.
make an example of - മറ്റുള്ളവർക്ക് പാഠമാകത്തക്കവണ്ണം.
make an impression - മുദ്രയടിക്കുക.
make apparent - വ്യക്തമാക്കുക.
make believe - വിശ്വസിപ്പിക്കുക.
make clear - വ്യക്തമാക്കുക.
make convenient - സുകരമാക്കുക.
make flaw - ന്യൂനത വരുത്തുക.
make good the loss - നഷ്ടം നികത്തിക്കൊടുക്കുക.
make it too hot for - പീഡനം.
make known to the public - പരസ്യപ്പെടുത്തുക.
make liable - ബാദ്ധ്യസ്ഥനാക്കുക.
make null and void - ദുർബ്ബലപ്പെടുത്തുക.
make of - മനസ്സിലാക്കുക.
make off - കടന്നുകളയുക.
make out - മനസ്സിലാക്കുക, എഴുതി തയ്യാറാക്കുക.
make over - കൈമാറ്റം ചെയ്യുക.
make payment - പണം കൊടുക്കുക.
make responsible - ബാദ്ധ്യസ്ഥനാക്കുക.
make scapegoat of - ബലിയാടാക്കുക.
make short - ചുരുക്കുക.
make trouble - കുഴപ്പമുണ്ടാക്കുക.
make use of - ഉപയോഗപ്പെടുത്തുക.
make void - അസാധുവാക്കൽ, റദ്ദാക്കുക.
make worse - ഗുരുതരമാക്കുക.
mal administration - ദുർഭരണം.
malabar special police - മലബാർ സ്പെഷ്യൽ പോലീസ്.
malafide intent - ദുരുദ്ദേശ്യം.
malafide intention - വഞ്ചനാപരമായ ഉദ്ദേശ്യം.
malafides - ഉത്തമവിശ്വാസമില്ലായ്മ, ദുഷ്ടവിചാരം.
malayalam translation - മലയാളപരിഭാഷ.
male issue - പുരുഷ സന്താനം.
male line - ആൺവഴി.
male progenitor - പുരുഷ പൂർവ്വികൻ.
malefaction - കുറ്റകൃത്യം.
malefactor - കുറ്റവാളി, അപരാധി.
malevolence - ദുഷ്ടവിചാരം, ദ്രോഹബുദ്ധി, വിദ്വേഷം, വിരോധം.
malfeasance - നിയമവിരുദ്ധപ്രവൃത്തി.

malformation - വിരൂപപ്പെടുത്തൽ, വൈരൂപ്യം.
malguzari - നികുതി, കരം, ചുങ്കം, വരുമാനം, ധനം.
malice - വിദ്വേഷം, വ്യക്തിവിദ്വേഷം, ദുരുദ്ദേശ്യം.
malicious - വിദ്വേഷപൂർവ്വമായ.
malicious prosecution - ദുരുദ്ദേശ്യപരമായ പ്രോസിക്യൂഷൻ.
malign - ദുഷിക്കുക, അപകീർത്തിപ്പെടുത്തുക.
malignant - ദുഷ്ടവിചാരം, ദ്രോഹബുദ്ധി, വിദ്വേഷപൂർവ്വമായ.
malikhana - മാലിഖാന.
malnutrition - പോഷണക്കുറവ്.
malo animo - ദുരുദ്ദേശ്യത്തോടുകൂടി.
malo grato - വിസമ്മതത്തോടുകൂടി.
malpractice - ദുർന്നടപടി.
maltreat - പീഡിപ്പിക്കുക, ദ്രോഹിക്കുക, ദുരുപയോഗപ്പെടുത്തുക.
maltreatment - ദുരുപദിഷ്ടനടപടി.
malum in se - അധാർമ്മികമായ കുറ്റകൃത്യം.
malversation - ഔദ്യോഗിക അഴിമതി, കോഴ.
malversation - അനീതി, കോഴ, അഴിമതി.
man of arms - വിദഗ്ദ്ധയോദ്ധാവ്.
man of business - കച്ചവടക്കാരൻ.
man of means - ജീവിക്കാൻ വകയുള്ള.
man of mould - കേവലമനുഷ്യൻ.
man power - മനുഷ്യശക്തി.
manacle - വിലങ്ങ്.
management - മാനേജ്മെന്റ്.
manager - മാനേജർ.
managerial functions - ഭരണപ്രവർത്തനങ്ങൾ.
managerial personnel - ഭരണകർത്താക്കൾ.
managing body - ഭരണസമിതി.
managing committee - മാനേജിങ് കമ്മിറ്റി.
managing director - മാനേജിങ് ഡയറക്ടർ.
managing editor - മാനേജിങ് എഡിറ്റർ.
managing member - ഭരണസമിതിയംഗം.
mancipare - കൈമാറ്റം ചെയ്യുക, വില്ക്കുക, അന്യാധീനപ്പെടുത്തുക.
mandamus writ - മാൻഡമസ്സ് റിട്ട്.
mandate - ആജ്ഞ, ശാസനം, കല്പന.
mandatory - നിർബ്ബന്ധം, നിർബ്ബന്ധിതം.
mandatory provision - നിർബ്ബന്ധിത വ്യവസ്ഥ.
mandatory signs - ശാസനാത്മകചിഹ്നങ്ങൾ.
mandatory training - നിർബ്ബന്ധിത പരിശീലനം.
maniac - മാനസികരോഗി.
manifest - പ്രകടമായ, വെളിപ്പെടുത്തുക.
manifestation - പ്രകടനം.
manifesto - പ്രകടനപത്രിക, മാനിഫെസ്റ്റോ.
manifold - യന്ത്രപ്പകർപ്പ്.
manipulate - കൗശലം പ്രയോഗിക്കുക, കൈകാര്യംചെയ്യുക.
manipulation - കൗശലപ്പണി, കൃത്രിമപ്പണി, കൃത്രിമംകാണിക്കൽ.
manner - രീതി.
manner of submission - സമർപ്പണരീതി, ബോധിപ്പിക്കുന്ന രീതി.
mannire - വിചാരണചെയ്യുക.
manser - ജാരസന്തതി.
manual - മാന്വൽ.
manual labour - ശാരീരികജോലി.
manual training - കൈത്തൊഴിൽ പരിശീലനം.
manual work - കൈവേല.
manufacture - നിർമ്മാണം, ഉല്പാദിപ്പിക്കുക.
manufacturer - നിർമ്മാതാവ്.

manufacturing charge - നിർമ്മാണച്ചെലവ്.
manufacturing cost - നിർമ്മാണച്ചെലവ്.
manufacturing process - നിർമ്മാണ പ്രക്രിയ.
manuscript - കൈയെഴുത്ത്, കൈയെഴുത്തുപ്രതി.
manutenentia - ജീവനാംശത്തിനുള്ള റിട്ട്.
map - ഭൂപടം, മാപ്പ്.
mar - നശിപ്പിക്കുക, വിരൂപമാക്കുക.
maraud - കവർച്ചചെയ്യുക, കൊള്ളയടിക്കുക.
march - പ്രകടനം.
marginal note - മാർജിനിലുള്ള കുറിപ്പ്, അരുക്കുറിപ്പ്.
marginalized section - പാർശ്വവൽക്കരിക്കപ്പെട്ട വിഭാഗം.
marine - കടൽ സംബന്ധിച്ച, സമുദ്രസംബന്ധമായ.
marine engineer - മറൈൻ എൻജിനീയർ.
marine hospital - നാവികസേനാശുപത്രി.
marine instruments - നാവികോപകരണങ്ങൾ.
marine insurance - മറൈൻ ഇൻഷ്വറൻസ്.
marine insurance fund - നാവിക ഇൻഷ്വറൻസ് ഫണ്ട്.
marine law - നാവികനിയമം.
marine products - സമുദ്രോല്പന്നം.
marine products export development authority - സമുദ്രോല്പന്ന കയറ്റുമതി വികസന അഥോറിറ്റി.
marine shipment - കപ്പൽച്ചരക്ക്.
marine survey report - മറൈൻ സർവെ റിപ്പോർട്ട്.
mariner - നാവികൻ.
marital - വൈവാഹിക, വൈവാഹികമായ.
marital obligation - വൈവാഹിക കടമ.
marital relationship - വിവാഹബന്ധുത്വം.
marital right - വൈവാഹികാവകാശം.
maritime jurisdiction - നാവിക അധികാരാതിർത്തി, നാവിക അധികാരപരിധി.
maritime law - നാവികനിയമം.
mark - ചിഹ്നം, അടയാളം, അടയാളപ്പെടുത്തുക, മാർക്ക്, കുറിക്കുക.
mark of blows - അടിയേറ്റ പാട്.
market price - കമ്പോളവില.
market rate - കമ്പോളനിരക്ക്, കമ്പോളനിലവാരം.
market trend - കമ്പോളഗതി.
market value - കമ്പോളവില.
marking and sorting - അടയാളമിടലും തരംതിരിക്കലും.
marooned by flood - പ്രളയത്താൽ ഒറ്റപ്പെട്ട പ്രദേശം
marred by dissent - അനൈക്യത്താൽ വഷളാക്കപ്പെട്ട.
marriage - വിവാഹം.
marriage act - വിവാഹ ആക്ട്.
marriage ceremony - വിവാഹകർമ്മം.
marriage certificate - വിവാഹസർട്ടിഫിക്കറ്റ്.
marriage contract - വിവാഹക്കരാർ.
marriage gift - വിവാഹ സമ്മാനം.
marriage notice book - വിവാഹ നോട്ടീസ് ബുക്ക്.
marriage officer - മാര്യേജ് ഓഫീസർ.
marriage register - വിവാഹരജിസ്റ്റർ.
marriage registration - വിവാഹ രജിസ്ട്രേഷൻ.
marriage validation act - വിവാഹങ്ങൾ സാധൂകരിക്കൽ ആക്ട്.
married couple - വധൂവരന്മാർ.
married women's property act - വിവാഹിതരായ സ്ത്രീകളുടെ വസ്തു ആക്ട്.
marshal law - സൈനികനിയമം, പട്ടാളനിയമം.
marshalling of assets and liabili-ties - ആസ്തി ബാദ്ധ്യതകളുടെ ശ്രേണീ

കരണം.
marshy land - ചതുപ്പുനിലം.
martial art - ആയോധനകല.
martial law - പട്ടാളനിയമം, യുദ്ധ നിയമം, സൈനികനിയമം.
martyologist - രക്തസാക്ഷി ചരിത്ര കാരൻ.
martyr - രക്തസാക്ഷി, പ്രാണത്യാഗി.
martyrdom - രക്തസാക്ഷിത്വം.
martyrise - രക്തസാക്ഷിയാക്കുക.
martyrstomb - രക്തസാക്ഷി മണ്ഡപം.
martyry - രക്തസാക്ഷി മണ്ഡപം.
marumakkathaya law - മരുമക്കത്തായ നിയമം.
mask - മുഖംമൂടി, മാസ്ക്.
mass - ജനക്കൂട്ടം.
mass application - ഭീമഹർജി.
mass contact programme - ജനസമ്പർക്ക പരിപാടി.
mass petition - ഭീമഹർജി.
master of the house - ഗൃഹനാഥൻ.
master of the ship - കപ്പലിന്റെ ക്യാപ്റ്റൻ, കപ്പിത്താൻ.
master of vessel - കപ്പിത്താൻ.
masturbate - സ്വയംഭോഗം ചെയ്യുക.
masturbation - സ്വയംഭോഗം.
masturbator - സ്വയംഭോഗി.
mate - കൂട്ടുകാരൻ.
mateial change - സാരമായ മാറ്റം.
material - സാരവത്തായ, സാരമായ.
material alteration - സാരമായ മാറ്റം.
material cause - അടിസ്ഥാന കാരണം.
material defect - സാരമായ ന്യൂനത, സാരമായ പിഴവ്.
material difference - സാരമായ വ്യത്യാസം.
material evidence - കാര്യമായ തെളിവ്, മുഖ്യതെളിവ്.
material fact - അടിസ്ഥാന വസ്തുത, സാരമായ വസ്തുത, സാരവത്തായ വസ്തുത.
material goods - ഭൗതികവസ്തുക്കൾ.
material irregularity - സാരമായ ക്രമക്കേട്.
material objects - ലക്ഷ്യരേഖ, ലക്ഷ്യ ംവകകൾ.
material point - സാരമായ സംഗതി, പ്രധാനകാര്യം, മുഖ്യകാര്യം, മുഖ്യസംഗതി.
material resources - ഭൗതികവിഭവങ്ങൾ.
materialism - ഭൗതികവാദം.
materially defective - സാരമായ ന്യൂനതയുള്ള.
maternal morbidity and mortality - പ്രസവംമൂലമുള്ള മാതൃരോഗ മരണങ്ങൾ.
maternal mortality - പ്രസവാനന്തരമരണം, പ്രസവാനുബന്ധമരണം.
maternal property - മാതൃസ്വത്ത്, മാതാവിൽനിന്ന് കിട്ടുന്ന സ്വത്ത്.
maternity - പ്രസവസംബന്ധമായ, മാതൃത്വം, മാതൃസംബന്ധമായ.
maternity and child welfare - മാതൃ -ശിശുക്ഷേമം.
maternity benefit - പ്രസവാനുകൂല്യം.
maternity benefit act - പ്രസവാനുകൂല്യ ആക്ട്.
maternity hospital - പ്രസവാശുപത്രി.
maternity leave - പ്രസവാവധി.
maternity ward - പ്രസവവാർഡ്.
matriarchal family - മരുമക്കത്തായ കുടുംബം.
matriarchy - തായ്‌വഴി പിന്തുടർച്ച, അമ്മവഴിയുള്ള പിന്തുടർച്ച.
matricide - മാതൃഹത്യ.
matrifocal - മാതാവിനെ കേന്ദ്രീകരിച്ച.
matrilineal - താവഴി, തായ്‌വഴി.
matrimonial - വൈവാഹികമായ.
matrimonial - വിവാഹപരമായ, ദാമ്പത്യപരമായ.
matrimonial alliance - വിവാഹബന്ധം.
matrimonial causes - ദാമ്പത്യാവകാശത്തർക്കങ്ങൾ.

matrimonial problems - വൈവാഹികപ്രശ്നങ്ങൾ.
matrimony - വിവാഹം.
matroclinous - തായ്വഴിയിലൂടെ ലഭിച്ച.
matron - മേട്രൺ.
matter - വിഷയം, സംഗതി.
matter at hand - കൈകാര്യവിഷയം.
matter in controversy - തർക്കവിഷയം.
matter in dispute - പ്രശ്നവിഷയം, തർക്കവിഷയം.
matter in issue - വിവാദപ്രശ്നം.
matter in question - പ്രശ്നവിഷയം.
matter of course - സ്വാഭാവികമായ കാര്യം.
matter of dispute - വിവാദവിഷയം, തർക്കവിഷയം, വാഗ്വാദ വിഷയം, വിവാദസംഗതി.
matter of fact - കാര്യമാത്രപ്രസക്തമായ.
matter of opinion - തർക്കവിഷയം.
matter of record - രേഖപ്പെടുത്തേണ്ട കാര്യം.
matter of utmost importance - സുപ്രധാന കാര്യം.
matter to be proved - തെളിയിക്കേണ്ട സംഗതി.
matters of fact - വസ്തുതാപരമായ കാര്യങ്ങൾ.
mature - പ്രായപൂർത്തിയായ.
maturity age - പ്രായപൂർത്തി വയസ്സ്.
maven - വിദഗ്ദ്ധൻ, നിപുണൻ.
maxim - ആപ്തവാക്യം, പ്രമാണം, തത്ത്വം.
maximum - പരമാവധി, ഏറ്റവുംകൂടിയ, ഏറ്റവുംകൂടുതൽ.
maximum average pay - ഏറ്റവും കൂടിയ ശരാശരി ശമ്പളം.
maximum rate of interest - പരമാവധി പലിശനിരക്ക്.
mayor - മേയർ, നഗരപിതാവ്.
meagre - നാമമാത്രമായ, തുച്ഛമായ.
means - ഉപായം, വഴി.
means of commerce - വാണിജ്യമാർഗ്ഗങ്ങൾ.
means of communication - ആശയവിനിമയ മാർഗ്ഗങ്ങൾ, വിനിമയ മാർഗ്ഗങ്ങൾ.
means of contact - സമ്പർക്കമാർഗ്ഗം.
means of livelihood - ഉപജീവനോപായം.
means of propaganda - പ്രചാരണോപാധി.
means of subsistence - ഉപജീവനമാർഗ്ഗം, ജീവനമാർഗ്ഗം.
measly maintenance - തുച്ഛമായ ജീവനാംശം, നാമമാത്ര ജീവനാംശം.
measure of compensation - നഷ്ടപരിഹാരത്തിന്റെ അളവ്.
measurement - അളവ്.
measures - നടപടികൾ, ഉപായം.
mechanical engineer - മെക്കാനിക്കൽ എഞ്ചിനിയർ.
mechanical engineering - മെക്കാനിക്കൽ എഞ്ചിനിയറിങ്.
mechanical power - യന്ത്രശക്തി.
medal - മെഡൽ.
meddle with - കൈകടത്തുക.
meddlesome - വലിഞ്ഞുകയറി ഇടപെടുന്നവൻ, അന്യന്റെ കാര്യത്തിലിടപെടുക.
meddlesome litigant - ശല്യക്കാരനായ വ്യവഹാരി.
medfee - കൈക്കൂലി, പാരിതോഷികം, പ്രതിഫലം.
media - മാദ്ധ്യമം.
mediation - മദ്ധ്യസ്ഥത.
mediator - മദ്ധ്യസ്ഥൻ.
medical advice - വൈദ്യോപദേശം.
medical aid - വൈദ്യസഹായം.
medical benefit - മെഡിക്കൽ ആനുകൂല്യം.
medical board - മെഡിക്കൽ ബോർഡ്.
medical certificate - മെഡിക്കൽ സർട്ടിഫിക്കറ്റ്.

medical certificate form - മെഡിക്കൽ സർട്ടിഫിക്കറ്റിനുള്ള ഫാറം.
medical college - മെഡിക്കൽ കോളെജ്.
medical committee - മെഡിക്കൽ കമ്മിറ്റി.
medical council - മെഡിക്കൽ കൗൺസിൽ.
medical evidence - വൈദ്യശാസ്ത്രപരമായ തെളിവ്.
medical examination - വൈദ്യപരിശോധന.
medical expense - ചികിത്സാചെലവ്.
medical facilities - ചികിത്സാസൗകര്യങ്ങൾ.
medical fitness certificate - മെഡിക്കൽ ഫിറ്റ്നസ് സർട്ടിഫിക്കറ്റ്.
medical ground - ചികിത്സാകാരണം.
medical institution - മെഡിക്കൽ സ്ഥാപനം.
medical jurisprudence - വൈദ്യനിയമശാസ്ത്രം.
medical leave - ചികിത്സാവധി.
medical officer - മെഡിക്കൽ ഓഫീസർ.
medical registration - മെഡിക്കൽ രജിസ്ട്രേഷൻ.
medical registration council - മെഡിക്കൽ രജിസ്ട്രേഷൻ കൗൺസിൽ.
medical report - മെഡിക്കൽ റിപ്പോർട്ട്.
medical science - വൈദ്യശാസ്ത്രം, മെഡിക്കൽ സയൻസ്.
medical termination of pregn-ancy act - ചികിത്സാപരമായ ഗർഭാവസ്ഥ സമാപന ആക്ട്.
medical test - വൈദ്യപരിശോധന, മെഡിക്കൽ ടെസ്റ്റ്.
medicine - ഔഷധം, മരുന്ന്.
medium - മാദ്ധ്യമം.
medium of instruction - ബോധന മാദ്ധ്യമം.
medium term loan - മിതകാല വായ്പ.
medley - അടിപിടികൂടുക, കലഹം.
meet with disaster - വിപത്തിലെത്തുക.
meeting - യോഗം.
meeting incamera - രഹസ്യയോഗം.
meeting of delegates - പ്രതിനിധികളുടെ യോഗം.
meeting of the governing body - ഭരണസമിതിയോഗം.
member - അംഗം, മെമ്പർ.
member of legislative assembly - നിയമസഭാംഗം.
member of legislative council - ലെജിസ്ലേറ്റീവ് കൗൺസിൽ അംഗം.
member of parliament - പാർലമെന്റ് അംഗം, പാർലമെന്റ് മെമ്പർ.
member of the governing body - ഭരണസമിതിയംഗം.
member secretary - മെമ്പർ സെക്രട്ടറി.
members present and voting - ഹാജരായി വോട്ടുചെയ്യുന്ന അംഗങ്ങൾ.
membership - അംഗത്വം.
memento - മെമെന്റോ, ഉപഹാരം, സ്മാരകചിഹ്നം, എന്തിന്റെയെങ്കിലും ഓർമ്മയ്ക്കായി നല്കുന്ന സമ്മാനം.
memo - മെമ്മോ.
memo of cost - ചെലവുകുറിപ്പ്.
memorable - അവിസ്മരണീയം, സ്മരണീയം.
memorandum - നിവേദനം, മെമ്മോറാണ്ടം, ഓർമ്മക്കുറിപ്പ്, സ്മരണപത്രം, വിവരക്കുറിപ്പ്.
memorandum of appeal - അപ്പീൽ മെമ്മോറാണ്ടം.
memorandum of association - സംഘടനാപ്രമാണം, മെമ്മോറാണ്ടം ഓഫ് അസോസിയേഷൻ, പങ്കാളിത്തപത്രിക.
memorandum of settlement - ഒത്തുതീർപ്പു മെമ്മോറാണ്ടം.
memorandum of society - സംഘം മെമ്മോറാണ്ടം.
memorial - സ്മാരകം.
memorial hall - സ്മാരകഹാൾ.
men of arts - കലാകാരന്മാർ.

men of letters - സാഹിത്യകാരന്മാർ.
menace - ഭയപ്പെടുത്തുക, പേടിപ്പിക്കുക, ഭീഷണിപ്പെടുത്തുക, ശല്യപ്പെടുത്തുക.
mend - പൊളിച്ചെഴുത്ത്, കേടുതീർക്കുക.
mendacious - കള്ളംപറയുന്ന.
menial service - താണതരം ജോലി, ഭൃത്യവേല.
mens legis - നിയമനിർമ്മാണ ലക്ഷ്യം, നിയമലക്ഷ്യം.
mens rea - കുറ്റകരമായ ഉദ്ദേശ്യം.
mental agony - മാനസിക ക്ഷതം.
mental cruelty - മാനസികപീഡ.
mental deficiency - മനോവൈകല്യം.
mental disease - മനോരോഗം.
mental equilibrium - സമചിത്തത.
mental hospital - മാനസികരോഗാശുപത്രി, മനോരോഗാശുപത്രി.
mental hurt - മാനസിക ക്ഷതം.
mental illness - മാനസികരോഗം.
mental retardness - മനോവൈകല്യം.
mental suffering - മനഃക്ലേശം, മാനസികവിഷമം.
mentally challenged - മാനസിക വെല്ലുവിളി നേരിടുന്ന.
mentally handicapped - മാനസിക വളർച്ചയില്ലാത്ത.
mentally retarded - മാനസിക വളർച്ചയില്ലാത്ത.
mention - പ്രസ്താവിക്കുക.
mentioned earlier - മുൻപു പ്രതിപാദിച്ച.
mentition - കള്ളംപറയൽ.
mercantile credit - വ്യാപാരവായ്പ.
mercantile law - വാണിജ്യനിയമം.
merchandise mark - ചരക്കടയാളം.
merchant shipping act - വാണിജ്യക്കപ്പൽ ആക്ട്.
mercy - കാരുണ്യം, ദയ.
mercy killing - ദയാവധം.
mercy petition - ദയാഹർജി.
merge - ലയിപ്പിക്കുക, സംയോജനം.
merger - ലയനം, സംയോജനം.
merit - യോഗ്യത, ഗുണം.
meritorious service - വിശിഷ്ട സേവനം.
merits and demerits - ഗുണദോഷങ്ങൾ.
mesne - മദ്ധ്യവർത്തി.
mesne mortgage - ഇടപ്പണയം.
mesne process - ഇടക്കാല നടപടി.
mesne profit - ഇടക്കാലാദായം, ഇടലാഭം.
mesne tenant - കീഴ്ക്കുടിയാൻ, ഇടക്കുടിയാൻ.
mess allowance - ഭക്ഷണപ്പടി, ഭക്ഷണബത്ത.
message - സന്ദേശം.
messenger - സന്ദേശവാഹകൻ, ദൂതൻ.
messenger of peace - സമാധാനദൂതൻ.
messrs - സർവ്വശ്രീ.
meta document - സൂക്ഷ്മപ്രമാണം.
metal seal - ലോഹമുദ്ര.
metal tokens act - ലോഹ ടോക്കണുകൾ ആക്ട്.
meteorological condition - അന്തരീക്ഷാവസ്ഥ.
meteorological indications - കാലാവസ്ഥാ സൂചനകൾ.
meteorology - അന്തരീക്ഷശാസ്ത്രം, അന്തരീക്ഷവിജ്ഞാനം, കാലാവസ്ഥാവിജ്ഞാനം.
meteria medica - ഔഷധശാസ്ത്രം.
method - പ്രക്രിയ, രീതി.
method of appointment - നിയമനരീതി.
method of exploitation - ചൂഷണരീതി.
method of operation - പ്രവർത്തന രീതി.
methods of exploitation - ചൂഷണ രീതികൾ.
methylated spirit - വിഷമദ്യം.
meticulous - അതിസൂക്ഷ്മതയുള്ള, വിലപിടിച്ച.
meticulously - കൂലങ്കഷമായി.

metro rail corporation - മെട്രോറെയിൽ കോർപ്പറേഷൻ.
metropolitan area - മഹാനഗരപ്രദേശം.
metropolitan city - മഹാനഗരം, മെട്രോ പൊളിറ്റൻ നഗരം.
metropolitan magistrate - മെട്രോപൊളിറ്റൻ മജിസ്ട്രേറ്റ്.
meum and tuum - എന്റേതും നിന്റേതും.
mica mine - അഭ്രഖനി.
mica mines labour welfare fund act - അഭ്രഖനിത്തൊഴിലാളി ക്ഷേമനിധി ആക്ട്.
mid day meal - ഉച്ചഭക്ഷണം.
mid summer vacation - മദ്ധ്യവേനലവധി, മദ്ധ്യവേനലൊഴിവ്.
mid-day meals programme - ഉച്ചഭക്ഷണ പദ്ധതി, ഉച്ചഭക്ഷണ പരിപാടി.
middle - മദ്ധ്യം.
middle income groups - മദ്ധ്യവരുമാനക്കാർ.
middle man - മദ്ധ്യസ്ഥൻ, മദ്ധ്യവർത്തി, ദല്ലാൾ.
migrant - പ്രവാസി, കുടിയേറിയ ആൾ, കുടിയേറ്റക്കാരൻ.
migrant worker - കുടിയേറ്റത്തൊഴിലാളി.
migration - കുടിയേറ്റം, അന്യദേശവാസം, നാട് മാറിപ്പോകൽ, കുടിയേറിപ്പാർക്കൽ, പ്രവാസം.
migration certificate - മൈഗ്രേഷൻ സർട്ടിഫിക്കറ്റ്.
mileage allowance - മൈലേജ് പടി.
militant - തീവ്രവാദി.
military - കര-കടൽ-വ്യോമസേനകൾ, പട്ടാളം, സൈനികം.
military action - സൈനികനടപടി.
military attache - മിലിറ്ററി അറ്റാഷേ, സൈനിക ഉപസ്ഥാനപതി, സൈനിക സഹചാരി.
military authority - സൈനികാധികാരി.
military base - സൈനികത്താവളം.
military cantonment - പട്ടാളപ്പാളയം.
military committee - സൈനികസമിതി.
military engineering service - സൈനിക എഞ്ചിനിയറിങ് സർവീസ്.
military force - സൈന്യം, കരസേന.
military hospital - സൈനികാശുപത്രി, മിലിറ്ററി ആശുപത്രി.
military law - പട്ടാളനിയമം.
military parade - സൈനിക പരേഡ്.
military prisoner - പട്ടാളത്തടവുകാരൻ.
military secretary - സൈനിക സെക്രട്ടറി, മിലിട്ടറി സെക്രട്ടറി.
military service - സൈനികസേവനം.
military training - സൈനികപരിശീലനം.
milk marketing board - ക്ഷീരവിപണന ബോർഡ്.
milk society - പാൽവിതരണ സൊസൈറ്റി.
milk supply scheme - പാൽവിതരണ പദ്ധതി.
milord - മിലോർഡ്, സ്വപ്രഭു.
mineral oils (additional duties of excise and customs) act - ഖനിജോല്പന്നങ്ങൾ (എക്സൈസ് - കസ്റ്റംസ് അധിക തീരുവ) ആക്ട്.
minimum - ഏറ്റവുംകുറഞ്ഞ.
minimum wage - ഏറ്റവുംകുറഞ്ഞ കൂലി.
minimum wages act - മിനിമം വേതനം ആക്ട്.
mining - ഖനനം.
mining and geology department - ഖനന ഭൂവിജ്ഞാന വകുപ്പ്.
mining research station - ഖനനഗവേഷണാലയം.
mining rules - ഖനനച്ചട്ടങ്ങൾ.
minister - മന്ത്രി.
minister for agriculture - കൃഷിമന്ത്രി.
minister for development - വികസന മന്ത്രി.
minister for education - വിദ്യാഭ്യാസമന്ത്രി.

minister for finance - ധനകാര്യമന്ത്രി.
minister for food - ഭക്ഷ്യമന്ത്രി.
minister for industries - വ്യവസായ മന്ത്രി.
minister for information and broadcasting - വാർത്താവിതരണ പ്രക്ഷേപണമന്ത്രി.
minister for labour - തൊഴിൽമന്ത്രി.
minister for law and order - നിയമസമാധാനമന്ത്രി.
minister for local self govern-ment - തദ്ദേശസ്വയംഭരണവകുപ്പുമന്ത്രി.
minister for public health - പൊതുജനാരോഗ്യമന്ത്രി.
minister for public works - പൊതുമരാമത്തുമന്ത്രി.
minister for revenue - റവന്യുമന്ത്രി.
minister for transport - ഗതാഗതവകുപ്പുമന്ത്രി.
minister of state - സഹമന്ത്രി.
minister without portfolio - വകുപ്പില്ലാമന്ത്രി.
minister's office - മന്ത്രാലയം, മന്ത്രികാര്യാലയം.
ministerial post - മിനിസ്റ്റീരിയൽ തസ്തിക.
ministerial service - മിനിസ്റ്റീരിയൽ സേവനം.
ministry - മന്ത്രാലയം, മന്ത്രികാര്യാലയം, മന്ത്രിസഭ.
ministry of agriculture - കൃഷി മന്ത്രാലയം.
ministry of commerce - വാണിജ്യമന്ത്രാലയം.
ministry of community develop-ment - സാമൂഹികവികസന മന്ത്രാലയം.
ministry of company affairs - കമ്പനികാര്യ മന്ത്രാലയം.
ministry of co-operation - സഹകരണ മന്ത്രാലയം.
ministry of defence - പ്രതിരോധമന്ത്രാലയം, രാജ്യരക്ഷാമന്ത്രാലയം.
ministry of education - വിദ്യാഭ്യാസ മന്ത്രാലയം.
ministry of electricity - വിദ്യുച്ഛക്തി മന്ത്രാലയം.
ministry of external affairs - വിദേശകാര്യമന്ത്രാലയം.
ministry of finance - ധനകാര്യമന്ത്രാലയം.
ministry of food - ഭക്ഷ്യമന്ത്രാലയം.
ministry of health - ആരോഗ്യമന്ത്രാലയം.
ministry of home affairs - ആഭ്യന്തര മന്ത്രാലയം.
ministry of irrigation - ജലസേചന മന്ത്രാലയം.
ministry of law - നിയമ മന്ത്രാലയം.
ministry of railways - റെയിൽവേ മന്ത്രാലയം.
minor - അപ്രധാനമായ, ലഘുവായ, പ്രായപൂർത്തി എത്താത്ത, ചെറുകിട, മൈനർ.
minor adjustments - ചില്ലറ നീക്കുപോക്കുകൾ.
minor coin - ചെറുനാണയം, ചില്ലറ, ചെറുനാണ്യം.
minor head - മൈനർഹെഡ്, ലഘുശീർഷം.
minor injury - ചെറിയ പരിക്ക്.
minor irrigation - ചെറുകിട ജലസേചനം.
minor penalty - ലഘുശിക്ഷ.
minor punishment - ലഘുശിക്ഷ.
minority - ന്യൂനപക്ഷം.
minority community - ന്യൂനപക്ഷ സമുദായം.
minority representation - ന്യൂനപക്ഷപ്രാതിനിദ്ധ്യം.
mint - കമ്മട്ടം, നാണയക്കമ്മട്ടം.
mint superintendent - കമ്മട്ടം സൂപ്രണ്ട്.
minus amendment - ഒഴിവാക്കൽ ഭേദഗതി, ന്യൂനഭേദഗതി.
minute evaluation - സൂക്ഷ്മമായ വിലയിരുത്തൽ.

minute valuation - സൂക്ഷ്മ മൂല്യ നിർണ്ണയം.
minutes - നടപടിക്കുറിപ്പ്.
minutes book - നടപടിക്കുറിപ്പ് പുസ്തകം.
minutes of a meeting - യോഗനടപടി ക്കുറിപ്പ്.
misadvice - ദുരുപദേശം.
misapprehension - തെറ്റിദ്ധാരണ.
misappropriation - ദുർവ്വിനിയോഗം, അപഹരണം.
misappropriation of fund - ഫണ്ട് തി രിമറി.
misappropriation of government money - പൊതുധന ദുർവ്വിനിയോഗം.
misappropriation of money - പണാ പഹരണം.
misbehave - മോശമായി പെരുമാറുക.
misbehaviour - ദുർവൃത്തി, ചീത്ത പെരുമാറ്റം, മോശപ്പെട്ടപെരുമാറ്റം.
miscarriage - ഗർഭം അലസൽ.
miscarriage of justice - നീതിഭംഗം, നീതിനിർവ്വഹണച്യുതി.
miscellaneous - പലവക.
miscellaneous accounts - പലവക കണക്കുകൾ.
miscellaneous appeal - പലവക അപ്പീൽ.
miscellaneous capital receipts - പല വക മൂലധന വരവുകൾ.
miscellaneous dues - പലവക കുടി ശ്ശിക.
miscellaneous expenditure - പലവ കച്ചെലവ്.
miscellaneous insurance fund - പല വക ഇൻഷുറൻസ് ഫണ്ട്.
miscellaneous personal laws (extension) act - പലവക വ്യക്തിനിയമങ്ങൾ (വ്യാ പിപ്പിക്കൽ) ആക്ട്.
miscellaneous petition - മിസലേനി യസ് പെറ്റിഷൻ, പലവക ഹർജി.
miscellaneous receipt - പലവക വരവ്.
miscellaneous section - പലവകവി ഭാഗം.
mischance - ദോഷം, വിപത്ത്.
mischief - ദ്രോഹം, ദ്രോഹപ്രവൃത്തി, ഉപദ്രവം, ശല്യക്കാരൻ.
mischief against property - വസ്തു വിനെതിരെയുള്ള ദ്രോഹം.
miscomprehend - തെറ്റിദ്ധരിപ്പിക്കുക.
misconceive - തെറ്റായി മനസ്സിലാക്കു ക, തെറ്റായി ഗ്രഹിക്കുക/ധരിക്കുക.
misconception - തെറ്റിദ്ധാരണ.
misconduct - ദുർന്നടപ്പ്, ദുർന്നടത്തം, പെരുമാറ്റദൂഷ്യം, ദുഃസ്വഭാവം, നടപടി ദൂഷ്യം.
misconstruction - ദുർവ്യാഖ്യാനം.
misconstrue - തെറ്റായി ധരിക്കുക. തെറ്റായി വ്യാഖ്യാനിക്കുക.
miscreants - സാമൂഹികവിരുദ്ധർ.
misdate - തെറ്റായ തീയതി വെയ്ക്കുക.
misdeed - ദുഷ്കൃത്യം.
misdemeanour - ദുർന്നടപടി, ശിക്ഷാർ ഹമായ കുറ്റം, തെറ്റായപ്രവൃത്തി, ന ടപ്പുദോഷം, ദുർന്നടപ്പുകുറ്റം.
misdirect - തെറ്റായ നിർദ്ദേശം കൊടു ക്കുക.
miser - പിശുക്കൻ.
miserable condition - ദുരവസ്ഥ.
misery - ദുരിതം.
misfeasance - അതിക്രമം, നിയമവി രുദ്ധപ്രവൃത്തി, കൈയേറ്റം.
misfortune - അപകടം, ആപത്ത്, ദൗർഭാഗ്യം.
misgovern - ദുർഭരണംനടത്തുക.
misgovernment - ദുർഭരണം.
mishap - ദൗർഭാഗ്യം, അത്യാഹിതം, ആപത്ത്.
misinform - തെറ്റിദ്ധരിപ്പിക്കുക.
misinterpretation - ദുർവ്യാഖ്യാനം.
misinterpretation of facts - വസ്തു തകളുടെ ദുർവ്യാഖ്യാനം.
misjoinder - തെറ്റായി ചേർക്കുക.
misjoinder of parties - തെറ്റായി കക്ഷി ചേർക്കൽ.

misjudge - തെറ്റായി വിധിക്കുക, തെറ്റായി മതിക്കുക..
mislead - തെറ്റിദ്ധരിപ്പിക്കുക.
misleading - കബളിപ്പിക്കൽ, വഴിതെറ്റിക്കുന്ന.
misleading argument - വഴിതെറ്റിക്കുന്ന വാദം.
mismanagement - ദുർഭരണം.
misnomer - തെറ്റായി പേരുപറയൽ, തെറ്റായി പേരുചേർക്കൽ.
misogynist - സ്ത്രീവിദ്വേഷി.
mispleading - തെറ്റായ വാദം.
misprint - അച്ചടിത്തെറ്റ്, തെറ്റായി അച്ചടിക്കൽ.
mispronounce - തെറ്റി ഉച്ചരിക്കുക.
misquote - തെറ്റായി ഉദ്ധരിക്കുക.
misrepresent - തെറ്റിദ്ധരിപ്പിക്കുക.
misrepresentation - തെറ്റായി ബോധിപ്പിക്കൽ, തെറ്റായി പ്രതിനിധീകരിക്കൽ, തെറ്റിദ്ധരിപ്പിക്കൽ.
misrule - ദുർഭരണം.
miss - കുമാരി.
missing - ഇല്ലാത്ത, തിരോധാനം.
mission - ദൗത്യം.
missionary - മതപ്രചാരകൻ, മിഷണറി.
missive - സന്ദേശം.
mis-spend - ദുർവ്യയം.
mistake - തെറ്റ്, പിശക്, പിഴവ്, അപപാഠം.
mistake of fact - വസ്തുതയെ സംബന്ധിച്ച തെറ്റ്.
mistake of law - നിയമപരമായ തെറ്റ്.
mistrust - അവിശ്വാസം.
misunderstanding - തെറ്റിദ്ധാരണ.
misuse - ദുരുപയോഗം, ദുർവ്വിനിയോഗം.
misuse of power - അധികാര ദുരുപയോഗം.
misused stamps - ദുരുപയോഗപ്പെടുത്തിയ സ്റ്റാമ്പുകൾ.
mitigate - ലഘൂകരിക്കുക.
mitigating factor - ലഘൂകരണഘടകം.
mitigation - ലഘൂകരണം.
mitigation of disaster - ദുരന്താഘാതം ലഘൂകരിക്കൽ.
mixed economy - മിശ്രസമ്പദ്വ്യവസ്ഥ.
mixture of castes - ജാതിസങ്കരം, വർണ്ണ സങ്കരം..
moat - കിടങ്ങ്.
mob - ജനക്കൂട്ടം.
mobilia - ജംഗമവസ്തുക്കൾ.
mobilisation - യുദ്ധസന്നാഹം, പടയൊരുക്കം.
mock - ആക്ഷേപിക്കുക, കളിയാക്കുക.
mock poll - അനുകരണവോട്ടെടുപ്പ്.
mode - രീതി.
model - മാതൃക, രൂപമാതൃക.
modernisation - നവീകരണം.
modernizing government programme - ഭരണനവീകരണപദ്ധതി.
modification - ഭേദഗതി, പരിഷ്കരണം, മാറ്റംവരുത്തൽ.
modify - ഭേദഗതിവരുത്തുക, വ്യത്യാസപ്പെടുത്തുക.
modus - രീതി.
modus operandi - പ്രവർത്തനരീതി.
modus operandi of the govern-ment - സർക്കാരിന്റെ പ്രവർത്തനരീതി.
modus vivendi of people - ജനങ്ങളുടെ ജീവിതരീതി.
moiety - പകുതി, പകുതിഭാഗം, ഓഹരിയുടെ പകുതി.
molest - അസഹ്യപ്പെടുത്തുക, ശല്യപ്പെടുത്തുക.
molestation - ശല്യംചെയ്യൽ, അസഹ്യപ്പെടുത്തൽ.
monarchy - ഏകാധിപത്യം, രാജഭരണം.
monetary accommodation - ധനപരമായ സൗകര്യം.
monetary condition - സാമ്പത്തികവ്യവസ്ഥ.
monetary demand - ധനാഭ്യർത്ഥന, പണത്തിനുള്ള ആവശ്യം.
monetary grant - പണമായുള്ള ഗ്രാന്റ്.

monetary limit - സാമ്പത്തികപരിധി.
monetary policy - സാമ്പത്തികനയം.
monetary value - സാമ്പത്തികമൂല്യം.
monetize - പണമാക്കുക.
money - ധനം, പണം.
money bill - ധനകാര്യബിൽ.
money bond - പണമീടുപത്രം.
money in hand - കൈയിരുപ്പു പണം.
money lender - പണം കടംകൊടുപ്പുകാരൻ, വായ്പ കൊടുക്കുന്നയാൾ.
money market - ധനവിപണി, പണക്കമ്പോളം.
money matters - സാമ്പത്തികവിഷയങ്ങൾ.
money order - മണിയോർഡർ.
money order commission - മണിയോർഡർ കമ്മീഷൻ.
money order receipt - മണിയോർഡർ രസീത്.
money transaction - പണമിടപാട്.
money wages - പണമായുള്ള വേതനം.
monition - മുന്നറിയിപ്പ്, താക്കീത്.
monitoring - നിരീക്ഷണം.
monitoring cell - നിരീക്ഷണ സെൽ, മോണിറ്ററിങ് സെൽ.
monitoring team - നിരീക്ഷകസംഘം.
monitory - ധനപരം.
monitory benefit - ധനപരമായ ആനുകൂല്യം, സാമ്പത്തികാനുകൂല്യം.
monitory crisis - സാമ്പത്തികമാന്ദ്യം, സാമ്പത്തികപ്രതിസന്ധി.
monitory deficit - സാമ്പത്തിക കമ്മി.
mono rail - മോണോറെയിൽ.
monogamy - ഏകപത്നിത്വം, ഏകവിവാഹം.
monomachy - ദ്വന്ദ്വയുദ്ധം.
monopolistic and restrictive trade practices act - കുത്തക-നിയന്ത്രിത വ്യാപാരപ്രക്രിയ ആക്ട്.
monopoly - കുത്തക, കുത്തകാവകാശം.
monopoly price - കുത്തകവില.
monopoly profit - കുത്തകലാഭം.
monsoon - കാലവർഷം, മൺസൂൺ.
monsoon damages - കാലവർഷക്കെടുതികൾ.
monsoon fishery (pelagic) protection act - വർഷകാല മത്സ്യബന്ധന (സമുദ്രോപരിതലം) സംരക്ഷണ ആക്ട്.
monthly account - മാസക്കണക്ക്.
monthly allowance - മാസബത്ത.
monthly arrear statement - പ്രതിമാസ കുടിശ്ശികപ്പത്രിക.
monthly contribution - മാസവിഹിതം.
monthly fees - പ്രതിമാസ ഫീസ്.
monthly instalment - മാസതവണ.
monthly narrative report - പ്രതിമാസ വിവരണ റിപ്പോർട്ട്.
monthly pay - മാസശമ്പളം.
monthly progress report - പ്രതിമാസ പുരോഗതി റിപ്പോർട്ട്.
monthly return - പ്രതിമാസപത്രിക.
monthly review - പ്രതിമാസാവലോകനം.
monthly salary - മാസശമ്പളം.
monthly statement - പ്രതിമാസപത്രിക.
monthly statement of pending cases - തീർപ്പാക്കാനുള്ള കേസുകളുടെ പ്രതിമാസ സ്റ്റേറ്റ്മെന്റ്.
monthly subscription - മാസവരി.
monument - സ്മാരകം.
moot - വാദിക്കുക, തർക്കിക്കുക, വാഗ്വാദം നടത്തുക.
moot- point - വിവാദവിഷയം.
mops and mows - ഗോഷ്ടികൾ.
moral - സദാചാരപരമായ, ധാർമ്മികമായ..
moral abandonment - സാന്മാർഗ്ഗിക പരിത്യജനം..
moral depravity - ധർമ്മച്യുതി, ധാർമ്മികാധഃപതനം.
moral law - സദാചാരനിയമം.
moral obligation - ധാർമ്മികമായ

ബാദ്ധ്യത, ധാർമ്മികമായ കടപ്പാട്.
moral support - ധാർമ്മികപിന്തുണ.
moral turpitude - ധർമ്മച്യുതി, ധാർമ്മികാധഃപതനം, സാന്മാർഗ്ഗികാധഃ പതനം, സദാചാരഭ്രംശം.
morale - മനോവീര്യം, ആത്മവീര്യം.
moralist - സദാചാരവാദി.
morality - സാന്മാർഗ്ഗികത, സദാചാരം.
moratorium - മോറട്ടോറിയം.
morbidity - രോഗാവസ്ഥ.
more and more - കൂടുതലായി.
more by token - ഉപോൽബലകമായി.
more information - കൂടുതൽ വിവരം.
more or less - മിക്കവാറും.
morose - അസന്തുഷ്ടം.
morphing - മോർഫിങ്.
morsel - അംശം.
mortal remains - ഭൗതികാവശിഷ്ടം.
mortal wound - മരണകാരണമായ മുറിവ്.
mortality - മരണം.
mortality rate - മരണനിരക്ക്.
mortgage - ഒറ്റി, പണയം.
mortgage bond - പണയച്ചീട്ട്.
mortgage debenture - പണയക്കടപ്പത്രം.
mortgage deed - ഈടാധാരം, പണയാധാരം, ഒറ്റിക്കരണം, ഒറ്റിയാധാരം.
mortgage money - ഒറ്റിയർത്ഥം, പണയദ്രവ്യം.
mortgaged property - പണയവസ്തു, ഒറ്റിവസ്തു.
mortgagee - ഒറ്റി വാങ്ങുന്നയാൾ, പണയം വാങ്ങുന്നയാൾ.
mortgager - പണയം വയ്ക്കുന്നയാൾ, ഒറ്റി കൊടുക്കുന്നയാൾ, പണയദാതാവ്.
mortgager of property - വസ്തു ഒറ്റി നല്കുന്ന ആൾ.
mortiferous - മാരകമായ, മരണകാരണം, മരണഹേതു.
mortis causa - മരണംഓർത്തുള്ള.
mortuary - മോർച്ചറി, ശവമുറി.
mortuary guard - മോർച്ചറി ഗാർഡ്.
mosey - കടന്നുകളയുക.
most appropriate - ഏറ്റവും ഉചിതമായ, സമുചിതമായ.
most honourable - ഏറ്റവും ബഹുമാനപ്പെട്ട.
most immediate - ഏറ്റവും അടിയന്തരം.
most important programme - അതിപ്രധാന പരിപാടി.
most urgent - ഏറ്റവും അടിയന്തരം.
mother tongue - മാതൃഭാഷ.
motion - പ്രമേയം.
motion for consideration - പര്യാലോചനയ്ക്കുള്ള പ്രമേയം, പര്യാലോചനാപ്രമേയം.
motion of closure - സമാപനപ്രമേയം.
motion of confidence - വിശ്വാസപ്രമേയം.
motion of ebrue - സമാനപ്രമേയം.
motion of non confidence - അവിശ്വാസപ്രമേയം.
motion, adjournment - അടിന്തരപ്രമേയം.
motive - പ്രേരകം.
motive sinister - ദുരുദ്ദേശ്യം.
motive ulterior - ഗൂഢോദ്ദേശ്യം.
motor transport workers act - മോട്ടോർ ഗതാഗതത്തൊഴിലാളികൾ ആക്ട്.
motor transport workers welfare fund act - മോട്ടോർ ഗതാഗത തൊഴിലാളി ക്ഷേമനിധി ആക്ട്.
motor vehicle department - മോട്ടോർ വാഹനവകുപ്പ്.
motor vehicle licence - മോട്ടോർ വാഹന ലൈസൻസ്.
motor vehicle tax - മോട്ടോർ വാഹനനികുതി.
motor vehicle taxation act - മോട്ടോർ വാഹനനികുതി ആക്ട്.
mounted police - കുതിരപ്പൊലീസ്.
mounting accident - അപകട വർദ്ധന.
movable - ജംഗമം.
movable asset - ജംഗമസ്വത്ത്.

movable property - ജംഗമവസ്തു, ജംഗമസാധനം.
move - ഉന്നയിക്കുക, അവതരിപ്പിക്കുക.
move out - ഒഴിയുക.
move resolution - പ്രമേയം അവതരിപ്പിക്കുക.
move the court - കോടതിയെ സമീപിക്കുക, കോടതിയിൽ അപേക്ഷിക്കുക.
move the law - കോടതി കയറുക.
mover - അവതാരകൻ.
mover of a resolution - പ്രമേയത്തിന്റെ അവതാരകൻ.
mufti - സാധാരണവേഷം, മഫ്ടി.
mufti police - മഫ്ടി പോലീസ്.
muhammedan law - മുഹമ്മദീയ നിയമം.
mukthiar - മുർത്ഥാർ.
multi model transportation of goods act - ബഹുവിധ സാധനം വഹിച്ചു കൊണ്ടുപോകൽ ആക്ട്.
multi national - ബഹുരാഷ്ട്ര.
multi national company - ബഹുരാഷ്ട്രക്കമ്പനി.
multi partiate - ബഹുകക്ഷി.
multi point sales tax - ബഹുമുഖ വില്പനനികുതി.
multi-faceted - സർവ്വതോമുഖമായ.
mundane - ലൗകികമായ.
municipal chairman - മുനിസിപ്പൽ ചെയർമാൻ.
municipal corporation - മുനിസിപ്പൽ കോർപ്പറേഷൻ.
municipal council - മുൻസിപ്പൽ കൗൺസിൽ.
municipal law - നഗരപാലികാനിയമം.
municipal services - മുൻസിപ്പൽ സേവനങ്ങൾ.
municipality - മുനിസിപ്പാലിറ്റി.
municipality act - മുനിസിപ്പാലിറ്റി ആക്ട്.
muniment - അവകാശസ്ഥാപന രേഖ, അവകാശസ്ഥാപന പ്രമാണം.
munition - വെടിക്കോപ്പ്.
munsiff - മുൻസിഫ്.
munsiff's court - മുൻസിഫ് കോടതി.
murder - കൊലപാതകം, വധം, കൊല.
murder case - കൊലക്കേസ്.
murderer - കൊലപാതകി, കൊലയാളി, ഘാതകൻ.
muslim law - മുസ്ലീം നിയമം.
muslim personal law (shariat) application act - മുസ്ലീം വ്യക്തിനിയമ (ശരിയത്ത്) ബാധകമാക്കൽ ആക്ട്.
muslim women (protection of rights on divorce) act - മുസ്ലീം സ്ത്രീകൾ (വിവാഹമോചനത്തിൻമേൽ അവകാശങ്ങൾ സംരക്ഷിക്കൽ) ആക്ട്.
muster - പരിശോധന, സൈന്യത്തിൽ ചേർക്കുക.
muster roll - മസ്റ്റർ റോൾ, ഹാജർപട്ടിക.
mutation - ജമമാറ്റം, പോക്കുവരവ്.
mutatis mutandis - ആവശ്യമായ ഭേദഗതികളോടെ, ആവശ്യമായ മാറ്റങ്ങളോടുകൂടി.
mutilate - അംഗഹീനമാക്കുക, വിരൂപമാക്കുക, അംഗഛേദം ചെയ്യുക.
mutilation - അംഗച്ഛേദം, അംഗഭംഗം.
mutiny - സൈനികവിപ്ലവം, പട്ടാളലഹള, ലഹള.
mutual - പരസ്പരമുള്ള.
mutual agreement - പരസ്പരയോജിപ്പ്, ഉഭയസമ്മതം.
mutual consent - പരസ്പരസമ്മതം, ഉഭയസമ്മതം.
mutual exchange - പരസ്പരമാറ്റം.
mutual help - പരസ്പരസഹായം.
mutual promise - പരസ്പര വാഗ്ദാനം.
mutual relation - പരസ്പരബന്ധം.
mutual settlement - പരസ്പരധാരണയോടെയുള്ള ഒത്തുതീർപ്പ്.
mutual understanding - പരസ്പര ധാരണ.
my lord - മൈ ലോർഡ്.
mysterious - നിഗൂഢമായ.
mystery - രഹസ്യമായ.

N

n.b - സവിശേഷ ശ്രദ്ധയ്ക്ക്.
nab - പിടികൂടുക.
nagging - ഉപദ്രവം.
naive - നിർദ്ദോഷി.
naked - നഗ്നമായ.
naked contract - നിയമപരമായി നിലനില്പില്ലാത്ത കരാർ.
naked debenture - ഉറപ്പില്ലാത്ത കടപ്പത്രം, ഉറപ്പില്ലാക്കടപ്പത്രം.
naked truth - നഗ്നസത്യം.
name of pledgee - ഈട് സ്വീകരിക്കുന്ന ആളിന്റെ പേര്.
name of pledger - ഈടു നല്കുന്നയാളിന്റെ പേര്.
narco analysis - നാർക്കോ അനാലിസിസ്.
narcotic cell - നാർക്കോട്ടിക് സെൽ.
narcotic drug - മയക്കുമരുന്ന്.
narcotic substance - മയക്കുമരുന്ന് ഉല്പന്നങ്ങൾ.
narcotics - ലഹരിസാധനങ്ങൾ.
narration - വിവരണം.
narratology - ആഖ്യാനശാസ്ത്രം.
natal - ജനനം മുതലുള്ള, ജന്മവിഷയകമായ.
national - ദേശീയം.
national security - ദേശസുരക്ഷ.
national anthem - ദേശീയഗാനം.
national award - ദേശീയ ബഹുമതി.
national bank for agricultural and rural development (NABARD) - ദേശീയ കാർഷിക ഗ്രാമീണവികസന ബാങ്ക് (നബാർഡ്).
national cadet corps (NCC) - നാഷണൽ കേഡറ്റ് കോർ (എൻ സി സി).
national capital - ദേശീയ മൂലധനം.
national commission for back-ward classes act - പിന്നാക്ക വിഭാഗങ്ങൾക്ക് വേണ്ടിയുള്ള ദേശീയ കമ്മിഷൻ ആക്ട്.
national commission for prote-ction of child rights - ബാലാവകാശ സംരക്ഷണ ദേശീയ കമ്മിഷൻ.
national commission for women - ദേശീയ വനിതാക്കമ്മിഷൻ.
national committee on urbani-zation - ദേശീയ നഗരവല്ക്കരണ സമിതി.
national council of educational research and training (NCERT) - ദേശീയ വിദ്യാഭ്യാസ ഗവേഷണപരിശീലന കൗൺസിൽ.
national debt - ദേശീയകടം.
national defence - രാഷ്ട്രപ്രതിരോധം.
national defence college - ദേശീയ രാജ്യരക്ഷാ കോളേജ്.
national disaster management authority - ദേശീയ ദുരന്തനിവാരണ അതോറിറ്റി.
national eligibility test (NET) - ദേശീയ യോഗ്യതാനിർണ്ണയ പരീക്ഷ.
national employment guarantee programme - ദേശീയ തൊഴിലുറപ്പു പദ്ധതി.
national environment appellate authorities act - ദേശീയ പരിസ്ഥിതി അപ്പീലധികാരസ്ഥാന ആക്ട്.
national family welfare scheme - ദേശീയ കുടുംബക്ഷേമ പദ്ധതി.
national film award - ദേശീയ ചലച്ചിത്ര അവാർഡ്.
national flag - ദേശീയപതാക, രാഷ്ട്രപതാക.
national flag code of india - ഭാരതീയ ദേശീയപതാകാ നിയമസംഹിത.
national food security act - ദേശീയ ഭക്ഷ്യസുരക്ഷാ ആക്ട്.
national highway - ദേശീയപാത.
national highways authority of india act - ഭാരതത്തിന്റെ ദേശീയപാത അതോറിറ്റി ആക്ട്.
national human rights commi-ssion

- ദേശീയ മനുഷ്യാവകാശക്കമ്മിഷൻ.
national importance - ദേശീയപ്രാധാന്യം.
national income - ദേശീയവരുമാനം.
national income of india - ഭാരതത്തിന്റെ ദേശീയവരുമാനം.
national industrial development corporation - ദേശീയ വ്യവസായവികസന കോർപ്പറേഷൻ.
national institute of education - ദേശീയ വിദ്യാഭ്യാസ ഇൻസ്റ്റിറ്റ്യൂട്ട്.
national institution - രാഷ്ട്രപ്രസ്ഥാനം, ദേശീയപ്രസ്ഥാനം.
national insurance scheme - നാഷണൽ ഇൻഷ്വറൻസ് പദ്ധതി.
national integration - ദേശീയോദ്ഗ്രഥനം.
national interest - ദേശീയ താല്പര്യം.
national law - ദേശീയനിയമം.
national population policy - ദേശീയ ജനസംഖ്യാനയം.
national population register - ദേശീയ ജനസംഖ്യാ രജിസ്റ്റർ.
national rural health mission - ദേശീയ ഗ്രാമീണ ആരോഗ്യ മിഷൻ.
national savings certificate - ദേശീയ സമ്പാദ്യ സർട്ടിഫിക്കറ്റ്.
national savings scheme - ദേശീയ സമ്പാദ്യപദ്ധതി.
national security act - ദേശസുരക്ഷാ ആക്ട്.
national trust for welfare of persons with autism, cerebral palsy, mental retardation and multiple disabilities act - ഓട്ടിസവും മസ്തിഷ്ക തളർവാതവും ബുദ്ധിമാന്ദ്യവും ബഹുവിധ പരിമിതികളുമുള്ള ആളുകളുടെ ക്ഷേമത്തിനുവേണ്ടിയുള്ള.ദേശീയ ട്രസ്റ്റ് ആക്ട്.
national voters day - ദേശീയ സമ്മതിദായകദിനം.
nationalise - ദേശസാൽക്കരിക്കുക.
nationalist - ദേശാഭിമാനി.
nationality - ദേശീയത.
nationalization scheme - ദേശസാൽക്കരണ പദ്ധതി.
native - സ്വദേശത്തുള്ള, സ്വദേശി.
native converts marriage dissolution act - മതംമാറിയവരുടെ വിവാഹവിഘടന ആക്ട്.
nativity certificate - രാഷ്ട്രീയതാസർട്ടിഫിക്കറ്റ്, ദേശീയതാസാക്ഷ്യപത്രം.
natural - സ്വാഭാവികമായ, അകൃത്രിമമായ.
natural boundary - സ്വാഭാവികാതിർത്തി.
natural calamity - പ്രകൃതിക്ഷോഭം.
natural corollary - സ്വാഭാവികഫലം.
natural death - സാധാരണമരണം.
natural guardian - സ്വാഭാവിക രക്ഷാകർത്താവ്, നൈസർഗ്ഗിക രക്ഷാകർത്താവ്, സ്വാഭാവിക രക്ഷിതാവ്.
natural justice - സ്വാഭാവികനീതി, സാമാന്യനീതി.
natural life - സ്വാഭാവികജീവിതം.
natural law - സ്വാഭാവിക നിയമം, പ്രകൃതിനിയമം.
natural obligation - ധാർമ്മിക ബാദ്ധ്യത, സ്വാഭാവിക ബാദ്ധ്യത.
natural resource - പ്രകൃതിവിഭവം.
natural right - സ്വാഭാവികാവകാശം.
naturalization - പൗരത്വം നല്കൽ, സാമാന്യവല്ക്കരിക്കൽ.
naturalize - പൗരത്വം നല്കുക, സാമാന്യവല്ക്കരിക്കുക.
naval force - നാവികപ്പട, നാവികസേന.
naval law - നാവികസേനാ നിയമം.
navigator - നാവികൻ.
navy - നാവികപ്പട.
nazir - നാസർ.
ne exeat - തടങ്കൽ വാറന്റ്.
necation - കൊലപാതകം, വധം.
necessary action - ആവശ്യമായ നടപടി, ഉചിതനടപടി, അവശ്യ നടപടി, വേണ്ട നടപടി.

necessary easement - അവശ്യസൗകര്യാവകാശം.
necessity - ആവശ്യകത.
necrology - മരിച്ചവരുടെ പട്ടിക.
necropsy - പോസ്റ്റുമോർട്ടം പരിശോധന.
neeptide - വേലിയിറക്കം.
nefarious - നിയമവിരുദ്ധമായ, അധാർമ്മികമായ.
nefarious activities - ഹീനപ്രവൃത്തികൾ.
negate - നിഷേധിക്കുക.
negative - വിരുദ്ധമായ, നിഷേധാത്മകമായ.
negative agreement - നിഷേധാത്മകക്കരാർ.
negative convenant - നിഷേധാത്മക ഉടമ്പടി, നിഷേധാത്മക കരാർ.
negative note - പ്രതികൂലക്കുറിപ്പ്.
negative vote - നിഷേധവോട്ട്.
neglect - അവഗണിക്കുക, ത്യജിക്കുക.
neglect of duty - കൃത്യവിലോപം.
negligence - ഉപേക്ഷ.
negotiable instruments - കൈമാറ്റപ്പത്രങ്ങൾ, കൈമാറാവുന്ന പ്രമാണങ്ങൾ.
negotiable instruments act - കൈമാറ്റപ്രമാണങ്ങൾ ആക്ട്.
negotiate - കൈമാറ്റംചെയ്യുക.
negotiation - കൂടിയാലോചന.
neonatal death - നവജാതശിശുമരണം.
nepotism - സ്വജനപക്ഷപാതം.
net amount - അറ്റതുക.
net asset - അറ്റാസ്തി.
net balance - അറ്റബാക്കി.
net income - അറ്റാദായം.
net loss - യഥാർത്ഥ നഷ്ടം.
net price - അറ്റവില.
net profit - അറ്റലാഭം.
net result - അനന്തരഫലം, അന്തിമഫലം.
networking - ശൃംഖല.
neuro surgery - ന്യൂറോ ശസ്ത്രക്രിയ.
neutral state - നിഷ്പക്ഷരാഷ്ട്രം.
neutralisation - നിർവ്വീര്യമാക്കൽ.
new case register - ന്യൂകേസ് രജിസ്റ്റർ.
new cases - പുതിയ കേസുകൾ.
news agency - വാർത്താ ഏജൻസി.
news conference - വാർത്താസമ്മേളനം.
news editor - ന്യൂസ് എഡിറ്റർ.
news mongar - കിംവദന്തി പ്രചരിപ്പിക്കുന്നവൻ.
nexus - ശൃംഖല.
nick name - വിളിപ്പേര്.
niggard - ലുബ്ധൻ.
niggardliness - ലുബ്ധ്.
nil - ഒന്നുമില്ല, ശൂന്യം.
nil report - ശൂന്യപ്പട്ടിക.
nimmer - പോക്കറ്റടിക്കാരൻ, മോഷ്ടാവ്.
nirbhaya centre - നിർഭയകേന്ദ്രം.
no confidence motion - അവിശ്വാസപ്രമേയം.
no day yet named motion - ചർച്ചയ്ക്ക് തീയതി നിശ്ചയിക്കാത്ത പ്രമേയം.
no longer in force - പ്രചാരം തീർന്ന, നിലവിലില്ലാത്ത. പ്രചാരത്തിലില്ലാത്ത.
no objection certificate - ആക്ഷേപരഹിത സാക്ഷ്യപത്രം, നിരാക്ഷേപസാക്ഷ്യപത്രം.
nobleman - കുലീനൻ.
nodal officer - ഏകോപനാധികാരി.
no-due certificate - കുടിശ്ശികയില്ലാസാക്ഷ്യപത്രം, കുടിശ്ശികരഹിത സാക്ഷ്യപത്രം.
noisy argument - വാക്കുതർക്കം.
nomadic and migratory tribes - സ്ഥിരവാസമില്ലാത്ത വർഗ്ഗക്കാർ.
nominal - നാമമാത്രമായ.
nominal damage - നാമമാത്രമായ നഷ്ടം/നാശനഷ്ടം/കേട്/കേടുപാട്.
nominal damages - നാമമാത്രമായ നഷ്ടപരിഹാരം.
nominal increase - നാമമാത്ര വർദ്ധനവ്.

nominal interest - നാമമാത്രപ്പലിശ.
nominal price - നാമമാത്രവില.
nominal rent - നാമമാത്രവാടക.
nominal roll - നാമാവലി.
nominal value - നാമമാത്രമായ വില, നാമമാത്രമായ മൂല്യം.
nominal wage - നാമമാത്രക്കൂലി.
nominate - നാമനിർദ്ദേശം ചെയ്യുക.
nominating authority - നാമനിർദ്ദേശം നല്കുന്ന അധികാരസ്ഥാനം.
nomination - നാമനിർദേശം.
nomination form - നാമനിർദ്ദേശഫാറം.
nomination paper - നാമനിർദ്ദേശപ്പത്രിക.
nominee - നോമിനി.
nomographer - നിയമലേഖകൻ.
nomography - നിയമനിർമ്മാണ ശാസ്ത്രം.
nomology - നിയമശാസ്ത്രം.
nomothetic - നിയമാധിഷ്ഠിതമായ.
non - intervention policy - ഇടപെടാതിരിക്കൽനയം.
non - rebuttable presumption - നിരാകരിക്കാനാവാത്ത അനുമാനം.
non - recurring expenditure - അനാവർത്തനച്ചെലവ്.
non - resident keralites affairs department (norka) - പ്രവാസി കേരളീയകാര്യ വകുപ്പ് (നോർക്ക).
non - trading companies act - കച്ചവടേതരക്കമ്പനി ആക്ട്.
non -acceptance - അസ്വീകാര്യം.
non- advertised - പരസ്യപ്പെടുത്താത്ത.
non- arable land - കാർഷികേതര ഭൂമി.
non- attachment certificate - ജപ്തിരഹിത സാക്ഷ്യപത്രം.
non- availability certificate - ലഭ്യതാരഹിത സാക്ഷ്യപത്രം.
non bailable - ജാമ്യംലഭിക്കാത്ത.
non cognizable case - കോഗ്നൈസിബിൾ അല്ലാത്ത കേസ്.
non co-operation - നിസ്സഹകരണം.
non- exploitative fee - ചൂഷണരഹിത ഫീസ്.
non gazetted officer - ഗസറ്റഡ് അല്ലാത്ത ഓഫീസർ.
non- joinder of parties - കക്ഷി ചേർക്കാതിരിക്കൽ.
non obstante - എന്തുതന്നെയായാലും.
non occupant peasant - വസ്തു കൈവശമില്ലാത്ത കൃഷിക്കാരൻ.
non occupant ryot - വസ്തുകൈവശമില്ലാത്ത കൃഷിക്കാരൻ.
non partisan - കക്ഷിരഹിതൻ.
non pensionable - പെൻഷനില്ലാത്ത.
non prosequitur - വാദിയുടെ അസാന്നിദ്ധ്യംമൂലമുണ്ടായ വിധി.
non qualifying service - അയോഗ്യ സേവനകാലം.
non statutory - സ്റ്റാറ്റ്യൂട്ടറിയല്ലാത്ത.
non-alignment policy - ചേരിചേരാനയം.
non-bailable arrest warrant - ജാമ്യമില്ലാ അറസ്റ്റ് വാറണ്ട്.
non-bailable offence - ജാമ്യമില്ലാക്കുറ്റം.
non-cognisable offence - കൊഗ്നൈസബിൾ അല്ലാത്ത കുറ്റം, പോലീസിന് നേരിട്ടെടുക്കാൻ പാടില്ലാത്ത കുറ്റം.
noncompliance - പാലിക്കാതിരിക്കൽ.
non-compliance with - അനുസരിച്ചല്ലാതെ.
non-compos mentis - ബുദ്ധിക്ക് സ്ഥിരതയില്ലാത്ത.
non-conventional - പാരമ്പര്യേതരം.
non-creamylayer certificate - നോൺ ക്രീമിലെയർ സർട്ടിഫിക്കറ്റ്.
non-domestic - ഗാർഹികേതരം.
none of the above (NOTA) - ഇവരിലാരുമല്ല.
non-feasance - കർത്തവ്യലോപം, ഉപേക്ഷ.
non-forest area - വനേതര പ്രദേശം.
non-government dues - സർക്കാരിതര കുടിശ്ശിക.

non-liability certificate - ബാദ്ധ്യതാരഹിത സാക്ഷ്യപത്രം.
non-objectionable - നിരാക്ഷേപമായ.
non-obligatory - ഐച്ഛികമായ.
non-official - അനൗദ്യോഗികമായ.
non-official bill - അനൗദ്യോഗിക ബിൽ.
non-performing asset - നിഷ്ക്രിയ ആസ്തി.
non-plan expenditure - പദ്ധതീതര ചെലവ്.
non-residents keralites welfare act - പ്രവാസി കേരളീയരുടെ ക്ഷേമ ആക്റ്റ്.
nonsense - അസംബന്ധം.
non-statutory - നിയമാധിഷ്ഠിതമല്ലാത്ത.
non-tax revenues - നികുതീതര വരവിനങ്ങൾ.
non-violence - അഹിംസ, അക്രമരാഹിത്യം.
no-objection certificate - നിരാക്ഷേപ സാക്ഷ്യപത്രം.
nook and corner - മുക്കും മൂലയും.
nosologist - നോസോളജിസ്റ്റ്.
not amounting to murder - കൊലപാതകമാകാത്ത.
not applicable - ബാധകമല്ലാത്ത.
not eligible - അർഹതയില്ലാത്ത.
not guilty - നിരപരാധി.
not in derogation of - ന്യൂനത വരുത്താത്ത.
not in force - പ്രാബല്യത്തിലില്ലാത്ത, പ്രയോഗത്തിലില്ലാത്ത.
not in order - ക്രമരഹിതമായ.
not in use - ഉപയോഗത്തിലില്ലാത്ത.
not liable to be cancelled - റദ്ദുചെയ്യാൻ ബാദ്ധ്യസ്ഥമല്ലാത്ത.
not maintainable - നിലനില്ക്കത്തക്കതല്ലാത്ത.
not satisfactory - തൃപ്തികരമല്ലാത്ത.
not subject to conditions - നിരുപാധികമായ.
not sustainable - നിലനില്ക്കത്തക്കതല്ലാത്ത.
not withstanding - എന്നുവരികിലും.
not withstanding anything - എന്തുതന്നെയായാലും.
notabene (n.b) - സവിശേഷശ്രദ്ധയ്ക്ക്, പ്രത്യേകശ്രദ്ധയ്ക്ക്.
notaries act - നോട്ടറി ആക്ട്.
notary - നോട്ടറി.
notary public - നോട്ടറി പബ്ലിക്.
note - കുറിപ്പ്, നോട്ട്.
note file - കുറിപ്പുഫയൽ.
note of hand - കൈച്ചീട്ട്, കൈപ്പറ്റുചീട്ട്.
note on disagreement - വിയോജനക്കുറിപ്പ്.
note preparation - നോട്ട് തയ്യാറാക്കൽ.
notes of dissent - ഭിന്നാഭിപ്രായക്കുറിപ്പ്.
nothing serious - സാരമില്ലാത്ത.
notice - അറിയിപ്പ്, മുന്നറിയിപ്പ്.
notice board - പരസ്യപ്പലക, നോട്ടീസ് ബോർഡ്.
notice by occupier - കൈവശക്കാരന്റെ നോട്ടീസ്.
notice in writing - രേഖാമൂലമുള്ള നോട്ടീസ്.
notice of motion - പ്രമേയനോട്ടീസ്.
notice to produce - ഹാജരാക്കൽ നോട്ടീസ്.
notice to quit - ഒഴിഞ്ഞുപോകൽ നോട്ടീസ്.
notification - വിജ്ഞാപനം.
notified area - വിജ്ഞാപനംചെയ്യപ്പെട്ട പ്രദേശം, വിജ്ഞാപിതപ്രദേശം.
notified project - വിജ്ഞാപനംചെയ്യപ്പെട്ട പദ്ധതി.
notify - വിജ്ഞാപനംചെയ്യുക.
notion - ആശയം.
notoriety - അകീർത്തി.
notorious - കുപ്രസിദ്ധമായ.
notwithstanding anything - മറ്റെന്തും അവഗണിച്ച്.

novus homo - കുറ്റവിമുക്തൻ, കുറ്റമോചിതൻ.
now and again - അടിയ്ക്കടി, ഇടയ്ക്കിടെ.
now and then - വല്ലപ്പോഴും, കൂടെക്കൂടെ.
noxious - ഹാനികരമായ, മാരകമായ, നാശകരമായ, അസുഖകരമായ.
nub - തൂക്കുമരം.
nuclear bomb - അണുബോംബ്.
nuclear disarmament - അണുശക്തി നിരായുധീകരണം.
nuclear experts - ന്യൂക്ലിയർ വിദഗ്ദ്ധർ.
nudum pactum - പ്രതിഫലം നിശ്ചയിക്കാത്ത കരാർ.
nugatory - അസാധുവായ.
nuisance - ശല്യം, ഉപദ്രവം.
null - നിഷ്പ്രഭാവം, നിഷ്ഫലം, അസാധുവായ.
null and void - അസാധു, നിഷ്ഫലവും അസാധുവും.
nullification - അസാധുവാക്കൽ.
nullify - അസാധുവാക്കുക, അസ്ഥിരപ്പെടുത്തുക, ദുർബ്ബലപ്പെടുത്തുക.
nullify the marriage - വിവാഹം അസാധുവായി പ്രഖ്യാപിക്കൽ.
nullify the provisions - വ്യവസ്ഥകൾ അസാധുവാക്കുക.
nullius juris - നിയമപ്രാബല്യമില്ലാത്ത, നിയമത്തിന്റെ പിൻബലമില്ലാത്ത.
nullum est erratum - ന്യൂനതയില്ലാത്ത ആധാരം.
number and date - നമ്പരും തീയതിയും.
nuncupative will - വാക്കാലുള്ള ഒസ്യത്ത്.
nuptial - വിവാഹസംബന്ധമായ, വൈവാഹികമായ.
nurse - നഴ്സ്.
nuts and bolts - വിശദാംശങ്ങൾ.
nutshell - രത്നച്ചുരുക്കം.

O

oath - പ്രതിജ്ഞ, സത്യംചെയ്യുക, സത്യപ്രതിജ്ഞ, ശപഥം.
oath of allegiance to the constitution - ഭരണഘടനയോടുള്ള നിഷ്ഠാശപഥം.
oath of office - ഉദ്യോഗസ്ഥ ശപഥം, ഔദ്യോഗികശപഥം, ഔദ്യോഗികപ്രതിജ്ഞ.
oath of secrecy - രഹസ്യപാലന പ്രതിജ്ഞ, രഹസ്യപാലനശപഥം.
oaths act - ശപഥങ്ങൾ ആക്ട്.
obduracy - പിടിവാശി.
obdurate - മുരട്ടുസ്വഭാവമായ.
obedience - ആജ്ഞാപാലനം, അനുസരണം.
obedient - അനുസരണയുള്ള.
obey - അനുസരിക്കുക.
obey orders - ഉത്തരവ് പാലിക്കുക, ഉത്തരവ് അനുസരിക്കുക.
obey the rules - ചട്ടങ്ങൾ അനുസരിക്കുക.
obeyer - അനുസരിക്കുന്നവൻ.
obfuscate - തെളിവില്ലാതാക്കുക, അസ്പഷ്ടമാക്കുക.
obit - മരണത്തീയതി, മരണം, മരണവാർത്ത.
obitor dictum - സന്ദർഭോക്തി, പ്രസംഗോക്തി.
obituary - ചരമവാർത്ത.
object - വസ്തു, തടസ്സമുന്നയിക്കുക, ആക്ഷേപമുന്നയിക്കുക, എതിർക്കുക.
object of attack - ആക്രമണത്തിന്റെ ഇര.
object of dispute - തർക്കവിഷയം.
object of ridicule - നിന്ദാപാത്രമാകുക, അവഹേളനപാത്രം.
objection - ആക്ഷേപം, തടസ്സം, എതിർപ്പ്.

objection book - തടസ്സക്കുറിപ്പുപുസ്തകം.
objection petition - ആക്ഷേപഹർജി.
objection statement - ആക്ഷേപ പത്രിക, ആക്ഷേപ പ്രസ്താവന.
objectionable - ആക്ഷേപാർഹം.
objectionable publication - ആക്ഷേപകരമായ പ്രസിദ്ധീകരണം.
objective - ഉദ്ദേശ്യം, ലക്ഷ്യം.
objector - ആക്ഷേപകൻ, തടസ്സമുന്നയിക്കുന്നവൻ.
objects and reasons - വസ്തുതകളും കാരണങ്ങളും, ഉദ്ദേശ്യകാരണങ്ങൾ.
objuration - ശപഥം, പ്രതിജ്ഞ, സത്യം ചെയ്യൽ.
objure - പ്രതിജ്ഞചെയ്യുക, ശപഥംചെയ്യുക.
objurgation - അധിക്ഷേപം, നിന്ദിക്കൽ.
obligant - ചുമതലപ്പെട്ടവൻ, കടമപ്പെട്ടവൻ.
obligation - ബാദ്ധ്യത, കടപ്പാട്, കടമ.
obligator - ചുമതലപ്പെട്ടവൻ, കടമപ്പെട്ടവൻ.
obligatory - നിർബ്ബന്ധിതമായ.
obligatory services - നിർബ്ബന്ധക സേവനങ്ങൾ.
oblige - ചുമതലപ്പെടുത്തുക, നിർബന്ധിക്കുക.
obliged - ബാദ്ധ്യസ്ഥമായ.
obligee - ബാദ്ധ്യതപ്പെടുത്തിയയാൾ, കടപ്പത്രം എഴുതിക്കിട്ടിയയാൾ, കടപ്പത്രത്തിന്റെ അവകാശി.
obliger - ബാദ്ധ്യതപ്പെട്ടയാൾ, കടപ്പത്രം എഴുതിക്കൊടുത്തയാൾ.
obligor - ബാദ്ധ്യതപ്പെട്ടയാൾ, കടപ്പത്രം എഴുതിക്കൊടുത്തയാൾ.
oblique comment - ദുർവ്യാഖ്യാനം.
oblique motive - പരോക്ഷലക്ഷ്യം.
obliterate - മായ്ക്കുക, നശിപ്പിക്കുക, മായ്ച്ചുകളയുക.
obliteration - നിർമ്മാർജ്ജനം, മായ്ചുകളയൽ.
obloquious - നിന്ദ്യമായ.
obloquy - അധിക്ഷേപം, അപവാദം, നിന്ദ.
obnoxious - ആക്ഷേപാർഹമായ, ഉപദ്രവകരമായ, നിന്ദ്യമായ, ശിക്ഷാർഹമായ, ശിക്ഷായോഗ്യമായ.
obreption - കള്ളംപറഞ്ഞ് കൈവശമാക്കൽ.
obrogate - നിയമപരിഷ്കരണം.
obscene - അശ്ലീലമായ.
obscene book - അശ്ലീലപുസ്തകം.
obscene language - അശ്ലീലഭാഷ.
obscene objects - അശ്ലീലവസ്തുക്കൾ.
obscene publication - അശ്ലീല പ്രസിദ്ധീകരണം.
obscene talk - അശ്ലീലച്ചുവയുള്ള സംഭാഷണം.
obscenity - അശ്ലീലം.
obscure - അവ്യക്തമായ, ദുർഗ്രഹമായ.
obscure matter - മനസ്സിലാക്കാൻ പ്രയാസമായ പ്രശ്നം.
obscurity - ദുർഗ്രഹത.
observance - പാലനം, ആചരണം, നിരീക്ഷണം.
observation - നിരീക്ഷണം.
observation centre - നിരീക്ഷണ കേന്ദ്രം.
observation home - നിരീക്ഷണ ഗൃഹം.
observation station - നിരീക്ഷണ കേന്ദ്രം.
observe - പാലിക്കുക, നിരീക്ഷിക്കുക.
observer - നിരീക്ഷകൻ.
obsolescent - കാലഹരണപ്പെട്ടുകൊണ്ടിരിക്കുന്ന.
obsolete - കാലോചിതമല്ലാത്ത, പ്രയോഗത്തിലില്ലാത്ത, പ്രചാരലുപ്തമായ, പുറംതള്ളപ്പെട്ട, ലുപ്തം.
obsolete articles - പ്രചാരലുപ്തമായ സാധനങ്ങൾ.
obstacle - തടയൽ, തടസ്സം, പ്രതി

രോധം, പ്രതിബന്ധം.
obstinacy - നിർബ്ബന്ധം.
obstruct - വഴിമുടക്കുക, പ്രതിബന്ധമുണ്ടാക്കുക, തടസ്സപ്പെടുത്തുക.
obstruction - ഉപരോധം, തടസ്സം, വിഘ്നം, മാർഗ്ഗതടസ്സം.
obstruction of duty - ജോലി തടസ്സപ്പെടുത്തൽ.
obtain - നേടുക, ലഭിക്കുക, കരസ്ഥമാക്കുക.
obtest - ശപഥം ചെയ്യുക, പ്രതിജ്ഞ ചെയ്യുക, സത്യം ചെയ്യുക.
obtestation - ശപഥം, പ്രതിജ്ഞ, സത്യംചെയ്യൽ.
obtrude - ബലാൽക്കാരമായി പ്രവേശിക്കുക, ആക്രമിക്കുക.
obtruder - ആക്രമിച്ച് കയറുന്ന/പ്രവേശിക്കുന്നയാൾ.
obtrusion - അക്രമപ്രവേശനം, ബലാൽക്കാരമായി പ്രവേശിക്കൽ, ബലാൽക്കാരം.
obviate - വിലക്കുക, എതിർക്കുക, നിരോധിക്കുക, ഒഴിവാക്കുക, പരിഹരിക്കുക.
obvious - പ്രകടമായ, പ്രത്യക്ഷമായ, സ്പഷ്ടമായ, സ്പഷ്ടം.
obvious example - പ്രത്യക്ഷോദാഹരണം.
obviously - പ്രത്യക്ഷത്തിൽ, സ്പഷ്ടമായി, പ്രകടമായി.
occasional cause - പ്രാഥമികമല്ലാത്ത കാരണം, ദ്വിതീയകാരണം.
occasionally - വല്ലപ്പോഴും, ഇടയ്ക്കിടെ, ഇടയ്ക്കൊക്കെ.
occult - ഗൂഢമായ, രഹസ്യമായ.
occupancy - കുടിയിരുപ്പ്, കൈവശമാക്കൽ.
occupancy right - കുടിയിരിപ്പവകാശം.
occupant - കൈവശക്കാരൻ, കുടിയാൻ, കുടിയിരുപ്പുകാരൻ.
occupation - ഉദ്യോഗം, പണി, പ്രവൃത്തി, കൈവശം, കൈവശപ്പെടുത്തൽ, ജീവനം, തൊഴിൽ .
occupational desease - തൊഴിൽജന്യരോഗങ്ങൾ.
occupational research - തൊഴിൽപരമായ ഗവേഷണം.
occupied land - കൈവശപ്പെടുത്തിയ ഭൂമി.
occupier - കൈവശക്കാരൻ, കുടിയിരിപ്പുകാരൻ.
occupy - അധീനപ്പെടുത്തുക, കൈവശപ്പെടുത്തുക, കുടിപാർക്കുക, അധിവസിക്കുക, പ്രവേശിക്കുക.
occur - സംഭവിക്കുക.
occurrence - സംഭവിയ്ക്കൽ, സംഭവം.
octroi - ചുങ്കം, ചരക്കിറക്കു നികുതി, നഗരച്ചുങ്കം.
ocular evidence - ദൃക്സാക്ഷി നല്കുന്ന തെളിവ്.
odd - അസാധാരണമായ, ഒറ്റയായ.
odious - വെറുപ്പുളവാക്കുന്ന.
odium - വിരോധം.
off hand - മുന്നൊരുക്കമില്ലാതെ, പൂർവ്വാലോചന കൂടാതെ, മുൻതയ്യാറെടുപ്പില്ലാതെ, തയ്യാറെടുപ്പില്ലാതെ.
off the point - അപ്രസക്തമായ.
off the record - അനൗദ്യോഗികമായ.
off-day - അവധി ദിവസം.
offence - അപരാധം, കുറ്റകൃത്യം, കുറ്റം, തെറ്റ്.
offence force - ആക്രമണസേന.
offence involving a breach of peace - സമാധാനലംഘനക്കുറ്റം.
offence of adultery - വ്യഭിചാരക്കുറ്റം.
offence punishable under law - നിയമപ്രകാരം ശിക്ഷാർഹമായ കുറ്റം.
offend - ദ്രോഹിക്കുക, ഉപദ്രവിക്കുക.
offender - കുറ്റവാളി, അപരാധി, കുറ്റക്കാരൻ.
offensive - കുറ്റകരമായ, ആക്രമണാത്മകം.
offensive expression - ആക്ഷേപവാ

ക്ക്, കോപകരമായ വാക്ക്.
offensive question - ആക്ഷേപ ചോദ്യം.
offensive remarks - വിരോധമുളവാക്കുന്ന അഭിപ്രായപ്രകടനം.
offensive weapon - ആക്രമണായുധം.
offensiveness - എതിർപ്പ്, ആക്രമണം.
offer - വാഗ്ദത്തം, വാഗ്ദാനം.
office - ഓഫീസ്, കാര്യാലയം.
office attendant - ഓഫീസ് അറ്റൻഡന്റ്.
office bearer - ഓഫീസ് ഭാരവാഹി.
office copy - ഓഫീസ് പകർപ്പ്.
office expense - ഓഫീസ് ചെലവ്.
office holder - ഓഫീസ് ഭാരവാഹി.
office hours - ഓഫീസ് സമയം.
office manual - ഓഫീസ് മാനുവൽ.
office memo - ഓഫീസ് മെമ്മോ.
office memorandum - ഓഫീസ് മെമ്മോറാണ്ടം.
office note - ഓഫീസ് കുറിപ്പ്, ഓഫീസ് നോട്ട്.
office of profit - ആദായകരമായ ഉദ്യോഗം, ലാഭമുള്ള ഉദ്യോഗം.
office of the commissioner - കമ്മിഷണറുടെ ഓഫീസ്, കമ്മിഷണറേറ്റ്, കമ്മിഷണറുടെ കാര്യാലയം.
office of trust - വിശ്വാസാധിഷ്ഠിത ഉദ്യോഗം.
office order - ഓഫീസ് ഉത്തരവ്, ഓഫീസ് ഓർഡർ.
office procedure - ഓഫീസ് നടപടിക്രമം.
office superintendent - ഓഫീസ് സൂപ്രണ്ട്.
office supervisor - ഓഫീസ് സൂപ്പർവൈസർ.
officer - ഓഫീസർ, ഉദ്യോഗസ്ഥൻ.
officer on duty - ഡ്യൂട്ടിയിലുള്ള ഉദ്യോഗസ്ഥൻ.
officer-in-charge - ചുമതലവഹിക്കുന്ന ഉദ്യോഗസ്ഥൻ, ചുമതലവഹിക്കുന്ന ഓഫീസർ.
official - ഉദ്യോഗസ്ഥൻ, ഔദ്യോഗികമായ.
official body - ഔദ്യോഗികസ്ഥാപനം.
official business - ഔദ്യോഗികകാര്യം.
official capacity - ഔദ്യോഗികനില.
official conduct - ഔദ്യോഗിക പെരുമാറ്റം.
official correspondence - ഔദ്യോഗിക കത്തിടപാട്.
official decorum - ഔദ്യോഗികസഭ്യത.
official designation - ഉദ്യോഗപ്പേര്.
official duty - ഔദ്യോഗിക കർത്തവ്യം, ഔദ്യോഗികകൃത്യം, ഔദ്യോഗികചുമതല.
official etiquette - ഔദ്യോഗികമര്യാദ.
official function - ഔദ്യോഗികചുമതല.
official gazette - ഔദ്യോഗിക ഗസറ്റ്.
official language - ഔദ്യോഗികഭാഷ.
official language committee - ഔദ്യോഗികഭാഷാസമിതി.
Official Languages act - ഔദ്യോഗികഭാഷകൾ ആക്ട്.
official letter - ഔദ്യോഗിക കത്ത്.
official liquidator - ഒഫിഷ്യൽ ലിക്വിഡേറ്റർ.
official member - ഉദ്യോഗസ്ഥാംഗം.
official memorandum - ഒഫിഷ്യൽ മെമ്മോറാണ്ടം.
official misconduct - ഔദ്യോഗിക നടപടിദൂഷ്യം.
official policy - ഔദ്യോഗികനയം.
official position - ഉദ്യോഗപദവി.
official publication - ഔദ്യോഗികപ്രസിദ്ധീകരണം.
official purpose - ഔദ്യോഗികാവശ്യം.
official quarters - ഔദ്യോഗികവസതി.
official receiver - ഒഫിഷ്യൽ റിസീവർ.
official report - ഔദ്യോഗികറിപ്പോർട്ട്.
official residence - ഔദ്യോഗികവസതി, ഔദ്യോഗികഭവനം.

official resolution - ഔദ്യോഗികപ്രമേയം.
official revenue year - ഔദ്യോഗിക നികുതി വർഷം.
official seal - ഔദ്യോഗികമുദ്ര.
official secret - ഔദ്യോഗികരഹസ്യം.
official statement - ഔദ്യോഗികപ്രസ്താവന.
official status - ഉദ്യോഗപദവി, ഔദ്യോഗികപദവി.
official translation - ഔദ്യോഗിക പരിഭാഷ.
official version - ഔദ്യോഗികഭാഷ്യം, ഔദ്യോഗികപ്രസ്താവന.
official visit - ഔദ്യോഗിക സന്ദർശനം.
officialdom - അധികാരിവർഗ്ഗം.
officialese - സർക്കാർ രേഖകളിലെ ഭാഷ.
officiate - പകരംനോക്കുക, ഒഫിഷ്യേറ്റ്.
officiating - പകരം, ഒഫിഷ്യേറ്റിങ്.
officiating allowance - ഒഫിഷ്യേറ്റിങ് അലവൻസ്.
officiating pay - ഒഫിഷ്യേറ്റിങ് ശമ്പളം.
officiating post - ഒഫിഷ്യേറ്റിങ് തസ്തിക.
offshore fund - വിദേശനിക്ഷേപം.
offspring - സന്തതി, സന്താനം.
oil industry (development) act - എണ്ണവ്യവസായ (വികസന) ആക്ട്.
oil refinery - എണ്ണശുദ്ധീകരണശാല.
old - പഴക്കംചെന്ന.
old age - വാർദ്ധക്യം.
old age pension - വാർദ്ധക്യകാല പെൻഷൻ.
old cases - പഴയ കേസുകൾ.
old records - പഴയരേഖകൾ.
old scale of pay - പഴയ ശമ്പളസ്കെയിൽ.
ombudsman - ഓംബുഡ്സ്മാൻ.
omission - വീഴ്ച, വിട്ടുകളയൽ, ലോപം.
omit - വിട്ടുപോവുക, വിട്ടുകളയുക.
omitted subject - വിട്ടുപോയ വിഷയം.
omnifarious - സർവ്വവിധമായ, എല്ലാതരത്തിലുമുള്ള.
on a war-footing basis - യുദ്ധകാലാടിസ്ഥാനത്തിൽ.
on account of - അതുകൊണ്ട്, കാരണത്താൽ.
on all counts - എല്ലാവിധത്തിലും.
on all occasions - എല്ലാ സന്ദർഭങ്ങളിലും.
on behalf of - പകരമായി.
on being convinced - ബോദ്ധ്യപ്പെട്ടതിന്മേൽ.
on being satisfied - ബോദ്ധ്യപ്പെട്ടതിന്മേൽ.
on demand - ആവശ്യപ്പെടുമ്പോൾ.
on its face - പ്രത്യക്ഷത്തിൽ.
on its merits - യോഗ്യതയിന്മേൽ.
on the anvil - ആലോചനയിലിരിക്കുന്ന.
on the basis of - അടിസ്ഥാനത്തിൽ.
on the contrary - നേരെമറിച്ച്, നേരേമറിച്ച്, പ്രത്യുത.
on the day fixed - നിശ്ചയിച്ചിരിക്കുന്ന ദിവസം, നിജപ്പെടുത്തിയിട്ടുള്ള ദിവസം.
on the docket - പരിഗണനയിലിരിക്കുന്ന, പര്യാലോചനയിലിരിക്കുന്ന.
on the exercise of - പ്രയോഗിക്കുന്നതിൽ.
on the facts - വസ്തുതകളിൽ.
on the morrow of - തുടർന്നുവരുന്ന സമയത്ത്.
on the other hand - നേരേമറിച്ച്.
on the other side - മറുവശത്ത്.
on the qui vive - ജാഗരൂകരായിരിക്കുക.
on the verge of defeat - പരാജയത്തിന്റെ വക്കിൽ.
on the wrong side of the blanket - നിയമാനുസൃതമല്ലാത്ത.
once in a while - വല്ലപ്പോഴും, അപൂർവ്വമായി, ഇടയ്ക്കൊക്കെ, വല്ലപ്പോഴുമൊരിക്കൽ.

once-over - പെട്ടെന്നുള്ള പ്രാഥമികപരിശോധന.
oncost - അധികച്ചെലവ്.
one and the same certificate - ഒന്നുതന്നെയാണെന്നുള്ള സാക്ഷ്യപത്രം.
one sided - ഏകപക്ഷീയമായ.
one time financial assistance - ഒറ്റത്തവണ ധനസഹായം.
one time settlement - ഒറ്റത്തവണ തീർപ്പാക്കൽ.
one's calling - ഒരുവന്റെ ഉദ്യോഗം / തൊഴിൽ.
onerous - ദുർവ്വഹമായ, മർദ്ദകമായ.
onesidedness - പക്ഷപാതം.
online lottery - ഓൺലൈൻ ലോട്ടറി.
online public grievance redressal service - ഓൺലൈൻ പൊതുജനപരാതിപരിഹാര സേവനം.
onslaught - ഭയങ്കര ആക്രമണം.
onus - കടമ, ബാദ്ധ്യത, ഭാരം, ഉത്തരവാദിത്വം.
onus of proof - തെളിവുബാദ്ധ്യത, തെളിവുഭാരം.
onus probandi - തെളിയിക്കേണ്ട ബാദ്ധ്യത, തെളിവുബാദ്ധ്യത, തെളിവുഭാരം.
onus to age - വയസ്സു സംബന്ധമായ തെളിവുബാദ്ധ്യത.
ooze - ഒലിക്കുക.
open court - തുറന്നകോടതി.
open enquiry - പരസ്യാന്വേഷണം.
open jail - തുറന്ന ജയിൽ.
open market - പൊതുവിപണി, പരസ്യവിപണി.
open tender - പരസ്യദർഘാസ്, ഓപ്പൺ ടെൻഡർ.
opening balance - മുന്നിരിപ്പ്.
operate - പ്രവർത്തിപ്പിക്കുക.
operating cost - പ്രവർത്തനച്ചെലവ്.
operation - പ്രവർത്തനം, നടപ്പാക്കൽ.
operation flood - ക്ഷീരവിപ്ലവം, ധവളവിപ്ലവം.
operation of law - നിയമത്തിന്റെ പ്രവർത്തനം, നിയമപ്രവർത്തനം.
operative part - നടപടിവിവരണഭാഗം, പ്രാവർത്തികഭാഗം.
operative part of a document - പ്രമാണത്തിലെ നടപടിവിവരണഭാഗം.
operator - പ്രവർത്തകൻ, ഓപ്പറേറ്റർ.
opinion - അഭിപ്രായം, പക്ഷം.
opinion poll - അഭിപ്രായവോട്ടെടുപ്പ്.
opium - കറുപ്പ്.
opium - den - കറുപ്പുതീനി സങ്കേതം.
opium addict - പതിവായി കറുപ്പുതിന്നുന്നയാൾ.
opium and revenue laws (exten-sion of application) act - കറുപ്പുനിയമങ്ങളും റവന്യൂനിയമങ്ങളും (ബാധകത വ്യാപിപ്പിക്കൽ) ആക്ട്.
opponent - എതിരാളി, പ്രതിയോഗി.
opportunist - അവസരവാദി.
opportunity - അവസരം.
opportunity of being heard - പറയാനുള്ളത് പറയാനുള്ള അവസരം.
opportunity to express oneself - പറയാനുള്ളത് പറയാനുള്ള അവസരം.
oppose - ഖണ്ഡിക്കുക, എതിരിടുക, എതിർക്കുക, പ്രതിഷേധിക്കുക, ചെറുക്കുക.
opposed to natural justice - സ്വാഭാവികനീതിക്കെതിരായ.
opposed to public policy - പൊതുനയത്തിന് വിരുദ്ധമായ, പൊതുനയത്തിനെതിരായ.
opposing argument - എതിർവാദം.
opposite - വിപരീതം.
opposite party - എതിർകക്ഷി, പ്രതിപക്ഷം.
opposite sect - എതിർവിഭാഗം.
opposite sex - എതിർലിംഗം.
opposite side - എതിർഭാഗം, എതിർവശം.
opposite view - എതിരഭിപ്രായം.

opposite word - വിപരീതപദം.
opposition - എതിർപ്പ്, പ്രതിപക്ഷം, എതിരഭിപ്രായം.
opposition leader - പ്രതിപക്ഷനേതാവ്.
opposition members - പ്രതിപക്ഷാംഗങ്ങൾ.
oppress - ഉപദ്രവിക്കുക, പീഡിപ്പിക്കുക.
oppression - പീഡനം, ഉപദ്രവം.
oppressor - മർദ്ദകൻ, പീഡകൻ, നിഷ്ഠുരൻ.
opprobrious - ഹീനമായ, നിന്ദ്യമായ.
opprobrium - അപലപനീയമായ, അപകീർത്തി, നിന്ദ, മാനഹാനി.
oppugn - അതിക്രമിക്കുക.
oppugner - വിരോധി, എതിരാളി.
option - ഇഷ്ടമുള്ളത് തിരഞ്ഞെടുക്കൽ.
optional - ഐച്ഛികം.
optional language - ഐച്ഛികഭാഷ.
optional subject - ഐച്ഛികവിഷയം.
opyright act - പകർപ്പവകാശ ആക്ട്.
oral admission - വാക്കാൽസമ്മതം.
oral agreement - വാക്കാൽക്കരാർ.
oral evidence - വാമൊഴിത്തെളിവ്, വാക്കാൽത്തെളിവ്.
oral examination - വാചാപരീക്ഷ.
oral sex - വദനസുരതം.
oral statement - വാമൊഴി.
oral transfer - വാക്കാൽ കൈമാറ്റം.
orally - വാക്കാൽ.
ordain - കല്പിക്കുക, ആജ്ഞാപിക്കുക, വിധിക്കുക.
ordeal - പരമയാതന, കടുത്ത ആപത്ത്, കഠിനപരീക്ഷണം.
order - ആജ്ഞാപിക്കുക, കല്പിക്കുക, ആജ്ഞ, ഉത്തരവ്, കല്പന, അച്ചടക്കം.
order of court - കോടതിയുത്തരവ്.
order of assignment - പതിച്ചുനല്കൽ ഉത്തരവ്.
order of cashierment - പിരിച്ചുവിടൽ ഉത്തരവ്.
order of merit - യോഗ്യതാക്രമം, ഗുണാനുക്രമം.
order of precedence - മുൻഗണനാക്രമം.
order of preference - മുൻഗണനാക്രമം.
order of priority - മുൻഗണനാക്രമം.
order on appeal - അപ്പീൽപോയിട്ടുള്ള ഉത്തരവ്.
orderly - ആജ്ഞാനുവർത്തി.
ordinance - ഓർഡിനൻസ്.
ordinarily - സാധാരണയായി.
ordinary - സാധാരണ.
ordinary file - സാധാരണ ഫയൽ.
ordinary leave - സാധാരണ അവധി.
ordinary meeting - സാധാരണയോഗം.
ordinary original civil juris-diction - സാധാരണ സിവിൽ ആദ്യാധികാരപരിധി.
ordinary resolution - സാധാരണപ്രമേയം.
ordnance - യുദ്ധസാമഗ്രി, ആയുധക്കോപ്പ്.
ordnance depot - ആയുധഡിപ്പോ, വെടിക്കോപ്പു സംഭരണ ഡിപ്പോ.
organisation - സംഘടന, സംഘാടനം.
organisation and control - സംഘാടനവും നിയന്ത്രണവും.
organisation and method work study - സംഘടനാപദ്ധതി പ്രവൃത്തിപഠനം.
organise - അടുക്കുക, ചിട്ടപ്പെടുത്തുക.
organised labourers - സംഘടിതതൊഴിലാളികൾ.
organised people - സംഘടിതജനത.
organised sector - സംഘടിതമേഖല.
organiser - സംഘാടകൻ.
organizational set up - സംഘടനാസംവിധാനം.

organizer - സംഘാടകൻ.
orgasm - രതിമൂർച്ഛ.
orientation - ബോധവൽക്കരണം, നവീകരണം.
orientation course - നവീകരണ പഠനം.
orientation study - നവീകരണപഠനം.
orientation training - ഓറിയന്റേഷൻ പരിശീലനം.
origin - ആരംഭം, ഉത്ഭവം, ജനനം.
original - അസ്സൽ, മൗലികമായ.
original book - മൂലഗ്രന്ഥം.
original cause - മൂലകാരണം, ആദ്യ കാരണം.
original copy - അസ്സൽപകർപ്പ്, യഥാർത്ഥപകർപ്പ്.
original criminal jurisdiction - ക്രിമിനൽ ആദ്യാധികാരപരിധി.
original document - അസ്സൽ പ്രമാണം, മൂലകരണം.
original jurisdiction - ആദ്യവിചാരണാധികാരം, ആദ്യവിചാരണാധികാരപരിധി, പ്രാരംഭവിചാരണാധികാരപരിധി.
original language - മൂലഭാഷ.
original plaint - അസ്സലന്യായം, അന്യായത്തിന്റെ അസ്സൽ.
original price - അസ്സൽവില.
original reason - മൂലകാരണം.
original record - അസ്സൽരേഖ..
original side appeal - ഒറിജിനൽ സൈഡ് അപ്പീൽ.
original state - പൂർവ്വാവസ്ഥ, പൂർവ്വസ്ഥിതി, ആദിമസ്ഥിതി.
original suit (os) - ഒറിജിനൽ സ്യൂട്ട്, ആദ്യവ്യവഹാരം.
originally enacted - ആദ്യം നിയമമാക്കിയ.
originate - ഉത്ഭവിക്കുന്ന.
orillion - കോട്ട.
orphan - അനാഥൻ.
orphanage - അനാഥമന്ദിരം, അനാഥാലയം.
orphanotrophy - അനാഥരക്ഷ.
ossification test - അസ്ഥിബലപരിശോധന.
ostensible - വ്യക്തമായ, പ്രത്യക്ഷമായ, കാഴ്ചയിൽ തോന്നിക്കുന്നവിധം.
ostracize - ഭ്രഷ്ട്, പുറത്താക്കുക, പുറന്തള്ളുക.
other backward community - മറ്റുപിന്നാക്ക വിഭാഗം.
other compensatory allowance - മറ്റിനം നഷ്ടപരിഹാരബത്ത.
otherwise - മറ്റുപ്രകാരത്തിൽ, മറ്റുവിധത്തിൽ.
otherwise than - അല്ലാതെ.
oust - ഒഴിപ്പിക്കുക, പുറത്താക്കുക, കുടിയിറക്കുക, പിരിച്ചുവിടുക, പുറന്തള്ളുക.
oustee - പുറത്താക്കപ്പെട്ടയാൾ, പുറന്തള്ളപ്പെട്ടയാൾ.
out burst - പൊട്ടിത്തെറി.
out dated - കാലംകഴിഞ്ഞുപോയ, പ്രാബല്യത്തിലില്ലാത്ത.
out of court settlement - കോടതിക്കുപുറത്തുവച്ചുള്ള ഒത്തുതീർപ്പ്.
out of circulation - പ്രചാരംതീർന്ന, പ്രചാരംനിലച്ച.
out of date - നടപ്പിലില്ലാത്ത, കാലോചിതമല്ലാത്ത, കാലംകഴിഞ്ഞുപോയ, കാലഹരണപ്പെട്ട.
out of hand - നിയന്ത്രണാതീതമായി.
out of one's depth - സ്വന്തം കഴിവുകൾക്കപ്പുറം.
out of order - അവ്യവസ്ഥിതമായ, ചിട്ടപ്രകാരമല്ലാത്ത.
out of reach - അപ്രാപ്യമായ.
out of station - ആസ്ഥാനത്തില്ലാത്ത, സ്ഥലത്തില്ലാത്ത.
out turn - ഉല്പാദനം.
outact - അതിരുകടന്നു പ്രവർത്തിക്കുക.
outargue - വാദിച്ച് ജയിക്കുക, വാദിച്ച് തോല്പിക്കുക, തർക്കിച്ച് ജയിക്കുക,

തർക്കിച്ച് തോല്പിക്കുക.
outbar - പുറത്താക്കുക.
outbeat - ലംഘിക്കുക, അതിലംഘിക്കുക.
outbrazen - അധികാരം കാണിക്കുക.
outbreak - പൊട്ടിപ്പുറപ്പെടുക.
outburst - പൊട്ടിത്തെറിക്കുക.
outcast - ജാതിഭ്രഷ്ടൻ.
outcome - ഫലം, അനന്തരഫലം.
outdare - അതിധൈര്യം കാണിക്കുക.
outdated cheque - കാലഹരണപ്പെട്ട ചെക്ക്.
outfrown - കണ്ണുരുട്ടി ഭയപ്പെടുത്തുക.
outguard - പുറങ്കാവൽ.
outlast - ഈടുനില്ക്കുക.
outlaw - വിലക്കുക, അസാധുവാക്കുക, നിയമഭ്രഷ്ടൻ.
outlawry - നിയമഭ്രഷ്ടനാക്കൽ, ഭ്രഷ്ട് കല്പിക്കൽ.
outlay - മുതൽമുടക്ക്, ചെലവ്.
outlive - അതിജീവിക്കുക.
out-of-date - പ്രചാരലുപ്തമായ.
outrage - ബലാൽക്കാരം, മഹാഅന്യായം, അതിക്രമം.
outrageous - അന്യായമായ, ബലാൽക്കാരപരമായ.
outscold - കൂടുതൽ ശാസിക്കുക, അമിതശാസന.
outscron - നിന്ദിക്കുക.
outsentry - പുറങ്കാവൽക്കാരൻ.
outsider - അന്യൻ.
outstanding - കുടിശ്ശികയായ, പിരിഞ്ഞുകിട്ടാനുള്ള.
outstanding creations - അത്യുത്തമ സൃഷ്ടികൾ.
outstanding debt - കുടിശ്ശികയായ കടം.
outstanding liabilities - വീട്ടാത്ത ബാദ്ധ്യതകൾ.
outstanding loan - കൊടുത്തു തീർക്കേണ്ടതായ വായ്പ.
over and above - പുറമേ.
over and over - പലതവണ.
over charges - അധികച്ചെലവ്.
over crowd - ജനബാഹുല്യം.
over payment - അധികപ്പണം നല്കൽ.
over ride - അസാധുവാക്കുക, നിരാകരിക്കുക.
over rule - അസാധുവാക്കുക, റദ്ദാക്കുക, അസ്ഥിരപ്പെടുത്തുക.
over statement - അതിശയോക്തി, അതിവർണ്ണനം.
over writing - മേലെഴുത്ത്.
overdue - സമയംകഴിഞ്ഞ.
overhead charge - പുറംചെലവ്.
overhear - ഒളിച്ചുകേൾക്കുക.
overleaf - മറുപുറം.
overload - അതിഭാരം.
overlook - അവഗണിക്കുക.
overreacher - ചതിയൻ, വഞ്ചകൻ.
overseer - ഓവർസിയർ.
oversight - നോട്ടപ്പിഴവ്.
overt action - പരസ്യമായ നടപടി.
overthrow - അട്ടിമറി (ഭരണം), സ്ഥാനഭ്രഷ്ടനാക്കുക.
overtime allowance - അധികസമയ ബത്ത, ഓവർടൈം അലവൻസ്.
overturn - തകിടംമറിക്കുക, അട്ടിമറിക്കുക.
overturner - അട്ടിമറിക്കാരൻ.
overzeal - അത്യാസക്തി.
owe - കടപ്പെടുക.
own - തന്റേതായ, സ്വകീയമായ, സ്വന്തമായ.
owned property - കൈവശസ്വത്ത്.
owner - ഉടമ, ഉടമസ്ഥൻ.
ownerless - ഉടമസ്ഥനില്ലാത്ത.
ownerless property - ഉടയോനില്ലാത്ത വസ്തു.
ownership - ഉടമാവകാശം, ഉടമസ്ഥത, ഉടമസ്ഥാവകാശം.
oyer - വ്യവഹാരവിചാരണ, കുറ്റവിചാരണ.

P

paccavi - കുറ്റസമ്മതം.
pacify - ശാന്തമാക്കുക, സമാധാനിപ്പിക്കുക.
pact - ഉടമ്പടി, സന്ധി, കരാർ, ഒത്തുതീർപ്പ്.
paction - രാജ്യാന്തരക്കരാർ, കരാർ, ഉടമ്പടി.
pactum illicitum - നിയമവിരുദ്ധ ഉടമ്പടി.
padder - കള്ളൻ, കവർച്ചക്കാരൻ.
paddy field - നെൽവയൽ.
paddy land - നെൽവയൽ.
paderess - കൂട്ടിക്കൊടുപ്പുകാരി.
padlock - പറങ്കിപ്പൂട്ട്.
paedophile - കുട്ടികളോട് ലൈംഗികാകർഷണമുള്ളയാൾ.
pagination - പേജുനമ്പരിടൽ.
paid - up capital - അടവുമുതൽ.
paid employment - ശമ്പളമുള്ള ജോലി, വേതനംപറ്റുന്ന ജോലി.
paid news - പണം നല്കിവാർത്ത നല്കൽ.
paid up share capital - പിരിഞ്ഞുകിട്ടിയ മൂലധനം.
paid-up capital - അടവുമൂലധനം, അടവുമുതൽ.
pain killer - വേദനസംഹാരി.
pal - കൂട്ടുകാരൻ.
palace - കൊട്ടാരം.
palliation - താല്ക്കാലിക ശമനം.
palliative treatment - സാന്ത്വന ചികിത്സ.
palm-wine - കള്ള്.
palpable erroneous order - പ്രഥമ ദൃഷ്ട്യാ പിഴവുള്ള ഉത്തരവ്.
palter - കള്ളംപറയുക, വഞ്ചിക്കുക.
paltry - നീചമായ, നിന്ദ്യമായ.
pamphlet - ലഘുലേഖ.
panchayat - പഞ്ചായത്ത്.
pander - നീചപ്രവൃത്തികൾക്കു സഹായിക്കുക, കൂട്ടിക്കൊടുക്കുക, കൂട്ടിക്കൊടുക്കുക, ദുഷ്പ്രവൃത്തികൾക്ക് സഹായിക്കുക.
panderage - കൂട്ടിക്കൊടുപ്പ്, കൂട്ടിക്കൊടുക്കൽ.
panderism - കൂട്ടിക്കൊടുപ്പ്, കൂട്ടിക്കൊടുക്കൽ.
panel - നാമപ്പട്ടിക, പാനൽ.
panel of chairmen - അദ്ധ്യക്ഷസമിതി.
panel of names - പേർപ്പട്ടിക, പേരുവിവരപ്പട്ടിക, പേരുകളുടെ പാനൽ.
panic monger - സംഭ്രമമുണ്ടാക്കുന്നവൻ, പരിഭ്രാന്തി പരത്തുന്നവൻ.
pannel - ക്രിമിനൽക്കേസിലെ പ്രതി.
paper - കടലാസ്, പേപ്പർ.
paper lottery - കടലാസ് ലോട്ടറി.
paper seal - പേപ്പർ സീൽ.
paper under consideration - പരിഗണനയിലിരിക്കുന്ന കടലാസ്.
par excellance - ഉൽക്കൃഷ്ടം, സർവോൽക്കൃഷ്ടം, അതിവിശിഷ്ടമായ, ശ്രേഷ്ഠമായ.
par of exchange - വിദേശനാണ്യ മാറ്റവില.
parachronism - കാലഗണനപ്പിഴ.
paraclete - മദ്ധ്യസ്ഥൻ, അഭിഭാഷകൻ.
parade - പരേഡ്.
paradigm shift - അടിസ്ഥാനപരമായ മാറ്റം.
paradox - വൈരുദ്ധ്യം.
paraffle - കപടനാട്യം.
parallel motion - സമാന്തരചലനം.
paralogism - അബദ്ധന്യായം.
paramount - പരമപ്രധാനമായ, അപ്രമാദിതമായ.
paramour - ജാരൻ, വിവാഹിതയുടെ/വിവാഹിതന്റെ കാമുകൻ/കാമുകി.
paranoea - ചിത്തഭ്രമം.
parasuicide - മരിക്കാനാഗ്രഹമില്ലാത്തയാളുടെ ആത്മഹത്യാശ്രമം.

parcel - പാർസൽ.
parcel office - പാർസലാഫീസ്.
parcenary - കൂട്ടവകാശം, അവിഭാജ്യ സ്വത്ത്.
parcener - ഓഹരിയവകാശി, ഭാഗത്തിനവകാശി, കൂട്ടവകാശി, കൂട്ടുകൈവശക്കാരൻ.
pardon - മാപ്പ്, ക്ഷമിക്കുക, പൊറുക്കുക, മാപ്പുനല്കുക.
parent - രക്ഷിതാവ്.
parent authority - ജനകാധികാരം.
parental authority - പൈതൃകാധികാരം.
parental right - പൈതൃകാവകാശം.
parenthood - പിതൃത്വം.
parenticide - പിതൃഹത്യ, മാതൃഹത്യ, രക്ഷിതാവിനെക്കൊല്ലുന്നയാൾ.
parent-teachers association - അദ്ധ്യാപക-രക്ഷാകർതൃ സമിതി.
parergon - ഉപതൊഴിൽ.
pari causa - തുല്യാവകാശം.
parity - സമാനത, തുല്യത.
parking lot - വണ്ടിപ്പുര.
parliament - പാർലമെന്റ്.
parliament (prevention of disqualification) act - പാർലമെന്റ് (അയോഗ്യത തടയൽ) ആക്ട്.
parliamentarian - പാർലമെന്റംഗം, സാമാജികൻ.
parliamentary affairs - പാർലമെന്റുകാര്യങ്ങൾ.
parliamentary affairs department - പാർലമെന്ററികാര്യവകുപ്പ്.
parliamentary constituency - പാർലമെന്റ് നിയോജകമണ്ഡലം, ലോക്സഭാമണ്ഡലം.
parliamentary democracy - പാർലമെന്ററി ജനാധിപത്യം.
paroemia - ആപ്തവാക്യം.
parole - പരോൾ.
parole arrest - പരോൾ അറസ്റ്റ്.
parole contract - വാക്കാൽക്കരാർ.
parole evidence - വാമൊഴിത്തെളിവ്.
parolee - പരോളിലുള്ള തടവുകാരൻ.
parricide - പിതൃഹത്യ, മാതൃഹത്യ, ബന്ധുഹത്യ.
part - ഭാഗം, വിഭാഗം.
part and parcel - അവിഭാജ്യഘടകം, അവശ്യഘടകമായ.
part payment - ഭാഗികമായ ഒടുക്ക്.
part time employees - പാർട്ട് ടൈം ജീവനക്കാർ.
part time post - ഭാഗികസമയ തസ്തിക.
partake - പങ്കെടുക്കുക, ഭാഗഭാക്കാവുക, പങ്കുകൊള്ളുക.
partaker - ഓഹരിക്കാരൻ, കൂട്ടാളി.
partial - ഭാഗികമായ.
partial damage - ഭാഗിക നാശനഷ്ടം.
partial endorsement - ഭാഗിക പുറം കുറിപ്പ്, ഭാഗികപുറത്തെഴുത്ത്.
partial execution - ഭാഗികമായ നിർവ്വഹണം.
partial interest - ഭാഗികാവകാശം.
partial loss - ഭാഗികനഷ്ടം.
partial ownership - ഭാഗിക ഉടമസ്ഥത.
partial payment - ഭാഗികമായ ഒടുക്ക്.
partial reference - ഭാഗികമായ പരാമർശം.
partial right - ഭാഗികമായ അവകാശം.
partiality - പക്ഷപാതം.
partially - ഭാഗികമായി.
partially true - ഭാഗികമായി സത്യമായ.
partible - വിഭജിക്കാവുന്ന, ഭാഗിക്കാവുന്ന.
particeps criminis - കൂട്ടുപ്രതി, കുറ്റവാളിയെ സഹായിക്കുന്നയാൾ.
participate - പങ്കെടുക്കുക, ഭാഗഭാക്കാവുക, പങ്കുകൊള്ളുക.
participation - പങ്കാളിത്തം, ഭാഗഭാഗിത്വം.
participator - പങ്കാളി.
particulars - വിവരങ്ങൾ.
particulars of facts - വിശദാംശങ്ങൾ, വസ്തുസ്ഥിതി വിശേഷങ്ങൾ.

partition - ഭാഗം വയ്ക്കൽ, വിഭജനം, പങ്കിടൽ, വിഭജിക്കുക, ഭാഗം ചെയ്യൽ.
partition deed - ഭാഗപത്രം.
partly - ഭാഗികമായി.
partly true - ഭാഗികമായി സത്യമായ.
partner - പങ്കാളി, കൂട്ടാളി.
partner in guilt - കൂട്ടുപ്രതി, കുറ്റകൃത്യക്കൂട്ടാളി.
partnership - കൂട്ടുകച്ചവടം, പങ്കുകച്ചവടം, പങ്കാളിത്തം.
partnership act - പങ്കാളിത്തക്കച്ചവട ആക്ട്.
partnership agreement - പങ്കാളിത്തക്കരാർ, പങ്കാളിത്ത ഉടമ്പടി.
partnership deed - പങ്കാളിത്ത ഉടമ്പടി.
partnership dissolution - പങ്കാളിത്തം അവസാനിപ്പിക്കൽ, പങ്കുപിരിയൽ.
partnership trade - പങ്കാളിത്ത വ്യാപാരം.
partnership with limited liability - ക്ലിപ്ത ബാദ്ധ്യതയോടുകൂടിയ കൂട്ടുകച്ചവടം.
party - കക്ഷി.
party followers - പാർട്ടി അനുയായികൾ.
party in interest - തല്പരകക്ഷി.
party in power - ഭരണകക്ഷി, അധികാരകക്ഷി.
party leader - പാർട്ടി നേതാവ്.
party meeting - പാർട്ടിയോഗം.
party politics - കക്ഷിരാഷ്ട്രീയം.
party spirit - കക്ഷിതാല്പര്യം.
party to a suit - വ്യവഹാരകക്ഷി.
pasquin - പരിഹാസ ലേഖനം.
pass a judgment - വിധി പ്രസ്താവിക്കുക.
pass a resolution - പ്രമേയം പാസാക്കുക.
pass an order - ഉത്തരവിടുക.
pass bills - ബില്ലുകൾ പാസ്സാക്കുക.
pass book - പാസ്ബുക്ക്.
pass sentence - ശിക്ഷ വിധിക്കുക.
passional - കാമക്രോധാദിജന്യമായ.
passive bond - പലിശയില്ലാത്ത ബോണ്ട്.
passive resistance - സഹനസമരം.
passive state - നിഷ്ക്രിയാവസ്ഥ.
passport - പാസ്പോർട്ട്.
passport act - പാസ്പോർട്ട് ആക്ട്.
password - പാസ്‌വേഡ്, അടയാളവാക്ക്.
past service - മുൻകാലസേവനം.
patched coin - ചേർത്തൊട്ടിച്ച നാണയം.
patent - കുത്തക, പേറ്റന്റ്, നിർമ്മാണാവകാശക്കുത്തക.
patent defect - പ്രകടമായ ന്യൂനത.
patent error - പ്രകടമായ പിഴവ്/തെറ്റ്.
patent letter - അധികാരദാനപത്രം, അവകാശസാക്ഷ്യപത്രം.
patentee - കുത്തകാവകാശി, കുത്തകാവകാശക്കാരൻ, കുത്തകാവകാശം ലഭിച്ചയാൾ.
patentor - കുത്തകാവകാശം നല്കുന്നയാൾ.
paternity - പിതൃത്വം.
paternity leave - പിതൃത്വാവധി.
patibulary - തൂക്കിക്കൊല്ലൽ സംബന്ധിച്ച.
patient - രോഗി.
patricide - പിതൃഹത്യ.
patrilineage - പിതൃദായക്രമം.
patrimonium - പൈതൃകസ്വത്ത്.
patrimony - പൈതൃകം, പിതൃസ്വത്ത്.
patrol - റോന്തുചുറ്റൽ.
patron - രക്ഷാധികാരി.
patronage - രക്ഷാധികാരം, സംരക്ഷണം.
patta - പട്ടയം.
patta transfer - പട്ടയമാറ്റം.
pattadar - പട്ടാദാർ.
pattayam - പട്ടയം.
pauper - പാപ്പർ, നിർദ്ധനൻ.

pauper suit - പാപ്പർവ്യവഹാരം, പാപ്പർഹർജി.
pauper suit register - പാപ്പർ വ്യവഹാര രജിസ്റ്റർ.
pauperdom - പാപ്പരത്തം.
pauperism - പാപ്പരത്തം.
pave the way for - പശ്ചാത്തലം ഒരുക്കുക, പശ്ചാത്തലം സൃഷ്ടിക്കുക, വഴിതെളിക്കുക.
pawn - ഈട്, പണയം, ജാമ്യം.
pawn receipt - പണയരസീത്.
pawn shop - പണയംവയ്ക്കുന്ന സ്ഥലം.
pawn ticket - പണയരസീത്.
pawnee - പണയം വാങ്ങുന്നയാൾ.
pawner - പണയം വയ്ക്കുന്നയാൾ.
pax regis - നിയമസംരക്ഷണഉറപ്പ്, നിയമസംരക്ഷണ പ്രതിജ്ഞ.
pay - ശമ്പളം.
pay and allowance - ശമ്പളവും ബത്തയും.
pay and service conditions - സേവന-വേതന വ്യവസ്ഥകൾ.
pay and service rules - സേവന-വേതനചട്ടങ്ങൾ.
pay attention to - ശ്രദ്ധവയ്ക്കുക, ഗൗനിക്കുക, ശ്രദ്ധകൊടുക്കുക.
pay bill - ശമ്പളബിൽ.
pay conditions - വേതനവ്യവസ്ഥകൾ, ശമ്പളവ്യവസ്ഥകൾ.
pay day - ശമ്പളദിനം.
pay fixation - ശമ്പളനിർണ്ണയം.
pay heed to - ശ്രദ്ധവയ്ക്കുക, സശ്രദ്ധം കേൾക്കുക, ശ്രദ്ധകൊടുക്കുക.
pay off debt - കടംവീട്ടൽ.
pay regard - പരിഗണിക്കുക.
pay revision - ശമ്പളപരിഷ്കരണം.
pay roll - ശമ്പളപ്പട്ടിക.
payee - പണം കൈപ്പറ്റുന്നയാൾ.
payer - ദാതാവ്.
payment - ഒടുക്ക്, പണംകൊടുക്കൽ.
payment in due course - മുറയ്ക്കുള്ള പണംകൊടുക്കൽ.
payment of bonus act - ബോണസ് കൊടുക്കൽ ആക്ട്.
payment of gratuity act - ഗ്രാറ്റുവിറ്റി കൊടുക്കൽ ആക്ട്.
payment of pension to members of kerala legislature act - കേരള നിയമസഭാംഗങ്ങൾക്ക് പെൻഷൻ നല്കൽ ആക്ട്.
payment of wages act - വേതനം നല്കൽ ആക്ട്.
pay-slip - പേസ്ലിപ്പ്.
peace - സമാധാനം.
peace and security - സമാധാനവും സുരക്ഷിതത്വവും, സമാധാനവും ഭദ്രതയും.
peace keeping force - സമാധാന സേന.
peace of mind - മനഃസമാധാനം.
peaceful - സുഖകരമായ.
peasant in possession - വസ്തു കൈവശമുള്ള കൃഷിക്കാരൻ.
peccable - കുറ്റവാസനയുള്ള.
peccadillo - ചെറുകുറ്റം, കൊച്ചുതെറ്റ്, ചെറിയ അപരാധം.
peccancy - കുറ്റവാസന.
peculate - പണം അപഹരിക്കുക, കളവുചെയ്യുക, വിശ്വാസവഞ്ചന ചെയ്യുക, കൊള്ളയടിക്കുക, അപഹരിക്കുക.
peculation - പണാപഹരണം, മോഷണം, വിശ്വാസവഞ്ചന.
peculiarity - സവിശേഷത.
pecuniary - ധനവിഷയമായ, പണസംബന്ധിയായ, സാമ്പത്തികവിഷയമായ, ധനപരമായ, ധനസംബന്ധിയായ.
pecuniary advantage - സാമ്പത്തികപ്രയോജനം, സാമ്പത്തികാനുകൂല്യം, സാമ്പത്തികനേട്ടം.
pecuniary affairs - പണമിടപാടുകൾ.
pecuniary compensation - നഷ്ടപരിഹാരധനം.
pecuniary gain - സാമ്പത്തികലാഭം.
pecuniary interest - സാമ്പത്തിക

താല്പര്യം.
pecuniary jurisdiction - സാമ്പത്തികാധികാരപരിധി, സാമ്പത്തികാധികാരാതിർത്തി.
pecuniary liability - ധനബാദ്ധ്യത, ധനപരമായ ബാദ്ധ്യത.
pecuniary limit - ധനപരിധി, സാമ്പത്തികപരിധി.
pecuniary loss - ധനനഷ്ടം.
pecunious - പണക്കാരനായ.
pedagogy - ബോധനവിദ്യ, അദ്ധ്യാപനശാസ്ത്രം.
pederasty - പുരുഷമൈഥുനം (ആൺകുട്ടിയുമായുള്ള).
pedigree - വംശം, വംശാവലി.
peep - എത്തിനോക്കുക, ഒളിഞ്ഞുനോക്കുക.
peeper - ഒളിഞ്ഞുനോക്കുന്നയാൾ.
peeve - ശല്യപ്പെടുത്തുക.
pelf - കള്ളപ്പണം.
pellet - വെടിയുണ്ട.
pelmatogram - കാലടയാളം.
pen - picture - തൂലികാചിത്രം.
pen down strike - പെൻഡൗൺ സമരം.
pen name - തൂലികാനാമം.
pena capitale - വധശിക്ഷ, മരണശിക്ഷ.
penal action - ശിക്ഷാനടപടി.
penal code - ശിക്ഷാനിയമസംഹിത.
penal interest - പിഴപ്പലിശ.
penal law - ശിക്ഷാനിയമം.
penal provision - ശിക്ഷാവ്യവസ്ഥ.
penal remedy - ശിക്ഷാപരിഹാരം.
penal rent - പിഴവാടക.
penal servitude - കഠിനതടവ്, കഠിനതടവുശിക്ഷ.
penal statute - ശിക്ഷാനിയമസംഹിത.
penalise - കുറ്റക്കാരനാക്കുക, ശിക്ഷാർഹനാക്കുക.
penalties and fines - ശിക്ഷകളും പിഴകളും.
penalty - പിഴ, ശിക്ഷ.
penance - പ്രായശ്ചിത്തം.
pendency of cases - കേസുകളുടെ തീർപ്പാകാത്ത അവസ്ഥ.
pendent - നിലവിലുള്ള.
pendente lite - കേസ് പുരോഗമിക്കുമ്പോൾ, കേസ് നിലവിലിരിക്കെ, വ്യവഹാരം നിലവിലുള്ള.
pending - തീർപ്പാകാത്ത, നിലവിലുള്ള, നിലവിലിരിക്കുന്ന.
pending case - തീർപ്പാകാനുള്ള കേസ്.
pending decision - ആലോചനയിലിരിക്കുന്ന, തീർപ്പാകാനിരിക്കുന്ന.
pending file - തീർപ്പാകാത്ത ഫയൽ.
pending litigation - വ്യവഹാരം നിലവിലുള്ള.
penitence - പശ്ചാത്താപം.
penitentiary - ജയിൽ, തടവറ, കാരാഗൃഹം.
penology - ശിക്ഷാശാസ്ത്രം, ദണ്ഡശാസ്ത്രം.
pension - പെൻഷൻ, അടുത്തൂൺ.
pension application - പെൻഷൻ അപേക്ഷ.
pension fund - പെൻഷൻ ഫണ്ട്.
pensionable post - പെൻഷനുള്ള തസ്തിക.
pensionary benefits - പെൻഷൻ ആനുകൂല്യങ്ങൾ.
pensioner - പെൻഷൻകാരൻ.
Pensions act - പെൻഷൻ ആക്ട്.
penurious - നിർദ്ധനമായ, ദരിദ്രമായ.
penury - ഇല്ലായ്മ, ദാരിദ്ര്യം.
peon - ശിപായി, പ്യൂൺ.
peonism - സേവകവൃത്തി.
people - ജനം, ജനത.
people's movement - ജനകീയപ്രക്ഷോഭം.
people's plan - ജനകീയപദ്ധതി.
peoples agitation - ജനകീയപ്രക്ഷോഭം.
peoples planning programme - ജന

കീയാസൂത്രണ പദ്ധതി.
peoples representative - ജനപ്രതി നിധി.
per annum - പ്രതിവർഷം.
per capita - ആളോഹരി.
per capita income - ആളോഹരി വരുമാനം, പ്രതിശീർഷവരുമാനം.
per capita national income - ആളോഹരി ദേശീയവരുമാനം.
per contra - നേരേമറിച്ച്, എതിർഭാഗത്ത്.
per curiam - വിധി, അപ്പീൽക്കോടതിയുടെ ഐക്യകണ്ഠ്യേനയുള്ള വിധി.
per mensum - പ്രതിമാസം.
perceive - ഗ്രഹിക്കുക.
percent - ശതമാനം.
perceptible - പ്രത്യക്ഷമായ, സ്പഷ്ടമായ.
perdiem - പ്രതിദിനബത്ത, ദിവസവേതനം, പ്രതിദിനം.
perdurable - ഈടുനില്ക്കുന്ന, ശാശ്വതമായ.
peremptory - ഉടൻ നടപ്പാക്കേണ്ടതായ.
peremptory order - ഉടൻ നടപ്പാക്കേണ്ട ഉത്തരവ്, അന്തിമഉത്തരവ്.
performance - പ്രകടനം.
performance of duty - കർത്തവ്യനിർവ്വഹണം.
performance share - മേലോഹരി.
periculam - അപകടം, അപായം.
peril - ആപത്ത്, വിപത്ത്, അപകടം, നഷ്ടം.
period - കാലാവധി.
period of absence - ഹാജരാകാതിരുന്ന കാലം.
period of lease - പാട്ടക്കാലാവധി.
period of operation - പ്രവർത്തനകാലം.
periodical - ആനുകാലികം.
periodical inspection - ആനുകാലിക പരിശോധന.
periodical publication - ആനുകാലികപ്രസിദ്ധീകരണം.
periodical report - ആനുകാലിക റിപ്പോർട്ട്.
periodical statement - ആനുകാലിക സ്റ്റേറ്റ്മെന്റ്.
periodicals - ആനുകാലികങ്ങൾ.
peripatetic demonstration - പര്യടന പ്രദർശനം.
peripatetic survey - പര്യടന സർവെ.
periphrasis - വളച്ചുകെട്ടിപ്പറയുക.
perish - നശിക്കുക.
perishable goods - നശ്വരമായ സാധനങ്ങൾ.
perjurer - കള്ളസത്യം ചെയ്യുന്നവൻ, കള്ളസാക്ഷി.
perjury - കള്ളസത്യവാങ്മൂലം, കള്ളസാക്ഷിപറയൽ, കള്ളസാക്ഷ്യം.
permanent - സ്ഥിരമായ.
permanent advance - സ്ഥിരം അഡ്വാൻസ്.
permanent appointment - സ്ഥിരനിയമനം.
permanent conveyance allo-wance - സ്ഥിരം വാഹനപ്പടി.
permanent employees - സ്ഥിരം ജീവനക്കാർ.
permanent job - സ്ഥിരജോലി.
permanent lien - സ്ഥിരലാവണം.
permanent pay - സ്ഥിരശമ്പളം.
permanent post - സ്ഥിരംതസ്തിക.
permanent residence - സ്ഥിരവസതി.
permanent stipend - സ്ഥിരം സ്റ്റൈപ്പൻഡ്.
permanent succession - ശാശ്വതപിന്തുടർച്ചാവകാശം.
permanent travelling allowance - സ്ഥിരംയാത്രപ്പടി, സ്ഥിരം യാത്രാബത്ത.
permissible - അനുവദനീയമായ.
permission - അനുമതി, അനുവാദം.
permission in writing - രേഖാമൂലമുള്ള അനുവാദം.
permissive sanction - സോപാധികാ

നുമതി, നിയന്ത്രിതാനുമതി, ഉപയോഗാനുമതി.

permit - അനുമതി, പെർമിറ്റ്, അനുവദിക്കുക.

permutation - കൈമാറ്റക്കരാർ, വിനിമയം.

pernicious - ദോഷകരമായ, ഹാനികരമായ.

perorate - ഉപസംഹരിക്കുക.

perpetrate - കുറ്റംചെയ്യുക.

perpetration - കുറ്റം, അപരാധം.

perpetrator - കുറ്റം ചെയ്യുന്നയാൾ.

perpetual - സ്ഥിരമായ.

perpetual injunction - ശാശ്വതനിരോധന ഉത്തരവ്.

perpetual succession - ശാശ്വതമായ പിന്തുടർച്ചാവകാശം.

perpetual tenancy - അനിശ്ചിതകാല കുടിയായ്മ.

perpetuity - ശാശ്വതമായ.

perplexity - പരിഭ്രാന്തി, പരിഭ്രമം.

perpro endorsement - അന്യനുവേണ്ടിയുള്ള പുറംകുറിപ്പ്.

perquisite - വിശേഷാദായം, വേതനാധികലാഭം.

perquisition - ജാഗ്രതയോടെയുള്ള അന്വേഷണം.

perscrutation - സൂക്ഷ്മപരിശോധന.

persecute - ഉപദ്രവിക്കുക, പീഡിപ്പിക്കുക.

persecution - പീഡനം, ഉപദ്രവിക്കൽ.

persecutor - പീഡിപ്പിക്കുന്നവൻ, ദ്രോഹി.

persecutrix - പീഡിപ്പിക്കുന്നവൾ.

perseverance - പരമാവധി ആയാസപ്പെട്ട്, അതിപ്രയത്നം.

persistency - നിർബ്ബന്ധം.

person - വ്യക്തി, ദേഹം.

person bound by the decree - വിധിപ്രകാരം ബാദ്ധ്യസ്ഥൻ.

person of sound mind - സ്വസ്ഥചിത്തൻ.

person of unsound mind - ചിത്തഭ്രമമുള്ള വ്യക്തി.

persona grata - സ്വീകാര്യവ്യക്തി.

personal - സ്വകാര്യം, സ്വകാര്യമായ, വ്യക്തിപരം.

personal assistant - പെഴ്സണൽ അസിസ്റ്റന്റ്.

personal attendance - നേരിട്ട് ഹാജരാകൽ.

personal attention - വ്യക്തിപരമായ ശ്രദ്ധ.

personal challenge - വ്യക്തിപരമായ വെല്ലുവിളി.

personal deposit - വ്യക്തിഗത നിക്ഷേപം.

personal effects - സ്വകീയവസ്തുക്കൾ, സ്വന്തം വസ്തുക്കൾ.

personal enmity - വ്യക്തിവിരോധം.

personal expense - സ്വകാര്യച്ചെലവ്.

personal experience - സ്വാനുഭവം.

personal grudge - വ്യക്തിവിരോധം.

personal interest - സ്വതാല്പര്യം, സ്വന്തംതാല്പര്യം.

personal law - വ്യക്തിനിയമം.

personal liberty - വ്യക്തിസ്വാതന്ത്ര്യം.

personal papers - വ്യക്തിഗതരേഖകൾ.

personal pay - വ്യക്തിഗത ശമ്പളം, വൈയക്തിക വേതനം, പെഴ്സണൽ പേ.

personal property - വൈയക്തിക സ്വത്ത്.

personal register - തൻപതിവേട്, പേഴ്സണൽ രജിസ്റ്റർ.

personal right - വ്യക്തിഗത അവകാശം.

personal safety - വ്യക്തിസുരക്ഷ.

personal security - ആൾജാമ്യം.

personal service - വൈയക്തികസേവനം.

personal share - ആളോഹരി.

personal staff - പെഴ്സണൽ സ്റ്റാഫ്.

personal visit - വ്യക്തിപരമായ സന്ദർശനം.

personality - വ്യക്തിത്വം.
personality development - വ്യക്തിത്വവികസനം.
personally - വ്യക്തിപരമായി.
personally liable - സ്വയം ബാദ്ധ്യസ്ഥനാവുക.
personate - ആൾമാറാട്ടം നടത്തുക.
personation - ആൾമാറാട്ടം.
personnel - ഉദ്യോഗസ്ഥൻ, ജോലിക്കാർ, സേവനക്കാരൻ.
personnel and administrative reforms department - ഉദ്യോഗസ്ഥ-ഭരണപരിഷ്കാരവകുപ്പ്.
persons with disabilities (equal opportunities, protection of rights and full participation) act - അവശതയുള്ള വ്യക്തികൾ (അവസരസമത്വവും അവകാശസംരക്ഷണവും പൂർണ്ണ പങ്കാളിത്തവും) ആക്ട്.
perspective - കാഴ്ചപ്പാട്.
persuade - വശീകരിക്കുക.
pertaining to - സംബന്ധിച്ചുള്ള.
perusal - വായന.
perve - ലൈംഗികതാല്പര്യത്തോടെ നോക്കുക.
perverse - ന്യായരഹിതമായ.
pesky - ശല്യപ്പെടുത്തുന്ന.
pest control system - കീടരോഗനിയന്ത്രണ സംവിധാനം.
pester - നിരന്തരം ശല്യംചെയ്യുക, പീഡിപ്പിക്കുക, അസഹ്യപ്പെടുത്തുക, ഉപദ്രവം.
pesterer - ശല്യംചെയ്യുന്നവൻ.
pesterment - ഉപദ്രവം, പീഡനം.
pesticide - കീടനാശിനി.
petition - ഹർജി, പരാതി, ആവലാതി.
petitioner - പരാതിക്കാരൻ, ഹർജിക്കാരൻ.
petitions committee - ഹർജികൾ സംബന്ധിച്ച സമിതി.
petrol bomb - പെട്രോൾ ബോംബ്.
petroleum act - പെട്രോളിയം ആക്ട്.
petroleum department - പെട്രോളിയം വകുപ്പ്.
pettifog - നിയമരംഗത്ത് ചതിയ്ക്കൽ, നിയമരംഗത്തെ ചതി.
pettifogger - നിസ്സാരവക്കീൽ, തന്ത്രശാലിയായ വക്കീൽ.
pettifoggery - നിയമരംഗത്തെ ചതിയ്ക്കൽ, കുതന്ത്രം.
petty - നിസ്സാരമായ, അപ്രധാനമായ.
petty case - പെറ്റിക്കേസ്, ചെറുതരം കേസ്.
petty cash - ചില്ലറത്തുക.
petty expense - ചില്ലറ ചെലവ്.
petty offence - നിസ്സാരകുറ്റം.
pharmaceutical industry - ഔഷധവ്യവസായം.
pharmacology - ഔഷധശാസ്ത്രം, ഫാർമക്കോളജി.
pharmacy - ഫാർമസി.
pharmacy council - ഫാർമസി കൗൺസിൽ.
phased manner - ഘട്ടംഘട്ടമായ.
phasigar - കൊള്ളക്കാരൻ.
phenomenon - പ്രതിഭാസം.
philadelphia lawyer - മിടുക്കനായ വക്കീൽ, സൂത്രക്കാരനും മിടുക്കനുമായ അഭിഭാഷകൻ.
philanderer - വിഷയലമ്പടൻ, സ്ത്രീലോലുപൻ.
philosopher - തത്ത്വജ്ഞാനി, ചിന്തകൻ.
phoney - വ്യാജമായ.
photo identity card - ഫോട്ടോ പതിച്ച തിരിച്ചറിയൽ കാർഡ്.
photo voter slip - ഫോട്ടോപതിച്ച വോട്ടർ സ്ലിപ്പ്.
photostat - ഫോട്ടോസ്റ്റാറ്റ്.
phrensy - ബുദ്ധിഭ്രമം.
physical - ഭൗതികമായ.
physical examination - ദേഹപരിശോധന.
physical fitness - ശാരീരികയോഗ്യത.
physical strength - മെയ്ക്കരുത്ത്.

physical test - ശാരീരികക്ഷമതാ പരിശോധന.
physically handicapped - അംഗപരിമിതിയുള്ള.
physiology - ശാരീരികശാസ്ത്രം.
picaro - തെമ്മാടി.
picaroon - കവർച്ചക്കാരൻ, മോഷ്ടാവ്, അക്രമി, കള്ളൻ.
pick holes in - കുറ്റംകാണുക.
pick purse - പോക്കറ്റടിക്കാരൻ.
picketing - പിക്കറ്റിങ്.
pickpocket - പോക്കറ്റടിക്കാരൻ.
pidgin - മിശ്രഭാഷ, സങ്കരഭാഷ.
piece meal references - ഭാഗികമായ പരാമർശങ്ങൾ
piece-work - അദ്ധ്വാനാനുസൃത വേതനം.
pilfer - കളവ്, മോഷ്ടിക്കുക.
pilferage - ചെറുമോഷണം.
pilferer - കള്ളൻ, തസ്കരൻ, മോഷ്ടാവ്.
pillage - പിടിച്ചുപറിക്കുക, കൊള്ളയടിക്കൽ.
pilot - പൈലറ്റ്.
pilot officer - പൈലറ്റ് ഓഫീസർ.
pin code - പിൻകോഡ്.
pious obligation - പ്രാഥമിക ബാദ്ധ്യത, ധാർമ്മികബാദ്ധ്യത.
piracy - കടൽക്കൊള്ള.
piracy of copyright - പകർപ്പവകാശ ചോരണം.
pitch drinker - മൂക്കറ്റം കുടിയൻ.
pitched battle - പൊരിഞ്ഞയുദ്ധം.
pith of an argument - വാദത്തിന്റെ സാരാംശം.
pittiless - ദയയില്ലാത്ത, കനിവില്ലാത്ത.
place and date - സ്ഥലവും തീയതിയും.
place of abode - വാസസ്ഥലം, വാസസ്ഥാനം.
place of arrest - അറസ്റ്റ് നടന്ന സ്ഥലം.
place of birth - ജനനസ്ഥലം.
place of business - വ്യാപാരസ്ഥലം.
place of confinement - തടഞ്ഞുവയ്ക്കപ്പെട്ടിരിക്കുന്ന സ്ഥലം.
place of custody - സൂക്ഷിപ്പുസ്ഥലം.
place of death - മരണസ്ഥലം.
place of occurrence - സംഭവസ്ഥലം.
place of offence - കുറ്റംനടന്ന സ്ഥലം.
place of origin - ഉദ്ഭവസ്ഥാനം.
place of residence - താമസസ്ഥലം, വാസസ്ഥലം, വാസസ്ഥാനം.
place of suing - വ്യവഹാരപ്പെടുന്ന സ്ഥലം.
place of trial - വിചാരണസ്ഥാനം.
place of work - ജോലിസ്ഥലം.
place of wrongful confinement - അന്യായത്തടങ്കൽ സ്ഥലം.
place value - സ്ഥാനമൂല്യം.
placebo - നിർവ്വീര്യ ഔഷധം.
places of public worship - പൊതു ആരാധനാലയങ്ങൾ.
placet - സമ്മതപത്രം.
plagiarism - സാഹിത്യചോരണം.
plagiary - സാഹിത്യചോരണം, രചനാമോഷണം.
plagium - ആൾമോഷണം, വ്യക്തിയെ തട്ടിക്കൊണ്ടുപോകൽ.
plaint - അന്യായം, അന്യായഹർജി.
plaint and written statement - അന്യായവും പത്രികയും.
plaint schedule property - അന്യായപ്പട്ടികവസ്തു.
plaintiff - വാദി, അന്യായക്കാരൻ.
plaintless - പരാതിയില്ലാത്ത.
plan - പദ്ധതി, പ്ലാൻ.
plan allocation - പദ്ധതിവിഹിതം, പദ്ധതിവകയിരുത്തൽ.
plan document - പദ്ധതിരേഖ.
plan expenditure - പദ്ധതിച്ചെലവ്.
plan outlay - പദ്ധതിവിഹിതം.
plan period - പദ്ധതിക്കാലം.
plan proposal - പദ്ധതിനിർദ്ദേശം.
plan report - പദ്ധതി റിപ്പോർട്ട്.

planned economy - ആസൂത്രിത സമ്പദ്വ്യവസ്ഥ.
planner - ആസൂത്രകൻ, പദ്ധതിക്കാരൻ.
planning - ആസൂത്രണം.
planning and development unit - ആസൂത്രണ-വികസന യൂണിറ്റ്.
planning and economic affairs department - ആസൂത്രണ-സാമ്പത്തികകാര്യ വകുപ്പ്.
planning board - ആസൂത്രണ സമിതി.
planning commission - ആസൂത്രണക്കമ്മിഷൻ, പ്ലാനിങ് കമ്മിഷൻ.
plantation tax - തോട്ടനികുതി.
plantation worker - തോട്ടം തൊഴിലാളി.
planter - തോട്ടമുടമ.
plastic waste disposal rules - പ്ലാസ്റ്റിക്മാലിന്യ സംസ്കരണച്ചട്ടങ്ങൾ.
plea - വാദം.
plead - വാദിക്കുക, അപേക്ഷിക്കുക, ഉന്നയിക്കുക.
plead guilty - കുറ്റംസമ്മതിക്കുക.
plead in court - കോടതിയിൽ വാദിക്കുക.
pleader - വക്കീൽ, പ്ലീഡർ.
pleading - വാദം, ന്യായവാദം.
plebiscite - ജനഹിതപരിശോധന, ഹിതപരിശോധന, ജനഹിതം.
pledge - പ്രതിജ്ഞ, സത്യപ്രതിജ്ഞ, ഈട്, ഈട് വയ്ക്കുക, ഈടുകൊടുക്കുക, പണയം.
pledged articles - പണയപ്പണ്ടങ്ങൾ.
pledgee - ഈട് സ്വീകരിക്കുന്നയാൾ.
pledger - ഈട് നല്കുന്നയാൾ.
plenary jurisdiction - (കോടതിയുടെ) സമ്പൂർണ്ണ അധികാരപരിധി.
plenary session - പൂർണ്ണസമ്മേളനം.
plenipotentiary - സമ്പൂർണ്ണാധികാരമുള്ള.
plenipotentiary minister - പൂർണ്ണാധികാര മന്ത്രി.
plenum - സമ്പൂർണ്ണസമ്മേളനം.
plight - ജാമ്യംനില്ക്കുക, ഈടുനില്ക്കുക.
plosion - പൊട്ടിത്തെറി, സ്ഫോടനം.
plosive - പൊട്ടിത്തെറിക്കുന്ന, സ്ഫോടകമായ.
plot - ഗൂഢാലോചന, രഹസ്യപദ്ധതി, ഉപജാപം.
plunder - പിടിച്ചുപറിക്കുക, കവർച്ച ചെയ്യുക.
plunderer - കവർച്ചക്കാരൻ, കൊള്ളക്കാരൻ.
plundering - കുത്തിക്കവർച്ച.
plus amendment - അധിക ഭേദഗതി, കൂട്ടിച്ചേർക്കൽ ഭേദഗതി.
plutocracy - ധനാധിപത്യം, ധനപ്രഭുത്വം.
poacher - അതിക്രമിച്ചുകടക്കുന്നയാൾ.
pocket veto - പോക്കറ്റ് വീറ്റോ.
poena - പിഴ, ശിക്ഷ.
poetic freedom - കാവ്യസ്വാതന്ത്ര്യം.
poetic madness - കാവ്യോന്മാദം.
point at hand - കൈകാര്യംചെയ്യുന്ന വിഷയം.
point at issue - വിവാദവിഷയം.
point in question - വാദവിഷയം, വിവാദാംശം.
point of law - നിയമപ്രശ്നം.
point of view - കാഴ്ചപ്പാട്.
pointless - കഴമ്പില്ലാത്ത.
pokey - തടവറ, ജയിൽ.
police - പോലീസ്.
police act - പോലീസ് ആക്ട്.
police authorities - പോലീസ് അധികൃതർ, പോലീസധികാരികൾ.
police certificate - പോലീസ് സർട്ടിഫിക്കറ്റ്.
police constable - പോലീസ് കോൺസ്റ്റബിൾ.
police custody - പോലീസ് കസ്റ്റഡി.
police force - പോലീസ് സേന.
police guard - പോലീസ് ഗാർഡ്.
police intelligence division - പോലീസ് ഇന്റലിജൻസ് വിഭാഗം.

police investigation - പോലീസന്വേഷണം.
police man - പോലീസുകാരൻ.
police officer - പോലീസ് ഓഫീസർ.
police quarters - പോലീസ് ക്വാർട്ടേഴ്സ്.
police station - പോലീസ് സ്റ്റേഷൻ.
policy - നയം, പോളിസി.
policy frame work - നയരൂപ കല്പന.
policy making - നയരൂപവല്ക്കരണം.
policy of liberalization - ഉദാരവല്ക്കരണ നയം.
policy of the government - സർക്കാർ നയം.
policy questions - നയപ്രശ്നങ്ങൾ.
policy statement - നയപ്രസ്താവന.
political activity - രാഷ്ട്രീയപ്രവർത്തനം.
political affair - രാഷ്ട്രീയകാര്യം.
political affairs department - രാഷ്ട്രീയകാര്യവകുപ്പ്.
political agitation - രാഷ്ട്രീയപ്രക്ഷോഭം.
political community - രാഷ്ട്രീയ സമൂഹം.
political detenu - രാഷ്ട്രീയത്തടവുകാരൻ.
political field - രാഷ്ട്രീയരംഗം.
political parties - രാഷ്ട്രീയകക്ഷികൾ.
political party - രാഷ്ട്രീയപ്പാർട്ടി.
political pension - രാഷ്ട്രീയ പ്പെൻഷൻ.
political prisoner - രാഷ്ട്രീയത്തടവുകാരൻ.
political rebellion - രാഷ്ട്രീയകലാപം.
political stability - രാഷ്ട്രീയ സ്ഥിരത.
political turmoil - രാഷ്ട്രീയകലാപം, രാഷ്ട്രീയ കോലാഹലം.
political upheaval - രാഷ്ട്രീയവിപ്ലവം.
politician - രാഷ്ട്രീയക്കാരൻ, രാഷ്ട്രീയപ്രവർത്തകൻ.
politics - രാഷ്ട്രീയം, രാഷ്ട്രതന്ത്രം.
poll - സമ്മതിദാനം.
poll tax - ആൾക്കരം, ആൾ നികുതി.
polling - വോട്ടെടുപ്പ്.
polling booth - വോട്ടെടുപ്പുകേന്ദ്രം, പോളിങ് ബൂത്ത്.
polling day - വോട്ടെടുപ്പു ദിവസം.
polling officer - പോളിങ് ഓഫീസർ.
polling personnel - പോളിങ് ഉദ്യോഗസ്ഥർ.
polling station - വോട്ടെടുപ്പുകേന്ദ്രം, പോളിങ് സ്റ്റേഷൻ.
polling time - വോട്ടെടുപ്പു സമയം.
pollute - ദുഷിപ്പിക്കുക, മലിനമാക്കുക.
polluter - മലിനമാക്കുന്നവൻ.
polluter pays principle - മലിനമാക്കുന്നവനെ ബാദ്ധ്യസ്ഥനാക്കുന്ന തത്ത്വം, മലിനീകാരകബാദ്ധ്യതാതത്ത്വം.
pollution - മലിനീകരണം.
pollution control board - മലിനീകരണ നിയന്ത്രണ ബോർഡ്.
polly - രാഷ്ട്രീയക്കാരൻ.
polyandry - ബഹുഭർത്തൃത്വം.
polygamist - ബഹുഭാര്യൻ, ബഹുപത്നികൻ.
polygamy - ബഹുഭാര്യത്വം.
polyglot area - ബഹുഭാഷാപ്രദേശം.
polygyny - ബഹുഭാര്യത്വം.
poor home - അഗതിമന്ദിരം.
popularize - ജനകീയമാകുക.
population - ജനസംഖ്യ.
population policy - ജനസംഖ്യാനയം.
population rate - ജനസംഖ്യാ നിരക്ക്.
population register - ജനസംഖ്യാ രജിസ്റ്റർ.
pornographer - അശ്ലീലസാഹിത്യകാരൻ.
pornographic publication - അശ്ലീലപ്രസിദ്ധീകരണം.
pornography - അശ്ലീലസാഹിത്യം, അശ്ലീലചിത്രം.
pornography - അശ്ലീലസാഹിത്യം.
port fund - തുറമുഖനിധി.
port labourer - തുറമുഖത്തൊഴിലാളി.

port limit - പോർട്ടതിർത്തി.
port officer - പോർട്ടാഫീസർ.
port quarantine - തുറമുഖപകർച്ച വ്യാധി വിലക്ക്.
porter - പോർട്ടർ.
portfolio - വകുപ്പ്.
portfolio division - വകുപ്പുവിഭജനം.
ports department - തുറമുഖ വകുപ്പ്.
ports director - തുറമുഖ ഡയറക്ടർ.
positive evidence - ഗുണാത്മകത്തെളിവ്.
positive law - സ്വരാജ്യനിയമം.
possess - കൈവശപ്പെടുത്തുക.
possession - കൈവശം, കൈവശം വയ്ക്കൽ.
possession and non- attachment certificate - കൈവശ-ജപ്തിരഹിത സാക്ഷ്യപത്രം.
possession of disproportionate asset - വരവിൽക്കവിഞ്ഞ സ്വത്ത് സമ്പാദനം.
possessor - കൈവശക്കാരൻ.
possessory mortgage - ഒറ്റികൈവശം, കൈവശപ്പണയം, ഒറ്റി.
possibility - സാദ്ധ്യത.
possible - സാദ്ധ്യമായ.
post dated cheque - പിൻതീയതി ച്ചെക്ക്.
post humous - മരണശേഷമുണ്ടായ.
post mortem injuries - മരണത്തിനു ശേഷമുണ്ടായ പരുക്കുകൾ.
post nuptial - വിവാഹശേഷമുള്ള.
post war - യുദ്ധാനന്തരമുള്ള.
postal address - തപാൽ മേൽവിലാസം.
postal ballot paper - പോസ്റ്റൽ ബാലറ്റ് പേപ്പർ.
postal certificate - തപാൽ സർട്ടിഫിക്കറ്റ്.
postal order - പോസ്റ്റൽ ഓർഡർ.
postal stamp - തപാൽ സ്റ്റാമ്പ്.
postal vote - പോസ്റ്റൽ വോട്ട്.
postal voting - തപാൽവഴി വോട്ടു ചെയ്യൽ.
posthumous - മരണാനന്തരമായ.
posthumous award - മരണാനന്തര ബഹുമതി.
postmodern - ഉത്തരാധുനികമായ.
post-mortem - പോസ്റ്റ്മോർട്ടം.
post-mortem examination - മൃതശരീരപരിശോധന, പോസ്റ്റ്മോർട്ടം പരിശോധന.
postnuptial - വിവാഹശേഷം, വിവാഹാനന്തരം.
post-nuptial settlement - വിവാഹാനന്തര വിവാഹ ധനനിശ്ചയം.
postpone - നീട്ടിവയ്ക്കുക, മാറ്റിവയ്ക്കുക.
postponement - മാറ്റിവയ്ക്കൽ.
postulate - കരുതുക, അടിസ്ഥാന തത്ത്വം, ഊഹിക്കുക.
pot-shot - ഉന്നമില്ലാത്ത വെടി.
potty - വിഡ്ഢിയായ.
pot-valour - മദ്യപിച്ചതുമൂലമുണ്ടായ ധൈര്യം.
pound - പൗണ്ട്.
poverty - ദാരിദ്ര്യം, നിർദ്ധനത്വം.
poverty alleviation - ദാരിദ്ര്യ ലഘൂകരണം.
poverty alleviation programme - ദാരിദ്ര്യ ലഘൂകരണ പരിപാടി.
poverty eradication - ദാരിദ്ര്യ നിർമ്മാർജ്ജനം.
poverty line - ദാരിദ്ര്യരേഖ.
power - അധികാരം.
power base - അധികാരകേന്ദ്രം.
power blocs - അധികാരകേന്ദ്രങ്ങൾ, ശാക്തികച്ചേരികൾ.
power loom - യന്ത്രത്തറി.
power of appointment - നിയമനാധികാരം.
power of attorney - മുർത്ത്യാർ നാമ, മുർത്ത്യാർ നാമാവ്.
power of attorney act - മുർത്ത്യാർ നാമ

ങ്ങൾ ആക്ട്.
power of attorney holder - മുർത്ഥാർ കാരൻ.
power of sale - വില്പനാധികാരം.
power of sanction - അനുവാദാധി കാരം.
power of the court - കോടതിക്കുള്ള അധികാരം.
power station - വൈദ്യുതിനിലയം.
power to appoint - നിയമിക്കാനുള്ള അധികാരം.
power to make rules - ചട്ടങ്ങൾ ഉണ്ടാ ക്കാനുള്ള അധികാരം.
power to remove difficulties - തടസ്സ ങ്ങൾ നീക്കാനുള്ള അധികാരം.
power to sue - വ്യവഹാരം കൊടുക്കാ നുള്ള അധികാരം.
powers - അധികാരങ്ങൾ.
practicability - സാദ്ധ്യത, പ്രയോ ഗക്ഷമത.
practicable - പ്രായോഗികമായ.
practical examination - പ്രായോഗികപ രീക്ഷ.
practical experience - പ്രായോഗികപ രിചയം.
practical knowledge - പ്രായോഗികവി ജ്ഞാനം.
practical test - പ്രായോഗികപരീക്ഷ, പ്രായോഗികപരീക്ഷണം.
practical training - പ്രായോഗികപരി ശീലനം.
practice - പതിവ്, പ്രക്രിയ.
practice of court - കോടതിയുടെ പ്രവർത്തനരീതി.
practice of arms - ആയുധാഭ്യാസം.
practice of untouchability - തൊട്ടുകൂടായ്മ.
practice religion - മതത്തിൽ വിശ്വ സിക്കുക.
pradhan manthri awas yojna - പ്രധാ നമന്ത്രി ആവാസ് യോജന.
pranks - ഗോഷ്ടികൾ.
prate - ഭോഷത്തം പറയുക.
pravasi suraksha yojna - പ്രവാസി സുരക്ഷാ യോജന.
pravity - വഷളത്തം, ദുഷ്ടത.
pray - യാചിക്കുക, അപേക്ഷിക്കുക.
pray for removal - നീക്കം ചെയ്യുവാൻ അപേക്ഷിക്കുക.
prayer - അപേക്ഷ.
pre - മുൻ, മുൻപേ.
preamble - മുഖവുര, ആമുഖം, ഉപ ക്രമം, പീഠിക.
pre-arranged - മുൻകൂട്ടി ഏർപ്പാടാക്കി യ.
precarious - ഉറപ്പില്ലാത്ത, അനിശ്ചി തമായ, അനിയതമായ.
precaution - മുൻകരുതൽ.
precautionary measure - കരുതൽനട പടി.
precede - മുമ്പേതന്നെ.
precedence - കീഴ്നടപ്പ്, മുൻഗണന.
precedent - കീഴ്വഴക്കം, മുൻനടപ്പ്, കീഴ്മര്യാദ, മുൻപുള്ള.
precedent condition - മുന്നുപാധി, പൂർവ്വോപാധി.
preceding notes - മുൻകുറിപ്പുകൾ.
precept - ഉത്തരവ്, ആജ്ഞ, കല്പന, നിർദ്ദേശം.
precinct - ചുറ്റതിർ, പരിസരം, എലുക.
precise - ഏറ്റക്കുറച്ചിലില്ലാത്ത.
precise of the case - കാര്യത്തിന്റെ സം ക്ഷിപ്തം.
precision - കൃത്യത, കണിശത.
preclude - പുറത്താക്കുക, മുൻകൂട്ടി തടയുക, തടസ്സപ്പെടുത്തുക.
precoital - ലൈംഗികബന്ധത്തിനു മുമ്പുള്ള.
preconceive - മുൻകൂട്ടി ധരിച്ചുവെ യ്ക്കുക.
preconception - മുൻധാരണ.
pre-condition - മുന്നുപാധി, മുൻവ്യവ സ്ഥ.
precontract - മുൻകരാർ.

precursor - മുൻഗാമി, പൂർവ്വഗാമി.
predation - കവർച്ച, മോഷണം, കൊള്ള.
predecessor - മുൻഗാമി.
predecided - മുൻകൂട്ടി നിശ്ചയിച്ചപ്രകാരം.
predestine - മുൻകൂട്ടി വിധിക്കുക.
pre-determination - മുൻനിശ്ചയം.
predetermine - മുൻകൂട്ടി തീരുമാനിക്കുക.
predict - മുൻകൂട്ടിക്കാണുക.
predictive profiling - സമഗ്ര സാദ്ധ്യതാപഠന രൂപരേഖ.
predilection - പക്ഷപാതം.
predominant - പ്രബലമായ, മേലധികാരമുള്ള.
pre-draft - മുൻകരട്.
pre-elect - മുൻകൂട്ടി തിരഞ്ഞെടുക്കുക.
pre-eminence - സർവ്വോൽകൃഷ്ടം.
pre-eminent - അതിശ്രേഷ്ഠമായ.
pre-emption - മുന്നവകാശം, പൂർവ്വക്രയാധികാരം, ആദ്യം വാങ്ങാനുള്ള അവകാശം.
pre-emptor - ആദ്യംവാങ്ങുന്നവൻ.
pre-examination coaching - പരീക്ഷാപൂർവ്വ പരിശീലനം.
pre-exist - മുമ്പുണ്ടായിരിക്കുക.
preface - ആമുഖം, ഉപക്രമം, പീഠിക, മുഖവുര, അവതാരിക.
prefer - ബോധിപ്പിക്കുക, സമർപ്പിക്കുക.
prefer an appeal - അപ്പീൽ ബോധിപ്പിക്കുക.
preference - മുൻഗണന.
preference share - മേലോഹരി.
preference shares (regulation of dividends) act - മുൻഗണനാഓഹരികൾ (ലാഭവീതങ്ങൾ ക്രമപ്പെടുത്തൽ) ആക്ട്.
preferential claim - മുൻഗണനാവകാശം.
prefessional etiquette - തൊഴിൽപരമായ ധാർമികത.
prefigure - മുൻകൂട്ടിക്കാണിക്കുക.
prefix - മുൻചേർപ്പ്.
pre-historic - ചരിത്രാതീതകാലത്തുള്ള.
pre-judge - വിചാരണകൂടാതെ വിധിപറയുക, മുൻവിധി, മുൻകൂട്ടി വിധിക്കുക, മുൻകൂർതീർപ്പ്.
prejudgement - വിചാരണകൂടാതെയുള്ള വിധിന്യായം.
prejudicate - മുൻകൂട്ടി വിധിക്കുക, വിചാരണയില്ലാതെ വിധിക്കുക, മുൻവിധി.
prejudice - മുൻധാരണ, മുൻവിധി.
prejudicial - മുൻവിധിയോടെ.
prelection - പ്രസംഗം.
prelector - പ്രസംഗകൻ.
preliminary - പ്രാരംഭമായ.
preliminary consultation - പ്രാഥമിക കൂടിയാലോചന.
preliminary decree - ആദ്യഡിക്രി, പ്രാരംഭഡിക്രി, പ്രഥമഡിക്രി.
preliminary grant - പ്രാരംഭ സഹായധനം.
preliminary inquiry - പ്രാരംഭ വിചാരണ, പ്രാരംഭാന്വേഷണം.
preliminary matter - ആദ്യകാര്യം.
preliminary measures - പ്രാരംഭനടപടികൾ.
preliminary report - പ്രാരംഭറിപ്പോർട്ട്.
preliminary survey - പ്രാരംഭസർവെ.
preliminary work - പ്രാരംഭജോലി.
prelude - മുന്നോടി.
pre-marital - വിവാഹത്തിനുമുൻപുള്ള.
premature - അകാലം.
premature birth - അകാലജനനം.
premature death - അകാലമരണം, അകാലമൃത്യു.
premature disposal - അകാലത്തീർപ്പ്.
premature encashment - സമയമാകുന്നതിനുമുമ്പ് പണമാക്കുക.
premature increment - മുൻകൂർ ഇംക്രിമെന്റ്.
premeditate - മുൻകൂട്ടി ആലോചിക്കുക.
pre-meditated - കരുതിക്കൂട്ടി.

pre-meditated murder - കരുതിക്കൂട്ടിയുള്ള കൊലപാതകം, ആസൂത്രിത കൊലപാതകം.
premeditation - മുൻകൂട്ടിയുള്ള ആലോചന.
premises - പരിസരം.
premium - പ്രീമിയം.
premonish - മുന്നറിയിപ്പുനല്കുക, താക്കീത് നല്കുക.
premonition - മുന്നറിയിപ്പ്, താക്കീത്.
pre-mortem - മരണത്തിനു മുമ്പ്.
premote - സ്ഥാനക്കയറ്റം നല്കുക, പ്രചോദനം നല്കുക.
prenatal - ജനനത്തിനുമുൻപുള്ള.
prenuptial - വിവാഹത്തിനു മുമ്പുള്ള.
pre-ordain - മുൻകൂട്ടി വിധിക്കുക.
pre-page - മുൻപുറം.
prepaid - മുൻകൂട്ടി കൊടുത്ത.
preparation - മുന്നൊരുക്കം, ഒരുക്കം, തയ്യാറാക്കൽ, തയ്യാറെടുപ്പ്.
preparation time - തയ്യാറെടുപ്പുകാലം.
prepare - തയ്യാറാക്കുക.
prepare for publication - പ്രസിദ്ധീകരണത്തിന് തയാറാക്കുക.
preparedness - ഒരുക്കം.
pre-partition claims - വിഭജനപൂർവ്വ അവകാശങ്ങൾ, ഭാഗംവയ്ക്കലിനു മുമ്പുള്ള അവകാശങ്ങൾ.
pre-planned - മുൻകൂട്ടി തയ്യാറാക്കിയ.
preponderant - മുൻതൂക്കമുള്ള.
prepone - സമയം നേരത്തേയാക്കുക, കാലേകൂട്ടിയാക്കുക.
prepossession - മുൻ അനുകൂലാഭിപ്രായം.
pre-prepared - മുൻകൂട്ടി തയ്യാറാക്കിയ.
prerequisite - മുൻവ്യവസ്ഥയായ, മുന്നുപാധിയായ.
prerogative - പ്രത്യേക അവകാശം, സവിശേഷാധികാരം, വിശേഷാധികാരം, പ്രത്യേകാധികാരം.
prescience - പൂർവ്വജ്ഞാനം.
prescient - ദീർഘദർശിയായ.
prescribe - നിർദ്ദേശിക്കുക.
prescribed application form - നിർദ്ദിഷ്ട അപേക്ഷാഫാറം.
prescribed date - നിശ്ചിത തീയതി, നിർദ്ദിഷ്ട തീയതി.
prescribed form - നിർദ്ദിഷ്ട ഫാറം.
prescribed procedures - അംഗീകൃത നടപടിക്രമങ്ങൾ.
prescriptible right - നിർദ്ദേശാത്മകാവകാശം.
prescription - കുറിപ്പടി, നടപ്പവകാശം.
presence - സാന്നിദ്ധ്യം.
presence of mind - മനഃസാന്നിദ്ധ്യം.
present - ഹാജരാകുക, നിലവിലുള്ള.
present position - നിലവിലുള്ള സ്ഥിതി.
present stage - ഇപ്പോഴത്തെ അവസ്ഥ, നിലവിലുള്ള സ്ഥിതി.
presentation of a plaint - അന്യായം ബോധിപ്പിക്കൽ.
presentation of document - പ്രമാണം ഹാജരാക്കൽ, ആധാരങ്ങൾ ഹാജരാക്കൽ.
preside over - അദ്ധ്യക്ഷത വഹിക്കുക.
president - രാഷ്ട്രപതി, അദ്ധ്യക്ഷൻ, പ്രസിഡന്റ്.
presidential and vice-presidential elections sct - രാഷ്ട്രപതി-ഉപരാഷ്ട്രപതി തിരഞ്ഞെടുപ്പുകൾ ആക്ട്.
presiding officer - പ്രിസൈഡിങ് ഓഫീസർ.
press advisor - പത്രോപദേഷ്ടാവ്.
press and registration of books act - പ്രസും പുസ്തകങ്ങൾ രജിസ്റ്റർ ചെയ്യലും ആക്ട്.
press censorship - പ്രസ് സെൻസർഷിപ്പ്.
press conference - പത്രസമ്മേളനം.
press council act - പ്രസ് കൗൺസിൽ ആക്ട്.
press note - പത്രക്കുറിപ്പ്.
press regulation - പ്രസ് റെഗുലേഷൻ.

press release - പത്രപ്രസ്താവന, പത്രക്കുറിപ്പ്.
press report - പത്രറിപ്പോർട്ട്.
press representatives - പത്രപ്രതിനിധികൾ.
pressure - മർദ്ദം.
prest - വായ്പകൊടുക്കുക, മുൻകൂർ നല്കുക.
presume - അനുമാനിക്കുക, കരുതുക.
presumption - നിഗമനം, അനുമാനം.
presumption of death - മരിച്ചതായി കണക്കാക്കൽ.
presumption of fact - വസ്തുതാപരമായ അനുമാനം.
presumption of law - നിയമപരമായ അനുമാനം.
presumptive - ആനുമാനികം.
presumptive pay - ആനുമാനികശമ്പളം.
presumptive proof - ആനുമാനിക പ്രമാണം.
presumptive right - ആനുമാനികാവകാശം.
presumptive tax - അനുമാന നികുതി.
presumptive title - ആനുമാനികഉടമസ്ഥത, ആനുമാനികാവകാശം.
pretend - ആരോപിക്കുക, കാപട്യംകാണിക്കുക.
pretermit - ഉപേക്ഷിക്കുക.
pretrial - വിചാരണാപൂർവ്വനടപടി.
prevailing - നടപ്പിലുള്ള.
prevate sale - പരസ്യരഹിത വില്പന.
prevent - തടയുക, തടഞ്ഞുനിർത്തുക.
prevention - പ്രതിരോധം, നിരോധം, തടയൽ.
prevention of black marketing and maintenance of supplies of essential commodities act - കരിഞ്ചന്ത തടയലും അവശ്യസാധനങ്ങളുടെ വിതരണം നിലനിർത്തലും ആക്ട്.
prevention of corruption act - അഴിമതി നിരോധന ആക്റ്റ്.
prevention of cruelty to animals - ജന്തുക്കളോടുള്ള ക്രൂരത തടയൽ, ജന്തുഹിംസ തടയൽ.
prevention of cruelty to animals act - ജന്തുക്കളോടുള്ള ക്രൂരത തടയൽ ആക്ട്.
prevention of food adulteration act - ഭക്ഷ്യവസ്തുവിൽ മായം ചേർക്കൽ നിരോധന ആക്ട്.
prevention of insults to national honour act - ദേശീയമാനത്തോടുള്ള അപമാനങ്ങൾ തടയൽ ആക്ട്.
prevention of seditious meetings act - രാജ്യദ്രോഹപരമായ യോഗങ്ങൾ നിരോധിക്കൽ ആക്ട്.
preventive detention - കരുതൽത്തടങ്കൽ.
preventive measure - നിരോധന നടപടി.
preview - പൂർവ്വദൃശ്യം, പ്രിവ്യൂ.
previous - മുൻ.
previous acquittal - മുൻവിമോചനം.
previous approval - മുന്നംഗീകാരം.
previous consent - മുൻസമ്മതം.
previous debt - മുൻകടം.
previous experience - മുന്നനുഭവം, മുൻപരിചയം.
previous government - മുൻഗവൺമെന്റ്.
previous notice - മുന്നറിയിപ്പ്.
previous owner - മുൻ ഉടമസ്ഥൻ.
previous permission - മുന്നനുവാദം.
previous reference - മുൻപരാമർശം, പൂർവ്വപരാമർശം.
previous sanction - മുന്നനുവാദം.
previous year - മുൻവർഷം, തലേയാണ്ട്.
price control - വിലനിയന്ത്രണം.
price hike - വിലക്കയറ്റം.
price index - വിലസൂചിക.
price inspector - പ്രൈസ് ഇൻസ്പെക്ടർ.

price level - വിലനിലവാരം.
price list - വിലവിവരപട്ടിക.
price stability - വിലസ്ഥിരത.
price variation - വിലവ്യത്യാസം.
priceless - അമൂല്യം.
pricey - അധികച്ചെലവുള്ള.
prickly conscience - മനഃസാക്ഷിക്കുത്ത്.
prig - കള്ളൻ, നീചൻ.
prima facie - പ്രഥമദൃഷ്ട്യാ, പ്രാരംഭനോട്ടത്തിൽ, ആദ്യനോട്ടത്തിൽ.
prima facie case - പ്രഥമദൃഷ്ട്യാകേസ്.
prima facie evidence - പ്രഥമദൃഷ്ട്യാ തെളിവ്.
primary duty - പ്രാഥമിക കർത്തവ്യം.
primary education - പ്രാഥമികവിദ്യാഭ്യാസം.
primary evidence - പ്രാഥമികത്തെളിവ്.
primary health centre (PHC) - പ്രാഥമികാരോഗ്യകേന്ദ്രം.
primary land mortgage banks - പ്രാഥമിക ഭൂപണയ ബാങ്ക്.
primary school - പ്രാഥമികവിദ്യാലയം, പ്രൈമറിസ്കൂൾ.
prime - മുഖ്യ.
prime cause - മൂലകാരണം.
prime concern - പ്രാഥമികപരിഗണന.
prime minister - പ്രധാനമന്ത്രി.
prime target - മുഖ്യലക്ഷ്യം, പ്രധാന ലക്ഷ്യം.
primeval - പ്രാചീനം, പണ്ടുമുതൽ, പുരാതനം.
primitive - പ്രാചീനം.
primogeniture - മൂപ്പുമുറ, ജ്യേഷ്ഠാവകാശക്രമം.
primordial - പുരാതനം, പ്രാചീനം, പണ്ടുമുതൽ.
principal accused - മുഖ്യപ്രതി.
principal act - അടിസ്ഥാന ആക്ട്, പ്രാഥമിക ആക്ട്.
principal business centre - മുഖ്യവ്യാപാരകേന്ദ്രം.
principal seat of court - കോടതിയുടെ മുഖ്യ ആസ്ഥാനം.
principal secretary - പ്രിൻസിപ്പൽ സെക്രട്ടറി.
principal secretary to gover-nment - ഗവൺമെന്റ് പ്രിൻസിപ്പൽ സെക്രട്ടറി.
principal suit - പ്രാഥമിക ഹർജി.
principia probant non probandur - അടിസ്ഥാനപ്രമാണങ്ങൾക്ക് തെളിവു വേണ്ട.
principle - തത്ത്വം, അടിസ്ഥാന തത്ത്വം.
principle of activity - പ്രവർത്തനതത്ത്വം.
principle of policy - നയതത്ത്വം.
principle of proportional representation - ആനുപാതിക പ്രാതിനിധ്യതത്ത്വം.
principles of law - നിയമതത്ത്വങ്ങൾ.
printed matter - അച്ചടിച്ച വസ്തുത.
printer - പ്രിന്റർ.
printing and publication - അച്ചടിയും പ്രസിദ്ധീകരണവും.
printing and stationery - പ്രിന്റിങ്ങും സ്റ്റേഷനറിയും.
printing cost - അച്ചടിച്ചെലവ്.
printing house - അച്ചടിശാല.
printing machine - അച്ചടിയന്ത്രം.
printing paper - അച്ചടിക്കടലാസ്.
printing press - അച്ചുകൂടം, അച്ചടിശാല.
printing technology - അച്ചടിവിദ്യ.
printing violation - അച്ചടിവ്യവസ്ഥാലംഘനം.
printout - പകർപ്പ്.
prior - മുൻ, മുൻപുള്ള.
prior approval - മുന്നംഗീകാരം.
prior condition - മുൻവ്യവസ്ഥ, പൂർവ്വോപാധി.
prior deed - കീഴാധാരം, അടിയാധാരം, മുന്നാധാരം.

prior publication - മുൻപ്രസിദ്ധീകരണം.
prior sanction - മുന്നനുമതി, മുൻകൂർ അനുമതി.
prior service - മുൻസർവീസ്, മുൻകാലസേവനം.
prior to birth - ജനനത്തിനു മുമ്പുള്ള.
prior to dispute - തർക്കം ഉത്ഭവിക്കുംമുമ്പേ.
priority - മുൻഗണന.
priority list - മുൻഗണനാപ്പട്ടിക.
prison - തടവറ, കാരാഗൃഹം.
prison breaking - ജയിൽഭേദനം.
prison house - ജയിൽ, തടവറ, കാരാഗൃഹം.
prison rules - ജയിൽച്ചട്ടങ്ങൾ.
prisoner - ജയിൽപുള്ളി, തടവുകാരൻ.
prisoner of war - യുദ്ധത്തടവുകാരൻ.
prisoner's testimony - തടവുകാരന്റെ മൊഴി.
prisoners (attendance in court) act - തടവുകാർ (കോടതികളിൽ ഹാജരാക്കൽ) ആക്ട്.
prisoners act - തടവുകാർ ആക്ട്.
privacy - ഏകാന്തത, സ്വകാര്യജീവിതം.
private - സ്വകാര്യം.
private affairs - തനതാവശ്യം, സ്വകാര്യസംഗതികൾ.
private bill - സ്വകാര്യബിൽ.
private correspondence - സ്വകാര്യ കത്തിടപാട്.
private defence - സ്വയരക്ഷ, ആത്മരക്ഷ, സ്വരക്ഷ.
private detective - സ്വകാര്യ കുറ്റാന്വേഷകൻ.
private enterprise - സ്വകാര്യസംരംഭം.
private law - ആഭ്യന്തരനിയമം.
private limited company - സ്വകാര്യ ക്ലിപ്തബാദ്ധ്യതാ കമ്പനി, പ്രൈവറ്റ് ലിമിറ്റഡ് കമ്പനി.
private member - സ്വകാര്യാംഗം.
private need - സ്വകാര്യാവശ്യം.
private person - സ്വകാര്യവ്യക്തി.
private practice - സ്വകാര്യപ്രാക്ടീസ്.
private property - സ്വകാര്യസ്വത്ത്.
private secretary - പ്രൈവറ്റ് സെക്രട്ടറി.
private sector - സ്വകാര്യമേഖല.
private vehicle - സ്വകാര്യവാഹനം.
private way - സ്വകാര്യവഴി.
privation - അഭാവം, ഹാനി.
privilege - വിശേഷാധികാരം, സവിശേഷാധികാരം, പ്രത്യേകാധികാരം, വിശേഷാവകാശം.
privilege committee - വിശേഷാധികാരസമിതി, പ്രിവിലേജ് കമ്മിറ്റി.
privileged accomodation - സവിശേഷതാമസസൗകര്യം.
privileged leave - അവകാശാവധി, പ്രിവിലേജ് ലീവ്, അവകാശയവധി.
privy council - പ്രിവികൗൺസിൽ.
privy to an offence - കുറ്റത്തിന് കൂട്ടുനില്ക്കുക.
prize amount - സമ്മാനത്തുക.
prize money - സമ്മാനത്തുക.
pro chancellor - പ്രോ ചാൻസലർ.
pro rata - ആനുപാതികമായി.
pro vice chancellor - പ്രോ വൈസ് ചാൻസലർ.
probable standard - സാദ്ധ്യമായ നിലവാരം.
probate - പ്രൊബേറ്റ്.
probation - പ്രൊബേഷൻ, നിരീക്ഷണകാലം.
probation of offenders - കുറ്റവാളികളുടെ പ്രൊബേഷൻ.
probation officer - പ്രൊബേഷൻ ഓഫീസർ.
probation period - നിരീക്ഷണകാലം.
probationer - പ്രൊബേഷണർ.
probe - വിശദാന്വേഷണം.
prober - വിശദാന്വേഷണം നടത്തുന്നയാൾ, വിശദാന്വേഷകൻ.

probity - സത്യസന്ധത.
problem - പ്രശ്നം.
problematic - പ്രശ്നാത്മകമായ.
procedural flaw - നടപടിപ്പിശക്.
procedural law - നടപടി നിയമം, പ്രക്രിയാനിയമം.
procedural rule - നടപടിച്ചട്ടം.
procedure - നടപടിക്രമം.
procedure laid down - വ്യവസ്ഥ ചെയ്തിട്ടുള്ള നടപടിക്രമം.
procedure to be followed - അനുവർത്തിക്കേണ്ട നടപടിക്രമം.
proceedings - നടപടിക്രമം, നടപടികൾ, നടപടിയുത്തരവ്.
proceeds - വരവ്, വരുമാനം, വില്പനയിൽനിന്നുള്ള വരവ്.
process - പ്രക്രിയ, പ്രോസസ്.
process fee - പ്രോസസ് പടി.
process of law - നിയമപ്രക്രിയ.
process server - പ്രോസസ് ശിപായി, പ്രോസസ് സെർവർ.
processing fee - പ്രോസസിങ് ഫീസ്.
procession - ഘോഷയാത്ര, ജാഥ.
proclaim - പ്രഖ്യാപിക്കുക.
proclaimed offender - പിടികിട്ടാപ്പുള്ളി.
proclamation - പ്രഖ്യാപനം, വിളംബരം.
proclamation of auction - ലേലവിളംബരം.
proclamation of emergency - അടിയന്തരാവസ്ഥ പ്രഖ്യാപനം/വിളംബരം.
proclivity - പ്രവണത.
procrastinate - നീട്ടിക്കൊണ്ടുപോകുക, നീട്ടിവയ്ക്കുക.
procrastination - നീട്ടിവയ്ക്കൽ, മാറ്റിവയ്ക്കൽ, അനിശ്ചിതമായി നീട്ടിക്കൊണ്ടുപോകൽ.
proctor - നിയമപാലകൻ, ന്യായവാദി.
procurator - മുർത്ഥാർകാരൻ, മുർത്ഥാർനാമക്കാരൻ.
procure - ആർജ്ജിക്കുക, ലഭിക്കുക.
procurement - സംഭരണം.
prodigality - പാഴ്ച്ചെലവ്.
produce - ഹാജരാക്കുക.
produce a witness - സാക്ഷിയെ ഹാജരാക്കുക.
produce document - രേഖ ഹാജരാക്കുക.
producer - നിർമ്മാതാവ്.
product - ഉല്പന്നം.
production - ഹാജരാക്കൽ.
production and consumption - ഉല്പാദനവും ഉപഭോഗവും.
production cost - ഉല്പാദനച്ചെലവ്.
production of document - പ്രമാണം ഹാജരാക്കൽ.
productive labour - ഉല്പാദകത്തൊഴിൽ.
productivity - ഉല്പാദനശേഷി.
profane - അധാർമ്മികമായ.
profession - തൊഴിൽ.
professional ethics - തൊഴിൽപരമായ സാന്മാർഗികത.
professional misconduct - തൊഴിൽപരമായ നടപടിദൂഷ്യം, തൊഴിൽപരമായ പെരുമാറ്റദൂഷ്യം.
professional tax - തൊഴിൽക്കരം, തൊഴിൽനികുതി.
proficiency - പ്രാവീണ്യം.
proficient - വിദഗ്ദ്ധൻ.
profit - ലാഭം.
profit and loss account - ലാഭനഷ്ടക്കണക്ക്.
profit and loss statement - ലാഭ നഷ്ടപ്പട്ടിക.
profit motive - ലാഭേച്ഛ.
profit sharing - ലാഭംപങ്കിടൽ.
profit tax - ലാഭനികുതി.
profitable - ആദായകരമായ.
profiteer - കൊള്ളലാഭമെടുക്കുക, കരിഞ്ചന്തക്കാരൻ.
profiteering - കൊള്ളലാഭമെടുക്കൽ, ലാഭമെടുക്കൽ.

profiteering and hoarding - കൊള്ള ലാഭമെടുക്കലും പൂഴ്ത്തിവയ്പ്പും.
profligacy - ദുർന്നടപ്പ്.
profligate - വഷളനായ, തെമ്മാടിയായ, ദുർന്നടപ്പുകാരൻ.
proforma - മാതൃകാരൂപം, പ്രൊഫോർമ.
profound impact - പ്രത്യാഘാതം, ആഴത്തിലുള്ള ആഘാതം.
progenitor - പൂർവ്വികർ.
progeny - സന്തതി, സന്താനം.
programme - പരിപാടി, പദ്ധതി, കാര്യക്രമം.
programme schedule - കാര്യക്രമപ്പട്ടിക.
progress - അഭിവൃദ്ധി, പുരോഗതി, ഉന്നതി.
progress report - പുരോഗതി റിപ്പോർട്ട്.
progressive - വർദ്ധമാനമായ.
progressive pay - വർദ്ധമാനശമ്പളം.
progressive scale - വർദ്ധമാനസ്കെയിൽ.
progressive tax - വർദ്ധമാന നികുതി.
progressive use - പുരോഗമനോന്മുഖമായ ഉപയോഗം.
prohibit - നിരോധിക്കുക, വിലക്കുക, നിയമംമൂലം നിരോധിക്കുക.
prohibited area - നിരോധിതമേഖല.
prohibited by law - നിയമത്താൽ നിരോധിക്കപ്പെട്ട.
prohibited relationship - നിരോധിത ബന്ധം.
prohibition - നിരോധനം, വിലക്ക്.
prohibition act - നിരോധന ആക്ട്.
prohibition of capitation fee - തലവരി നിരോധനം.
prohibition of child labour - ബാലവേല നിരോധനം.
prohibition of defections - കൂറുമാറ്റം നിരോധിക്കൽ.
prohibition of discrimination - വിവേചനം നിരോധിക്കൽ.
prohibitory assessment - നിരോധനക്കരം.
prohibitory measures - നിരോധന നടപടികൾ.
prohibitory order - നിരോധനാജ്ഞ, നിരോധന ഉത്തരവ്.
prohibitory tax - നിരോധനക്കരം.
project - പദ്ധതി.
project area - പദ്ധതിപ്രദേശം.
project co-ordination division - പദ്ധതി ഏകോപനവിഭാഗം.
project cost - പദ്ധതിച്ചെലവ്.
project director - പ്രോജക്റ്റ് ഡയറക്ടർ.
project evaluation officer - പ്രോജക്റ്റ് വിലയിരുത്തൽ ഓഫീസർ.
project officer - പ്രോജക്റ്റ് ഓഫീസർ.
proletariat - തൊഴിലാളിവർഗ്ഗം.
prolicide - കുറ്റകരമായ ഭ്രൂണഹത്യ, ഭ്രൂണഹത്യ, നവജാതശിശുഹത്യ.
prolocutor - വക്താവ്.
prolong - താമസിപ്പിക്കുക.
prolonged agitation - അനിശ്ചിതമായി തുടരുന്ന പ്രക്ഷോഭം.
prolonged litigation - അനിശ്ചിതമായി തുടരുന്ന വ്യവഹാരം.
prolonger - താമസിപ്പിക്കുന്നവൻ.
prominence - വിഖ്യാതി.
promise - പ്രതിജ്ഞ, ഉറപ്പുനല്കുക, വാഗ്ദാനം.
promisee - വാഗ്ദാനം ലഭിക്കുന്നയാൾ.
promiser - വാഗ്ദാതാവ്.
promisory note (stamp) act - പ്രോമിസറി നോട്ട് (സ്റ്റാമ്പ്) ആക്ട്.
promissory note - വാഗ്ദാന പത്രം, പ്രോനോട്ട്, പ്രോമിസറിനോട്ട്.
promotion - സ്ഥാനക്കയറ്റം, ഉദ്യോഗക്കയറ്റം.
promotion post - പ്രൊമോഷൻ തസ്തിക.
prompt disposal - ഉടനടിയുള്ള തീർപ്പ്.

promulgate - വിളംബരപ്പെടുത്തുക.
promulgation - പ്രഖ്യാപനം, വിളംബരം.
pronounce - പ്രഖ്യാപിക്കുക, പ്രസ്താവിക്കുക, വിധി പ്രസ്താവിക്കുക.
pronounce a judgment - വിധി പ്രസ്താവിക്കുക.
pronounce guilty - കുറ്റക്കാരനെന്നു വിധിക്കുക.
pronouncement - പ്രഖ്യാപനം.
proof - തെളിവ്.
proof correction - പ്രൂഫ് തിരുത്തൽ.
proof reader - പ്രൂഫ് റീഡർ.
proof reading - പ്രൂഫ് വായന.
propaganda - പ്രചാരണം, പ്രചാരവേല.
propagandist - പ്രചാരകൻ.
propagate - പ്രചരിപ്പിക്കുക.
propagation - പ്രചാരണം.
proper - ഉചിതമായ.
proper channel - ഉചിതമാർഗ്ഗം, അംഗീകൃതമാർഗ്ഗം.
proper reason - തക്കകാരണം.
proper security - ഉചിതമായ ജാമ്യം.
proper time - ഉചിതമായ സമയം.
proper utilisation - ഉചിതവിനിയോഗം.
proper way - അംഗീകൃതമാർഗ്ഗം.
property - വസ്തു, സ്വത്ത്, വസ്തുവക.
property accruing by lapse - കാലഹരണംകൊണ്ട് ലഭിക്കുന്ന വസ്തു.
property assigned on lease - പാട്ടത്തിന് ഏല്പിച്ച വസ്തു.
property in possession - കൈവശസ്വത്ത്, കൈവശവസ്തു.
property surety - വസ്തുജാമ്യം.
property tax - വസ്തുനികുതി.
prophylactic medicine - നിവാരണൗഷധം.
proportion - അനുപാതം.
proportional pension - ആനുപാതികപെൻഷൻ.
proportional representation - ആനുപാതിക പ്രാതിനിധ്യം.
proportional tax - ആനുപാതിക നികുതി.
proposal - നിർദ്ദേശം, ശിപാർശ.
propose - നിർദ്ദേശിക്കുക, ഉന്നയിക്കുക.
proposed minister - നിയുക്തമന്ത്രി.
proposer - അവതാരകൻ, നിർദ്ദേശകൻ.
proprietary estates - ഉടമാവകാശമുള്ള വസ്തുക്കൾ.
proprietary right - ജന്മാവകാശം, ഉടമസ്ഥാവകാശം, ഉടമാവകാശം.
proprietor of land - വസ്തു ഉടമ.
propriety - ഔചിത്യം, മര്യാദ.
prorate - ആനുപാതികമായി വീതിക്കുക.
proration - ആനുപാതികമായി വീതിച്ചുനല്കൽ.
prorogate - നീട്ടിവയ്ക്കുക.
prorogation - നീട്ടിവയ്ക്കൽ, നിർത്തിവയ്ക്കൽ.
prorogation of the legislature - സഭയുടെ സമ്മേളനം അവസാനിപ്പിക്കൽ.
prorogue - അവസാനിപ്പിക്കുക.
prorogue the session - സമ്മേളനം അവസാനിപ്പിക്കുക.
pros and cons - അനുകൂല-പ്രതികൂല വാദമുഖങ്ങൾ.
prosecution - വാദിഭാഗം, പ്രോസിക്യൂഷൻ, ശിക്ഷാനടപടി.
prosecution proceedings - പ്രോസിക്യൂഷൻ നടപടികൾ.
prosecution witness - സർക്കാർ ഭാഗം സാക്ഷി, പ്രോസിക്യൂഷൻ സാക്ഷി, വാദിഭാഗം സാക്ഷി.
prosecutor - പ്രോസിക്യൂട്ടർ.
prosecutrix - പരാതിക്കാരി, വനിതാ പ്രോസിക്യൂട്ടർ.
proselytisation - മതപരിവർത്തനശ്രമം.

proselytise - മതംമാറ്റുക, മതപരിവർത്തനം നടത്തുക.
proselytism - മതപരിവർത്തനം, മതംമാറൽ.
prospective effect - പിൽക്കാല പ്രാബല്യം.
prospective heir - ഭാവിയിലെ അവകാശി.
prospective standard - സാദ്ധ്യമായ നിലവാരം.
prostitute - വേശ്യ.
prostitution - വേശ്യാവൃത്തി, വ്യഭിചാരവൃത്തി.
protect - സംരക്ഷിക്കുക.
protection - സംരക്ഷണം.
protection of civil rights act - പൗരാവകാശ സംരക്ഷണ ആക്ട്.
protection of women from dome-stic violence act - ഗാർഹികഹിംസയിൽ നിന്ന് സ്ത്രീകളെ സംരക്ഷിക്കൽ ആക്ട്.
protective measures - സുരക്ഷാനടപടികൾ.
protective tariff - സംരക്ഷണച്ചുങ്കം.
protector - സംരക്ഷകൻ, രക്ഷാകർത്താവ്, രക്ഷിതാവ്.
protest - പ്രതിഷേധിക്കുക.
protest meeting - പ്രതിഷേധയോഗം.
protest note - പ്രതിഷേധക്കുറിപ്പ്.
protest petition - എതിർപരാതി.
proto language - പൂർവ്വഭാഷ.
protract - നീട്ടുക, താമസിപ്പിക്കുക.
protracted litigation - അനിശ്ചിതമായി തുടരുന്ന വ്യവഹാരം.
protraction - കാലതാമസം, കാലവിളംബം.
prove - സ്ഥാപിക്കുക, തെളിയിക്കുക.
prove by a true copy - ശരിപ്പകർപ്പിനാൽ തെളിയിക്കുക.
provident fund - പ്രോവിഡന്റ് ഫണ്ട്.
provident fund act - പ്രോവിഡന്റ് ഫണ്ട് ആക്ട്.
provident fund commissioner - പ്രോവിഡന്റ് ഫണ്ട് കമ്മിഷണർ.
province - പ്രവിശ്യ.
provincial act - പ്രവിശ്യാ ആക്ട്.
provincial planning programmes - പ്രാദേശികാസൂത്രണപരിപാടികൾ.
provincialism - പ്രാദേശികത.
provision - വ്യവസ്ഥ.
provision of funds - തുക വകയിരുത്തൽ
provisional - താൽക്കാലികം.
provisional government - താൽക്കാലിക ഭരണകൂടം.
provisional inspection - താൽക്കാലിക പരിശോധന.
provisional list - താൽക്കാലിക ലിസ്റ്റ്.
provisional order - താൽക്കാലിക ഉത്തരവ്.
provisional patta - താൽക്കാലിക പട്ടയം.
provisionally - തൽക്കാലത്തേക്ക്.
proviso - പരിമിതവ്യവസ്ഥ.
provocation - പ്രകോപനം.
provocative - പ്രകോപനപരമായ.
provoke - പ്രകോപിപ്പിക്കുക.
provoker - പ്രകോപിപ്പിക്കുന്നവൻ.
proximal month - അടുത്തമാസത്തെ, വരുംമാസത്തെ.
proximately - ഏകദേശം.
proximity - സാമീപ്യം.
proximity of blood - രക്തബന്ധം.
proximo - വരും മാസത്തിൽ.
proxy - പ്രതിപുരുഷൻ, പകരക്കാരൻ.
proxy vote - പ്രതിനിധിവോട്ട്.
prudent - വിവേകമുള്ള, കാര്യബോധമുള്ള.
pruriency - കാമാതുരത.
prurient - അശ്ലീലമായ, കാമാതുരമായ.
psellismus - ഉച്ചാരണവൈകല്യം, വാഗ്ദോഷം.
psephology - തിരഞ്ഞെടുപ്പു ശാസ്ത്രം.
pseudonym - കപടനാമം, തൂലികാ

നാമം.
psychiatry - മാനസിക രോഗചികിത്സ.
psychic - മാനസികമായ.
psychological - മാനസികമായ, മനഃശാസ്ത്രപരമായ.
psychologist - മനഃശാസ്ത്രജ്ഞൻ.
psychopath - മാനസികരോഗി.
psychotherapy - മനഃശാസ്ത്രപരമായ രോഗചികിത്സ.
public - സാമൂഹികമായ, പൊതുവായ.
public account - പൊതുകണക്ക്, പൊതുനിക്ഷേപം.
public accounts committee - പബ്ലിക് അക്കൗണ്ട്സ് കമ്മിറ്റി.
public administration - പൊതുഭരണം.
public affairs - പൊതുകാര്യങ്ങൾ.
public assistance - പൊതുസഹായം.
public auction - പരസ്യലേലം.
public benefit - പൊതുഗുണം.
public body - പൊതുസംഘം, പൊതുസ്ഥാപനം.
public consent - ജനസമ്മതം.
public contact programme - പൊതുജനസമ്പർക്ക പരിപാടി.
public debt - പൊതുകടം, സർക്കാർകടം.
public debt act - പൊതുകടം ആക്ട്.
public distribution system - പൊതുവിതരണ സമ്പ്രദായം.
public document - പൊതുരേഖ, സർക്കാർപ്രമാണം.
public endowment - പൊതുധർമ്മസ്വം.
public enquiry - പരസ്യാന്വേഷണം.
public enterprise - പൊതുമേഖലാസംരംഭം.
public exchequer - പൊതുഖജനാവ്.
public fund - പൊതുമുതൽ, പൊതുഫണ്ട്, പൊതുനിധി.
public fury - ജനരോഷം.
public good - പൊതുനന്മ, പൊതുക്ഷേമം.
public goods - പൊതുമുതൽ, പൊതുസാധനങ്ങൾ.
public grievance redressal cell - പൊതുജന പരാതി പരിഹാര സെൽ.
public health - പൊതുജനാരോഗ്യം.
public health centre - പൊതുജനാരോഗ്യകേന്ദ്രം.
public holiday - പൊതു ഒഴിവുദിവസം.
public institution - പൊതുസ്ഥാപനം.
public instruction - പൊതുബോധനം, പൊതുവിദ്യാഭ്യാസം.
public interest - പൊതുതാല്പര്യം.
public interest litigation - പൊതുതാല്പര്യ ഹർജി.
public land - സർക്കാർഭൂമി.
public law - പൊതുനിയമം.
public life - പൊതുജീവിതം.
public meeting - പൊതുയോഗം.
public notification - പൊതുവിജ്ഞാപനം.
public nuisance - പൊതുശല്യം, പൊതുജനോപദ്രവം, പൊതുജനശല്യം.
public odium - ജനരോഷം, ജനദ്വേഷം, ജനവിരോധം.
public office - പബ്ലിക് ആഫീസ്.
public opinion - പൊതുജനാഭിപ്രായം.
public ownership - സർക്കാർ ഉടമസ്ഥത, പൊതു ഉടമസ്ഥത.
public peace - പൊതുസമാധാനം.
public policy - പൊതുനയം.
public private partnership - പൊതു-സ്വകാര്യപങ്കാളിത്തം.
public prosecutor - പബ്ലിക് പ്രോസിക്യൂട്ടർ.
public provident fund act - പൊതുപ്രൊവിഡന്റ് ഫണ്ട് ആക്ട്.
public rage - ജനരോഷം.
public records - പൊതുരേഖകൾ.
public relations department - പൊതുജനസമ്പർക്ക വകുപ്പ്.
public relations officer - പബ്ലിക്

റിലേഷൻസ് ഓഫീസർ.
public right - പൊതുഅവകാശം.
public safety - പൊതുരക്ഷ.
public sector - പൊതുമേഖല.
public sector undertakings - പൊതുമേഖലാ സ്ഥാപനങ്ങൾ.
public servant - സർക്കാർ ജീവനക്കാർ, പൊതുസേവകർ, പൊതുജീവനക്കാർ.
public service commission - പബ്ലിക് സർവീസ് കമ്മിഷൻ.
public service commission act - പബ്ലിക് സർവീസ് കമ്മിഷൻ ആക്ട്.
public spirited litigation - പൊതുതാല്പര്യവ്യവഹാരം, പൊതുതാല്പര്യഹർജി.
public statement - പരസ്യപ്രസ്താവന.
public tranquillity - പൊതുസമാധാനം.
public undertaking - പൊതുസംരംഭം.
public use - പൊതുജനോപയോഗം.
public venture - പൊതുസംരംഭം.
public welfare - ജനക്ഷേമം, പൊതുജനക്ഷേമം.
public welfare fund - പൊതുക്ഷേമനിധി.
public works department - പൊതുമരാമത്ത് വകുപ്പ്.
publication - പ്രസിദ്ധീകരണം.
publicity - പ്രസിദ്ധി, പ്രചാരണം, പ്രചാരം.
publicity campaign - പ്രചാരണപ്രവർത്തനം.
publicize - പരസ്യമാക്കുക.
publish - പ്രസിദ്ധപ്പെടുത്തുക.
published by authority - ആധികാരികമായി പ്രസിദ്ധീകരിക്കുന്നത്.
publisher - പ്രസാധകൻ.
puisne judge - ഉപജഡ്ജി.
puisne mortgage - പിൻപണയം.
pull out - പിൻവലിക്കുക.
punctuality - കൃത്യനിഷ്ഠ, സമയനിഷ്ഠ, സമയപാലനം.
punish - ശിക്ഷിക്കുക.
punishable - ശിക്ഷാർഹമായ.
punishable offence - ശിക്ഷാർഹമായ കുറ്റം.
punishable with imprisonment - തടവുശിക്ഷ നല്കാവുന്ന.
punishment - ശിക്ഷ.
punishment rate - ശിക്ഷാനിരക്ക്.
puramboke land - പുറമ്പോക്ക് ഭൂമി.
purchase - വാങ്ങുക, വിലയ്ക്കുവാങ്ങുക.
purchase and sale - ക്രയവിക്രയം, വാങ്ങലും വില്ക്കലും.
purchase money - വിലയർത്ഥം, തീറുവില.
purchase price - വിലയർത്ഥം.
purge - കുറ്റവിമുക്തനാക്കുക.
purloin - കളവ്, മോഷ്ടിക്കുക.
purloiner - കള്ളൻ, തസ്കരൻ, മോഷ്ടാവ്.
purport - ഉദ്ദേശ്യം, വിവക്ഷ.
purpose - ലക്ഷ്യം, ഉദ്ദേശ്യം.
purposefully - മനഃപൂർവ്വം, കരുതിക്കൂട്ടി.
purposive - ഉദ്ദേശിച്ചുകൊണ്ട്.
pursuant to - അതനുസരിച്ച്, അനുസൃതമായി.
purview - അധികാരസീമ, പരിധി, അധികാരപരിധി.
push out - പുറംതള്ളുക.
put an end to - നിർത്തുക, പരിസമാപ്തിയിലെത്തിക്കുക.
put aside - മാറ്റിവയ്ക്കുക.
put back - നിർത്തിവയ്ക്കൽ.
put forth - പ്രയോഗിക്കുക.
put forward - ഉന്നയിക്കുക.
put hurdles - വഴിമുടക്കുക.
put in one's self - ഇടപെടുക.
put in prison - തടവിലിടുക, ജയിലിലിടുക.
put into act - നടപ്പിൽവരുത്തുക.

put into action - പ്രാവർത്തികമാക്കുക.
put into force - ബലത്തിൽ വരുത്തുക.
put into practice - നടപ്പിൽവരുത്തുക.
put manacles on - കൈവിലങ്ങിടുക.
put off - നീട്ടിവയ്ക്കുക, മാറ്റിവയ്ക്കുക.
put the blame upon - കുറ്റംചുമത്തൽ.
put to death - കൊല്ലുക, വധിക്കുക.
put to test - പരിശോധനാ വിധേയമാക്കുക.

Q

quack - മുറിവൈദ്യൻ.
quadrennial - നാലുകൊല്ലത്തിലൊരിക്കലുള്ള.
quadruplicate - നാലുകോപ്പി, നാലുപ്രതി.
qualification - യോഗ്യത.
qualified acceptance - സോപാധികാംഗീകാരം.
qualify - യോഗ്യത നേടുക.
qualifying examination - യോഗ്യതാപരീക്ഷ.
qualifying period - യോഗ്യതാകാലാവധി.
qualifying service - യോഗ്യസേവനം, യോഗ്യസേവനകാലം.
qualm - വൈമനസ്യം, പശ്ചാത്താപം, മനഃസാക്ഷിക്കുത്ത്.
quantum - അളവ്.
quarantine - ക്വാറന്റയിൻ, സാംക്രമികരോഗ നിവാരണാർത്ഥമുള്ള വിലക്ക്, പ്രസ്തുത വിലക്കുകാലം കഴിച്ചുകൂട്ടുന്നതിനുള്ള സ്ഥലം, സമ്പർക്കവിലക്ക്, പകർച്ചവ്യാധിക്കപ്പൽ വിലക്ക്.
quarantine leave - ക്വാറന്റയിൻ ലീവ്, ക്വാറന്റയിൻ അവധി.
quarrel - വഴക്ക്, ശണ്ഠ.
quarrel-monger - കലഹപ്രിയൻ.
quarry - ക്വാറി, കല്ലുവെട്ടുകുഴി.
quarterly report - ത്രൈമാസ റിപ്പോർട്ട്.
quash - അസ്ഥിരപ്പെടുത്തുക, റദ്ദാക്കുക.
quasi- government institution - അർദ്ധസർക്കാർ സ്ഥാപനം.
quasi marital relation - വിവാഹസദൃശബന്ധം.
quasi-judicial - അർദ്ധനീതിന്യായ.
queer - അരക്കിറുക്കനായ.
quell - അടിച്ചമർത്തുക, കീഴ്പ്പെടുത്തുക, അമർച്ചവരുത്തുക.
querent - അന്യായക്കാരൻ, പരാതിക്കാരൻ.
query - ചോദ്യം, ക്വറി.
question - ചോദ്യം, പ്രശ്നം.
question hour - ചോദ്യോത്തരസമയം, ചോദ്യോത്തരവേള.
question in dispute - തർക്കപ്രശ്നം.
question of fact - വസ്തുതാ പ്രശ്നം, വസ്തുത സംബന്ധിച്ച പ്രശ്നം.
question of law - നിയമപ്രശ്നം.
question time - ചോദ്യോത്തരവേള, ചോദ്യോത്തര സമയം.
questionnaire - ചോദ്യാവലി, പ്രശ്നാവലി.
qui approbat non reprobat - സ്വീകരിച്ചുകൊണ്ട് ആർക്കും നിരാകരിക്കാനാവില്ല.
quib - ദ്വയാർത്ഥ പ്രയോഗം, പരിഹാസം.
quibble - നിസ്സാരതർക്കം, ഉപായം.
quid pro quo - ഒന്നിനുപകരം മറ്റൊന്ന്.
quinquennial survey - പഞ്ചവാർഷിക സർവെ, പഞ്ചവർഷ സർവെ.
quintessence - സാരാംശം.
quit - പുറത്തുകടക്കുക, ഉപേക്ഷിക്കൽ, ഉപേക്ഷിക്കുക, വിട്ടുപോവുക, ഒഴിയുക.

quit rent - കരമൊഴിവ്.
quit-claim - ഒഴിമുറി.
quittance - കടംവീട്ടൽ.
quod - ജയിൽ, തടവറ, കാരാഗൃഹം.
quorum - ക്വാറം, ചുരുങ്ങിയ എണ്ണം.
quotation mark - ഉദ്ധരണി.
quote - ഉദ്ധരിക്കുക, പരാമർശിക്കുക.
quoted rate - ഉദ്ധരിച്ച നിരക്ക്.
quo-warranto - കോ-വാറന്റോ.

R

rabble - ബഹളംകൂട്ടുക, ശബ്ദമുണ്ടാക്കുക.
race - വർഗ്ഗം, വംശം.
racial discrimination - വർഗ്ഗവിവേചനം, വർണ്ണവിവേചനം.
racial prejudice - വർഗ്ഗീയവിദ്വേഷം.
racialism - വർണ്ണവിവേചനം.
rack rent - അമിതപ്പാട്ടം, അമിതവാടക.
racketeering - സംഘടിതമായ പിടിച്ചുപറി.
rag - tag and bobtail - ആഭാസക്കൂട്ടം.
raid - മിന്നൽപരിശോധന.
railway accident - തീവണ്ടിയപകടം.
railway line - തീവണ്ടിപ്പാത.
railway police - റെയിൽവെ പൊലീസ്.
railway protection force - റെയിൽവെ സംരക്ഷണസേന.
railway station - റെയിൽവെസ്റ്റേഷൻ.
railway warrant - റെയിൽ വാറണ്ട്.
rain fury - പേമാരി.
rain gauge - മഴയളവുയന്ത്രം, വർഷമാപിനി.
rain water harvesting - മഴവെള്ള സംഭരണം.
raise - ഉന്നയിക്കുക.
raise a problem - പ്രശ്നം ഉന്നയിക്കുക.
raise an objection - എതിർവാദം ഉന്നയിക്കുക.
ramification - രണ്ടായി പിരിക്കൽ.
rancour - പക, വിദ്വേഷം, വിരോധം, ദ്രോഹം.
random emissary - അസാധാരണ ദൂതൻ.
ranger - റേഞ്ചർ.
rank of succession - അനന്തരാവകാശ സ്ഥാനം.
ransom - മോചനദ്രവ്യം.
rape - ബലാൽസംഗം.
rapid action force - ദ്രുതകർമ്മസേന.
rapine - കൊള്ള, മോഷണം, കവർച്ച.
rash - സാഹസികമായ.
rate of exchange - വിനിമയനിരക്ക്.
rate of interest - പലിശനിരക്ക്.
ratification - ദൃഢീകരിക്കൽ, ശരിവയ്ക്കൽ, സ്ഥിരീകരണം.
ratify - അംഗീകാരം നല്കുക, ശരിവയ്ക്കുക.
ratio decidendi - തീരുമാനകാരണം.
rational - യുക്തിപൂർവ്വകമായ, യുക്തിയുക്തമായ.
rational nexus - സമുചിതശൃംഖല.
rationalist - യുക്തിവാദി.
rationing officer - റേഷനിങ് ഓഫീസർ.
raucous protestation - കഠിനമായ പ്രതിഷേധം.
ravage - നശിപ്പിക്കുക, സംഹരിക്കുക.
ravish - ബലാൽസംഗം ചെയ്യുക.
raw materials - അസംസ്കൃത വസ്തുക്കൾ.
re adjustment - പുനഃക്രമീകരണം.
re arrangement - പുനഃക്രമീകരണം.
reaction - പ്രതിപ്രവർത്തനം.
readiness - ഒരുക്കം.
ready reference - സജ്ജീകൃത പരാമർശം.
real asset - സ്ഥാവരസ്വത്ത്, സ്ഥാവരവസ്തു, യഥാർത്ഥ സ്വത്ത് .
real price - യഥാർത്ഥവില.
real property - ഭൂസ്വത്ത്.
real value - യഥാർത്ഥമൂല്യം.

realisation - വസൂലാക്കൽ.
realise - ഈടാക്കുക, വസൂലാക്കുക.
reality - സത്യം, യാഥാർത്ഥ്യം.
really - യഥാർത്ഥത്തിൽ, സത്യത്തിൽ.
reappointment - പുനർനിയമനം.
reappraise - പുനർമൂല്യനിർണ്ണയം നടത്തുക.
reappropriation - പുനർവിനിയോഗം.
reappropriation budget - പുനർവിനിയോഗ ബജറ്റ്.
rearonable ground - ന്യായമായ കാരണം.
reason - കാരണം.
reason of quarrel - കലഹകാരണം.
reasonable - ഉചിതമായ, ന്യായമായ, യുക്തിപൂർവ്വകമായ, ന്യായയുക്തമായ, ന്യായപ്രകാരമുള്ള.
reasonable and fair - യുക്തവും ഉചിതവുമായ.
reasonable and proper - ന്യായവും ഉചിതവുമായ.
reasonable compensation - ന്യായമായ നഷ്ടപരിഹാരം.
reasonable doubt - ന്യായമായ സംശയം.
reasonable force - ആവശ്യമായ ബലം (ബലപ്രയോഗം).
reasonable means - ന്യായമായ മാർഗ്ഗങ്ങൾ.
reasonable opportunity - ന്യായമായ അവസരം.
reasonable precaution - ന്യായമായ മുൻകരുതൽ.
reasonable requirement - ന്യായമായ ആവശ്യം.
reasonable restriction - ന്യായമായ നിയന്ത്രണം.
reasonable suspicion - ന്യായമായ സംശയം.
reasonableness - യുക്തം.
rebate - കിഴിവുതുക, കിഴിവ്, റിബേറ്റ്.
rebellion - വിപ്ലവം, ആഭ്യന്തരവിപ്ലവം, പ്രക്ഷോഭം, ലഹള, രാജ്യവിപ്ലവം.
rebellious - പ്രക്ഷുബ്ധമായ, സമരോത്സുകമായ.
rebuke - താക്കീത്.
rebut - നിരാകരിക്കുക, എതിർവാദം ചെയ്യുക, ഖണ്ഡിക്കുക.
recalcitrant - നിയമമനുസരിക്കാത്ത.
recall - ഓർമ്മിപ്പിക്കുക, തിരികെ വിളിക്കുക.
recapture - തിരിച്ചുപിടിക്കുക.
receipt - രസീത്.
receipts and expenditure - വരവും ചെലവും.
receive - സ്വീകരിക്കുക, കൈപ്പറ്റുക.
receive permission - അനുമതി ലഭിക്കുക.
receive sanction - അനുമതി ലഭിക്കുക.
receive the assent - അനുമതി ലഭിക്കുക.
receiver - റിസീവർ.
receiver of disputed property - തർക്കവസ്തുവിന്റെ റിസീവർ/ സൂക്ഷിപ്പുകാരൻ.
receivership - റിസീവർപദവി.
recess of parliament - പാർലമെന്റിന്റെ ഒഴിവുകാലം.
recession - സാമ്പത്തികമാന്ദ്യം, സാമ്പത്തികത്തകർച്ച.
recidivist - സ്ഥിരംകുറ്റവാളി, കുറ്റവാസനയുള്ളവൻ.
reciprocal promises - പരസ്പര വാഗ്ദാനങ്ങൾ, പ്രതിവാഗ്ദാനങ്ങൾ.
reckless - സാഹസികമായ.
reckon - കണക്കാക്കുക.
reclaimed land - നികത്തിയനിലം.
reclamation - തിരിച്ചെടുക്കൽ.
recognise - അംഗീകരിക്കുക, തിരിച്ചറിയുക.
recognised holiday - അംഗീകൃത ഒഴിവുദിനം.

recognised political party - അംഗീകൃത രാഷ്ട്രീയപ്പാർട്ടി.
recognition - അംഗീകാരം.
recommendation - ശിപാർശ.
reconciliation - ഒത്തുതീർപ്പ്, അനുരഞ്ജനം, യോജിപ്പ്, പൊരുത്തപ്പെടുത്തൽ.
reconnaissance - ശത്രുസങ്കേതപരിശോധന.
reconsider - പുനഃപരിശോധിക്കുക, പുനരാലോചിക്കുക.
reconstitute - പുനഃസ്ഥാപിക്കുക.
reconstitution - പുനഃസംഘടന.
reconstruction - പുനർനിർമാണം.
reconvention - എതിരവകാശമുന്നയിക്കൽ.
record - പ്രമാണം, രേഖ, രേഖപ്പെടുത്തുക.
record division - റിക്കാർഡ് വിഭാഗം.
record judgment - വിധി രേഖപ്പെടുത്തുക.
record keeper - റിക്കാർഡ് കീപ്പർ.
record of enquiry - അന്വേഷണരേഖ.
record of right - അവകാശപ്രമാണം, അവകാശരേഖ, കൈവശരേഖ.
record of service - സേവനരേഖ, സേവനപുസ്തകം.
record room - റിക്കാർഡുമുറി.
record section - റിക്കാർഡ് സെക്ഷൻ.
recoup - വീണ്ടെടുക്കുക, ഈടാക്കുക.
recover - വീണ്ടെടുക്കുക, വസൂലാക്കുക.
recovery - ഈടാക്കൽ, വീണ്ടെടുക്കൽ, വസൂലാക്കൽ.
recovery by suit - വ്യവഹാരംമൂലം വീണ്ടെടുക്കൽ.
recovery of dues - കിട്ടാനുള്ളത് ഈടാക്കൽ.
recovery of fines - പിഴകൾ വസൂലാക്കൽ.
recovery of loss - നഷ്ടം ഈടാക്കൽ, നഷ്ടം വസൂലാക്കൽ.
recovery of rent - വാടകവസൂലാക്കൽ.
recovery of revenue - റവന്യൂ റിക്കവറി.
recovery officer - റിക്കവറി ഓഫീസർ.
recriminate - വാദിയെ പ്രതിയാക്കുക, പ്രത്യാരോപണം നടത്തുക.
recrimination - പകരം കുറ്റംചുമത്തൽ, പ്രത്യാരോപണം.
rectification - തെറ്റുതിരുത്തൽ.
rectification of anomalies - അപാകതകൾ പരിഹരിക്കൽ.
rectification of defect - ന്യൂനതാപരിഹാരം.
rectitude - ന്യായം, സത്യം, വാസ്തവം.
recuperate - വീണ്ടെടുക്കുക.
recurring - ആവർത്തനസ്വഭാവമുള്ള.
recurring charges - ആവർത്തനച്ചെലവ്.
recurring expenditure - ആവർത്തനച്ചെലവ്.
recusal - കേസിൽനിന്ന് ജഡ്ജി/പ്രോസിക്യൂട്ടറുടെ പിൻമാറൽ.
recusant - നിയമനിഷേധി.
red alert - അതീവജാഗ്രതാ നിർദ്ദേശം.
red entry - പ്രശംസക്കുറിപ്പ്.
red tape - ചുവപ്പുനാട.
red tape system - ചുവപ്പുനാട സമ്പ്രദായം.
red tapism - ചുവപ്പുനാട സമ്പ്രദായം.
redeem - ഒഴിപ്പിക്കുക, വീണ്ടെടുക്കുക.
redeem a mortgage - പണയം ഒഴിപ്പിക്കുക.
redemption of debt - കടംവീട്ടൽ, ഋണമോചനം, കടത്തിൽ നിന്നുള്ള മോചനം.
redemption of mortgage - ഒറ്റി ഒഴിപ്പിക്കൽ.
re-deployment - പുനർവിന്യാസം.
redesignation - പുനർനാമകരണം.
red-handed - കുറ്റംചെയ്യുമ്പോൾത്ത

ന്നെ, കയ്യോടെ പിടികൂടുക.
red-handed caught - കുറ്റംചെയ്യവേ പിടിക്കപ്പെട്ട.
re-distribution - പുനർവിതരണം.
redress - പരിഹരിക്കുക.
redressal of grievance - സങ്കടപരിഹാരം, സങ്കടനിവാരണം.
reduce - കുറയ്ക്കുക.
reduce - തരംതാഴ്ത്തുക, കുറയ്ക്കുക.
reduce in rank - തരംതാഴ്ത്തുക.
reduce the value - മൂല്യം കുറയ്ക്കുക.
reductio ad absurdum - അസംബന്ധവാദം.
reduction - കിഴിവ്, കുറയ്ക്കൽ, കുറവ്.
reduplicate - പകർത്തുക, ആവർത്തിക്കുക.
reduplication - ആവർത്തനം, ആവർത്തിച്ച് പ്രയോഗിക്കൽ.
re-employment - പുനർനിയമനം.
re-enactment - പുനർനിയമനിർമ്മാണം.
re-entry - പുനഃപ്രവേശം.
re-examination - പുനർവിസ്താരം.
reference - സൂചന, പരാമർശം.
reference case (RC) - റഫറൻസ് കേസ്.
referendum - ഹിതപരിശോധന.
refixation of pay - ശമ്പള പുനർനിർണ്ണയം.
reflection - പ്രതിഫലനം.
reform - പരിഷ്കരിക്കുക.
reformation - പരിഷ്കരണം.
reformatory school - ദുർഗ്ഗുണപരിഹാര പാഠശാല.
reformatory schools act - ദുർഗ്ഗുണപരിഹാര പാഠശാല ആക്ട്.
refrain - വർജ്ജിക്കൽ, ചെയ്യാതിരിക്കൽ.
refresh - പുതുക്കുക.
refuge - അഭയസ്ഥാനം, ആശ്രയകേന്ദ്രം.
refugee - അഭയാർത്ഥി.
refund - മടക്കിക്കൊടുക്കൽ, തിരികെ നല്കൽ.
refund order - റീഫണ്ട് ഉത്തരവ്.
refurbish - നവീകരിക്കുക.
refusal - നിരസനം, നിഷേധം, നിഷേധിക്കൽ.
refuse - തിരസ്കരിക്കുക, നിരസിക്കുക, വിസമ്മതിക്കുക.
refutation - നിഷേധിക്കൽ, ഖണ്ഡനം.
refute - ഖണ്ഡിക്കുക, നിഷേധിക്കുക.
regain - വീണ്ടെടുക്കുക.
regard - പരിഗണിക്കുക, പരിഗണന, ആദരം.
regenerate - പുനരുജ്ജീവിപ്പിക്കുക.
regicide - രാജഹത്യ, രാജഘാതകൻ.
regimental - സൈനികമായ, പട്ടാളം സംബന്ധിച്ച.
region - മേഖല.
regional development progra-mme - പ്രാദേശിക വികസനപരിപാടി.
regional fund - പ്രാദേശികനിധി.
regional regulation rules - മേഖലാ നിയന്ത്രണചട്ടങ്ങൾ.
Regional statistical Officer - റീജിയണൽ സ്റ്റാറ്റിസ്റ്റിക്കൽ ഓഫീസർ.
register - പതിക്കുക, പതിവേട്, രജിസ്റ്റർ.
register of assurances - ഉറപ്പുകളുടെ രജിസ്റ്റർ.
register of LA questions - നിയമസഭാചോദ്യ രജിസ്റ്റർ.
register of oath - ശപഥത്തിനുള്ള രജിസ്റ്റർ.
register of payments - ചെലവു രജിസ്റ്റർ.
registered document - രജിസ്റ്റർ ചെയ്ത പ്രമാണം.
registered letter - രജിസ്റ്റേർഡ് കത്ത്.
registrar - രജിസ്ട്രാർ.
registrar of births and deaths - ജനന-മരണ രജിസ്ട്രാർ.
registrar of co-operative societies -

സഹകരണസംഘം രജിസ്ട്രാർ.
registrar of joint stock companies - ജോയിന്റ് സ്റ്റോക്ക് കമ്പനി രജിസ്ട്രാർ.
registrar of marriage - വിവാഹരജിസ്ട്രാർ.
registration - രജിസ്റ്റർ ചെയ്യൽ, രജിസ്ട്രേഷൻ.
registration act - രജിസ്ട്രേഷൻ ആക്ട്.
registration certificate - രജിസ്ട്രേഷൻ സർട്ടിഫിക്കറ്റ്.
registration department - രജിസ്ട്രേഷൻ വകുപ്പ്.
registration fee - രജിസ്ട്രേഷൻ ഫീസ്.
registration of births and deaths - ജനന-മരണ രജിസ്ട്രേഷൻ.
registration of births and deaths act - ജനന-മരണ രജിസ്ട്രേഷൻ ആക്ട്.
registration of marriage - വിവാഹ രജിസ്ട്രേഷൻ.
regrate - വിലക്കയറ്റമുണ്ടാക്കുക.
regularisation - ക്രമവൽക്കരണം.
regularise - ചിട്ടപ്പെടുത്തുക, ക്രമവൽക്കരിക്കുക.
regulate - നിയന്ത്രിക്കുക, വ്യവസ്ഥപ്പെടുത്തുക, ക്രമപ്പെടുത്തുക.
regulating act - ക്രമീകരണ ആക്ട്, റഗുലേറ്റിങ് ആക്ട്.
regulating officer - റഗുലേറ്റിങ് ഓഫീസർ.
regulation - റഗുലേഷൻ.
regulative - നിയന്ത്രണശേഷിയുള്ള, നിയന്ത്രണാധികാരമുള്ള.
regulator - റഗുലേറ്റർ.
rehab - പുനരധിവസിപ്പിക്കൽ, പുനരധിവാസ കേന്ദ്രം.
re-habilitation - പുനരധിവാസം.
rehabilitation council of india act - ഇന്ത്യൻ പുനരധിവാസ കൗൺസിൽ ആക്ട്.
rehabilitation housing scheme - പുനരധിവാസ പാർപ്പിടപദ്ധതി.
rehabilitation scheme - പുനരധിവാസപദ്ധതി.
re-hearing - പുനർവിചാരണ.
reif - കൊള്ള, കവർച്ച.
reimburse - മടക്കിക്കൊടുക്കുക.
reimbursement - പണം തിരികെക്കൊടുക്കൽ/മടക്കിക്കൊടുക്കൽ.
rein - ഭരണം.
reinforce - വീണ്ടുംപ്രാബല്യത്തിൽക്കൊണ്ടുവരുക.
reinstate - പുനഃസ്ഥാപിക്കുക, പുനഃപ്രവേശിപ്പിക്കുക.
re-investigation - പുനരന്വേഷണം.
re-investment - പുനർനിക്ഷേപം.
reiterate - ആവർത്തിച്ചു പറയുക.
reject - നിരസിക്കുക, തിരസ്കരിക്കുക, നിരാകരിക്കുക, പുറംതള്ളുക.
rejection - ഒഴിവാക്കൽ, നിരസനം, നിരാകരണം.
rejection memo - തിരസ്കാരപത്രം.
rejoinder - എതിർവാദം, പ്രതിവാദം.
rejuvenation - പുനരുജ്ജീവനം.
relation - ബന്ധം.
relation between cause and effect - കാര്യകാരണ ബന്ധം.
relation of landlord and tenant - ജന്മി-കുടിയാൻ ബന്ധം.
relationship certificate - ബന്ധുത്വ സാക്ഷ്യപത്രം.
relative - ബന്ധു.
relaxation - ഇളവ്, അയവ്.
relaxation of age - വയസ്സിളവ്.
relaxation of educational qualification - വിദ്യാഭ്യാസയോഗ്യതയിൽ ഇളവ്.
relaxation of rules - ചട്ടങ്ങൾക്ക് അയവുവരുത്തൽ.
release - മോചിപ്പിക്കുക, വിട്ടയക്കുക, മോചനം.
release deed - ഒഴിമുറി, ഒഴിവുമുറി.
relegate - രാജ്യഭ്രഷ്ടനാക്കുക, നാടുകടത്തുക, തരംതാഴ്ത്തുക.
relevance - പ്രസക്തി.

relevant - കാര്യപ്രസക്തമായ, പ്രസക്തമായ, സംഗതമായ.
reliable - ആശ്രയിക്കാവുന്ന.
reliable evidence - വിശ്വാസയോഗ്യമായ തെളിവ്.
reliable information - വിശ്വസനീയമായ വിവരം.
reliable proof - വിശ്വസനീയമായ തെളിവ്.
reliable source - വിശ്വസനീയ കേന്ദ്രം.
reliance - ആശ്രയിക്കാവുന്ന.
relief - ആശ്വാസം, നിവൃത്തി.
relief and welfare fund - ആശ്വാസക്ഷേമനിധി.
relief measures - ആശ്വാസനടപടികൾ.
relieve - വിടുതൽചെയ്യുക.
relieve from duty - ജോലിയിൽനിന്ന് വിടുതൽചെയ്യുക.
relieved officer - ചുമതലയൊഴിഞ്ഞ ഓഫീസർ.
relieving officer - ചുമതലയേറ്റ ഓഫീസർ.
religion - മതം.
religious affair - മതപരമായ കാര്യം.
religious asset - മതപരമായ സ്വത്ത്.
religious association - മതസംഘടന.
religious belief - മതവിശ്വാസം.
religious conversion - മതംമാറ്റം.
religious denomination - മതവിഭാഗം.
religious endowment - മതപരമായ സ്വത്ത്, മതപരമായ ദാനസ്വത്ത്.
religious fanaticism - മതഭ്രാന്ത്.
religious harmony - മതസൗഹാർദ്ദം.
religious institution - മത സ്ഥാപനം.
religious minority - മതന്യൂനപക്ഷം.
religious practice - മതാചരണം.
religious precepts - മതശാസനകൾ.
religious sect - മതവിഭാഗം.
religious societies act - മതസംഘങ്ങൾ ആക്ട്.
relinquish - ഉപേക്ഷിക്കുക, വിട്ടൊഴിയുക, പരിത്യജിക്കുക, കൈവിടുക.
relinquishment - ഉപേക്ഷിക്കൽ, കൈയൊഴിയൽ, വിട്ടുകൊടുക്കൽ, പരിത്യജിക്കൽ, കൈവിടൽ.
relinquishment of an office - സ്ഥാനപരിത്യാഗം, സ്ഥാനം പരിത്യജിക്കൽ.
relinquishment of land - ഭൂമി പരിത്യജിക്കൽ.
reluctance - വിമുഖത.
rely - ആശ്രയിക്കുക.
remain at large - പിടികൊടുക്കാതിരിക്കുക.
remain in force - പ്രാബല്യത്തിലിരിക്കുക, ഊർജ്ജിതത്തിലിരിക്കുക.
remain stagnant - കെട്ടിക്കിടക്കുക.
remain uncertain - അനിശ്ചിതമായി തുടരുക.
remains - അവശിഷ്ടം.
remand - റിമാൻഡ്, കസ്റ്റഡിയിൽ വയ്ക്കുക.
remand order - റിമാൻഡ് ഉത്തരവ്.
remand period - റിമാൻഡ് കാലാവധി.
remarks - അഭിപ്രായം.
remarriage certificate - പുനർവിവാഹസാക്ഷ്യപത്രം.
remedial measures - പരിഹാരനടപടികൾ, പരിഹാരമാർഗ്ഗങ്ങൾ.
remedial proposals - പരിഹാരനിർദ്ദേശങ്ങൾ.
remedy - പരിഹാരം, പോംവഴി, പ്രതിവിധി.
remember - അനുസ്മരിക്കുക, ഓർമ്മിക്കുക.
remind - ഓർമ്മിപ്പിക്കുക.
reminder - ഓർമ്മക്കുറിപ്പ്.
remission - ഇളവ്, ഇളവുചെയ്യൽ, കുറവെഴുതൽ, കിഴിവനുവദിക്കൽ.
remission of dispute - തർക്കപരിഹാരം.
remission of revenue - നികുതിയിളവ്.
remission of sentence - ശിക്ഷയിളവ്.
remission of tax - കരം കുറവുചെയ്യൽ.

remissness of duty - കൃത്യവിലോപം.
remit - ഒടുക്കുക.
remittance - പണമൊടുക്ക്.
remittance register - പണമൊടുക്ക് രജിസ്റ്റർ.
remonstrance - ശക്തമായ പ്രതിഷേധം, ആക്ഷേപം.
remorse - പശ്ചാത്താപം.
remote - അകന്ന.
remote cause - വിദൂരകാരണം, ദൂരസ്ഥ കാരണം.
removal - ഒഴിവാക്കൽ, നിഷ്കാസനം.
removal from service - സർവീസിൽനിന്നു നീക്കംചെയ്യൽ.
removal of disqualification - അയോഗ്യത നീക്കൽ.
removal of nuisance - ശല്യം നീക്കംചെയ്യൽ.
remove - നീക്കുക, നീക്കംചെയ്യുക.
remove difficulties - വിഷമതകൾ നീക്കുക.
remove from the records - രേഖകളിൽനിന്നു നീക്കുക.
remove obstructions - തടസ്സങ്ങൾ നീക്കുക.
remuneration - പ്രതിഫലം.
remunerative job - ആദായകരമായ ജോലി.
remunerative scheme - ആദായകരമായ പദ്ധതി.
renaissance - നവോത്ഥാനം.
rename - പുനർനാമകരണം ചെയ്യുക.
renaming - പുനർനാമകരണം.
render noxious - ഹാനികരമാക്കിത്തീർക്കുക.
rendition - ഏല്പിച്ചുകൊടുക്കൽ, കീഴടങ്ങൽ, വ്യാഖ്യാനം.
renegade - വിശ്വാസവഞ്ചകൻ, വിശ്വാസലംഘകൻ.
renegation - നിഷേധം.
renege - വാഗ്ദാനലംഘനം നടത്തുക.
renewal application - പുതുക്കൽ അപേക്ഷ.
renewal of lease - പാട്ടച്ചീട്ടു പുതുക്കൽ.
renewal of licence - ലൈസൻസ് പുതുക്കൽ.
renounce - വിട്ടൊഴിയുക, പരിത്യജിക്കുക, തള്ളിപ്പറയുക, ഉപേക്ഷിക്കുക.
renounce on oath - ആണയിട്ട് ത്യജിക്കുക.
renovate - നവീകരിക്കുക, പുതുക്കുക.
renovation - പുനരുദ്ധാരണം, പുതുക്കൽ.
rent - വാടക.
rent amount - വാടകത്തുക.
rent bond - വാടകച്ചീട്ട്, പാട്ടച്ചീട്ട്.
rent control - വാടകനിയന്ത്രണം.
rent controller - റെന്റ് കൺട്രോളർ.
rent reduction - വാടക കുറയ്ക്കൽ, പാട്ടംകുറയ്ക്കൽ.
rent roll - പാട്ടവരുമാനക്കണക്ക്.
rental - വാടക, വാടകത്തുക.
rental register - വാടകരജിസ്റ്റർ.
rented building - വാടകക്കെട്ടിടം.
rented house - വാടകവീട്.
rented vehicle - വാടകവണ്ടി.
renunciation - പരിത്യജിക്കൽ.
renunciation of citizenship - പൗരത്വം പരിത്യജിക്കൽ.
reo absente - എതിർകക്ഷിയുടെ അസാന്നിദ്ധ്യം.
reorganisation - പുനസ്സംഘടന.
reparation - നഷ്ടംകൊടുക്കൽ, നഷ്ടപരിഹാരം.
repartition - പുനർവിഭജനം.
repatriate - തിരിച്ചയക്കുക, സ്വരാജ്യത്തേക്ക് തിരിച്ചുകൊണ്ടുവരിക/തിരിച്ചെടുക്കുക.
re-patriation of prisoners act - തടവുകാരെ സ്വദേശത്തേക്ക് തിരിച്ചയയ്ക്കൽ ആക്ട്.
repayable - തിരിച്ചുകൊടുക്കേണ്ടതായ.
repayment order - തിരിച്ചുകൊടുക്കൽ

ഉത്തരവ്.
repeal - റദ്ദാക്കുക, അസ്ഥിരപ്പെടുത്തുക.
repeal of enactment - നിയമം റദ്ദാക്കൽ.
repealing and saving - റദ്ദാക്കലും ഒഴിവാക്കലും.
repeat - ആവർത്തിക്കുക.
repel - തിരിച്ചോടിക്കുക, പിന്നിലേക്ക് തള്ളുക, പുറന്തള്ളുക, തള്ളുക.
repent - പശ്ചാത്തപിക്കുക.
repentance - പശ്ചാത്താപം.
repercussion - അനന്തരഫലം, പരിണതഫലം, പ്രത്യാഘാതം.
repetition - ആവർത്തനം.
replacement - മാറ്റിവയ്ക്കൽ, വച്ചുമാറ്റം.
report - റിപ്പോർട്ട്.
reporting authority - റിപ്പോർട്ടിങ് അധികാരി.
repository - ആധാരമായ, നിധാനമായ.
repossess the land - വസ്തു വീണ്ടെടുക്കുക.
reprehend - കുറ്റപ്പെടുത്തുക.
represent - പ്രതിനിധാനം ചെയ്യുക, വാദിക്കുക, പ്രതിനിധീകരിക്കുക.
representation - പ്രാതിനിധ്യം, പ്രതിനിധാനം, നിവേദനം.
representation of people - ജനപ്രാതിനിധ്യം.
representation of peoples act - ജനപ്രാതിനിധ്യ ആക്ട്.
representation of the people (miscellaneous provisions) act - ജനപ്രാതിനിധ്യ (പലവക വ്യവസ്ഥകൾ) ആക്ട്.
representative - പ്രതിനിധി, പ്രതിപുരുഷൻ.
representative suit - പ്രാതിനിധ്യ ഹർജി.
repress - അടിച്ചമർത്തുക, കീഴ്പ്പെടുത്തുക, അടക്കുക.
reprieve - ശിക്ഷ താമസിപ്പിക്കുക, ശിക്ഷ നിറുത്തിവയ്ക്കുക.
reprimand - ശാസിക്കുക, ഉഗ്രശാസനം.
reprime - അടിച്ചമർത്തുക, താക്കീത് നല്കുക.
reprisal - പകതീർക്കുക, പകവീട്ടുക, പകരംവീട്ടുക.
reproach - കുറ്റപ്പെടുത്തുക, നിന്ദിക്കുക, ആക്ഷേപിക്കുക.
reprobate - തിരസ്കരിക്കുക.
reproduction - പുനരുല്പാദനം, പ്രത്യുല്പാദനം.
reprove - കുറ്റപ്പെടുത്തുക, ശാസിക്കുക.
repudiate - തള്ളിക്കളയുക, നിരസിക്കുക, നിരാകരിക്കുക.
repudiation - നിരസനം, നിരസിക്കൽ.
repugnance - വെറുപ്പ്.
repugnancy - പൊരുത്തപ്പെടായ്മ.
repugnant - വിപരീതമായ, വിരുദ്ധമായ, പ്രതികൂലമായ, അസഹ്യമായ.
repulsion - തിരിച്ചടി.
request - അപേക്ഷിക്കുക, അപേക്ഷ.
requirement - ആവശ്യകത.
requisite - ആവശ്യമായ.
requisition - അഭ്യർത്ഥന, അർത്ഥന, ആവശ്യപ്പെടൽ.
requisition memorandum - അഭ്യർത്ഥനാ മെമ്മോറാണ്ടം, അർത്ഥനാ മെമ്മോറാണ്ടം.
requisition note - അർത്ഥനാപത്രം.
requisition slip - അർത്ഥനാപത്രം.
re-registration - പുനർരജിസ്ട്രേഷൻ.
res controversa - തർക്കവസ്തു.
res gestae - ഇടപാട്സംഗതികൾ, ചെയ്തകാര്യം.
res immobile - സ്ഥാവരവസ്തു.
res judicata - വിധിയായ കേസ്, നിർണ്ണയിക്കപ്പെട്ട കേസ്.
res mobiles - ജംഗമവസ്തുക്കൾ.
resale - പുനർവില്പന.
resale value - പുനർവിപണനമൂല്യം.
rescind - പിൻവലിക്കുക, റദ്ദാക്കുക,

ദുർബ്ബലപ്പെടുത്തുക.
rescission - പിൻവലിക്കൽ, റദ്ദുചെയ്യൽ.
rescission of contract - കരാർ റദ്ദാക്കൽ, ഉടമ്പടി റദ്ദാക്കൽ.
rescue - രക്ഷപ്പെടുത്തുക.
rescue home - രക്ഷാഗൃഹം, സുരക്ഷാഗൃഹം.
rescue operation - രക്ഷാപ്രവർത്തനം.
research assistant - റിസർച്ച് അസിസ്റ്റന്റ്.
resentment - നീരസം.
reservation - സംവരണം.
reservation of appointment - നിയമനത്തിനുള്ള സംവരണം.
reservation of seat - സീറ്റ് സംവരണംചെയ്യൽ.
reservation seat - സംവരണസീറ്റ്.
reserve - കരുതൽ, സംവരണംചെയ്യുക.
reserve bank - റിസർവ് ബാങ്ക്.
reserve force - കരുതൽസേന.
reserve fund - കരുതൽനിധി.
reserve money - കരുതൽധനം.
reserve police - റിസർവ് പോലീസ്.
reserve police inspector - റിസർവ് പോലീസ് ഇൻസ്പെക്ടർ.
reserve ratio - കരുതൽ അനുപാതം.
reserved constituency - സംവരണമണ്ഡലം.
reserves and surplus - കരുതലും മിച്ചവും.
resettlement - പുനരധിവാസം, വീണ്ടും സ്ഥാപിക്കൽ.
residence - താമസം, വസതി, താമസസ്ഥലം.
residuary estate - ഒസ്യത്തിലില്ലാത്ത സ്വത്ത്.
residuary legatee - അവശേഷിച്ച ഒസ്യത്തുകാരൻ, അവശിഷ്ട ഒസ്യത്തവകാശി.
residuary powers - ശിഷ്ടാധികാരങ്ങൾ.
resign - രാജിവയ്ക്കുക.
resignation - രാജി.
resist - എതിർക്കുക.
resistance - പ്രതിരോധം.
resolution - പ്രമേയം.
resource - വിഭവം.
resource allocation - വിഭവവിഭജനം.
resource mobilization - വിഭവസമാഹരണം.
respect - ആദരിക്കുക, ബഹുമാനിക്കുക.
respectively - യഥാക്രമം.
respondent - എതിർകക്ഷി.
responsibility - ബാദ്ധ്യത, ചുമതല, ഉത്തരവാദിത്വം.
responsible - ഉത്തരവാദി, ഉത്തരവാദിയായ.
restitute - പൂർവ്വസ്ഥിതിയിലാക്കുക.
restitution - പുനഃസ്ഥാപനം, വീണ്ടെടുക്കൽ, പൂർവ്വസ്ഥിതിയിലാക്കൽ.
restitution of conjugal right - ദാമ്പത്യാവകാശ പുനഃസ്ഥാപനം.
restitution of right - അവകാശ പുനഃസ്ഥാപനം.
restoration - പുനഃസ്ഥാപനം, വീണ്ടെടുക്കൽ, തിരികെക്കൊടുക്കൽ.
restoration of property - വസ്തു തിരികെക്കൊടുക്കൽ.
restoration of right - അവകാശ പുനഃസ്ഥാപനം.
restore - പൂർവ്വസ്ഥിതിയിലാക്കുക.
restrain - തടസ്സപ്പെടുത്തുക.
restrain from - ഒഴിഞ്ഞുമാറൽ.
restrainment - തടഞ്ഞുവയ്ക്കൽ.
restraint - തടസ്സം.
restraint of trade - വ്യാപാരനിരോധം.
restrict - നിയന്ത്രിക്കുക.
restricted area - നിയന്ത്രിതമേഖല.
restricted entry - നിയന്ത്രിതപ്രവേശനം.
restricted holiday - നിയന്ത്രിതാവധി.

restricted sense - പരിമിതമായ അർത്ഥം.
restricted zone - നിയന്ത്രിതമേഖല.
restriction - വിലക്ക്.
restriction of entry - പ്രവേശനം നിയന്ത്രിക്കൽ.
restriction on transfer - കൈമാറ്റനിയന്ത്രണം.
restrictive duty - നിർബ്ബന്ധനികുതി.
restrictive right - നിയന്ത്രിതാവകാശം.
restrospection - പൂർവ്വകാലാവലോകനം, ആത്മപരിശോധന.
result - ഫലം.
resume - പുനരാംരംഭിക്കുക, വീണ്ടും ഏറ്റെടുക്കുക.
resume duty - ജോലിയിൽ വീണ്ടും പ്രവേശിക്കുക.
resumption - പുനരാരംഭം, തിരിച്ചെടുക്കൽ.
resurgence - പുനരുജ്ജീവനം.
resurrection - പുനരുദ്ധാരണം, പുനരുജ്ജീവനം.
resurvey block map - റീസർവെ ബ്ലോക്ക് മാപ്പ്.
retain - നിലനിർത്തുക.
retaliate - പകതീർക്കുക, പകവീട്ടുക, പകരംവീട്ടുക, പ്രതികാരം ചെയ്യുക.
retaliation - പ്രതികാരം.
retaliatory action - പ്രതികാരനടപടി.
retention - സൂക്ഷിച്ചുവയ്ക്കൽ.
retire - വിരമിക്കുക.
retirement - വിരമിക്കൽ.
retirement benefit - വിരമിക്കൽ ആനുകൂല്യം.
retract - പിൻവലിക്കുക.
retraction - പിൻവലിക്കൽ.
retreat - പിൻവാങ്ങുക, പിന്മാറുക.
retrenched persons - പിരിച്ചുവിടപ്പെട്ടവർ.
retrenchment - കുറവുചെയ്യൽ, ചെലവുചുരുക്കൽ.
retrenchment of post - തസ്തിക കുറയ്ക്കൽ, തസ്തിക കുറവുചെയ്യൽ.
retrial - പുനർവിചാരണ.
retribution - പകരംവീട്ടൽ, പകരത്തിനു പകരം, പ്രതിവിധി.
retrograde - പിൻവാങ്ങുക.
retrospect - അവലോകനം.
retrospective effect - മുൻകാല പ്രാബല്യം, പൂർവ്വകാല പ്രാബല്യം.
return - കണക്കുപത്രിക, റിട്ടേൺ.
reus - എതിർകക്ഷി, പ്രതി.
revalidation - പുനഃസാധൂകരണം, പുനർനിർണ്ണയം.
revaluation - പുനർമൂല്യനിർണ്ണയം.
reveal - വെളിപ്പെടുത്തുക.
reveal the secret - രഹസ്യം വെളിപ്പെടുത്തുക/പുറത്താക്കുക.
revene recovery act - റവന്യൂ റിക്കവറി ആക്ട്.
revenge - പകതീർക്കുക, പകരം വീട്ടുക.
revenue - റവന്യൂ.
revenue court - റവന്യൂകോടതി.
revenue board - റവന്യൂബോർഡ്.
revenue collection - കരംപിരിവ്, നികുതിപിരിവ്.
revenue department - റവന്യൂ വകുപ്പ്.
revenue deposit - റവന്യൂനിക്ഷേപം.
revenue division - റവന്യൂഡിവിഷൻ.
revenue divisional officer - റവന്യൂ ഡിവിഷണൽ ഓഫീസർ.
revenue expenditure - റവന്യൂച്ചെലവ്.
revenue head - റവന്യൂ ഹെഡ്.
revenue inspector - റവന്യൂ ഇൻസ്പെക്ടർ.
revenue officer - റവന്യൂ ഓഫീസർ.
revenue records - റവന്യൂരേഖകൾ.
revenue recovery - റവന്യൂ റിക്കവറി.
revenue stamp - റവന്യൂസ്റ്റാമ്പ്.
revenue year - നികുതിവർഷം.
reversion - തരംതാഴ്ത്തൽ.
revert - തരംതാഴ്ത്തുക, പൂർവ്വസ്ഥി

തിയിലാക്കുക.
review - പുനഃപരിശോധിക്കുക, അവലോകനംചെയ്യുക.
review application - റിവ്യൂ അപേക്ഷ, പുനഃപരിശോധനാ ഹർജി.
review meeting - അവലോകനയോഗം.
review petition - റിവ്യൂഹർജി.
review report - അവലോകന റിപ്പോർട്ട്.
revindicate - വീണ്ടും അവകാശപ്പെടുക.
revise - പുതുക്കുക, പുനഃപരിശോധിക്കുക.
revised budget - പുതുക്കിയ ബജറ്റ്.
revised memorandum - പുതുക്കിയ മെമ്മോറാണ്ടം.
revised notification - പുതുക്കിയ വിജ്ഞാപനം.
revised rule - പുതുക്കിയ ചട്ടം.
revision - പരിഷ്കരണം, പുനഃപരിശോധന.
revision case - റിവിഷൻ കേസ്.
revision petition - റിവിഷൻ ഹർജി, പുനഃപരിശോധനാ ഹർജി.
revocation - പിൻവലിക്കൽ.
revoke - പിൻവലിക്കുക, റദ്ദാക്കുക.
revolt - പ്രക്ഷോഭം, ലഹള, വിപ്ലവം.
revolution - വിപ്ലവം, പ്രക്ഷോഭം.
revolutionary - വിപ്ലവാത്മകമായ, വിപ്ലവകരമായ.
revolutionary party - വിപ്ലവകക്ഷി.
revolutionist - വിപ്ലവകാരി, വിപ്ലവവാദി, വിപ്ലവമനസ്കൻ.
revolver - റിവോൾവർ.
reward - പാരിതോഷികം, സമ്മാനം.
rid - മോചിപ്പിക്കുക.
ridicule - ആക്ഷേപിക്കുക, അവഹേളിക്കുക.
ridiculous - അസംബന്ധം, ആക്ഷേപം, അപഹാസ്യമായ.
ridiculous gesture - ഗോഷ്ടി.
rifle - റൈഫിൾ, കൈത്തോക്ക്.
right - അവകാശം, ന്യായം.
right of appeal - അപ്പീലവകാശം.
right of enjoyment - അനുഭവാവകാശം.
right of entry - പ്രവേശനാവകാശം.
right of maintenance - ജീവനാംശാവകാശം.
right of occupancy - കുടിയിരുപ്പവകാശം, കൈവശാവകാശം.
right of participation - പങ്കെടുപ്പവകാശം.
right of private defence - സ്വരക്ഷാവകാശം.
right of questioning - ചോദ്യാവകാശം.
right of succession - അനന്തരാവകാശം.
right of way - വഴിക്കുള്ള അവകാശം.
right to appoint - നിയമനാവകാശം.
right to education - വിദ്യാഭ്യാസാവകാശം.
right to information act - വിവരാവകാശ ആക്ട്.
right to service - സേവനാവകാശം.
right to service act - സേവനാവകാശ ആക്ട്.
right to sue - വ്യവഹാരാവകാശം.
righteous - ന്യായമായ.
rigid - അയവില്ലാത്ത.
rigorous - വളരെ കഠിനമായ, കർശനമായ, അയവില്ലാത്ത.
rigorous imprisonment - കഠിനശിക്ഷ, കഠിനതടവ്.
riot - ലഹള.
risk allowance - അപകടസാദ്ധ്യതാബത്ത, അപായസാധ്യതാബത്ത, നഷ്ടസാദ്ധ്യതാബത്ത, റിസ്ക് അലവൻസ്.
rival - എതിരാളി, പ്രതിയോഗി.
road accident - റോഡപകടം.
road development board - റോഡ് വികസന ബോർഡ്.
road fund act - റോഡ് ഫണ്ട് ആക്ട്.
road research institute - റോഡ് ഗവേഷണ ഇൻസ്റ്റിറ്റ്യൂട്ട്.

road safety - റോഡ് സുരക്ഷ.
road safety authority - റോഡ് സുരക്ഷാ അഥോറിറ്റി.
road safety programme - റോഡ് സുരക്ഷാപരിപാടി.
road safety project - റോഡ് സുരക്ഷാപദ്ധതി.
robber - കവർച്ചക്കാരൻ, കൊള്ളക്കാരൻ, പിടിച്ചുപറിക്കാരൻ, മോഷ്ടാവ്.
robbery - കവർച്ച, കൊള്ളയടിക്കൽ, മോഷണം.
roll - പട്ടിക.
roll call - ഹാജർവിളി, റോൾകാൾ, പേരുവിളി.
root cause - മൂലകാരണം.
round table conference - വട്ടമേശ സമ്മേളനം.
routine act - പതിവുകൃത്യം.
routine inspection - പതിവുപരിശോധന.
routine note - ദിനക്കുറിപ്പ്, റുട്ടീൻനോട്ട്.
rowdy - റൗഡി, തെരുവുതെമ്മാടി.
royal proclamation - രാജകീയവിളംബരം.
royalty - അവകാശപ്പണം, രാജഭോഗം, ലാഭാവകാശം, റോയൽറ്റി.
rubber seal - റബ്ബർമുദ്ര.
rubber stamp - റബ്ബർമുദ്ര.
rubbish - അസംബന്ധം, ചവറ്.
rude behaviour - മുരട്ടുസ്വഭാവമായ.
rue - പശ്ചാത്തപിക്കുക.
ruin - നശിപ്പിക്കുക, ഹാനി വരുത്തുക, ദുഷിപ്പിക്കുക.
ruination - നശിപ്പിക്കൽ, പാഴാക്കൽ, സംഹരിക്കൽ.
rule - ചട്ടം, റൂൾ.
rule of action - നടപടിച്ചട്ടം.
rule of law - നിയമവാഴ്ച.
rule of preference - മുൻഗണനാചട്ടങ്ങൾ.
rule of restraint - നിയന്ത്രണച്ചട്ടം.
rule out - ഒഴിവാക്കുക, തള്ളിക്കളയുക.
rule the roost - ആധിപത്യം പുലർത്തുക.
rules and regulations - ചട്ടങ്ങളും റഗുലേഷനുകളും.
rules committee - റൂൾസ് കമ്മിറ്റി.
rules of business - കാര്യനിർവ്വഹണ ചട്ടങ്ങൾ.
rules of conduct - പെരുമാറ്റച്ചട്ടം.
rules of practice - നടപടിച്ചട്ടങ്ങൾ.
rules of procedure - നടപടിച്ചട്ടങ്ങൾ.
ruling - റൂളിങ്, വ്യവസ്ഥ, ചട്ടം.
ruling party - ഭരണകക്ഷി.
run amok - ഭ്രാന്തുപിടിച്ച് ഓടുക.
run away - ഒളിവിൽപോകുക, കടന്നുകളയുക.
run counter - എതിരായി പ്രവർത്തിക്കുക.
run way - വിമാനപ്പാത, റൺവേ.
running contract - തുടർച്ചക്കരാർ.
running expenses - പ്രവർത്തനച്ചെലവുകൾ.
rural area - ഗ്രാമപ്രദേശം.
rural development - ഗ്രാമവികസനം.
rural development bank - ഗ്രാമീണവികസന ബാങ്ക്.
rural development programme - ഗ്രാമവികസനപരിപാടി.
rural employment guarantee scheme - ഗ്രാമീണ തൊഴിലുറപ്പ് പദ്ധതി.
rural employment programme - ഗ്രാമീണ തൊഴിൽദാനപരിപാടി.
rural upliftment - ഗ്രാമോദ്ധാരണം.
ruralisation - ഗ്രാമവൽക്കരണം.
ruth - അനുകമ്പ, കരുണ, ദയ.
ruthless - ദയയില്ലാത്ത, ക്രൂരമായ.
ruthlessness - ദാക്ഷിണ്യമില്ലായ്മ.
ryot - കർഷകൻ, കുടിയാൻ.
ryotwari system - റയ്ത്ത്വാരി സമ്പ്രദായം.

S

SAARC convention (suppr-ession of terrorism) act - സാർക്ക് ഉടമ്പടി (ഭീകരപ്രവർത്തനം തടയൽ) ആക്ട്.
sabaoth - സേനകൾ, സൈന്യങ്ങൾ.
sabbatical leave - ഗവേഷണാത്മക അവധി.
sabotage - അട്ടിമറിപ്രവർത്തനം, അട്ടിമറിക്കുക, വിധ്വംസകപ്രവൃത്തി.
saboteur - അട്ടിമറിക്കാരൻ.
sabre - വധിക്കുക, കൊല്ലുക.
sacrifice - ത്യജിക്കുക.
sacrosanct - അലംഘനീയം.
saddle - അടിച്ചേല്പിക്കുക, കുറ്റംചുമത്തുക.
saevitia - വൈവാഹിക ക്രൂരത, ക്രൂരത.
safe - സുരക്ഷിതമായ, പണപ്പെട്ടി.
safe and sound - തികച്ചും ഭദ്രമായി.
safe custody - സുരക്ഷിതകൈവശം.
safefy valve - സുരക്ഷാവാൽവ്.
safeguard - രക്ഷാവ്യവസ്ഥ, സുരക്ഷാവ്യവസ്ഥ, സംരക്ഷിക്കുക .
safety - രക്ഷ, ഭദ്രത, സുരക്ഷ, സുരക്ഷിതത്വം.
safety arrangements - സുരക്ഷാ ക്രമീകരണങ്ങൾ.
safety door - രക്ഷാകവാടം, സുരക്ഷാകവാടം.
safety lamp - നിരപായദീപം, സുരക്ഷാദീപം.
safety measures - രക്ഷാനടപടികൾ, സുരക്ഷാനടപടികൾ.
safety provisions - സുരക്ഷാവ്യവസ്ഥകൾ.
safety standards - രക്ഷാവ്യവസ്ഥകൾ.
sagacious advice - വിവേകപൂർവ്വമായ ഉപദേശം, മഹത്തായ ഉപദേശം.
sainik welfare fund - സൈനിക ക്ഷേമനിധി.
salacious - ഭോഗാസക്തനായ, വിഷയാസക്തിയുള്ള, കാമാർത്തിയുള്ള, ദുർന്നടത്തമുള്ള.
salary - ശമ്പളം.
salary and allowance - ശമ്പളവും ബത്തയും.
salary bill - ശമ്പളബിൽ.
salary day - ശമ്പളദിനം.
sale - വില്പന, വിക്രയം.
sale account - വില്പനക്കണക്ക്.
sale agreement - വില്പനക്കരാർ, വില്പന ഉടമ്പടി.
sale amount - വില്പനത്തുക.
sale by auction - ലേലവില്പന.
sale certificate - വില്പന സർട്ടിഫിക്കറ്റ്.
sale confirmation - വില്പന സ്ഥിരപ്പെടുത്തൽ.
sale contract - വില്പനക്കരാർ.
sale deed - വിലയാധാരം, തീറാധാരം.
sale in execution - വിധിനടത്തൽ വില്പന.
sale of goods act - സാധനവില്പന ആക്ട്.
sale proceeds - വില്പനത്തുക, വിറ്റുവരവ്, വില്പനവരുമാനം.
sale proceeds - വിറ്റുവരവ്.
sale value - വിപണനമൂല്യം.
saleable - വില്ക്കത്തക്ക.
sales tax - വില്പനനികുതി.
salient features - മുഖ്യലക്ഷണങ്ങൾ.
saltpetre - വെടിയുപ്പ്.
salutation - അഭിവാദ്യം.
salute - അഭിവാദനം, സല്യൂട്ട്.
salvus plegius - സുരക്ഷിതപണയം.
sanad - സന്നത്.
sanction - അനുവാദം, അനുമതി, ഉപരോധം.
sanction to prosecute - പ്രോസിക്യൂട്ട് ചെയ്യാനുള്ള അനുവാദം.
sanctioning authority - അനുമതി നല്കുന്ന അധികാരി.

sanitation - ശുചീകരണം, സാനിട്ടേഷൻ.
sarcasm - വിപരീതാർത്ഥപ്രയോഗം.
satellite survey - ഉപഗ്രഹസർവെ.
satire - ആക്ഷേപഹാസ്യം.
satisfaction of a debt - കടംതീർക്കൽ.
satisfaction of a judgement debt - വിധി കടംതീർക്കൽ.
satisfactory evidence - തൃപ്തികരമായ തെളിവ്.
satisfactory proof - തൃപ്തികരമായ തെളിവ്.
satisfy - വ്യവസ്ഥ പാലിക്കുക, ബാദ്ധ്യത തീർക്കുക.
satyagraha - സത്യഗ്രഹം.
savagery - പരമമായ ക്രൂരത.
save - സമ്പാദിക്കുക, സൂക്ഷിക്കുക.
saving - ഒഴിവാക്കൽ.
savings bank - സേവിങ്സ് ബാങ്ക്.
savings bank account - സേവിങ്സ് ബാങ്ക് അക്കൗണ്ട്.
savings deposit - മിച്ചനിക്ഷേപം.
savings scheme - സമ്പാദ്യപദ്ധതി.
scab - കരിങ്കാലി, അധമൻ, നീചൻ.
scaffold - തൂക്കുമരം, തൂക്കിലേറ്റൽ, തൂക്കുമരത്തട്ട്.
scale of pay - ശമ്പളസ്കെയിൽ.
scandal - അപവാദം.
scandal monger - അപവാദം പരത്തുന്നവൻ.
scandalize - അപമാനംവരുത്തുക, അപവാദമുണ്ടാക്കുക.
scandalous questions - അപകീർത്തികരമായ ചോദ്യങ്ങൾ, അപവാദപരമായ ചോദ്യങ്ങൾ.
scape grace - തെമ്മാടി.
scapegoat - ബലിയാട്.
scar - പാട്, തഴമ്പ്, കല.
scarcity - ദൗർല്ലഭ്യം, പഞ്ഞം, വറുതി, ക്ഷാമം.
scarcity of food - ഭക്ഷണദൗർല്ലഭ്യം.
scaremonger - ജനങ്ങളെ പേടിപ്പിക്കുന്നയാൾ (കഥകൾ പ്രചരിപ്പിച്ച്).
scarper - പലായനം ചെയ്യുക.
scary - ഭയപ്പെടുത്തുന്ന.
scathe - നശിപ്പിക്കുക, ഹാനിവരുത്തുക.
scatter - കൂട്ടംപിരിച്ചുവിടുക.
scavenger - തോട്ടി, സ്കാവഞ്ചർ.
scavenging - തോട്ടിത്തൊഴിൽ, ശുദ്ധീകരണം.
scavenging tax - കക്കൂസുകരം.
scene mahazar - കൃത്യസ്ഥലമഹസ്സർ.
scene of occurrence - സംഭവസ്ഥലം.
scene of offence - കുറ്റംനടന്ന സ്ഥലം.
scene plan - കൃത്യസ്ഥലരൂപരേഖ.
sceptic - സംശയാലു.
scepticism - അവിശ്വാസസിദ്ധാന്തം, സംശയം.
schedule - പട്ടിക.
scheduled area - പട്ടികപ്രദേശം.
scheduled caste - പട്ടികജാതി.
scheduled class - പട്ടികവിഭാഗം.
scheduled time - സൂചിതസമയം.
scheduled tribe - പട്ടികഗോത്രവർഗ്ഗം.
schematic details - പദ്ധതിവിവരം.
scheme - പദ്ധതി.
schism - വിഭാഗീയത, ഭിന്നിപ്പ്, ഭിന്നത.
schismatical - ഭിന്നിപ്പ് സംബന്ധിച്ച.
schizcomb - ഭിന്നിപ്പ്.
schmooze - പരദൂഷണം പറയുക.
scholarship - സ്കോളർഷിപ്പ്.
scholastic - വിദ്യാസംബന്ധമായ.
scholiast - വ്യാഖ്യാതാവ്.
school transport safety - സ്കൂൾ ഗതാഗതസുരക്ഷ.
school year - സ്കൂൾവർഷം.
school zone - സ്കൂൾമേഖല.
science - ശാസ്ത്രം.
science and technology depart-ment - ശാസ്ത്ര-സാങ്കേതികവകുപ്പ്.
scientific and industries depart-ment - ശാസ്ത്രീയ-വ്യാവസായികവകുപ്പ്.
scientific knowledge - ശാസ്ത്രീയ

ജ്ഞാനം.
scientific line - ശാസ്ത്രീയരീതി.
scientific research - ശാസ്ത്രീയഗവേഷണം.
scientific research department - ശാസ്ത്രീയഗവേഷണവകുപ്പ്.
scientific services - ശാസ്ത്രസേവനങ്ങൾ.
scientific study - ശാസ്ത്രീയപഠനം.
scientist - ശാസ്ത്രജ്ഞൻ.
scire facias - കോടതിയുത്തരവ്, ജുഡീഷ്യൽ ഉത്തരവ്.
scoff - പരിഹസിക്കുക, അപമാനിക്കുക, നിന്ദിക്കുക.
scoffer - നിന്ദകൻ, അധിക്ഷേപിക്കുന്നവൻ, പരിഹസിക്കുന്നവൻ.
scold - കലഹിക്കുക, വഴക്കുപറയുക, ശകാരിക്കുക, നിന്ദിക്കുക, ദേഷ്യപ്പെടുക.
scope - (നിയമത്തിന്റെ) വ്യാപ്തി.
score out - വെട്ടിക്കളയുക, ഒഴിവാക്കുക.
scorn - അവജ്ഞ, ആക്ഷേപം, നിന്ദ, വെറുപ്പ്.
scornful - നിന്ദ്യമായ.
scot-free - വെറുതെ വിടുക.
scoundrel - തെമ്മാടി.
scrap value - തുണ്ടുവില, സ്ക്രാപ്പ്മൂല്യം.
scrape - പോറൽ.
scratch - പോറൽ.
scream - പേടിച്ചലറുക.
screenplay - തിരക്കഥ.
scribe - എഴുത്തുകാരൻ, പകർപ്പെഴുത്തുകാരൻ, ലേഖകൻ.
scrimmage - ശണ്ഠ, അടിപിടി, ബലപ്രയോഗം.
scrivener - ആധാരമെഴുത്തുകാരൻ.
scroll - ചുരുളഴിക്കുക, നിവർത്തുക.
scrounge - മോഷ്ടിക്കുക, അപഹരിക്കുക.
scrum - അടിപിടി, ലഹള, ബഹളം, ബലപ്രയോഗം.
scrutinize - ഒത്തുനോക്കുക, സൂക്ഷ്മപരിശോധന നടത്തുക.
scrutiny - സൂക്ഷ്മപരിശോധന.
scurrilous - നിന്ദ്യമായ, രൂക്ഷമായ, ആഭാസമായ.
sea incursion - കടലാക്രമണം.
sea level - സമുദ്രനിരപ്പ്.
sea mark - കടലടയാളം.
sea men - നാവികർ.
sea route - കടൽമാർഗ്ഗം.
sea sickness - കടൽച്ചൊരുക്ക്.
sea wall - കടൽഭിത്തി.
sea worthiness - സമുദ്രയാത്രായോഗ്യത.
sea-breach - കടൽഭിത്തിയുടയ്ക്കൽ.
sea-farer - നാവികൻ.
seafaring profession - നാവികവൃത്തി.
sea-fury - കടൽക്ഷോഭം.
seal - മുദ്ര.
sealed cover - മുദ്രവച്ച കവർ.
sealed tender - മുദ്രവച്ച ടെണ്ടർ.
sea-level - കടൽനിരപ്പ്.
sealing wax - മുദ്രയരക്ക്.
seamens' provident fund act - നാവികർ പ്രോവിഡന്റ് ഫണ്ട് ആക്ട്.
sea-plane - സമുദ്രവിമാനം.
sea-rage - കടൽക്ഷോഭം.
search - അന്വേഷണം, പരിശോധന.
search fee - തിരച്ചിൽ ഫീസ്, പരിശോധനാഫീസ്.
search light - സെർച്ച് ലൈറ്റ്.
search memo - സെർച്ച് മെമ്മോ.
search team - തിരച്ചിൽ സംഘം.
search warrant - സെർച്ച് വാറണ്ട്.
search without warrant - വാറണ്ടു കൂടാതെയുള്ള പരിശോധന, വാറണ്ടു കൂടാതെയുള്ള തിരച്ചിൽ.
seas of blood - ദാരുണമായ രക്തച്ചൊരിച്ചിൽ.
season ticket - സീസൺടിക്കറ്റ്.
seat of justice - ന്യായാസനം.
secede - ഉപേക്ഷിക്കുക, പിൻവാങ്ങുക,

വേർപെടുക, പിൻതിരിയുക.
secern - വേർപെടുത്തുക.
second - പിന്താങ്ങുക, രണ്ടാമത്തെ.
second appeal - രണ്ടാംഅപ്പീൽ.
second appellant - രണ്ടാം അപ്പീൽകക്ഷി.
second appellate authority - രണ്ടാം അപ്പീലധികാരി.
second class magistrate - രണ്ടാം ക്ലാസ്സ് മജിസ്ട്രേട്ട്.
second mortgage - മേൽപ്പണയം.
secondary evidence - ദ്വിതീയകത്തെളിവ്.
seconder - പിന്താങ്ങുന്നവൻ.
secret - രഹസ്യം, സ്വകാര്യം, രഹസ്യമായ, ഗോപ്യമായ.
secret advice - രഹസ്യോപദേശം.
secret and confidential - ഗൂഢവും രഹസ്യവുമായ.
secret ballot - രഹസ്യബാലറ്റ്.
secret chamber - രഹസ്യഅറ.
secret inquiry - രഹസ്യാന്വേഷണം, രഹസ്യവിചാരണ.
secret instruction - രഹസ്യനിർദ്ദേശം.
secret investigation - രഹസ്യാന്വേഷണം.
secret meeting - രഹസ്യയോഗം.
secret partner - രഹസ്യപങ്കാളി.
secret seal - രഹസ്യമുദ്ര.
secretariat - സെക്രട്ടേറിയറ്റ്.
secretary - സെക്രട്ടറി.
secretary to government - ഗവൺമെന്റ് സെക്രട്ടറി.
sect - വിഭാഗം.
sectarianism - വിഭാഗീയവാദം.
section - വകുപ്പ്, ഭാഗം, സെക്ഷൻ, വിഭാഗം.
section officer - സെക്ഷനാഫീസർ.
secular - മതനിരപേക്ഷം.
secular state - മതനിരപേക്ഷരാഷ്ട്രം.
secure - സുരക്ഷിതമായ.
secured creditors - ഈടുകടക്കാർ.
secured loan - ജാമ്യമുള്ള വായ്പ.
security - ഈട്, പരിരക്ഷ.
security amount - ജാമ്യത്തുക.
security arrangements - സുരക്ഷാ ക്രമീകരണങ്ങൾ.
security arrangements - സുരക്ഷാക്രമീകരണങ്ങൾ.
security bond - ജാമ്യച്ചീട്ട്, സെക്യൂരിറ്റി ബോണ്ട്.
security council - സുരക്ഷാസമിതി.
security deposit - ജാമ്യനിക്ഷേപം.
security detail - സുരക്ഷാഭടൻ.
security for appearance - ഹാജരാകുന്നതിനുള്ള ജാമ്യം.
security for good conduct - നല്ല നടപ്പുജാമ്യം.
security gate - കാവൽക്കവാടം.
security guard - സുരക്ഷാഭടൻ.
security instruction - സുരക്ഷാനിർദ്ദേശം.
security measures - സുരക്ഷാമാർഗ്ഗങ്ങൾ.
security of service - സേവനഭദ്രത.
security officer - സെക്യൂരിറ്റി ഓഫീസർ.
security on land asset - വസ്തുജാമ്യം.
security proceedings - സുരക്ഷാനടപടികൾ.
sedition - രാജ്യദ്രോഹം.
seduce - വശീകരിക്കുക, പ്രലോഭിപ്പിക്കുക.
seduction - വശീകരണം, വശപ്പെടുത്തൽ.
segment - അംശം.
segregate - വേർതിരിച്ചുകാണിക്കുക.
segregation - വേർതിരിക്കൽ.
seize - പിടിച്ചെടുക്കുക, കണ്ടുകെട്ടുക, ജപ്തിചെയ്യുക.
seize power - അട്ടിമറി (ഭരണം), അധികാരംപിടിച്ചെടുക്കുക.
seizure - കണ്ടുകെട്ടൽ.

select committee - സെലക്ട് കമ്മിറ്റി.
self - evident - സ്വയംതെളിവായിരിക്കുന്ന.
self acquired property - സ്വാർജ്ജിത സ്വത്ത്, സ്വയാർജ്ജിതസ്വത്ത്.
self control - സംയമനം.
self defence - ആത്മരക്ഷ, സ്വയരക്ഷ, സ്വരക്ഷ.
self employment scheme - സ്വയംതൊഴിൽ പദ്ധതി.
self explanatory - സ്വയംവിശദമായ, സ്വയംസ്പഷ്ടമായ.
self incrimination - കുറ്റം സ്വയമേറ്റെടുക്കൽ.
self interest - സ്വന്തംതാല്പര്യം.
self management - സ്വാശ്രയമാനേജ്മെന്റ്.
self protection - ആത്മരക്ഷ.
self written - സ്വന്തംകൈപ്പടയിൽ എഴുതിയ.
self-accusation - ആത്മദൂഷണം.
self-contained note - സമഗ്രമായ കുറിപ്പ്.
self-interest - സ്വതാല്പര്യം.
selfishness - സ്വാർത്ഥത.
self-praise - ആത്മപ്രശംസ.
self-sufficiency - സ്വയംപര്യാപ്തത.
sell - വില്ക്കുക.
selling cost - വില്പനച്ചെലവ്.
selling price - വില്പനവില.
semen - ബീജം.
seminar - സെമിനാർ, ചർച്ചാസമ്മേളനം.
semi-official institution - അർദ്ധ ഔദ്യോഗികസ്ഥാപനം.
senate - സെനറ്റ്.
senate chamber - സെനറ്റ് ചേംബർ.
senate house - സെനറ്റ് മന്ദിരം.
send out - പുറംതള്ളുക.
send to gallows - കഴുവേറ്റുക.
send to jail - ജയിലിലേക്കയക്കുക.
send to prison - ജയിലിലേക്കയക്കുക.
sender - അയക്കുന്നയാൾ, പ്രേഷകൻ.
senior citizen - മുതിർന്ന പൗരൻ.
senior mortgage - ആദ്യഒറ്റി.
senior most - ഏറ്റവും സീനിയറായ.
senior supervisor - സീനിയർ സൂപ്പർവൈസർ.
sense - യുക്തി.
sense of justice - നീതിബോധം.
sensible - കാര്യബോധമുള്ള, വിവേകമുള്ള.
sentence - ശിക്ഷാവിധി.
sentence of court - കോടതിവിധി.
sentence of imprisonment - തടവിനുള്ള ശിക്ഷാവിധി.
sentenza capitale - വധശിക്ഷ. മരണശിക്ഷ.
sentry - കാവൽഭടൻ, പാറാവുകാരൻ.
separate - വേർപെടുത്തുക.
separately - വെവ്വേറെ.
separation - വിവാഹമോചനം, വേർതിരിക്കൽ.
sepoy - ശിപായി.
septennium - സപ്തവർഷം.
sepulchre - ശവകുടീരം, ശവക്കല്ലറ
serfdom - അടിമത്തം.
serial killer - സ്ഥിരം കൊലപാതകി.
seriatim - യഥാക്രമം.
serious - സാരമായ.
serious consideration - ഗൗരവമായ പരിഗണന.
serious crime - മഹാപരാധം, മഹാപാതകം, വലിയ കുറ്റം.
serious infirmity - സാരമായ ബലഹീനത.
serious offence - മഹാപരാധം, മഹാപാതകം, വലിയ കുറ്റം.
seriously - ഗൗരവബുദ്ധ്യാ.
serment - പ്രതിജ്ഞ, വാഗ്ദാനം, സത്യം ചെയ്യുക.
serve - സേവിക്കുക.
serve a sentence - ശിക്ഷ അനുഭവിക്കുക.
serve notice - നോട്ടീസ് നടത്തിക്കുക.

served copy(of notice) - (നോട്ടീസ്) നടത്തുപ്രതി.
service - സേവനം, സർവീസ്.
service association - സർവീസ് സംഘടന.
service book - സേവനപുസ്തകം, സർവീസ് ബുക്ക്.
service break - സർവീസ് വിഘ്നം, സേവനവിച്ഛേദം.
service conditions - സേവനവ്യവസ്ഥകൾ.
service co-operative bank - സർവീസ് സഹകരണ ബാങ്ക്.
service delivery project - സേവന പ്രദാന പദ്ധതി.
service duration - സേവനദൈർഘ്യം.
service organisation - സർവീസ് സംഘടന.
service pension - സർവീസ് പെൻഷൻ.
service period - സേവനകാലം.
service regulations - സർവീസ് റഗുലേഷൻസ്.
service sector - സേവനമേഖല.
service stamp - സർവീസ് സ്റ്റാമ്പ്.
service tax - സേവനനികുതി.
serving notice - നോട്ടീസ് നടത്തൽ.
serving summons - സമൺസ് നടത്തൽ.
servitude - പെരുമാറ്റാവകാശം, ഗുണാനുഭവാവകാശം.
session - സമ്മേളനം.
sessions court - സെഷൻസ് കോടതി.
sessions judge - സെഷൻസ് ജഡ്ജി.
sessor - നികുതിനിർണ്ണയിക്കുന്നയാൾ.
set about - ആക്രമിക്കുക.
set apart - വേർപെടുത്തുക, നീക്കിവയ്ക്കുക.
set aside - റദ്ദാക്കുക, അസ്ഥിരപ്പെടുത്തുക, ദുർബ്ബലപ്പെടുത്തുക, തള്ളിക്കളയുക.
set back - തടയുക, തടസ്സം
set forth - പ്രഖ്യാപിക്കുക.
set free - മോചിപ്പിക്കുക, നിരപരാധിയെന്ന് വിധിക്കുക, മുക്തനാക്കുക.
set off - ആരംഭിക്കുക, യാത്ര ആരംഭിക്കുക, എതിർകടം, തട്ടിക്കഴിക്കുക.
set one's seal to - അധികാരപ്പെടുത്തുക.
set out in schedule - പട്ടികയിൽ കൊടുത്തിട്ടുള്ള.
settle - രാജിയാവുക.
settlement - ഒത്തുതീർപ്പ്, രാജിയാക്കൽ, സന്ധി.
settlement of dispute - തർക്കപരിഹാരം.
settlement register - അടങ്കൽ രജിസ്റ്റർ, സെറ്റിൽമെന്റ് രജിസ്റ്റർ.
sever - വേർപെടുത്തുക.
severally - വെവ്വേറെ, ഒറ്റയ്ക്കൊറ്റയ്ക്ക്.
severally and jointly - വെവ്വേറെയും കൂട്ടായും.
severe control - കർശന നിയന്ത്രണം.
severe injury - കടുത്ത പരിക്ക്.
severe protest - കഠിനപ്രതിഷേധം.
severe punishment - കഠിനശിക്ഷ.
sex determination - ലിംഗനിർണ്ണയം.
sex education - ലൈംഗികവിദ്യാഭ്യാസം.
sex worker - ലൈംഗികത്തൊഴിലാളി.
sexual abuse - ലൈംഗികപീഡനം.
sexual harassment - ലൈംഗികാതിക്രമം.
sexual harassment at work place (prevention, prohibition and redressal) act - ജോലിസ്ഥലത്തെ ലൈംഗികാതിക്രമം (തടയലും നിരോധനവും പരിഹാരവും) ആക്ട്.
shackle - ആമം, വിലങ്ങ്, കൂച്ചുവിലങ്ങ്, കൈയാമം.
sham-fight - കൃത്രിമപ്പോര്, കൃത്രിമയുദ്ധം.
share - ഓഹരി, പങ്ക്, ഭാഗം.
share capital - ഓഹരിമുതൽ,

ഓഹരിമൂലധനം.
share capital investment - ഓഹരി മൂലധനനിക്ഷേപം.
share holder - ഓഹരിക്കാരൻ, ഓഹരിയുടമസ്ഥൻ.
share warrant - ഷെയർവാറണ്ട്.
share-holder - പങ്കാളി.
sharing - പങ്കിടൽ.
shell - പീരങ്കിയുണ്ട.
shell proof - പീരങ്കിയുണ്ടയേൽക്കാത്ത.
shelter - അഭയകേന്ദ്രം.
shelve - മാറ്റിവയ്ക്കുക.
sheristadar - ശിരസ്തദാർ.
shipment - കപ്പൽകയറ്റൽ.
shipping - കപ്പൽമാർഗ്ഗംകൊണ്ടുപോകൽ.
shipping and navigation - കപ്പലുകളും നാവികയാത്രയും.
shipping order - കപ്പലേറ്റുത്തരവ്.
ship-wreck - കപ്പൽച്ചേതം.
shock - ആഘാതം, ഞെട്ടൽ.
shoot with fire arms - വെടിവയ്ക്കുക.
short list - ചുരുക്കപ്പട്ടിക.
short question - അടിയന്തര ചോദ്യം.
short tender notice - ലഘു ദർഘാസ് നോട്ടീസ്.
short term course - ഹ്രസ്വകാല കോഴ്സ്.
short term credit - ഹ്രസ്വകാല വായ്പ്പ.
short term loan - ഹ്രസ്വകാല വായ്പ്പ.
short term vacancy - ഹ്രസ്വകാല ഒഴിവ്.
short title - ചുരുക്കപ്പേര്.
short title and commencement - ചുരുക്കപ്പേരും പ്രാരംഭവും.
shortly - ഉടൻതന്നെ, താമസംവിനാ, ചുരുക്കമായി.
shot proof - വെടിയേൽക്കാത്ത.
show cause - കാരണംകാണിക്കൽ.
show cause notice - കാരണംകാണിക്കൽ നോട്ടീസ്.
shrine - തീർത്ഥസ്ഥാനം, ശ്രീകോവിൽ, ആരാധനാ സ്ഥലം.
si quis - പൊതുവിജ്ഞാപനം, വിജ്ഞാപനം.
sick leave - രോഗാവധി.
siege - ഉപരോധം.
sign - ഒപ്പുവയ്ക്കുക, ചിഹ്നം.
sign board - അടയാളപ്പലക.
signatory - ഒപ്പിടുന്നയാൾ.
signature - ഒപ്പ്, കൈയൊപ്പ്,.
signature and seal - കൈയൊപ്പും മുദ്രയും.
signature of witnesses - സാക്ഷികളുടെ ഒപ്പ്, തടസ്ഥരുടെ ഒപ്പ്.
silent partner - നിശ്ശബ്ദപങ്കാളി.
similar motion - സമാനപ്രമേയം.
similarity - സാദൃശ്യം, സാധർമ്യം, സാമ്യം.
simple debenture - ഉറപ്പില്ലാക്കടപ്പത്രം, ഉറപ്പില്ലാത്ത കടപ്പത്രം.
simple hurt - ചെറിയപരിക്ക്, നിസ്സാര പരിക്ക്.
simple imprisonment - വെറും തടവ്.
simple interest - സാധാരണപലിശ.
simple mortgage - ചൂണ്ടിപ്പണയം.
simple punishment - കുറഞ്ഞ ശിക്ഷ, ലഘുശിക്ഷ.
simple rent - വെറുംപാട്ടം.
simplify - ചുരുക്കുക, ലഘൂകരിക്കുക.
simulacrum - പ്രതിരൂപം.
sin - പാപം.
sine die - അനിശ്ചിതകാലത്തേക്ക്, തീയതി നിശ്ചയിക്കാതെ.
sine qua non - അവശ്യഘടകം, അത്യാവശ്യഘടകം, ഒഴിവാക്കാനാവാത്ത അവസ്ഥ.
single entry system - ഒറ്റക്കുറിപ്പു സമ്പ്രദായം.
single member constituency - ഏകാംഗനിയോജകമണ്ഡലം.
single point sales tax - ഏകമുഖ വില്പന നികുതി.

single portal - ഏകജാലകം.
single tender - ഒറ്റടെൻഡർ, ഒറ്റ ദർഘാസ്.
single transferable vote - ഒറ്റക്കൈമാറ്റ വോട്ട്.
single window - ഏകജാലകം.
sinister motive - ദുരുദ്ദേശ്യം.
sinking fund - കൈമാറ്റനിധി, കടംതീർപ്പുനിധി, ഋണമോചന നിധി.
sinuous - വക്രമായ.
sit -in strike - കുത്തിയിരിപ്പു പണിമുടക്ക്.
sit-down strike - കുത്തിയിരിപ്പു പണിമുടക്ക്.
site inspection - സ്ഥലപരിശോധന.
site plan - കൃത്യസ്ഥലരൂപരേഖ, പരിസരചിത്രം.
sitting fee - ഹാജർപടി, യോഗബത്ത.
skeptic - മതനിന്ദകൻ.
sketch - രേഖാചിത്രം, സ്കെച്ച്.
skin and bone - വളരെ മെലിഞ്ഞ.
skirmish - അടിപിടി.
skulk - ഒളിച്ചോടുക.
slander - അപവാദം, അപഖ്യാതി, അപകീർത്തികരമായ പ്രസ്താവന.
slander libel - അപമാനലേഖം.
slaughter house - അറവുശാല, കശാപ്പുശാല.
slave - അടിമ.
slavery - അടിമത്തം.
slavish - അടിമത്തൊഴിൽ.
sleeping partner - നിഷ്ക്രിയപങ്കാളി, നിശ്ശബ്ദപങ്കാളി.
slum clearance scheme - ചേരി നിർമ്മാർജ്ജന പദ്ധതി.
slump - സ്തംഭനാവസ്ഥ, വിലയിടിവ്.
slut - വേശ്യ, അഭിസാരിക.
small case - ചെറുവ്യവഹാരം.
small case suit - സ്മാൾകേസ് വ്യവഹാരം/സ്യൂട്ട്.
small cause - ചെറുവ്യവഹാരം.
small cause court - സ്മാൾ കോസ് കോടതി.
small envelopes - ചെറിയ ലക്കോട്ടുകൾ.
small savings scheme - ചെറുകിട സമ്പാദ്യപദ്ധതി, ലഘുസമ്പാദ്യപദ്ധതി.
small scale - ചെറുകിട.
small scale industry - ചെറുകിട വ്യവസായം.
small suit - ചെറുവ്യവഹാരം.
smoulder - ശ്വാസംമുട്ടിക്കുക.
smuggle - ഒളിച്ചുകടത്തുക.
smuggled goods - കള്ളക്കടത്തു സാധനങ്ങൾ, കള്ളക്കടത്തു ചരക്ക്.
smuggler - കള്ളക്കടത്തുകാരൻ.
smuggling - കള്ളക്കടത്ത്.
snake poison - പാമ്പുവിഷം.
snatch - തട്ടിപ്പറിക്കുക, പിടിച്ചുപറിക്കുക.
snatcher - പിടിച്ചുപറിക്കാരൻ.
so as to - ആ ഉദ്ദേശ്യത്തോടെ.
so far as possible - സാദ്ധ്യമാകുന്നത്ര.
so far as practicable - പ്രായോഗികമാകുന്നിടത്തോളം.
soaring price - കുതിച്ചുകയറുന്ന വില.
social - സാമൂഹികമായ.
social custom - സാമൂഹികാചാരം.
social defence - സാമൂഹികപ്രതിരോധം.
social distance - സാമൂഹിക അകലം.
social education - സാമൂഹികവിദ്യാഭ്യാസം.
social forestry - സാമൂഹിക വനവല്ക്കരണം.
social injustice - സാമൂഹിക അനീതി.
social injustice and exploitation - സാമൂഹിക അനീതിയും ചൂഷണവും.
social insurance - സാമൂഹിക ഇൻഷുറൻസ്.
social justice department - സാമൂഹികനീതിവകുപ്പ്.
social justice directorate - സാമൂഹി

കനീതി ഡയറക്ടറേറ്റ്.
social order - സാമൂഹികവ്യവസ്ഥിതി, സാമൂഹികസംവിധാനം.
social outlook - സാമൂഹികവീക്ഷണം.
social practices - സാമൂഹികാനുഷ്ഠാനങ്ങൾ.
social problem - സാമൂഹികപ്രശ്നം.
social purpose - സാമൂഹികാവശ്യം.
social reform - സാമൂഹികപരിഷ്കരണം.
social relations - സാമൂഹികബന്ധങ്ങൾ.
social responsibility - സാമൂഹികമായ ഉത്തരവാദിത്വം.
social security - സാമൂഹിക സുരക്ഷിതത്വം.
social service - സാമൂഹികസേവനം.
social spread - സമൂഹവ്യാപനം.
social upheaval - സാമൂഹികവിപ്ലവം.
social welfare - സാമൂഹികക്ഷേമം.
social welfare board - സാമൂഹികക്ഷേമ ബോർഡ്.
social welfare department - സാമൂഹികക്ഷേമ വകുപ്പ്.
social welfare officer - സാമൂഹികക്ഷേമ ഓഫീസർ.
social worker - സാമൂഹികപ്രവർത്തകൻ.
socialism - സോഷ്യലിസം.
societies registration act - സംഘങ്ങൾ രജിസ്ട്രേഷൻ ആക്ട്.
society - സംഘം, സമൂഹം, സമുദായം.
socio-economic survey - സാമൂഹിക-സാമ്പത്തിക സർവെ.
socius criminis - സഹാപരാധി, കൂട്ടുപ്രതി.
sodomite - പ്രകൃതിവിരുദ്ധൻ, പ്രകൃതിവിരുദ്ധഭോഗി.
solace - ആശ്വാസം.
solatium - സാന്ത്വനപ്രതിഫലം.
soldier - യോദ്ധാവ്, പടയാളി, പട്ടാളക്കാരൻ, സൈനികൻ.
solemn - ഗാംഭീര്യം, സത്യനിഷ്ഠം.
solemn affirmation - ദൃഢപ്രതിജ്ഞ.
solemn duty - സഗൗരവധർമ്മം.
solemnly - ഗൗരവബുദ്ധ്യാ, സഗൗരവം, സത്യനിഷ്ഠയോടെ.
solemnly affirm - സഗൗരവം പ്രതിജ്ഞ ചെയ്യുക.
solemnly pledge - സഗൗരവം പ്രതിജ്ഞ ചെയ്യുക.
solicit - യാചിക്കുക, അർത്ഥിക്കുക.
solicitor - സോളിസിറ്റർ.
solicitor general - സോളിസിറ്റർ ജനറൽ.
solid waste disposal rules - ഖരമാലിന്യ സംസ്കരണച്ചട്ടങ്ങൾ.
solidarity - ഐക്യം.
solitary - ഏകാന്തമായ.
solitary confinement - ഏകാന്തതടവ്.
solitude - ഏകാന്തത.
solve - പരിഹരിക്കുക.
solvency - സാമ്പത്തികശേഷി, കടം വീട്ടാനുള്ള ശേഷി.
solvency guarantee - സോൾവൻസി ഗ്യാരണ്ടി.
solvent - മുതലുള്ളവൻ.
soothe - സാന്ത്വനപ്പെടുത്തുക.
sordid - അസാന്മാർഗ്ഗിക, മലിനമായ.
sororicide - സഹോദരിയെക്കൊല്ലുക, സഹോദരീഹത്യ .
sorter - തരംതിരിക്കുന്നവൻ, ഇനം തിരിക്കുന്നവൻ.
sorting - തരംതിരിക്കൽ, ഇനംതിരിക്കൽ.
sound candidates - യോഗ്യരായ മൽസരാർത്ഥികൾ.
sound finance - സാമ്പത്തികഭദ്രത.
sound mind - സ്ഥിരബുദ്ധി, സ്വസ്ഥചിത്തം.
sound pollution - ശബ്ദമലിനീകരണം.
source - സ്രോതസ്സ്, ഉത്ഭവസ്ഥാനം, ഉറവിടം.

source book - ആധാരഗ്രന്ഥം.
source language - സ്രോതഭാഷ.
sources of income - ആദായമാർഗ്ഗം, വരുമാനമാർഗ്ഗം.
southern zonal council - ദക്ഷിണമേഖലാ കൗൺസിൽ.
sovereign power - പരമാധികാര ശക്തി.
sovereignty - പരമാധികാരം.
spacing - അകലമിടൽ.
spare parts - യന്ത്രഭാഗങ്ങൾ.
spate - വെള്ളപ്പൊക്കം, ജലപ്രളയം.
spead out - അതിവ്യാപിക്കുക.
speak against - പ്രതികൂലമായി സംസാരിക്കുക.
speak for - അനുകൂലമായി സംസാരിക്കുക.
speaker - സ്പീക്കർ.
speaker of loksabha - ലോകസഭാ സ്പീക്കർ.
special - വിശേഷാൽ.
special court - പ്രത്യേക കോടതി.
special court (trial of offences relating to transactions in securities) act - സ്പെഷ്യൽ കോടതി (ഈടുപത്രങ്ങളുടെ ഇടപാടുകളുമായി ബന്ധപ്പെട്ട കുറ്റങ്ങൾ വിചാരണ ചെയ്യൽ) ആക്ട്.
special address - വിശേഷാൽ അഭിസംബോധനം.
special allowance - പ്രത്യേക ബത്ത.
special attention - പ്രത്യേകശ്രദ്ധ.
special bench - സ്പെഷ്യൽ ബഞ്ച്, പ്രത്യേക ബഞ്ച്.
special case - വിശേഷാൽ കേസ്.
special casual leave - സ്പെഷ്യൽ കാഷ്വൽ അവധി.
special concession - പ്രത്യേകാനുല്യം.
special correspondent - പ്രത്യേക ലേഖകൻ.
special criminal courts (jurisdi-ction) act - പ്രത്യേക ക്രിമിനൽ കോടതികൾ (അധികാരപരിധി) ആക്ട്.
special disability leave - പ്രത്യേക അവശതയവധി.
special earnest money - പ്രത്യേക നിരതദ്രവ്യം.
special economic zone - പ്രത്യേക സാമ്പത്തികമേഖല.
special endorsement - പ്രത്യേക പുറംകുറിപ്പ്, പ്രത്യേക പുറത്തെഴുത്ത്.
special exception - പ്രത്യേക അപവാദം.
special executive magistrate - സ്പെഷ്യൽ എക്സിക്യൂട്ടീവ് മജിസ്ട്രേറ്റ്.
special grant - പ്രത്യേക സഹായധനം.
special investigation team - പ്രത്യേക അന്വേഷണ സംഘം.
special jurisdiction - പ്രത്യേക അധികാരപരിധി, സവിശേഷ അധികാരപരിധി.
special juvenile police unit - കുട്ടികൾക്കുവേണ്ടിയുള്ള പ്രത്യേക പോലീസ് യൂണിറ്റ്.
special law - പ്രത്യേക നിയമം.
special leave - പ്രത്യേക അവധി, പ്രത്യേകാനുവാദം.
special leave account - വിശേഷാവധിക്കണക്ക്.
special leave for appeal - അപ്പീലിനുള്ള പ്രത്യേക അനുമതി.
special leave petition - സ്പെഷ്യൽ ലീവ് പെറ്റിഷൻ.
special legislation - പ്രത്യേക നിയമനിർമ്മാണം.
special magistrate - സ്പെഷ്യൽ മജിസ്ട്രേറ്റ്.
special marriage act - പ്രത്യേക വിവാഹ ആക്ട്.
special marriage rules - പ്രത്യേക വിവാഹ ചട്ടങ്ങൾ.
special meeting - വിശേഷയോഗം,

വിശേഷാൽ യോഗം.
special messenger - പ്രത്യേക ദൂതൻ.
special officer - സ്പെഷ്യൽ ഓഫീസർ.
special order - പ്രത്യേക ഉത്തരവ്.
special pay - വിശേഷവേതനം, വിശേഷാൽ ശമ്പളം, പ്രത്യേക ശമ്പളം.
special permission - പ്രത്യേകാനുമതി.
special power - പ്രത്യേകാധികാരം.
special programme - പ്രത്യേകപരിപാടി.
special provisions - പ്രത്യേക വ്യവസ്ഥകൾ.
special purpose vehicle - പ്രത്യേകോദ്ദേശ്യസംവിധാനം.
special reason - പ്രത്യേകകാരണം.
special relief - പ്രത്യേകനിവൃത്തി.
special remedy - പ്രത്യേകപരിഹാരം.
special resolution - വിശേഷാൽപ്രമേയം.
special right - പ്രത്യേകാവകാശം.
special sanction - പ്രത്യേകാനുമതി.
special secretary - സ്പെഷ്യൽ സെക്രട്ടറി.
special Tahsildar - സ്പെഷ്യൽ തഹസീൽദാർ.
special tribunal - സ്പെഷ്യൽ ട്രിബ്യൂണൽ.
special tribunal appeal - സ്പെഷ്യൽ ട്രിബ്യൂണൽ അപ്പീൽ.
special tribunal petition - സ്പെഷ്യൽ ട്രിബ്യൂണൽ പെറ്റീഷൻ.
special tribunals (supplementary provisions) act - പ്രത്യേക ട്രിബൂണലുകൾ (അനുപൂരക വ്യവസ്ഥകൾ) ആക്ട്.
specialized medical statistician - സ്പെഷ്യലൈസ്ഡ് മെഡിക്കൽ സ്റ്റാറ്റിസ്റ്റീഷ്യൻ.
specific clause - പ്രത്യേകഖണ്ഡം.
specific relief act - പ്രത്യേക നിവൃത്തി ആക്ട്.
specifically - വിശിഷ്യാ.
specification - വിശിഷ്ടവിവരണം.
specimen - മാതൃക.
specimen signature - മാതൃകയൊപ്പ്, മാതൃകാ കൈയൊപ്പ്.
specimen signature card - മാതൃകാ ഒപ്പുകാർഡ്.
speculative profit - ഊഹക്കച്ചവട ലാഭം.
speed governor - വേഗപ്പൂട്ട്, വേഗമാനകം, വേഗനിയന്ത്രണയന്ത്രം.
sphere of action - പ്രവർത്തന മണ്ഡലം, പ്രവർത്തനരംഗം.
sphere of influence - സ്വാധീനവലയം.
sphere of thought - വിചാരമണ്ഡലം.
spinster - അവിവാഹിത.
spirit - സ്പിരിറ്റ്.
spite - പക, വിദ്വേഷം, വിരോധം, ദ്രോഹിക്കുക.
spitefulness - ദ്രോഹബുദ്ധി, ദുഷ്ടവിചാരം.
split - പിളർപ്പ്, വിഭജിക്കുക, ഭിന്നിപ്പ്.
spoil - ദുഷിക്കുക.
spokesman - വക്താവ്.
spoliate - പിടിച്ചുപറിക്കുക.
spoliation - കവർച്ച, കൊള്ള, പിടിച്ചുപറി.
spoliator - കൊള്ളക്കാരൻ.
sponsion - ജാമ്യം നിൽക്കൽ.
sponsor - പ്രായോജകർ, പുരസ്കർത്താവ്.
spoof e-mail - വ്യാജ ഇ-മെയിൽ.
sports - കായികവിനോദം.
sports column - കായിക വിനോദ പംക്തി.
sportsmen - കായികതാരങ്ങൾ.
spread rapidly - അതിവ്യാപിക്കുക.
spur - ഉത്തേജകം.
spurious - വ്യാജമായ, തെറ്റായ, അസത്യമായ, കള്ളമായ.
spy - ചാരൻ.
spying - ചാരവൃത്തി.

squabble - വഴക്ക്.
squad - സ്ക്വാഡ്.
squad commander - സ്ക്വാഡ് കമാൻഡർ.
squadron leader - സ്ക്വാഡ്രൻ ലീഡർ.
squalid - അസാന്മാർഗ്ഗിക, മലിനമായ.
stable - സ്ഥിരമായ, ഉറച്ച.
stagnation - സ്തംഭനാവസ്ഥ, നിശ്ചലാവസ്ഥ.
stain - കറ, മറുക്.
stake - താങ്ങ്.
stake holder - വാതുവയ്പ്പ് മദ്ധ്യസ്ഥൻ, തത്പരകക്ഷി, ഓഹരി ഉടമ.
stale cheque - കാലഹരണപ്പെട്ട ചെക്ക്.
stamp account - സ്റ്റാമ്പ് കണക്ക്.
stamp account register - സ്റ്റാമ്പു കണക്ക് രജിസ്റ്റർ.
stamp act - സ്റ്റാമ്പ് ആക്ട്.
stamp depot - സ്റ്റാമ്പ് ഡിപ്പോ.
stamp duty - മുദ്രവില, മുദ്രവരി, സ്റ്റാമ്പ് നികുതി.
stamp paper - മുദ്രപ്പത്രം, മുദ്രക്കടലാസ്.
stamp register - സ്റ്റാമ്പ് രജിസ്റ്റർ.
stamp vendor - സ്റ്റാമ്പ് വെണ്ടർ, സ്റ്റാമ്പു വില്പനക്കാരൻ.
stampede - വിരണ്ടോട്ടം, വിറളിപിടിച്ചോടുക.
stamping - മുദ്രവെക്കൽ.
stand still - നിശ്ചലമായ, സ്തംഭനാവസ്ഥ.
stand still agreement - തൽസ്ഥിതി തുടരുന്നതിനുള്ള കരാർ.
stand trial - നിയമനടപടികളിലൂടെ പോകുക.
standard operating procedure - അംഗീകൃത നിർവ്വഹണകാര്യക്രമം.
standing army - സ്ഥിരംസൈന്യം.
standing commission - സ്ഥിരംകമ്മിഷൻ.
standing committee - സ്ഥിരംകമ്മിറ്റി, സ്റ്റാൻഡിങ് കമ്മിറ്റി.
standing counsel - സ്ഥിരം ഉപദേഷ്ടാവ്.
standing order - സ്ഥിരം ഉത്തരവ്, സ്റ്റാൻഡിങ് ഓർഡർ, നിലവിലുള്ള ഉത്തരവ്.
stark naked - പൂർണ്ണനഗ്നനായ.
starred questions - നക്ഷത്രചിഹ്നമിട്ട ചോദ്യങ്ങൾ, അടയാളമിട്ട ചോദ്യങ്ങൾ.
starvation - പട്ടിണി.
state - പ്രസ്താവിക്കുക, വിവരിക്കുക, സ്ഥിതി, സംസ്ഥാനം, രാഷ്ട്രം, സ്റ്റേറ്റ്.
state act - സംസ്ഥാന ആക്ട്.
state administration - സംസ്ഥാനഭരണം.
state aid - സർക്കാർസഹായം.
state award - സംസ്ഥാന ബഹുമതി.
state bank - സ്റ്റേറ്റ് ബാങ്ക്.
state data centre - സംസ്ഥാന ഡാറ്റാ സെന്റർ.
state defence production - രാജ്യരക്ഷാ ഉല്പാദനം.
state election commission - സംസ്ഥാന തിരഞ്ഞെടുപ്പ് കമ്മിഷൻ.
state emblem - സംസ്ഥാനചിഹ്നം.
state enterprise - സർക്കാർ സംരംഭം, സർക്കാർ ഉദ്യമം.
state fund - സംസ്ഥാന നിധി.
state guest - സർക്കാർ അതിഥി.
state health department - സംസ്ഥാന ആരോഗ്യവകുപ്പ്.
state information commission - സംസ്ഥാന വിവരാവകാശക്കമ്മിഷൻ.
state institute of education - സംസ്ഥാന വിദ്യാഭ്യാസ ഇൻസ്റ്റിറ്റ്യൂട്ട്.
state institute of languages - കേരള ഭാഷാ ഇൻസ്റ്റിറ്റ്യൂട്ട്.
state insurance corporation - സ്റ്റേറ്റ് ഇൻഷുറൻസ് കോർപ്പറേഷൻ.
state interference - സർക്കാരിടപെടൽ.
state law - സംസ്ഥാന നിയമം.
state level committee - സംസ്ഥാനത

ല സമിതി.
state level food advisory commi-ttee - സംസ്ഥാനതല ഭക്ഷ്യോപദേശക സമിതി.
state life insurance - സംസ്ഥാന ലൈഫ് ഇൻഷ്വറൻസ്.
state list - സംസ്ഥാനലിസ്റ്റ്, സ്റ്റേറ്റ് ലിസ്റ്റ്.
state lotteries department - സംസ്ഥാന ഭാഗ്യക്കുറിവകുപ്പ്.
state naming authority - സംസ്ഥാന നാമകരണ അതോറിറ്റി.
state oldage policy - സംസ്ഥാന വയോജനനയം.
state police cyber security hub - സംസ്ഥാന പോലീസ് സൈബർ സുരക്ഷാകേന്ദ്രം.
state policy - സർക്കാർ നയം, രാജ്യനയം, രാഷ്ട്രനയം.
state policy for the senior citizen - സംസ്ഥാന വയോജനനയം.
state policy for women - സംസ്ഥാന വനിതാനയം.
state prisoners - രാജ്യദ്രോഹത്തവുകാർ, സംസ്ഥാനത്തടവുകാർ.
state public information officer (SPIO) - സ്റ്റേറ്റ് പബ്ലിക് ഇൻഫർമേഷൻ ഓഫീസർ.
state right to service act - സംസ്ഥാന സേവനാവകാശ ആക്ട്.
state sales tax act - സംസ്ഥാന വില്പന നികുതി ആക്ട്.
state sponsored scheme - സംസ്ഥാനാവിഷ്കൃത പദ്ധതി.
state taxes department - സംസ്ഥാന നികുതിവകുപ്പ്.
state trading corporation - സ്റ്റേറ്റ് ട്രേഡിങ് കോർപ്പറേഷൻ.
state transport authority - സംസ്ഥാന ഗതാഗത അതോറിറ്റി.
state venture - സർക്കാർഉദ്യമം.
state youth policy - സംസ്ഥാന യുവജനനയം.
stated aim - പ്രഖ്യാപിത ലക്ഷ്യം.
stated policy - പ്രഖ്യാപിതനയം.
statement - മൊഴി, പത്രിക, പ്രസ്താവന.
statement of account - കണക്കുവിവരം.
statement of allegations - ആരോപണപത്രിക.
statement of facts - സംഗതിവിവരണം, കാര്യവിവരപത്രിക.
statement of objects and reasons - ഉദ്ദേശ്യ-കാരണ പത്രിക, ഉദ്ദേശ്യ-കാരണവിവരണം.
statesman - രാജ്യതന്ത്രജ്ഞൻ.
station - ആസ്ഥാനം, സ്റ്റേഷൻ.
station director - സ്റ്റേഷൻ ഡയറക്ടർ.
station manager - സ്റ്റേഷൻ മാനേജർ.
station master - സ്റ്റേഷൻ മാസ്റ്റർ.
stationery - ലേഖനസാമഗ്രി, സ്റ്റേഷനറി.
stationery and printing - സ്റ്റേഷനറിയും അച്ചടിയും.
statistical assistant - സ്റ്റാറ്റിസ്റ്റിക്കൽ അസിസ്റ്റന്റ്.
statistical data - സ്ഥിതിവിവരക്കണക്ക്.
statistical inspector - സ്റ്റാറ്റിസ്റ്റിക്കൽ ഇൻസ്പെക്ടർ.
statistical investigator - സ്റ്റാറ്റിസ്റ്റിക്കൽ ഇൻവെസ്റ്റിഗേറ്റർ.
statistical officer - സ്റ്റാറ്റിസ്റ്റിക്കൽ ഓഫീസർ.
statistical schedule - സ്ഥിതിവിവരപ്പട്ടിക.
statistics - സ്ഥിതിവിവരക്കണക്ക്.
status - പദവി, സ്ഥാനം, സ്ഥിതി.
status quo - നിലവിലുള്ള സ്ഥിതി.
statute - ലിഖിതനിയമം, സ്റ്റാറ്റ്യൂട്ട്.
statute book - നിയമസംഹിത, നിയമഗ്രന്ഥം.
statute law - സ്റ്റാറ്റ്യൂട്ട് നിയമം.

statutory - നിയമപ്രകാരമുള്ള, സ്റ്റാറ്റ്യൂട്ടറി.
statutory authority - നിയമപരമായ അധികാരസ്ഥാനം, നിയമപ്രകാരമുള്ള അധികാരി.
statutory commission - സ്റ്റാറ്റ്യൂട്ടറി കമ്മിഷൻ, നിയാമക കമ്മിഷൻ.
statutory committee - സ്റ്റാറ്റ്യൂട്ടറി കമ്മിറ്റി, നിയമവ്യവസ്ഥാപിത സമിതി, നിയമവ്യവസ്ഥാപിതക്കമ്മിറ്റി.
statutory juridiction - നിയാമക അധികാരപരിധി.
statutory limit - നിയാമകപരിധി.
statutory obligation - നിയമപരമായ ബാദ്ധ്യത.
statutory power - നിയമദത്താധികാരം, നിയമപരമായ അധികാരം.
statutory warning - നിയമപ്രകാരമുള്ള മുന്നറിയിപ്പ്.
stay - നിരോധനം, നിറുത്തിവയ്പ്.
stay of suit - വ്യവഹാരം നിറുത്തിവയ്ക്കൽ.
stay order - നിരോധന ഉത്തരവ്, സ്റ്റേ ഓർഡർ.
steal - അപഹരിക്കുക, കളവുചെയ്യുക, മോഷ്ടിക്കുക.
stealage - മോഷണം.
stealer purloiner - മോഷ്ടാവ്.
stealth - കളവ്, മോഷണം, കപടം.
steering committee - ഭരണസമിതി, സ്റ്റിയറിങ് കമ്മിറ്റി.
stenographer - സ്റ്റെനോഗ്രാഫർ.
stenotypist - സ്റ്റെനോടൈപ്പിസ്റ്റ്.
stiletto - കഠാര, കൊച്ചുകഠാര.
still birth - ചാപിള്ള, മൃതജന്മം.
still born child - ചാപിള്ള.
still existing - പ്രാബല്യത്തിലുള്ള.
still in force - പ്രാബല്യത്തിലിരിക്കുക.
stimulant - ഉദ്ദീപനൗഷധം.
stimulating - ഉത്തേജകം, ഉദ്ദീപകമായ.
stimulation - ഉദ്ദീപനം.
stimulus - പ്രചോദനം.
stipulate - വ്യവസ്ഥ ചെയ്യുക.
stipulated - നിർദ്ദിഷ്ടമായ.
stipulated day - നിശ്ചയിക്കപ്പെട്ട ദിവസം.
stipulation - പരിമിതവ്യവസ്ഥ, നിശ്ചയം, വ്യവസ്ഥ.
stir - കലാപം.
stir up scandals - അപവാദമുണ്ടാക്കുക.
stock register - സ്റ്റോക്ക് രജിസ്റ്റർ.
stolen goods - കളവുമുതൽ, മോഷണമുതൽ.
stolen property - കളവുമുതൽ, മോഷണമുതൽ.
stop press - വൈകികിട്ടിയ വാർത്ത.
stoppage - തടയൽ.
storage - സംഭരണം.
stores purchase department - സ്റ്റോർസ് പർച്ചേസ് വകുപ്പ്.
stores purchase policy - സ്റ്റോർസ് പർച്ചേസ് നയം.
stow away - ഒളിപ്പിക്കൽ.
stra bail - കള്ളജാമ്യം.
stratagem - ചതി.
strategy - തന്ത്രം.
strict action - കർശനനടപടി.
strict control - കർശന നിയന്ത്രണം.
strict rule - കർശന നിയമം.
strictly confidential - അതീവ രഹസ്യം, പരമരഹസ്യം.
stricture - പ്രതികൂലാഭിപ്രായം, കുറ്റപ്പെടുത്തൽ, അധിക്ഷേപം, ആക്ഷേപം, ഖണ്ഡനം, പ്രതികൂലവിമർശം.
strife - വഴക്ക്.
strike - പണിമുടക്ക്.
strike of - നീക്കുക.
strike out - വെട്ടിക്കളയുക.
strike with the fist - മുഷ്ടികൊണ്ടിടിക്കുക.
stringent - കർശനമായ.
stringent action - കർശനനടപടി.

strong doubt - ബലമായ സംശയം.
strong faith - ദൃഢവിശ്വാസം.
strong room - ബന്തവസ്സുമുറി.
strong suspicion - ബലമായ സംശയം.
struggle for life - ജീവിതസമരം.
stubborn - മുരട്ടുസ്വഭാവമായ.
students union - വിദ്യാർത്ഥി സംഘടന.
study leave - പഠനാവധി.
stuprate - ബലാൽസംഗം ചെയ്യുക, മാനഭംഗപ്പെടുത്തുക.
sub court - സബ്കോടതി.
sub application - ഉപഹർജി.
sub caste - ഉപജാതി.
sub centre - ഉപകേന്ദ്രം.
sub clause - ഉപഖണ്ഡം.
sub collector - സബ്കളക്ടർ.
sub committee - ഉപസമിതി.
sub committee of legislation - നിയമനിർമ്മാണ ഉപസമിതി.
sub contractor - സബ്കോൺട്രാക്ടർ.
sub division - ഉപവിഭാഗം, സബ്ഡിവിഷൻ.
sub divisional magistrate - സബ്ഡിവിഷണൽ മജിസ്ട്രേറ്റ്.
sub divisional officer - സബ്ഡിവിഷണൽ ഓഫീസർ.
sub head - ഉപശീർഷം.
sub inspector - സബ് ഇൻസ്പെക്ടർ.
sub jail - സബ് ജയിൽ.
sub judge - സബ്ജഡ്ജി.
sub judice - കോടതിയുടെ പരിഗണനയിലിരിക്കുന്ന.
sub lease - കീഴ്പാട്ടം.
sub lessee - കീഴ്പാട്ടക്കാരൻ.
sub let - വീണ്ടും വാടകയ്ക്കു കൊടുക്കുക.
sub mortgage - ചിറ്റൊഴി, കീഴ്പ്പണയം.
sub office - സബ് ഓഫീസ്.
sub para - ഉപഖണ്ഡിക.
sub poena - കോടതിയുടെ സമൺസ് ഉത്തരവ്.
sub question - ഉപചോദ്യം.
sub registrar - സബ് രജിസ്ട്രാർ.
sub rule - ഉപചട്ടം.
sub section - ഉപവകുപ്പ്, ഉപവിഭാഗം.
sub sommittee - ഉപസമിതി.
sub standard - താഴ്ന്ന നിലവാരമുള്ള.
sub title - ഉപനാമം, ഉപശീർഷകം.
sub treasury - സബ്ട്രഷറി.
sub treasury officer - സബ്ട്രഷറി ഓഫീസർ.
sub voucher - സബ് വൗച്ചർ, ഉപവൗച്ചർ.
subdue - അധീനപ്പെടുത്തുക, പരാജയപ്പെടുത്തുക.
subedar - സുബേദാർ.
subedar major - സുബേദാർ മേജർ.
subject - വിഷയം, സംഗതി.
subject committee - വിഷയനിർണ്ണയ സമിതി.
subject in dispute - വിവാദവിഷയം.
subject to conditions - സോപാധികം, വ്യവസ്ഥകൾക്കു വിധേയമായി.
subject under dispute - വിവാദവിഷയം, തർക്കവിഷയം.
subjudice - വിചാരണയിലിരിക്കുന്ന.
submission - സമർപ്പണം, സബ്മിഷൻ.
submission notice - സബ്മിഷൻ നോട്ടീസ്.
submission of a plaint - അന്യായം ബോധിപ്പിക്കൽ.
submission of documents - രേഖകൾ ഹാജരാക്കൽ.
submission of file - ഫയൽ സമർപ്പണം, ഫയലയയ്ക്കൽ.
submission of records - രേഖകൾ ഹാജരാക്കൽ.
submit - അപേക്ഷിക്കുക, സമർപ്പിക്കുക, ബോധിപ്പിക്കുക.
sub-mortgage - കീഴ്പ്പണയം, കീഴൊറ്റി, ചിറ്റൊറ്റി.
sub-office - സബ്ഓഫീസ്.
subordinate court - കീഴ്ക്കോടതി.

subordinate office - കീഴ്ഓഫീസ്, സബോർഡിനേറ്റ് ഓഫീസ്.
subordinate officer - കീഴുദ്യോഗസ്ഥൻ.
subordinate service - സബോർഡിനേറ്റ് സർവീസ്.
subordinate staff - കീഴ്ജീവനക്കാർ.
suborn - കള്ളസാക്ഷിപറയിക്കുക, കള്ളസാക്ഷ്യം ചെയ്യിക്കുക.
subornation - കള്ളസാക്ഷിപറയൽ, കള്ളസാക്ഷ്യം ചെയ്യൽ.
suborner - കള്ളസാക്ഷി പറയിക്കുന്നയാൾ.
subrogation - പകരംവയ്ക്കൽ.
subscribe - വരിക്കാരനാവുക.
subscribed capital - പിരിവുമൂലധനം, പിരിവു മുതൽ.
subscriber - വരിക്കാരൻ.
subscription - വരിസംഖ്യ.
subsequent - തുടർന്നുവരുന്ന, പിന്നീടുള്ള, തുടർന്നുള്ള.
subsequent condition - ഉത്തരോപാധി.
subsidiaries - സഹായകന്മാർ.
subsidiary company - സഹായകക്കമ്പനി.
subsidiary grant - സഹായകഗ്രാന്റ്.
subsidiary industry - ഉപവ്യവസായം.
subsidiary law - ഉപനിയമം.
subsidiary rules - ഉപച്ചട്ടങ്ങൾ, സഹായകച്ചട്ടങ്ങൾ.
subsidy - സബ്സിഡി, സഹായധനം.
subsistence - ഉപജീവനം.
subsistence allowance - ഉപജീവനബത്ത.
subsistence grant - ഉപജീവനഗ്രാന്റ്.
subsisting - നിലവിലുള്ള.
substantial - സാരമായ.
substantial damage - സാരമായ കേട്.
substantial evidence - പ്രധാന തെളിവ്.
substantial loss - കാര്യമായ നഷ്ടം.
substantial point - സാരമായ കാര്യം.
substantial portion - കാതലായ ഭാഗം, ഗണ്യമായ ഭാഗം, സാരമുള്ളഭാഗം.
substantial quantity - ഗണ്യമായ ഭാഗം.
substantial question of law - സാരവത്തായ നിയമപ്രശ്നം.
substantiate - ദൃഢീകരിക്കൽ, സാധൂകരിക്കുക, തെളിയിക്കുക.
substantiation - സ്ഥിരീകരണം.
substantive pay - മൂലശമ്പളം.
substantive post - മൂലതസ്തിക.
substitute - പകരക്കാരൻ.
substitution - പകരംവെക്കൽ.
subtenant - ഇടക്കുടിയാൻ, കീഴ്ക്കുടിയാൻ.
subtle - അതിസൂക്ഷ്മമായ.
subvention - ധനസഹായം.
subversion - അട്ടിമറി (ഭരണം), വിധ്വംസനപ്രവൃത്തി.
subversive activities - വിധ്വംസകപ്രവർത്തനങ്ങൾ.
subvert - തകിടംമറിക്കുക, അട്ടിമറിക്കുക.
subvert the investigation - അന്വേഷണം അട്ടിമറിക്കുക.
succeeding - തുടർന്നുവരുന്ന.
success - വിജയം.
successful bidder - ലേലം കൊണ്ടയാൾ.
successful tenderer - ടെൻഡർ കിട്ടിയ ആൾ, ദർഘാസ് കിട്ടിയ ആൾ.
successio - പിന്തുടർച്ച.
succession - പിൻതുടർച്ച, പിൻതുടർച്ചാവകാശം.
succession by rights - അധികാര പിൻതുടർച്ചാവകാശം.
succession certificate - പിന്തുടർച്ച സർട്ടിഫിക്കറ്റ്, പിന്തുടർച്ചാവകാശ സർട്ടിഫിക്കറ്റ്, അനന്തരാവകാശ സാക്ഷ്യപത്രം.
succession order - പിൻതുടർച്ചക്രമം.

succession to assets - സ്വത്തുകളുടെ പിൻതുടർച്ചാവകാശം.
succession to liabilities - ബാദ്ധ്യതകളുടെ പിൻതുടർച്ചാവകാശം.
succession to obligations - കടപ്പാടുകളുടെ പിന്തുടർച്ചാവകാശം.
succession to properties - വസ്തുക്കളുടെ പിൻതുടർച്ചാവകാശം.
successor - പിൻഗാമി.
successor-in-office - ഔദ്യോഗിക പിൻഗാമി.
succumb - കീഴടങ്ങുക.
sudden attack - പെട്ടെന്നുള്ള ആക്രമണം, മിന്നലാക്രമണം.
sue - വ്യവഹരിക്കുക.
sufficiency - പര്യാപ്തത.
sufficient - മതിയായ, പര്യാപ്തമായ.
sufficient cause - മതിയായ കാരണം, പര്യാപ്തമായ കാരണം.
suffix - പിൻചേർപ്പ്, ഒടുവിൽ ചേർക്കുക.
suffocation - ശ്വാസംമുട്ടൽ.
suffrage - വോട്ടവകാശം.
suggestion - അഭിപ്രായം, നിർദ്ദേശം.
sui juris - സ്വാധീനത്തിലുള്ള.
suicide - ആത്മഹത്യ.
suit - വ്യവഹാരം.
suit clerk - സ്യൂട്ട് ക്ലാർക്ക്.
suit in forma pauperis - പാപ്പർ വ്യവഹാരം.
suit register - വ്യവഹാരരജിസ്റ്റർ.
suit valuation - സലനിർണ്ണയം.
suits and proceedings - വ്യവഹാരങ്ങളും നടപടികളും.
suits valuation act - വ്യവഹാരങ്ങളുടെ സല കണക്കാക്കൽ ആക്ട്.
summa injuria - കടുത്ത അനീതി.
summarily - സംക്ഷിപ്തമായി.
summary - ചുരുക്കം, സംഗ്രഹം, സംക്ഷിപ്തം, സാരാംശം, സംക്ഷേപം.
summary arrest - വാറണ്ടു കൂടാതെയുള്ള അറസ്റ്റ്.
summary determination - സംക്ഷിപ്ത തീരുമാനം.
summary enquiry - സംക്ഷിപ്ത അന്വേഷണം.
summary procedure - സംക്ഷിപ്തനടപടി.
summary revision - സംക്ഷിപ്ത പുതുക്കൽ.
summary statement - സംക്ഷിപ്തപ്രസ്താവന.
summary trial - സംക്ഷിപ്തവിചാരണ.
summit - ഉച്ചകോടി.
summon a witness - സാക്ഷിയെ വിളിച്ചുവരുത്തുക.
summons - സമൻസ്.
summons case - സമൻസ്കേസ്.
summum jus - അസാമാന്യനീതി.
sumptuary law - വ്യയക്രമീകരണനിയമം.
sun stroke - സൂര്യാഘാതം.
sundry expense - അനാമത്തുചെലവ്.
sundry receipts - ചില്ലറ വരവിനങ്ങൾ.
suo motu - സ്വമേധയാ.
suo nomine - സ്വന്തംപേരിൽ.
super check - മേലന്വേഷണം.
super tax - അധികനികുതി.
superintendence - മേൽനോട്ടം.
superintendent - സൂപ്രണ്ട്.
superintendent of police - പൊലീസ് സൂപ്രണ്ട്.
superintendent of prisons - ജയിൽ സൂപ്രണ്ട്.
superintending engineer - സൂപ്രണ്ടിങ് എഞ്ചിനീയർ.
superior authority - മേലധികാരി.
superior officer - മേലുദ്യോഗസ്ഥൻ, മേലധികാരി.
superior power - മേലധികാരം.
supernumerary - സൂപ്പർ ന്യൂമററി, സംഖ്യാതീതമായ.
supersede - അതിലംഘിക്കുക, അസാ

ധുവാക്കുക, ദുർബ്ബലപ്പെടുത്തുക.
supersedure - അസാധുവാക്കൽ, ദുർബ്ബലപ്പെടുത്തൽ.
supersession - അതിലംഘിക്കൽ, അതിലംഘനം, അസാധുവാക്കൽ.
supervising officer - സൂപ്പർവൈസിങ് ഓഫീസർ.
supervision - മേൽനോട്ടം.
supervision charge - മേൽനോട്ടച്ചെലവ്.
supervisor - സൂപ്പർവൈസർ.
supervisory committee - മേൽനോട്ട സമിതി.
supplementary - സഹായകമായ.
supplementary budget - അനുപൂരക ബജറ്റ്.
supplementary explanation - ഉപവ്യാഖ്യാനം.
supplementary grant - സപ്ലിമെന്ററി ഗ്രാന്റ്.
supplementary question - ഉപ ചോദ്യം.
supply - വിതരണം.
supply officer - സപ്ലൈ ഓഫീസർ.
support - പിന്താങ്ങുക, പിന്തുണ നല്കുക.
supporter - അനുയായി, അനുഭാവി.
supposition - നിഗമനം.
suppressio veri - സത്യം മൂടിവയ്ക്കൽ.
suppression of immoral traffic in women and girls act - സ്ത്രീകളിലും കുട്ടികളിലുമുള്ള വ്യഭിചാര വ്യാപാരം തടയൽ ആക്ട്.
supra - മുൻപേ.
supration - ബലാൽസംഗം.
supremacy - ആധിപത്യം, പരമാധികാരം.
supreme court - സുപ്രീംകോടതി.
supreme command - പരമാധിപത്യം, പരമശാസനം.
supreme cruelty - പരമമായ ക്രൂരത, പരമമായ ക്രൗര്യം.
supreme power - പരമാധികാരം.
surcharge - സർചാർജ്.
surety - ജാമ്യം.
surety bond - ജാമ്യപത്രം.
surgeon - സർജൻ.
surgery - ശസ്ത്രക്രിയ.
surname - കുലനാമം, തറവാട്ടുപേര്, കുടുംബപ്പേര്.
surplus - അധികം, അധികമുള്ള, മിച്ചം.
surplus budget - മിച്ച ബജറ്റ്.
surplus land - മിച്ചഭൂമി.
surprise check - മിന്നൽപരിശോധന.
surprise inspection - മിന്നൽപരിശോധന.
surrender - കീഴടങ്ങുക, തിരിച്ചേല്പിക്കുക.
surrender deed - ഒഴിമുറി, ഒഴിവുമുറി.
surrender of earned leave - ആർജ്ജിതാവധി സറണ്ടർ ചെയ്യൽ.
surrender of leave - ലീവ് സറണ്ടർ.
surveillance - നിരീക്ഷണം, ജാഗ്രതയോടെയുള്ള നിരീക്ഷണം.
surveillance equipment - നിരീക്ഷണ ഉപകരണം.
survey - സർവെ.
survey and boundaries act - സർവെ-അതിരടയാള ആക്ട്.
survey chain - അളവു ചങ്ങല.
survey director - സർവെ ഡയറക്ടർ.
survey instruments - സർവെ ഉപകരണങ്ങൾ.
survey laws - സർവെ നിയമങ്ങൾ.
survey marks - സർവെ അടയാളങ്ങൾ.
survey number - സർവെ നമ്പർ.
survey of public opinion - പൊതുജനാഭിപ്രായ സർവെ.
survey report - സർവെ റിപ്പോർട്ട്.
survey stone - സർവെക്കല്ല്, എലുകക്കല്ല്.
surveyor - സർവെയർ.
survival - അതിജീവനം.

survive - അതിജീവിക്കുക.
survivor - ജീവിച്ചിരിപ്പുള്ള ആൾ.
suspect - സംശയിക്കുക.
suspend - നിറുത്തിവയ്ക്കുക.
suspension - സസ്പെഷൻ, നിർത്തിവയ്ക്കൽ, മാറ്റിനിർത്തൽ, ജോലിവിലക്ക്, സേവനവിലക്ക്.
suspension bridge - തൂക്കുപാലം.
suspicious circumstances - സംശയാസ്പദ സാഹചര്യങ്ങൾ.
sustain - നിലനിർത്തുക.
sustainable development - സുസ്ഥിരവികസനം.
sustainable solution - ശാശ്വതപരിഹാരം.
sustainable urban development project - സുസ്ഥിര നഗരവികസനപദ്ധതി.
sustenance - പാലനം.
swear - പ്രതിജ്ഞ, സത്യംചെയ്യുക.
swearing - സത്യപ്രതിജ്ഞ.
swearing -in-ceremony - സത്യപ്രതിജ്ഞച്ചടങ്ങ്.
sweat equity share - വിയർപ്പോഹരി.
sweet toddy - അക്കാനി.
swindle - ചതി, വഞ്ചന, ചതിപ്രയോഗിക്കുക, വഞ്ചിക്കുക.
swindler - ചതിയൻ, വഞ്ചകൻ, തസ്കരൻ.
sycophant - മുഖസ്തുതിക്കാരൻ.
symbol - അടയാളം, ചിഹ്നം, അടയാളചിഹ്നം, പ്രതീകം.
symbol of authority - അധികാരചിഹ്നം.
sympathetic consideration - അനുഭാവപൂർവ്വ പരിഗണനന.
sympathy - അനുഭാവം.
symposium - സിമ്പോസിയം.
syndicate - സിൻഡിക്കേറ്റ്.
syndrome - ലക്ഷണം.
synopsis - രൂപരേഖ.
synthesis - ഉൽഗ്രഥനം.
system - പദ്ധതി, വ്യവസ്ഥ, വ്യവസ്ഥിതി, സമ്പ്രദായം.
system of inheritance - അനന്തരാവകാശ സമ്പ്രദായം.
systematization - ഏകോപനം.

T

table - പട്ടിക.
table of cases - കേസുകളുടെ പട്ടിക.
table-land - പീഠഭൂമി.
table-licence - ടേബിൾ ലൈസൻസ്.
tablet - ശാസനപ്പലക, ശിലാരേഖ.
taboo - വിലക്ക്, ഭ്രഷ്ട്.
tabulation unit - ടാബുലേഷൻ യൂണിറ്റ്.
taccavi loans - സർക്കാർ കൃഷിവായ്പകൾ, തക്കാവി വായ്പകൾ.
tacit assent - മൗനാനുമതി നല്കുക.
tackle - പരിഹരിക്കാനുള്ള യത്നം.
tackler - വിജയകരമായി പരിഹരിക്കുന്നയാൾ.
tactic - തന്ത്രം.
tactical - തന്ത്രപരമായ.
tactical voting - തന്ത്രപരമായ വോട്ടുചെയ്യൽ, മുഖ്യശത്രുവിനെ തോല്പിക്കാൻ സ്വന്തം സ്ഥാനാർത്ഥിക്കല്ലാതെ മറ്റൊരു സ്ഥാനാർത്ഥിക്ക് വോട്ടുചെയ്യൽ.
tactician - യുദ്ധതന്ത്രജ്ഞൻ.
tactics - തന്ത്രം, കർമ്മകുശലത, ചാതുര്യം.
tagend - അന്തിമഘട്ടം, അവസാനഭാഗം.
tahsil - തഹസിൽ, താലൂക്ക്.
tahsildar - തഹസിൽദാർ.
tail-end - അവസാനഭാഗം.
tailoring workers welfare fund board - തയ്യൽ തൊഴിലാളി ക്ഷേമനിധി ബോർഡ്.

taint - അപമാനം വരുത്തുക, കളങ്കപ്പെടുത്തുക, അശുദ്ധമാക്കുക, വിഷലിപ്തമാക്കുക.
taintless - സംശുദ്ധമായ, കളങ്കരഹിതായ.
take action - നടപടിയെടുക്കുക.
take an oath - ശപഥംചെയ്യുക, സത്യംചെയ്യുക.
take away - എടുത്തുകളയുക, നീക്കുക.
take effect - നടപ്പിലാക്കുക.
take hold of - പിടികൂടുക.
take into account - കണക്കിലെടുക്കുക.
take into consideration - പരിഗണനയിലെടുക്കുക.
take no account of - കണക്കിലെടുക്കാതിരിക്കുക.
take no count of - കണക്കിലെടുക്കാതിരിക്കുക.
take no notice of - കണക്കിലെടുക്കാതിരിക്കുക.
take note of - കണക്കിലെടുക്കുക.
take over - ഏറ്റെടുക്കുക.
take over charge - ചുമതലയേൽക്കുക.
take part with - കക്ഷിചേരുക.
take possession of - കൈവശംവെച്ചനുഭവിക്കുക.
take responsibility - ഉത്തരവാദിത്വമേറ്റെടുക്കുക.
take steps - നടപടിയെടുക്കുക.
take the gauge of - കണക്കാക്കുക.
take the helm of - നിയന്ത്രണം ഏറ്റെടുക്കുക.
take the law into one's hand - നിയമം കൈയിലെടുക്കുക.
takeover - ഏറ്റെടുക്കുക, കൈയാളുക.
take-up - അവകാശപ്പെടൽ.
take-up-ratio - അവകാശികളുടെ പട്ടിക.
taking charge - ചുമതലയേറ്റെടുക്കുക, ചാർജ്ജെടുക്കുക.
taking over by resumption - വീണ്ടെടുക്കൽ വഴി ഏറ്റെടുക്കൽ.
talak - തലാക്.
tale bearer - ഏഷണിക്കാരൻ, ഉപജാപകൻ.
talion - പകരത്തിനുപകരം, കണ്ണിനു കണ്ണ് പല്ലിനു പല്ല് എന്ന രീതിയിലുള്ള ശിക്ഷാവ്യവസ്ഥ.
talk around - പറഞ്ഞുപരത്തുക.
talk back - ധിക്കരിക്കുക, തർക്കുത്തരം പറയുക.
taluk - താലൂക്ക്.
taluk board - താലൂക്ക് ബോർഡ്.
taluk head accountant - താലൂക്ക് ഹെഡ് അക്കൗണ്ടന്റ്.
taluk land board - താലൂക്ക് ലാൻഡ് ബോർഡ്.
taluk map - താലൂക്ക് മാപ്പ്, താലൂക്ക് ഭൂപടം.
taluk office - താലൂക്കാഫീസ്.
taluk statistical officer - താലൂക്ക് സ്റ്റാറ്റിസ്റ്റിക്കൽ ഓഫീസർ.
taluk tahsildar - താലൂക്ക് തഹസിൽദാർ.
tamper - അനാവശ്യമായി ഇടപെടുക, കൃത്രിമം കാണിക്കുക, താറുമാറാക്കുക.
tamper evident - തിരിച്ചറിയാൻ കഴിയുന്ന കൃത്രിമപ്രവൃത്തി.
tampering - കൃത്രിമം കാട്ടൽ, ഗൂഢപ്രവൃത്തി.
tamperproof - കൃത്രിമം കാട്ടാനാകാത്തവിധത്തിലുള്ള.
tangible security - പ്രത്യക്ഷ ഈട്.
tangle - സങ്കീർണ്ണമാക്കുക, കെണിയിലാക്കുക.
tappal - തപാൽ.
tappal book - തപാൽപുസ്തകം.
tarnish - കളങ്കപ്പെടുത്തുക, അപമാനം വരുത്തുക.
tarradiddle - ചെറുകള്ളം.
task - ദൗത്യം.
task force - ദൗത്യസംഘം.
taskwork - അനിഷ്ടമായ ജോലി.
taunt - ശകാരിക്കുക, അവഹേളിക്കു

ക, അപഹസിക്കുക, ധിക്കരിക്കുക.
tavern - മദ്യശാല.
tax - കരം, നികുതി.
tax assessee - നികുതിദായകൻ.
tax case - നികുതിക്കേസ്.
tax case appeal - നികുതിക്കേസ് അപ്പീൽ.
tax case revision - നികുതിക്കേസ് റിവിഷൻ.
tax concession - നികുതിയിളവ്.
tax deducted at source - സ്രോതസ്സിൽ നികുതി കിഴിവ്.
tax free - കരമൊഴിവ്.
tax liability - നികുതിബാദ്ധ്യത.
tax on capital value - മൂലധനനികുതി.
tax on income - ആദായനികുതി.
tax on profession - തൊഴിൽനികുതി.
tax payer - നികുതിദായകൻ.
tax receipt - നികുതിച്ചീട്ട്, നികുതിരസീത്.
tax year - നികുതിവർഷം.
taxable - നികുതിചുമത്താവുന്ന, കരം ചുമത്താവുന്ന.
taxation - നികുതിചുമത്തൽ.
taxation in kind - സാധനങ്ങളായുള്ള നികുതി.
taxation laws (continuation and validation of recovery procee-dings) act - നികുതിചുമത്തൽ നിയമങ്ങൾ (റിക്കവറി നടപടികളുടെ തുടർച്ചയും സാധൂകരണവും) ആക്ട്.
taxes department - നികുതി വകുപ്പ്.
tax-free - നികുതിയിൽനിന്നൊഴിവാക്കിയ, കരമിളവുള്ള.
tax-gatherer - നികുതി പിരിവുകാരൻ.
teaching staff - അദ്ധ്യാപകർ.
team - സംഘം.
tear someone apart - ദുരിതത്തിലാക്കുക, അങ്കലാപ്പിലാക്കുക.
tear-gas - കണ്ണീർവാതകം.
tear-gas shell - കണ്ണീർവാതകഷെൽ, കണ്ണീർവാതക ഗോളം.
tease - കളിയാക്കുക, അലോസരപ്പെടുത്തുക.
technical - സാങ്കേതികമായ.
technical advice - സാങ്കേതികോപദേശം.
technical adviser - സാങ്കേതികോപദേഷ്ടാവ്.
technical analysis - സാങ്കേതികവിശകലനം.
technical assistant - സാങ്കേതികസഹായി.
technical choice - സാങ്കേതിക തിരഞ്ഞെടുപ്പ്.
technical domain expert - ടെക്നിക്കൽ ഡൊമൈൻ എക്സ്പെർട്ട്.
technical education - സാങ്കേതികവിദ്യാഭ്യാസം.
technical education department - സാങ്കേതികവിദ്യാഭ്യാസവകുപ്പ്.
technical examination - സാങ്കേതികപരീക്ഷ.
technical inspector - ടെക്നിക്കൽ ഇൻസ്പെക്ടർ.
technical knowledge - സാങ്കേതികജ്ഞാനം, സാങ്കേതികപരിജ്ഞാനം.
technical language - സാങ്കേതികഭാഷ.
technical qualification - സാങ്കേതികയോഗ്യത.
technical sanction - സാങ്കേതികാനുമതി.
technicality - സാങ്കേതികത, സാങ്കേതികവശം.
technician - സാങ്കേതികവിദഗ്ദ്ധൻ.
technology - സാങ്കേതികവിദ്യ.
technology development board act - സാങ്കേതികവിദ്യാവികസന ബോർഡ് ആക്ട്.
teetotal - സമ്പൂർണ്ണ ലഹരിവിമുക്തമായ.
teetotaller - സമ്പൂർണ്ണ മദ്യവിരോധി, മദ്യം ഉപയോഗിക്കാത്തയാൾ.

telecom regulatory authority of india act - ഭാരത ടെലികോം റെഗുലേറ്ററി അതോറിറ്റി ആക്ട്.
telegram - കമ്പിസന്ദേശം, ടെലിഗ്രാം.
telegraph - കമ്പിത്തപാൽ, ടെലിഗ്രാഫ്.
teleprinter - ടെലിപ്രിന്റർ.
temple property - ദേവസ്വം, ക്ഷേത്ര വസ്തു.
temporary - അസ്ഥിരം, ക്ഷണികമായ, താൽക്കാലികം.
temporary agreement - താൽക്കാലിക ഉടമ്പടി.
temporary appointment - താൽക്കാലിക നിയമനം.
temporary conditions - താൽക്കാലികമായ വ്യവസ്ഥകൾ.
temporary employees - താൽക്കാലിക ജീവനക്കാർ.
temporary file - താൽക്കാലിക ഫയൽ.
temporary injunction - താൽക്കാലിക തടസ്സം, താൽക്കാലിക നിരോധനം.
temporary injunction order - താൽക്കാലിക നിരോധന ഉത്തരവ്.
temporary list - താൽക്കാലിക ലിസ്റ്റ്.
temporary measures - താൽക്കാലിക നടപടികൾ.
temporary order - താൽക്കാലിക ഉത്തരവ്.
temporary possession - താൽക്കാലിക കൈവശം.
temporary post - താൽക്കാലിക തസ്തിക.
temporary relief - താൽക്കാലികാശ്വാസം.
temporary roll - താൽക്കാലിക പട്ടിക.
tempt - പ്രലോഭിപ്പിക്കുക, തിന്മ ചെയ്യാൻ പ്രേരിപ്പിക്കുക, വശീകരിക്കുക, പ്രലോഭിപ്പിക്കുക.
tempter - പ്രലോഭകൻ, പ്രലോഭിക്കുന്നയാൾ.
temptor - പ്രലോഭിക്കുന്നയാൾ, പ്രലോഭകൻ.
tenancy - കുടിയായ്മ, പാട്ടാവകാശം, കുടികിടപ്പ്.
tenancy right - കുടികിടപ്പവകാശം, കുടിയായ്മാവകാശം.
tenant - കുടികിടപ്പുകാരൻ, കുടിയാൻ, വാടകക്കാരൻ.
tenant farmer - കർഷകകുടിയാൻ.
tenant for life - ആജീവനക്കുടിയാൻ.
tenant from year to year - വർഷാനുവർഷക്കുടിയാൻ.
tenantry - കുടിയാൻ വർഗ്ഗം, കുടിയായ്മ വ്യവസ്ഥ.
tendentious - പക്ഷപാതപരമായ
tender - ടെണ്ടർ.
tender form - ടെണ്ടർഫാറം.
tender money - നിരതദ്രവ്യം.
tenement - സ്ഥാവരസ്വത്ത്, കുടിയായ്മാവകാശം, പാട്ടപ്പുരയിടം.
tentative - അന്തിമമല്ലാത്ത, താൽക്കാലികമായ.
tenure - വസ്തുനടപ്പവകാശം, അനുഭവക്രമം, നടപ്പവകാശം.
tenure holder - നടപ്പവകാശക്കാരൻ.
tenure of land - ഭൂമിയുടെ അനുഭവക്രമം.
tenure of office - ഉദ്യോഗകാലാവധി.
tenure of service - സേവനകാലാവധി.
terce - ഭർത്താവിന്റെ സ്വത്തിൽ വിധവയ്ക്കുള്ള മൂന്നിലൊന്നവകാശം.
tergiversate - ഒഴിഞ്ഞുമാറുക, തിരിമറി നടത്തുക.
tergiversation - തിരിമറി, ചതി, ഒഴിഞ്ഞുമാറൽ.
tergiversator - ഒഴിഞ്ഞുമാറ്റക്കാരൻ, ചതിയൻ, വഞ്ചകൻ.
term - കാലം, കാലാവധി, നിബന്ധന.
term of office - ഉദ്യോഗകാലാവധി.
terminate - അവസാനിപ്പിക്കുക, നിറുത്തുക, പരിസമാപ്തിയിലെത്തിക്കുക.
termination - നിർത്തലാക്കൽ, പര്യവസാനം, അവസാനിപ്പിക്കൽ.
termination of employment - തൊഴിലവസാനിപ്പിക്കൽ.
termination of partnership - പങ്കാ

ളിത്തം അവസാനിപ്പിക്കൽ.
termination of service - സേവനം അവസാനിപ്പിക്കൽ.
termless - അവ്യവസ്ഥമായ, കരാർരഹിതമായ.
terms and conditions - നിബന്ധനകളും വ്യവസ്ഥകളും.
terms of contract - കരാർ വ്യവസ്ഥകൾ.
terms of covenant - കരാർ വ്യവസ്ഥകൾ.
terms of oath - സത്യപ്രതിജ്ഞാ വ്യവസ്ഥകൾ.
terms of reference - വിഷയനിർദ്ദേശങ്ങൾ, പരിഗണനാ വിഷയങ്ങൾ, നിർദ്ദേശിക്കപ്പെട്ടവ്യവസ്ഥകൾ.
terra firma - സ്ഥിരഭൂമി.
terrible - ഭയങ്കരമായ, ഭയാനകമായ, ഭീകരമായ, അതിഭയങ്കരം, ബീഭത്സം.
terrible fault - വൻതെറ്റ്, വലിയതെറ്റ്.
terrible mistake - വൻതെറ്റ്, വലിയ തെറ്റ്.
terrify - ഭയപ്പെടുത്തുക, ഭീഷണിപ്പെടുത്തുക, പേടിപ്പെടുത്തുക.
territorial army - പ്രാദേശികസേന, ടെറിട്ടോറിയൽ ആർമി.
territorial constituency - പ്രാദേശിക നിയോജകമണ്ഡലം.
territorial jurisdiction - പ്രാദേശികാധികാരപരിധി.
territory - പ്രദേശം, ഭൂപ്രദേശം.
terror - ഭയങ്കരൻ, ഭീകരൻ, ഭീതി, നടുക്കം.
terrorise - ഭീഷണിപ്പെടുത്തുക.
terrorism - ഭീകരവാദം, ഭീകരഭരണം, ഭീകരപ്രവർത്തനം, ഭീകരവാദം.
terrorist - ഭീകരവാദി, ഭീകരൻ, ഭീകരപ്രവർത്തകൻ.
terrorist movement - ഭീകരപ്രസ്ഥാനം.
tertiary sector - തൃതീയമേഖല.
testament - ഒസ്യത്ത്, മരണപത്രം, വില്പത്രം, ക്രൈസ്തവനിയമം.
testamentary guardian - ഒസ്യത്തുപ്രകാരമുള്ള രക്ഷാകർത്താവ്.
testate - മരണപത്രമെഴുതിവച്ച, ഒസ്യത്തു ചെയ്ത.
testated estate - ഒസ്യത്തുചെയ്ത എസ്റ്റേറ്റ്.
testator - ഒസ്യത്ത് കർത്താവ്, മരണപത്രകർത്താവ്.
testatrix - മരണപത്രമെഴുതിയശേഷം മരിച്ച സ്ത്രീ.
testifier - സാക്ഷ്യപ്പെടുത്തുന്നയാൾ, തെളിവു നല്കുന്നയാൾ.
testify - സാക്ഷിപറയുക, സാക്ഷ്യപ്പെടുത്തുക, പ്രമാണീകരിക്കുക.
testimonial - അധികാരപത്രം, പ്രശംസാപത്രം, സ്ഥാനപത്രം, യോഗ്യതാപത്രം, പ്രമാണരേഖ.
testimonial clause - പ്രമാണക ഖണ്ഡം.
testimony - സാക്ഷ്യപത്രം, സാക്ഷ്യം, തെളിവ്.
testiness - മുൻകോപം, ദുർവ്വാശി.
testy - മുൻകോപമുള്ള, ദുർവ്വാശിയുള്ള.
thanatoid - മൃതപ്രായമായ, മരണതുല്യമായ.
tharisu land - തരിശുഭൂമി.
the children (pledging of labour) act - കുട്ടികൾ (തൊഴിൽ പണയപ്പെടുത്തൽ) ആക്ട്.
the additional emoluments (compulsory deposit) act - അധികശമ്പളം (നിർബ്ബന്ധിത നിക്ഷേപം) ആക്ട്.
the agricultural produce (grading and marking) act - കാർഷികോല്പന്നം (തരംതിരിക്കലും ചിഹ്നമിടലും) ആക്ട്.
the ancient monuments and archaeological sites and remains act - പുരാതന സ്മാരകങ്ങളും പുരാവസ്തു പ്രദേശങ്ങളും അവശിഷ്ടങ്ങളും ആക്ട്.
the anti-apartheid (united nations convention) act - വർണ്ണവിവേചന നിരോധന (ഐക്യരാഷ്ട്ര ഉടമ്പടി) ആക്ട്.
the antiquities and art treasures act - പുരാവസ്തുക്കളും അമൂല്യ കലാവ

സ്തുക്കളും ആക്ട്.

the apprentisces act - അപ്രന്റീസുകൾ ആക്ട്.

the arbitration act - മാദ്ധ്യസ്ഥം ആക്ട്.

the armed - ആയുധധാരികൾ.

the arms act - ആയുധങ്ങൾ ആക്ട്.

the authorised translations (central laws) act - അംഗീകൃത തർജ്ജമകൾ (കേന്ദ്രനിയമങ്ങൾ) ആക്ട്.

the bankers' books evidence act - ബാങ്കർമാരുടെ ബുക്കുകൾ തെളിവ് ആക്ട്.

the beedi and cigar workers (conditions of employment) act - ബീഡി - ചുരുട്ട് തൊഴിലാളികൾ (തൊഴിൽ നിബന്ധനകൾ) ആക്ട്.

the beedi workers welfare cess act - ബീഡിത്തൊഴിലാളികൾ ക്ഷേമവരി ആക്ട്.

the benami transaction prohi-bition) act - ബെനാമി ഇടപാടുകൾ (നിരോധനം) ആക്ട്.

the benefit of doubt - സംശയാനുകൂല്യം.

the bonded labour system (abolition) act - അടിമത്തൊഴിൽ സമ്പ്രദായം (നിറുത്തലാക്കൽ) ആക്ട്.

the building and other constru-ction workers (regulation of employment and conditions of service) act - കെട്ടിട - മറ്റു നിർമ്മാണത്തൊഴിലാളികളുടെ (തൊഴിലും സേവനവ്യവസ്ഥകളും ക്രമപ്പെടുത്തൽ) ആക്ട്.

the cable television networks (regulation) act - കേബിൾ ടെലിവിഷൻ ശൃംഖല (ക്രമപ്പെടുത്തൽ) ആക്ട്.

the caste disabilities removal act - ജാത്യവശതകൾ നീക്കംചെയ്യൽ ആക്ട്.

the central board of direct taxes (validation of proceedings) act - പ്രത്യക്ഷ നികുതികൾക്കുള്ള കേന്ദ്ര ബോർഡ് (നടപടികൾ സാധൂകരിക്കൽ) ആക്ട്.

the central boards of revenue act - കേന്ദ്ര റവന്യൂബോർഡുകൾ ആക്ട്.

the child marriage restraint act - ശിശുവിവാഹ നിരോധന ആക്ട്.

the chithira thirunal institute of medical sciences and technology act - ശ്രീ ചിത്തിര തിരുനാൾ മെഡിക്കൽ സയൻസ് ആൻഡ് ടെക്നോളജി ആക്ട്.

the cigarettes (regulation of production, supply and distrib-ution) act - സിഗററ്റുകൾ (ഉല്പാദനവും സപ്ലൈയും വിതരണവും ക്രമപ്പെടുത്തൽ) ആക്ട്.

the coal mines provident fund and bonus schemes act - കൽക്കരി ഖനികൾ പ്രോവിഡന്റ് ഫണ്ട് -ബോണസ് പദ്ധതികൾ ആക്ട്.

the coconut development board act - നാളികേര വികസന ബോർഡ് ആക്ട്.

the code of civil procedure - സിവിൽ നടപടി നിയമസംഹിത.

the code of criminal procedure - ക്രിമിനൽ നടപടി നിയമസംഹിത.

the commissions of inquiry act - അന്വേഷണവിചാരണക്കമ്മിഷൻ ആക്ട്.

the companies (donation to national funds) act - കമ്പനി (ദേശീയനിധികളിലേക്കുള്ള സംഭാവനകൾ) ആക്ട്.

the company secretaries act - കമ്പനി സെക്രട്ടറിമാർ ആക്ട്.

the compulsory deposit scheme (income tax payers) act - നിർബ്ബന്ധിത നിക്ഷേപപദ്ധതി (ആദായനികുതി ദായകർ) ആക്ട്.

the conservation of foreign exch-ange and prevention of smuggling activities act - വിദേശനാണ്യ വിനിമയത്തിന്റെ പരിരക്ഷണവും കള്ളക്കടത്തു പ്രവർത്തനങ്ങളുടെ നിവാരണവും ആക്ട്.

the contempt of courts act - കോർട്ടലക്ഷ്യ ആക്ട്.

the contract labour (regulation and abolition) act - കരാർത്തൊഴിലാളി (ക്രമപ്പെടുത്തലും നിറുത്തലാക്കലും) ആക്ട്.
the contrary - വിപരീതമായത്.
the copra cess act - കൊപ്ര സെസ് ആക്ട്.
the copyright act - പകർപ്പവകാശ ആക്ട്.
the criminal law (amendment) act - ക്രിമിനൽ നിയമ (ഭേദഗതി) ആക്ട്.
the cutchi memons act - കച്ചിമെമൻസ് ആക്ട്.
the dakshina bharat hindi prachara sabha act - ദക്ഷിണ ഭാരത് ഹിന്ദി പ്രചാര സഭ ആക്ട്.
the dangerous drugs act - അപായകരമായ മയക്കുമരുന്നുകൾ ആക്ട്.
the delivery of books and news papers (public libraries) act - പുസ്തകങ്ങളും വർത്തമാനപ്പത്രങ്ങളും നല്കൽ (പൊതു ഗ്രന്ഥശാലകൾ) ആക്ട്.
the departmental enquiries (enforcement of attendance of witnesses and production of documents) act - വകുപ്പുതല അന്വേഷണ വിചാരണകൾ (സാക്ഷികളുടെ ഹാജരാക്കലും രേഖകൾ ഹാജരാക്കലും നിർബ്ബന്ധമാക്കൽ) ആക്ട്.
the designs act - ഡിസൈനുകൾ ആക്ട്.
the dissolution of muslim marriage act - മുസ്ലീം വിവാഹവിഘടന ആക്ട്.
the dock workers (regulation of employment) act - ഡോക്ക് തൊഴിലാളികൾ (ജോലി ക്രമപ്പെടുത്തൽ) ആക്ട്.
the dowry prohibition act - സ്ത്രീധന നിരോധന ആക്ട്.
the drugs and cosmetics act - ഔഷധങ്ങളും സൗന്ദര്യവർദ്ധക വസ്തുക്കളും ആക്ട്.
the employees provident funds act - എംപ്ലോയീസ് പ്രോവിഡന്റ് ഫണ്ട് ആക്ട്.
the employees' state insurance act - ജീവനക്കാരുടെ സ്റ്റേറ്റ് ഇൻഷ്വറൻസ് ആക്ട്.
the employers' liability act - തൊഴിലുടമയുടെ ബാദ്ധ്യത ആക്ട്.
the employment exchanges (compulsory notification of vacancies) act - എംപ്ലോയ്മെന്റ് എക്സ്ചേഞ്ചുകൾ (ഒഴിവുകൾ നിർബ്ബന്ധിതമായി വിജ്ഞാപനം ചെയ്യൽ) ആക്ട്.
the enemy property act - ശത്രുവകവസ്തു ആക്ട്.
the energy conservation act - ഊർജ്ജസംരക്ഷണ ആക്ട്.
the epidemic diseases act - സാംക്രമികരോഗങ്ങൾ ആക്ട്.
the equal remuneration act - തുല്യവേതനം ആക്ട്.
the essential commodities act - അവശ്യസാധനങ്ങൾ ആക്ട്.
the excise (malt liquors) act - എക്സൈസ് (മാൾട്ട് മദ്യങ്ങൾ) ആക്ട്.
the factories act - ഫാക്ടറീസ് ആക്ട്.
the foreign marriage act - വിദേശ വിവാഹ ആക്ട്.
the forfeiture act - കണ്ടുകെട്ടൽ ആക്ട്.
the fourth estate - വർത്തമാനപത്രം.
the general clauses act - സാമാന്യ ഖണ്ഡങ്ങൾ ആക്ട്.
the government buildings act - സർക്കാർ കെട്ടിടങ്ങൾ ആക്ട്.
the government savings banks act - ഗവൺമെന്റ് സേവിങ്സ് ബാങ്ക് ആക്ട്.
the guardians and wards act - രക്ഷാകർത്താക്കളും വാർഡുകളും ആക്ട്.
the hindu adoptions and maintenance act - ഹിന്ദു ദത്തുകളും സംരക്ഷണവും ആക്ട്, ഹിന്ദു വിദ്യാഭ്യാസ ലഭ്യതാ ആക്ട്.

the hindu disposition of property act - ഹിന്ദു വസ്തുവിനിയോഗ ആക്ട്.
the hindu gains of learning act - ഹിന്ദു വിദ്യാപ്രാപ്തലാഭ ആക്ട്, ഹിന്ദു വിദ്യാഭ്യാസലഭ്യതാ ആക്ട്.
the hindu inheritance (removal of disabilities) act - ഹിന്ദു അനന്തരാവകാശ (അവശതകൾ നീക്കം ചെയ്യൽ) ആക്ട്.
the hindu marriage (validation of proceedings) act - ഹിന്ദു വിവാഹങ്ങൾ (നടപടികൾ സാധൂകരിക്കൽ) ആക്ട്.
the hindu marriage act - ഹിന്ദു വിവാഹ ആക്ട്.
the hindu minority and guardianship act - ഹിന്ദു മൈനോറിറ്റിയും രക്ഷാകർത്തൃത്വവും ആക്ട്.
the hindu succession act - ഹിന്ദു പിന്തുടർച്ചാവകാശ ആക്ട്.
the indian christian marriage act - ഇന്ത്യൻ ക്രിസ്ത്യൻ വിവാഹ ആക്ട്.
the indian contract act - ഇന്ത്യൻ കരാർ ആക്ട്.
the indian criminal law (amend-ment) act - ഇന്ത്യൻ ക്രിമിനൽ നിയമ (ഭേദഗതി) ആക്ട്.
the indian divorce act - ഇന്ത്യൻ വിവാഹമോചന ആക്ട്.
the indian dock dabourers act - ഇന്ത്യൻ ഡോക്ക് തൊഴിലാളികൾ ആക്ട്.
the indian easements act - ഇന്ത്യൻ സൗകര്യാവകാശ ആക്ട്.
the indian evidence act - ഇന്ത്യൻ തെളിവ് ആക്ട്.
the indian fatal accidents act - പ്രാണനാശകമായ അപകടങ്ങൾ ആക്ട്.
the indian law reports act - ഇന്ത്യൻ ലാ റിപ്പോർട്ടുകൾ ആക്ട്.
the indian majority act - ഇന്ത്യൻ മെജോറിറ്റി ആക്ട്.
the indian medical degrees act - ഇന്ത്യൻ മെഡിക്കൽ ബിരുദങ്ങൾ ആക്ട്.
the indian partnership act - ഇന്ത്യൻ പങ്കാളിത്ത ആക്ട്.
the indian penal code - ഇന്ത്യൻ ശിക്ഷാനിയമ സംഹിത.
the indian succession act - ഇൻഡ്യൻ പിൻതുടർച്ച ആക്ട്.
the indian trade unions act - ഇന്ത്യൻ ട്രേഡ് യൂണിയൻ ആക്ട്.
the indian trust act - ഇന്ത്യൻ ട്രസ്റ്റ് ആക്ട്.
the industrial disputes (banking and insurance companies) act - വ്യാവസായികതർക്കങ്ങൾ (ബാങ്കിങ് കമ്പനികളും ഇൻഷ്വറൻസ് കമ്പനികളും) ആക്ട്.
the industrial disputes act - വ്യാവസായികതർക്കങ്ങൾ ആക്ട്.
the industrial employment (standing orders) act - വ്യാവസായികത്തൊഴിൽ (സ്ഥിരം ഉത്തരവുകൾ) ആക്ട്.
the inland waterways authorities of india act - ഭാരതത്തിന്റെ ഉൾനാടൻ ജലമാർഗ്ഗ അതോറിറ്റി ആക്ട്.
the ins and outs - വിശദവിവരം.
the Interest act - പലിശ ആക്ട്.
the judges (enquiry) act - ജഡ്ജിമാർ (അന്വേഷണവിചാരണ) ആക്ട്.
the kazis act - കാസികൾ ആക്ട്.
the kerala epidemic diseases ordinance - കേരള സാംക്രമികരോഗങ്ങൾ ഓർഡിനൻസ്.
the kerala public services act - കേരള പബ്ലിക് സർവ്വീസസ് ആക്ട്.
the kerala statistics and economiccs subordinate service special rules - കേരള സാമ്പത്തിക സ്ഥിതിവിവരക്കണക്ക് സബോർഡിനേറ്റ് സർവീസ് വിശേഷാൽ ചട്ടങ്ങൾ.
the khadi and other handloom industries development (additi-onal

excise duty on cloth) act - ഖാദി-മറ്റു കൈത്തറി വ്യവസായ വികസന (തുണിയിൻമേൽ അധിക എക്സൈസ് ഡ്യൂട്ടി) ആക്ട്.

the land acquisition act - ഭൂമി പൊന്നുംവിലയ്ക്കെടുക്കൽ ആക്ട്.

the landless - ഭൂരഹിതർ.

the last illegal holder - അന്തിമ നിയമവിരുദ്ധ കൈവശക്കാരൻ.

the last illegal possessor - അന്തിമ നിയമവിരുദ്ധ കൈവശക്കാരൻ.

the leader and chief whips of recognised parties and groups in parliament (facilities) act - പാർലമെന്റിലെ അംഗീകൃത പാർട്ടികളുടെയും ഗ്രൂപ്പുകളുടെയും നേതാക്കൻമാർക്കും ചീഫ് വിപ്പുകൾക്കുമുള്ള (സൗകര്യങ്ങൾ) ആക്ട്.

the lime stone and dolomite mines labour welfare fund act - ചുണ്ണാമ്പുകല്ല് - ഡോളമൈറ്റ് ഖനിത്തൊഴിലാളി ക്ഷേമനിധി ആക്ട്.

the limitation act - കാലഹരണ ആക്ട്.

the lotteries (regulation) act - ലോട്ടറികൾ (ക്രമപ്പെടുത്തൽ) ആക്ട്.

the marriage validation act - വിവാഹങ്ങൾ സാധൂകരിക്കൽ ആക്ട്.

the married women's property act - വിവാഹിതരായ സ്ത്രീകളുടെ വസ്തു ആക്ട്.

the maternity benefit act - പ്രസവാനുകൂല്യ ആക്ട്.

the matter at issue - വിവാദവിഷയം.

the matter in question - വിവാദവിഷയം.

the medical termination of pregnancy act - ചികിത്സാപരമായ ഗർഭാവസ്ഥ സമാപന ആക്ട്.

the metal tokens act - ലോഹ ടോക്കണുകൾ ആക്ട്.

the mica mines labour welfare fund act - അഭ്രഖനിത്തൊഴിലാളി ക്ഷേമനിധി ആക്ട്.

the mineral oils (additional duties of excise and Customs) act - ഖനിജോത്പന്നങ്ങൾ (എക്സൈസ് - കസ്റ്റംസ് അധിക തീരുവ) ആക്ട്.

the minimum wages act - മിനിമം വേതനം ആക്ട്.

the miscellaneous personal laws (extension) act - പലവക വ്യക്തിനിയമങ്ങൾ (വ്യാപിപ്പിക്കൽ) ആക്ട്.

the motor transport workers act - മോട്ടോർ ഗതാഗതത്തൊഴിലാളികൾ ആക്ട്.

the multi model transportation of goods act - ബഹുവിധ സാധനം വഹിച്ചുകൊണ്ടുപോകൽ ആക്ട്.

the muslim personal law (shariat) application act - മുസ്ലീം വ്യക്തിനിയമം (ശരിയത്ത്) ബാധകമാക്കൽ ആക്ട്.

the muslim women (protection of rights on divorce) act - മുസ്ലീം സ്ത്രീകൾ (വിവാഹമോചനത്തിൻമേൽ അവകാശങ്ങൾ സംരക്ഷിക്കൽ) ആക്ട്.

the national commission for backward classes act - പിന്നാക്ക വിഭാഗങ്ങൾക്ക് വേണ്ടിയുള്ള ദേശീയ കമ്മിഷൻ ആക്ട്.

the national environment appell-ate authorities act - ദേശീയ പരിസ്ഥിതി അപ്പീലധികാരസ്ഥാന ആക്ട്.

the national highways authority of india act - ഭാരതത്തിന്റെ ദേശീയപാത അതോറിറ്റി ആക്ട്.

the national trust for welfare of persons with autism, cerebral palsy, mental retardation and multiple disabilities act - ഓട്ടിസവും മസ്തിഷ്ക തളർവാതവും ബുദ്ധിമാന്ദ്യവും ബഹുവിധ പരിമിതികളുമുള്ള ആളു

കളുടെ.ക്ഷേമത്തിനുവേണ്ടിയുള്ള ദേശീയ ട്രസ്റ്റ് ആക്ട്.

the native converts marriage dissolution act - മതംമാറിയവരുടെ വിവാഹവിഘടന ആക്ട്.

the negotiable instruments act - കൈമാറാവുന്ന പ്രമാണങ്ങൾ ആക്ട്.

the nlawful activities (preve-ntion) act - നിയമവിരുദ്ധപ്രവർത്തനങ്ങൾ (നിവാരണം) ആക്ട്.

the ntouchability (offences) act - തൊട്ടുകൂടായ്മ (കുറ്റങ്ങൾ) ആക്ട്.

the oaths act - ശപഥം ആക്ട്.

the official languages act - ഔദ്യോഗികഭാഷകൾ ആക്ട്.

the oil industry (development) act - എണ്ണ വ്യവസായ (വികസന) ആക്ട്.

the ompanies (temporary restrictions on dividends) act - കമ്പനികൾ (ലാഭവീതങ്ങളിൻമേൽ താൽക്കാലിക നിയന്ത്രണങ്ങൾ) ആക്ട്.

the opium and revenue laws (extension of application) act - കറുപ്പു നിയമങ്ങളും റവന്യൂ നിയമങ്ങളും (ബാധകത വ്യാപിപ്പിക്കൽ) ആക്ട്.

the parliament (prevention of disqualification) act - പാർലമെന്റ് (അയോഗ്യത തടയൽ) ആക്ട്.

the passport act - പാസ്പോർട്ട് ആക്ട്.

the payment of bonus act - ബോണസ് കൊടുക്കൽ ആക്ട്.

the payment of gratuity act - ഗ്രാറ്റുവിറ്റി കൊടുക്കൽ ആക്ട്.

the payment of wages act - വേതനം നല്കൽ ആക്ട്.

the pensions act - പെൻഷൻ ആക്ട്.

the persons with disabilities (equal opportunities, protection of rights and full participation) act - അംഗപരിമിതരായ ആളുകൾ (തുല്യ അവസരങ്ങളും അവകാശ സംരക്ഷണവും പൂർണ്ണപങ്കാളിത്തവും) ആക്ട്.

the petroleum act - പെട്രോളിയം ആക്ട്.

the power of attorney act - മുർത്ഥാർ നാമങ്ങൾ ആക്ട്.

the preference shares (regulation of dividends) act - മുൻഗണനാഓഹരികൾ (ലാഭവീതങ്ങൾ ക്രമപ്പെടുത്തൽ) ആക്ട്.

the presidential and vice-presidential elections act - രാഷ്ട്രപതി-ഉപരാഷ്ട്രപതി തിരഞ്ഞെടുപ്പുകൾ ആക്ട്.

the press and registration of books act - പ്രസും പുസ്തകങ്ങൾ രജിസ്റ്റർ ചെയ്യലും ആക്ട്.

the press council act - പ്രസ് കൗൺസിൽ ആക്ട്.

the prevention of black mark-eting and maintenance of suppli-es of essential commodi-ties act - കരിഞ്ചന്ത തടയലും അവശ്യസാധനങ്ങളുടെ വിതരണം നിലനിർത്തലും ആക്ട്.

the prevention of cruelty to anim-als act - ജന്തുക്കളോടുള്ള ക്രൂരത തടയൽ ആക്ട്.

the prevention of food adulter-ation act - ഭക്ഷ്യവസ്തുവിൽ മായംചേർക്കൽ നിരോധന ആക്ട്.

the prevention of insults to national Honour act - ദേശീയമാനത്തോടുള്ള അപമാനങ്ങൾ തടയൽ ആക്ട്.

the prevention of orruption act - അഴിമതി നിരോധന ആക്ട്.

the prevention of seditious meetings act - രാജ്യദ്രോഹപരമായ യോഗങ്ങൾ നിരോധിക്കൽ ആക്ട്.

the prisoners (attendance in court) act - തടവുകാർ (കോടതികളിൽ ഹാജരാക്കൽ) ആക്ട്.

the prisoners act - തടവുകാർ ആക്ട്.

the promisory note (stamp) act - പ്രോമിസറി നോട്ട് (സ്റ്റാമ്പ്) ആക്ട്.

the protection of civil rights act -

പൗരാവകാശ സംരക്ഷണ ആക്ട്.

the protection of women from domestic violence act - ഗാർഹികഹിംസയിൽനിന്ന് സ്ത്രീകളെ സംരക്ഷിക്കൽ ആക്ട്.

the provident fund act - പ്രോവിഡന്റ് ഫണ്ട് ആക്ട്.

the public debt act - പൊതുകടം ആക്ട്.

the public provident fund act - പൊതു പ്രോവിഡന്റ് ഫണ്ട് ആക്ട്.

the reformatory Schools act - ദുർഗ്ഗുണപരിഹാര പാഠശാല ആക്ട്.

the registration act - രജിസ്ട്രേഷൻ ആക്ട്.

the registration of births and deaths act - ജനന-മരണ രജിസ്ട്രേഷൻ ആക്ട്.

the rehabilitation council of india act - ഇന്ത്യൻ പുനരധിവാസ കൗൺസിൽ ആക്ട്.

the religious societies act - മത സംഘങ്ങൾ ആക്ട്.

the re-patriation of prisoners act - തടവുകാരെ സ്വദേശത്തേക്ക് തിരിച്ചയയ്ക്കൽ ആക്ട്.

the representation of people act - ജനപ്രാതിനിധ്യ ആക്ട്.

the representation of people (Miscellaneous provisions) act - ജനപ്രാതിനിധ്യ (പലവക വ്യവസ്ഥകൾ) ആക്ട്.

the revene recovery act - റവന്യൂ റിക്കവറി ആക്ട്.

the right to information act - വിവരാവകാശ ആക്ട്.

the SAARC convention (suppression of terrorism) act - സാർക്ക് ഉടമ്പടി (ഭീകരപ്രവർത്തനം തടയൽ) ആക്ട്.

the sale of goods act - സാധന വില്പന ആക്ട്.

the sales tax laws validation act - വില്പനനികുതി നിയമങ്ങൾ സാധൂകരിക്കൽ ആക്ട്.

the seamens' provident fund act - നാവികർ പ്രോവിഡന്റ് ഫണ്ട് ആക്ട്.

the societies registration act - സംഘങ്ങൾ രജിസ്ട്രേഷൻ ആക്ട്.

the special court (trial of offen-ces relating to transactions in Securities) act - സ്പെഷ്യൽ കോടതി (ഈടുപത്രങ്ങളുടെ ഇടപാടുകളുമായി ബന്ധപ്പെട്ട കുറ്റങ്ങൾ വിചാരണ ചെയ്യൽ) ആക്ട്.

the special criminal courts (jurisdiction) act - പ്രത്യേക ക്രിമിനൽകോടതികൾ (അധികാരപരിധി) ആക്ട്.

the special marriage act - പ്രത്യേക വിവാഹ ആക്ട്.

the special tribunals (supplementary provisions) act - പ്രത്യേക ട്രിബ്യൂണലുകൾ (അനുപൂരക വ്യവസ്ഥകൾ) ആക്ട്.

the specific relief act - പ്രത്യേക നിവൃത്തി ആക്ട്.

the suits valuation act - വ്യവഹാരങ്ങളുടെ സല കണക്കാക്കൽ ആക്ട്.

the suppression of immoral traffic in women and girls act - സ്ത്രീകളിലും കുട്ടികളിലുമുള്ള വ്യഭിചാര വ്യാപാരം തടയൽ ആക്ട്.

the taxation laws (continuation and validation of recovery proceedings) act - നികുതിചുമത്തൽ നിയമങ്ങൾ (റിക്കവറി നടപടികളുടെ തുടർച്ചയും സാധൂകരണവും) ആക്ട്.

the technology development board act - സാങ്കേതികവിദ്യാവികസന ബോർഡ് ആക്ട്.

the telecom regulatory authority of india act - ഭാരത ടെലികോം റെഗുലേറ്ററി അതോറിറ്റി ആക്ട്.

the transfer of prisoners act - തടവുകാരുടെ സ്ഥലംമാറ്റൽ ആക്ട്.

the transfer of properties act - വസ്തു കൈമാറ്റ ആക്ട്.

the union duties of excise (distribution) act - യൂണിയൻ എക്സൈസ് തീരുവകൾ (വിതരണം) ആക്ട്.
the volunatary surrender of salaries (exemption from taxa-tion) act - സ്വേച്ഛയാ ശമ്പളം വിട്ടുകൊടുക്കൽ (നികുതി ചുമത്തലിൽനിന്ന് ഒഴിവാക്കൽ) ആക്ട്.
the wakf act - വഖഫ് ആക്ട്.
the water (prevention and control of pollution) act - ജലം (മലിനീകരണം തടയലും നിയന്ത്രണവും) ആക്ട്.
the wild birds and animals protection act - വന്യ പക്ഷി-മൃഗ സംരക്ഷണ ആക്ട്.
the working journalists (condit-ions of services and miscellan-eous provisions) act - പത്രപ്രവർത്തകർ (സേവനവ്യവസ്ഥകളും പലവക വ്യവസ്ഥകളും) ആക്ട്.
the working journalists (fixation of rates of wages) act - പത്രപ്രവർത്തകർ (വേതനം നിജപ്പെടുത്തൽ) ആക്ട്.
the workmen's compensation act - തൊഴിലാളികളുടെ നഷ്ടപരിഹാരം ആക്ട്.
the young persons (harmful publications) act - യുവജനങ്ങൾ (ഹാനികരമായ പ്രസിദ്ധീകരണങ്ങൾ) ആക്ട്.
theft - കളവ്, മോഷണം, അപഹരിക്കുക, കവർച്ച.
theodolite stone - കണ്ണാടിക്കല്ല്.
theoretical - സൈദ്ധാന്തികമായ, സിദ്ധാന്തപരമായ.
theory - സിദ്ധാന്തം.
theory of value - മൂല്യസിദ്ധാന്തം.
thief - കള്ളൻ, തസ്കരൻ, മോഷ്ടാവ്.
thing in action - വ്യവഹാരപ്രാപ്യമായ വസ്തു.
third degree method - മൂന്നാംമുറ, മർദ്ദനോപായം.
third party - മൂന്നാംസ്ഥാനം, മൂന്നാംകക്ഷി.
third person - അന്യൻ, മൂന്നാമൻ.
thondy article - ലക്ഷ്യംവക.
thorough investigation - സൂക്ഷ്മമായ അന്വേഷണം.
thorough search - സൂക്ഷ്മമായ പരിശോധന.
thoroughfare - പെരുവഴി.
thoughtless - അശ്രദ്ധമായ.
thraldom - അടിമത്തം, ദാസ്യവേല, അടിയായ്മ.
thrall - അടിമ.
thrash - പ്രഹരിക്കുക, അടിക്കുക, മർദ്ദിക്കുക.
thrasher - മർദ്ദകൻ.
threat - ഭീഷണി, അപായസൂചന, അപകടസൂചന.
threaten - ഭയപ്പെടുത്തൽ, ഭീഷണിപ്പെടുത്തുക, വിരട്ടുക.
thrift - മിതവ്യയം.
thriftlessness - ദുർവ്യയം.
thrifty - മിതവ്യയശീലമുള്ള.
thrive - അഭിവൃദ്ധിപ്പെടുക.
through bearer - വാഹകൻ മുഖേന.
through proper channel - ഉചിതമാർഗ്ഗത്തിലൂടെ, ഉചിതമാർഗ്ഗേണ.
through special messenger - പ്രത്യേകദൂതൻ മുഖേന, പ്രത്യേകദൂതൻ വശം.
throw down the gauntlet - വെല്ലുവിളിക്കുക.
thrown out - പിരിച്ചുവിട്ട.
thug - കൊള്ളക്കാരൻ.
thumb impression - വിരലടയാളം.
thwart - തടസ്സപ്പെടുത്തുക, എതിർക്കുക, തടയുക, വിഫലമാക്കുക.
tick - അടയാളപ്പെടുത്തുക.
tie in - ഒന്നിച്ചുചേർക്കുക, യോജിപ്പിക്കുക.
tierce - ഭർത്താവിന്റെ സ്വത്തിൽ വിധവയ്ക്കുള്ള മൂന്നിലൊന്നവകാശം.
time barred - കാലഹരണപ്പെട്ട.
time bomb - ടൈം ബോംബ്.

time deposit - നിശ്ചിതകാല നിക്ഷേപം.
time expired - കാലംകഴിഞ്ഞ, കാലഹരണപ്പെട്ട.
time limit - സമയപരിധി.
time of receipt - കൈപ്പറ്റിയ സമയം.
time rate wages - സമയനിരക്കുകൂലി.
time schedule - സമയവിവരപ്പട്ടിക.
time table - സമയവിവരപ്പട്ടിക.
time wage - സമയാനുസൃത വേതനം.
time-bargain - സമയകൃത്യ വ്യാപാരക്കരാർ.
timely action - തക്കസമയത്തുള്ള നടപടി.
tire - ക്ഷീണിപ്പിക്കുക.
tit for tat - പകരത്തിനു പകരം.
title - അവകാശം, സ്ഥാനപ്പേര്.
title deed - അവകാശപ്രമാണം, പേരാധാരം, അവകാശപത്രം.
title document - ഉടമാവകാശരേഖ.
title of honour - ബഹുമതിപ്പേര്.
titular - നാമമാത്രമായ.
to back up - പിന്തുണ നല്കുക.
to bear with - പരിഗണിക്കുക.
to bear witness to - സാക്ഷിപറയുക.
to bid defiance to - ധിക്കരിക്കുക.
to block - തടസ്സമുണ്ടാക്കുക.
to break up - പിരിച്ചുവിടുക.
to burn after - വ്യാകുലപ്പെടുക, ഉൽക്കണ്ഠപ്പെടുക.
to cause loss to - നഷ്ടം സംഭവിപ്പിക്കുക.
to charge the enemy - ശത്രുവിനെ കടന്നാക്രമിക്കുക.
to compel - നിർബ്ബന്ധിക്കുക.
to compound an offence - രാജിയാവുക.
to constrain - നിർബ്ബന്ധിക്കുക.
to cross the bar - ലംഘിക്കുക, അതിലംഘിക്കുക.
to defame - അപകീർത്തിപ്പെടുത്തുക.
to demolish - നശിപ്പിക്കുക.
to disband the troops - പട്ടാളം പിരിച്ചുവിടൽ.
to dismiss the troops - പട്ടാളം പിരിച്ചുവിടൽ.
to drive away - പുറംതള്ളുക.
to entangle - അകപ്പെടുത്തുക.
to erase - നീക്കംചെയ്യുക.
to find fault with - കുറ്റംകാണുക.
to get rid of - ഒഴിവാക്കുക.
to impede - തടസ്സമുണ്ടാക്കുക.
to keep in custody - തടവിൽ വയ്ക്കുക, ബന്തവസ്സിൽ വയ്ക്കുക, കസ്റ്റഡിയിൽവയ്ക്കുക.
to lay by the heels - വിലങ്ങു വയ്ക്കുക.
to lay down arms - ആയുധംവച്ച് കീഴടങ്ങുക.
to lay siege - അറസ്റ്റ്.
to leave by will - മരണശാസനം മുഖേന കൊടുക്കുക.
to lie over - അവധിവച്ചു മാറ്റുക.
to lift an embargo - വാണിജ്യനിരോധം പിൻവലിക്കുക.
to make any document - ഏതെങ്കിലും രേഖയുണ്ടാക്കുക.
to obtain by threat - പിടിച്ചുപറിക്കുക.
to sentence - ശിക്ഷവിധിക്കുക.
to set aside - അസ്ഥിരപ്പെടുത്തുക, റദ്ദാക്കുക.
to set at defiance - ധിക്കരിക്കുക.
to set free - വിമോചിപ്പിക്കുക, സ്വതന്ത്രമാക്കുക.
to set right - തിരുത്തുക.
to settle an account - ഇടപാട് തീർക്കുക.
to take an oath - സത്യപ്രതിജ്ഞ ചൊല്ലുക.
to take by force - ബലാൽക്കാരമായി പിടിച്ചെടുക്കുക.
to take cognisance - നടപടി എടുക്കുക, വിചാരണയ്ക്കെടുക്കുക.
to take measure - നടപടി എടുക്കുക.
to take part with - പക്ഷംചേരുക.
tobacco - പുകയില.

toddy - കള്ള്.
toddy drawer - ചെത്തുകാരൻ.
toddy taper - ചെത്തുകാരൻ, കള്ളു ചെത്തുകാരൻ.
toil - കഠിനാദ്ധ്വാനം.
toils - കെണികൾ, പ്രയാസങ്ങൾ.
token strike - സൂചനാപണിമുടക്ക്.
tolerate - സഹിക്കുക.
toll - ചുങ്കം, ടോൾ.
toll - man - ചുങ്കം പിരിവുകാരൻ, ടോൾപിരിവുകാരൻ.
toll collector - ചുങ്കപ്പിരിവുകാരൻ.
toll gate - ടോൾഗേറ്റ്.
toll house - ചുങ്കപ്പുര.
tom - tom charges - മുരശുപടി, ഭേരി ച്ചെലവുകൾ.
tomb - ശവകുടീരം, ശവക്കല്ലറ.
tomb stone - സമാധിശില.
tonnage - കേവുഭാരം.
toom - അർത്ഥശൂന്യമായ, ശൂന്യമായ.
top secret - പരമരഹസ്യം, അതീവര ഹസ്യം.
toparchy - ഇടപ്രഭുത്വം.
topographical signs - ഭൂസ്ഥിതി ചി ഹ്നങ്ങൾ, സ്ഥിതിസ്ഥാപക ചിഹ്നങ്ങൾ.
torchlight dacoity - തീവെട്ടിക്കൊള്ള.
torn - കീറിപ്പറിഞ്ഞ.
torrential downpour - മഹാവൃഷ്ടി, പേമാരി.
torrential flood - മഹാപ്രളയം.
torrential inundation - മഹാപ്രളയം.
torrential rain - പേമാരി.
torrid zone - ഉഷ്ണമേഖല.
tortfeasor - സിവിൽ കുറ്റവാളി.
torture - പീഡനം, മർദ്ദനം, ഹിംസ.
torture camp - പീഡനകേന്ദ്രം.
tortured to death - ചിത്രവധം, പീഡി പ്പിച്ച് കൊല്ലുക.
torturing cell - മർദ്ദനമുറി.
total amount - ആകെത്തുക.
total area - മൊത്ത വിസ്തീർണ്ണം.
total cost - ആകെച്ചെലവ്.
total disability - സ്ഥിരവൈകല്യം.
total extent - മൊത്ത വിസ്തീർണ്ണം.
total loss - മൊത്തം നഷ്ടം.
total profit - മൊത്തലാഭം.
totalitarianism - സമഗ്രാധിപത്യം.
touch screen - ടച്ച്സ്ക്രീൻ.
tour programme - യാത്രാപരിപാടി.
tour report - പര്യടനറിപ്പോർട്ട്.
touse - പിടിച്ചുവലിക്കുക, പിച്ചിച്ചീന്തു ക, ഉപദ്രവിക്കുക.
tout de suite - അടിയന്തരം, പെട്ടെന്ന്.
town development - നഗരവികസനം.
town improvement committee - നഗ രപരിഷ്കരണക്കമ്മിറ്റി.
town planning - നഗരാസൂത്രണം.
town planning committee - നഗരാസൂ ത്രണ സമിതി.
town planning department - നഗരാ സൂത്രണവകുപ്പ്.
town planning scheme - നഗരാസൂത്ര ണപദ്ധതി.
town survey - ടൗൺസർവെ.
town survey number - ടൗൺ സർവേ നമ്പർ.
toxicologist - ടോക്സിക്കോളജിസ്റ്റ്, വിഷവൈദ്യൻ, വിഷഹാരി.
toxicology - വിഷചികിത്സാശാസ്ത്രം.
toxiferous - വിഷലിപ്തമായ.
trace evidence - തെളിവെടുക്കുക.
traceable - കണ്ടുപിടിക്കാവുന്ന, പിന്തു ടരാവുന്ന.
traceless - കണ്ടുപിടിക്കാനാവാത്ത, തുമ്പില്ലാത്ത.
tracing paper - ട്രേസിങ് കടലാസ്.
trade capital - വ്യാപാരമുതൽ, വ്യാ പാരമൂലധനം.
trade contract - കച്ചവടക്കരാർ.
trade mark - വ്യാപാരമുദ്ര, ട്രേഡ് മാർക്ക്.
trade marks appeal (TMA) -

ട്രേഡ്മാർക്ക് അപ്പീൽ.
trade marks second appeal (TMSA) - ട്രേഡ്മാർക്ക് രണ്ടാം അപ്പീൽ.
trade organisation - വ്യാപാരസംഘടന.
trade policy - കച്ചവടനയം.
trade representation - വ്യാപാരപ്രാതിനിധ്യം.
trade union - തൊഴിലാളിസംഘടന.
trade-folk - കച്ചവടക്കാർ.
trader - വ്യാപാരി.
tradesman - വ്യാപാരി.
trading corporation - ട്രേഡിങ് കോർപ്പറേഷൻ.
trading partner - കച്ചവടപങ്കാളി.
tradition - പരമ്പര.
traditional - സാമ്പ്രദായികമായ.
traduce - നിന്ദിക്കുക, അപവാദം പറയുക.
traducement - അപവാദം, നിന്ദിക്കൽ, അപവാദപ്രചാരണം, അധിക്ഷേപം.
traducer - നിന്ദകൻ, അപവാദം പറയുന്നവൻ.
traffic control - ട്രാഫിക് നിയന്ത്രണം.
traffic controller - ട്രാഫിക് കൺട്രോളർ.
traffic in human beings - മനുഷ്യക്കച്ചവടം.
traffic law - ഗതാഗതനിയമം, ട്രാഫിക് നിയമം.
traffic manager - ട്രാഫിക് മാനേജർ.
traffic police - ട്രാഫിക് പോലീസ്.
traffic police station - ട്രാഫിക് പോലീസ് സ്റ്റേഷൻ.
traffic rule - ഗതാഗതച്ചട്ടം, റോഡുനിയമം.
traffic superintendent - ട്രാഫിക് സൂപ്രണ്ട്.
tragedy - ദുരന്തം, ദുരന്തസംഭവം, വിപത്ത്.
trail - വലിച്ചിഴയ്ക്കുക.
training - പരിശീലനം.
training materials - പരിശീലന സാമഗ്രികൾ.
training method - പരിശീലനരീതി.
training policy - പരിശീലന നയം.
training programme - പരിശീലനപരിപാടി.
traitor - രാജ്യദ്രോഹി.
traitorous - രാജ്യദ്രോഹിയായ.
traitorousness - രാജ്യദ്രോഹം.
trample - ചവിട്ടി മെതിക്കുക.
trampler - പീഡകൻ, മർദ്ദകൻ.
tranquilly - സ്വസ്ഥമായി, ശാന്തമായി.
transaction - ഇടപാട്.
transcend - അതിക്രമിക്കുക, അതിർത്തി ലംഘിക്കുക.
transcript - കൈയെഴുത്തുപ്രതി.
transfer - കൈമാറ്റം, സ്ഥലംമാറ്റം.
transfer certificate - വിടുതൽ സർട്ടിഫിക്കറ്റ്.
transfer deed - കൈമാറ്റപ്പത്രം, കൈമാറ്റ ആധാരം.
transfer in perpetuity - ശാശ്വതമായ കൈമാറ്റം.
transfer inter vivos - ജീവിച്ചിരിക്കുന്നവർ തമ്മിലുള്ള കൈമാറ്റം.
transfer of assets - ആസ്തി കൈമാറ്റം.
transfer of charge - ചുമതല കൈമാറ്റം.
transfer of judicial officers - ജുഡീഷ്യൽ ഓഫീസർമാരുടെ സ്ഥലംമാറ്റം.
transfer of land - വസ്തുകൈമാറ്റം.
transfer of mortgage - ഒറ്റി കൈമാറ്റം.
transfer of ownership - ഉടമസ്ഥതമാറ്റം.
transfer of powers - അധികാരക്കൈമാറ്റം.
Transfer of prisoners act - തടവുകാരുടെ സ്ഥലംമാറ്റൽ ആക്ട്.
Transfer of properties act - വസ്തുകൈമാറ്റ ആക്ട്.

transfer of property - വസ്തുകൈമാറ്റം.
transfer of registry - പോക്കുവരവ്, ജമതിരി, ജമമാറ്റം.
transfer of registry rules - ജമമാറ്റ ചട്ടങ്ങൾ, പോക്കുവരവുചട്ടങ്ങൾ.
transfer of revenue registry - ജമമാറ്റം.
transferable - കൈമാറ്റംചെയ്യാവുന്ന.
transferable vote - മാറ്റവോട്ട്.
transferee - കൈമാറ്റംകിട്ടിയവൻ, തീറുകിട്ടിയവൻ.
transferor - കൈമാറ്റം ചെയ്യുന്നയാൾ.
transgress - അതിലംഘിക്കുക, അതിരുകടക്കുക, അതിക്രമിക്കുക.
transgression - വ്യഭിചാരം, ലംഘനം, പാപം.
transgressor - അതിക്രമിക്കുന്നയാൾ, ലംഘകൻ, പാപി.
transit (joining time) pay - പ്രവേശനകാലവേതനം, ട്രാൻസിറ്റ് ശമ്പളം.
transition - മാറ്റം.
transitional provision - പരിവർത്തനവ്യവസ്ഥ.
transitory measures - ഇടക്കാല നടപടികൾ.
translation - മൊഴിമാറ്റം, പരിഭാഷ, തർജ്ജമ, വിവർത്തനം.
translator - വിവർത്തകൻ, പരിഭാഷകൻ.
transliteration - ലിപ്യന്തരണം.
transmeate - ഉപേക്ഷിക്കുക, കൈവിടുക.
transmit - അയക്കുക, അയച്ചുകൊടുക്കുക.
transmitter - അയക്കുന്നയാൾ.
transparent - സുതാര്യം.
transport department - ഗതാഗതവകുപ്പ്.
transport development - ഗതാഗതവികസനം.
transport network - ഗതാഗതശൃംഖല.
transport sector - ഗതാഗതമേഖല.
transprint - സ്ഥാനംമാറി അച്ചടിക്കുക.
trap - അകപ്പെടുത്തുക.
travancore civil service - ട്രാവൻകൂർ സിവിൽ സർവീസ്.
travancore devaswom board - തിരുവിതാംകൂർ ദേവസ്വം ബോർഡ്.
travelling allowance - യാത്രാബത്ത, യാത്രപ്പടി.
treacher - വഞ്ചകൻ, ചതിയൻ.
treacherous - വിശ്വാസവഞ്ചകനായ.
treacherous dealings - വഞ്ചനാപൂർവ്വമായ ഇടപാടുകൾ.
treachery - ചതി, വഞ്ചന.
treason - രാജ്യദ്രോഹം.
treasonable act - രാജ്യദ്രോഹപ്രവൃത്തി.
treasonous - രാജ്യദ്രോഹമായ.
treasure - നിധി.
treasure trove - നിധിശേഖരം.
treasurer - ഖജാൻജി.
treasury - ട്രഷറി, ഖജനാവ്.
treasury bill - ട്രഷറിബിൽ.
treasury code - ട്രഷറി കോഡ്.
treasury deposit receipt - ട്രഷറി നിക്ഷേപ രസീത്.
treasury officer - ട്രഷറി ഓഫീസർ.
treasury receipt - ട്രഷറി രസീത്.
treasury savings bank - ട്രഷറി സേവിങ്സ് ബാങ്ക്.
treaty - ഉടമ്പടി, സന്ധി.
tree tax - വൃക്ഷക്കരം.
tree tax assessment - വൃക്ഷക്കരം ചുമത്തൽ.
tree value - വൃക്ഷവില.
tremendous success - വൻവിജയം.
trench - കിടങ്ങ്.
trepidation - ഭയം.
trepidity - സംഭ്രമം, ഭയം, നടുക്കം, ഭയത്താലുള്ള വിറയൽ.

trespass - അതിക്രമിക്കുക, അതിക്രമിച്ചുകടക്കുക, കൈയേറ്റം.
triable - വിചാരണ ചെയ്യാവുന്ന.
trial - കുറ്റവിചാരണ, വിചാരണ.
trial court - വിചാരണക്കോടതി.
trial period - വിചാരണക്കാലം.
trials and tribulations - കഷ്ടപ്പാടും പ്രയാസവും.
tribal area - ഗോത്രപ്രദേശം.
tribe - ഗോത്രവർഗ്ഗം.
tribes - ഗോത്രവർഗ്ഗക്കാർ.
tribunal - ട്രൈബ്യൂണൽ.
tricameral - മൂന്നു മണ്ഡലങ്ങളുള്ള, ത്രിമണ്ഡലാത്മകമായ.
trick - കൗശലം, സൂത്രം.
trickery - തന്ത്രം, വഞ്ചന, കുതന്ത്രം, ചതി.
triennial - ത്രൈവാർഷികം.
triennium - മൂന്നു വർഷം.
trifling amendment - നിസ്സാരഭേദഗതി, ലഘുഭേദഗതി.
trigamist - ത്രിഭാര്യൻ, ത്രിഭർത്ത്യമതി, മൂന്നു ഭാര്യ/ഭർത്താവുള്ളയാൾ.
trigamy - ത്രിഭാര്യത്വം, ത്രിഭർത്ത്യത്വം.
tripartite conference - ത്രികക്ഷിസമ്മേളനം.
triplicate - മൂന്നാമത്തെ പ്രതി, മൂന്നാംപകർപ്പ്, ട്രിപ്ലിക്കേറ്റ്.
triumph - വൻവിജയം.
trivial - നിസ്സാരമായ.
trouble monger - കുഴപ്പക്കാരൻ, പ്രശ്നക്കാരൻ.
truce - തൽക്കാല സന്ധി, താൽക്കാലിക യുദ്ധവിരാമക്കരാർ.
truce-breaker - ഉടമ്പടി തെറ്റിക്കുന്നവൻ.
true copy - ശരിപ്പകർപ്പ്, നേർപ്പകർപ്പ്.
trust - ട്രസ്റ്റ്.
trust board - ട്രസ്റ്റ് ബോർഡ്.
trustworthiness - വിശ്വസനീയമായ.
trustworthy - വിശ്വാസയോഗ്യമായ.
truth - സത്യം.
try - വിചാരണ ചെയ്യുക, വിസ്തരിക്കുക.
trying the offence - കുറ്റവിചാരണ.
tsunami - സുനാമി.
tubectomy - സ്ത്രീ വന്ധ്യംകരണം.
tumultuous - ക്ഷുബ്ധമായ.
turbulent - പ്രക്ഷുബ്ധമായ.
turmoil - കലാപം.
turn a deaf ear - ചെവിക്കൊള്ളാതിരിക്കുക.
turn down - നിരസിക്കുക.
tussle - അടിപിടി.
twist facts - വസ്തുതകൾ വളച്ചൊടിക്കുക.
two-pronged strategy - ഇരുതല തന്ത്രം.
typist - ടൈപ്പിസ്റ്റ്.
typo - അച്ചടിപ്പിശക്.
typographical error - അച്ചടിത്തെറ്റ്.
tyrant - സ്വേച്ഛാധിപതി, ഏകാധിപതി.

U

ulterior motive - ഗൂഢോദ്ദേശ്യം.
ultima ratio - അന്തിമവാദം.
ultimate aim - ആത്യന്തികലക്ഷ്യം.
ultimatum - അന്ത്യശാസനം.
ultimo - കഴിഞ്ഞ മാസത്തിലുള്ള.
ultra vires - അധികാരപരിധിക്കപ്പുറത്തുള്ള, അധികാര സീമാതീതമായ, അധികാരാതീതമായ.
umbrage - നീരസം.
unacceptable - അസ്വീകാര്യം.
unadulterated - കലർപ്പില്ലാത്ത.
unambiguous - സ്പഷ്ടമായ, ദ്വയാർത്ഥമില്ലാത്ത, വ്യക്തമായ.
unanimity - അഭിപ്രായൈക്യം, ഏകകണ്ഠം.

unanimous - നിർവ്വിവാദമായ, ഏകകണ്ഠമായ.
unanimous assent - സർവ്വസമ്മതം.
unanimous vote - സർവ്വസമ്മത വോട്ട്.
unanimously - ഐകകണ്ഠ്യേന, സർവ്വസമ്മതമായി, ഒറ്റക്കെട്ടായി.
unassessed tharisu land - നികുതി ചുമത്താത്ത തരിശ്.
unassessed wasteland - നികുതി ചുമത്താത്ത തരിശ്.
unattached - ജപ്തിചെയ്യാത്ത.
unauthorised - അനധികൃതമായ, അനധികൃത.
unauthorised absence - അനധികൃത ഹാജരില്ലായ്മ, അനധികൃത അസാന്നിദ്ധ്യം.
unauthorised additions - അനധികൃത കൂട്ടിച്ചേർക്കലുകൾ.
unavoidable - അനിവാര്യം, ഒഴിവാക്കാൻപറ്റാത്ത.
unavoidable cause - അനിവാര്യകാരണം.
unavoidable circumstances - ഒഴിവാക്കാനാവാത്ത സാഹചര്യങ്ങൾ.
unavoidable conditions - ഒഴിവാക്കാനാവാത്ത പരിതഃസ്ഥിതി.
unavoidable situation - ഒഴിവാക്കാനാവാത്ത അവസ്ഥ.
unaware - അജ്ഞത.
unbalanced budget - അസന്തുലിത ബജറ്റ്.
unbelief - അവിശ്വാസം.
unbelievable - അവിശ്വസനീയം.
unbiased - നിഷ്പക്ഷമായ.
unbridled - അനിയന്ത്രിതമായ.
uncalled for - ആവശ്യപ്പെടാത്ത.
uncertain - അനിശ്ചിതമായ.
unchangeable - മാറ്റാനാവാത്ത.
uncivil - പൗരബോധമില്ലാത്ത.
uncivilized - സംസ്കാരശൂന്യമായ.
unclaimed article - ഉടമസ്ഥനില്ലാത്ത സാധനം/വസ്തു.
unclaimed property - ഉടമസ്ഥനില്ലാത്ത സ്വത്ത്, അവകാശപ്പെടാത്ത വസ്തു, ഉടമസ്ഥനില്ലാത്ത വസ്തു.
unclear - അവ്യക്തമായ.
uncommon - അസാധാരണമായ.
unconditional - നിരുപാധികമായ, അപരിമിതമായ.
unconfirmed - സ്ഥിരീകരിക്കാത്ത.
unconfirmed report - സ്ഥിരീകരിക്കാത്ത റിപ്പോർട്ട്.
uncongenial success - അനുകൂലമല്ലാത്ത വിജയം.
uncontested - എതിർപ്പില്ലാത്ത.
uncontrollable - അനിയന്ത്രിതമായ.
uncontroversial - നിർവ്വിവാദമായ.
uncrown - സ്ഥാനഭ്രഷ്ടനാക്കുക.
uncustomary - പാരമ്പര്യമല്ലാത്ത, പരമ്പരാഗതമല്ലാത്ത, കീഴ്വഴക്കമല്ലാത്ത, ആചാരമല്ലാത്ത.
undamaged - കേടുപറ്റാത്ത.
undashed - ഭയമില്ലാത്ത.
under certificate of posting - പോസ്റ്റിങ് സർട്ടിഫിക്കറ്റ് സഹിതം.
under consideration - ആലോചനയിലിരിക്കുന്ന, പര്യാലോചനയിലിരിക്കുന്ന.
under developed - പരിമിത വികസിതമായ.
under employed - വേണ്ടത്ര തൊഴിലില്ലാത്ത.
under estimate - കുറവായി മതിക്കുക.
under hand and seal - ഒപ്പും മുദ്രയും വച്ച, ഒപ്പും മുദ്രയും സഹിതം.
under his hand - സ്വന്തംകൈപ്പടയിൽ.
under lease - കീഴ്പാട്ടച്ചാർത്ത്.
under lock and key - പൂട്ടിയിട്ട.
under my hand and seal - എന്റെ ഒപ്പും മുദ്രയും സഹിതം.
under one's hand - കയ്യൊപ്പു

സഹിതം.
under secretary - അണ്ടർ സെക്രട്ടറി.
under suspicion - സംശയാസ്പദം.
under valuation - വിലകുറച്ചുവയ്ക്കൽ.
underground drainage - ഭൂഗർഭ ഡ്രൈയിനേജ്.
underground offenders - ഒളിവിലുള്ള കുറ്റക്കാർ.
undertake - ഏറ്റെടുക്കുക, ഏൽക്കുക.
undertaker of contract - കരാറുകാരൻ.
undertaking - സംരംഭം, ഏറ്റെടുക്കൽ.
undertrial prisoner - വിചാരണത്തടവുകാരൻ.
under-utilization - ശരിയായി ഉപയോഗിക്കാതിരിക്കൽ.
undervalue - വിലകുറച്ചുകാണിക്കുക.
underworld - അധോലോകം.
undeserved - അർഹതയില്ലാതാകുക.
undeserving - അർഹതയില്ലാത്ത.
undeveloped - അവികസിതമായ.
undivided - അവിഭക്ത.
undivided estate - അവിഭാജ്യസ്വത്ത്.
undivided family - അവിഭക്തകുടുംബം.
undivided hindu joint family - ഹിന്ദു അവിഭക്തകൂട്ടുകുടുംബം.
undivided joint family - അവിഭക്ത കൂട്ടുകുടുംബം.
undivided property - അവിഭാജ്യ സ്വത്ത്.
undoubted - സംശയരഹിതമായ.
undue - അനുചിതം.
undue delay - ക്രമാതീതമായ കാലതാമസം, ന്യായമില്ലാത്ത കാലതാമസം, മനഃപൂർവ്വ കാലതാമസം.
undue inconvenience - ക്രമാതീത അസൗകര്യം.
undue influence - ക്രമാതീതമായ സ്വാധീനം, ദുഷ്പ്രേരണ, ദുസ്വാധീനം, നീതിയുക്തമല്ലാത്ത സ്വാധീനം, അനുചിത സ്വാധീനം, ക്രമരഹിത സ്വാധീനം.
undue pecuniary advantage - അനുചിതധനലാഭം.
unemployment - തൊഴിലില്ലായ്മ.
unemployment problem - തൊഴിലില്ലായ്മപ്രശ്നം.
unentitled - അർഹതയില്ലാതാകുക.
unequivocal - ദ്വയാർത്ഥമില്ലാത്ത.
unerring - പിഴവുകളില്ലാത്ത.
unethical - അധർമ്മം.
unethical crime - അധാർമ്മികമായ കുറ്റകൃത്യം.
unethical offence - അധാർമ്മികമായ കുറ്റകൃത്യം.
unexpected - അപ്രതീക്ഷിതമായ, യാദൃച്ഛികമായ, അവിചാരിതമായ.
unexpected blow - ഇരുട്ടടി.
unexpected incident - അവിചാരിത സംഭവം.
unexpected victory - യാദൃച്ഛിക വിജയം.
unfair - നീതിപൂർവ്വമല്ലാത്ത, അന്യായമായ.
unfair means - അനുചിതമാർഗങ്ങൾ.
unfair trade practice - അന്യായവ്യാപാരം.
unfavourable - പ്രതികൂലമായ.
unfavourable condition - പ്രതികൂലാവസ്ഥ.
unfavourable state - പ്രതികൂലാവസ്ഥ.
unfavourable time - പ്രതികൂലസമയം.
unfavourably - പ്രതികൂലമായി.
unforeseen charges - അവിചാരിത ചെലവ്.
unforeseen expenditure - അപ്രതീക്ഷിത ചെലവ്.
unfounded - അടിസ്ഥാനരഹിതമായ.
unhappy - അസന്തുഷ്ടമായ.
unicameral - ഏകമണ്ഡലസഭ.
unification - ഏകീകരണം.

unification of pay scale - ശമ്പളസ്കെയിൽ ഏകീകരണം.
uniform civil code - ഏകീകൃത സിവിൽ നിയമസംഹിത.
uniform interest rate - ഏകീകൃത പലിശനിരക്ക്.
uniformity - ഐകരൂപ്യം.
unify - ഏകീകരിക്കുക.
unilateral - ഏകപക്ഷീയമായ.
unilingual area - ഏകഭാഷാ പ്രദേശം.
unimpeachable - നിരാക്ഷേപമായ.
unimportant - അപ്രധാനമായ.
unincorporated - ഏകോപിക്കപ്പെടാത്ത.
unintentional mistake - മനഃപൂർവ്വമല്ലാത്ത പിശക്.
union duties of excise (distribu-tion) act - യൂണിയൻ എക്സൈസ് തീരുവകൾ (വിതരണം) ആക്ട്.
union government - യൂണിയൻ ഗവൺമെന്റ്.
union list - യൂണിയൻ ലിസ്റ്റ്.
union of india - ഇന്ത്യൻ യൂണിയൻ, യൂണിയൻ ഓഫ് ഇന്ത്യ.
union parliament - യൂണിയൻ പാർലമെന്റ്.
union public service commission - യൂണിയൻ പബ്ലിക് സർവീസ് കമ്മിഷൻ.
union territories - കേന്ദ്രഭരണപ്രദേശങ്ങൾ.
unique identity card - ഏകീകൃത തിരിച്ചറിയൽ കാർഡ്.
unison - യോജിപ്പ്, ഏകകണ്ഠം.
unissued capital - ഇറക്കാത്ത മുതൽ.
unitary tax system - ഏകനികുതി പദ്ധതി.
unitas actus - പ്രവർത്തന സമന്വയം, ഏകപ്രവൃത്തി.
united nations organisation - ഐക്യരാഷ്ട്ര സംഘടന.
unity - ഐക്യം.
unity in diversity - നാനാത്വത്തിൽ ഏകത്വം.
universal question - സാർവ്വലൗകിക ചോദ്യം.
university - സർവ്വകലാശാല.
university act - സർവ്വകലാശാലാ ആക്ട്.
university grants commission - യൂനിവേഴ്സിറ്റി ഗ്രാന്റ്സ് കമ്മിഷൻ.
university law - സർവ്വകലാശാലാ നിയമം.
university of science and technology - ശാസ്ത്ര-സാങ്കേതിക സർവ്വകലാശാല.
unjust - അന്യായമായ, അനീതി, നീതിപൂർവ്വമല്ലാത്ത.
unknown - അജ്ഞാതമായ.
unknown authorship - അജ്ഞാതകർത്തൃകമായ.
unlawful - നിയമവിരുദ്ധമായ, നിയമബദ്ധമല്ലാത്ത, നിയമാനുസൃതമല്ലാത്ത, സാധുവല്ലാത്ത, ന്യായരഹിതമായ.
unlawful activities - നിയമവിരുദ്ധ പ്രവർത്തനങ്ങൾ.
unlawful activities (prevention) act - നിയമവിരുദ്ധപ്രവർത്തനങ്ങൾ (നിവാരണം) ആക്ട്.
unlawful assembly - നിയമവിരുദ്ധ സംഘം, നിയമവിരുദ്ധ സംഘം ചേരൽ.
unlawful means - നിയമവിരുദ്ധ മാർഗ്ഗങ്ങൾ.
unlicenced - ലൈസൻസില്ലാത്ത.
unlimited company - ക്ലിപ്തബാദ്ധ്യതയില്ലാത്ത കമ്പനി.
unloading charge - ഇറക്കുകൂലി.
unmarried - വിവാഹംചെയ്യാത്ത.
unmarried man - അവിവാഹിതൻ.
unmarried woman - അവിവാഹിത.
unnatural contract - അസ്വാഭാവിക കരാർ.
unnatural death - അസ്വാഭാവി

കമരണം.
unnatural offence - പ്രകൃതിവിരുദ്ധ കുറ്റം.
unnecessary comments - അനാവശ്യ അഭിപ്രായങ്ങൾ.
unnecessary reference - അനാവശ്യ പരാമർശം.
unofficial - അനൗദ്യോഗികമായ.
un-official bill - അനൗദ്യോഗിക ബിൽ.
unofficial letter - അനൗദ്യോഗിക കത്ത്.
unofficial note (u.o.note) - അനൗദ്യോഗിക കുറിപ്പ്.
unopposed - എതിരില്ലാത്ത, എതിർപ്പില്ലാത്ത.
unorganised - അസംഘടിതമായ.
unowned property - ഉടയോനില്ലാത്ത/ ഉടമസ്ഥനില്ലാത്ത വസ്തു.
unpaid expenses - കൊടുത്തിട്ടില്ലാത്ത ചെലവുകൾ.
unpardonable - അക്ഷന്തവ്യമായ.
unparliamentary - സഭായോഗ്യമല്ലാത്ത.
unprivileged - വിശേഷാവകാശമില്ലാത്ത, വിശേഷാധികാരമില്ലാത്ത.
unqualified - അയോഗ്യനായ, യോഗ്യതയില്ലാത്ത.
unreasonable - യുക്തിഹീനമായ, യുക്തിപൂർവമല്ലാത്ത.
unreasonable time - ഉചിതമല്ലാത്ത സമയം.
unregistered - രജിസ്റ്റർ ചെയ്യാത്ത.
unrepresented - പ്രാതിനിധ്യമില്ലാത്ത.
unreserved - സംവരണംചെയ്യാത്ത, റിസർവു ചെയ്യാത്ത.
unrevealed - നിഗൂഢമായ, രഹസ്യമായ.
unsafe procedures - സുരക്ഷിതമല്ലാത്ത നടപടികൾ, ദോഷകരമായ നടപടികൾ.
unsatisfactory - തൃപ്തികരമല്ലാത്ത.
unscrupulous - തത്ത്വദീക്ഷയില്ലാത്ത, മനസ്സാക്ഷിയില്ലാത്ത.
unsecured loans - ഈടില്ലാത്ത വായ്പ.
unserviceable - ഉപയോഗശൂന്യമായ.
unskilled - അവിദഗ്ദ്ധമായ.
unskilled labourer - അവിദഗ്ദ്ധതൊഴിലാളി.
unsoundness of mind - ചിത്തഭ്രമം.
unspent balance - ചെലവാക്കാത്ത ബാക്കി.
unstable - ഉറപ്പില്ലാത്ത, അസ്ഥിരമായ.
unstarred question - നക്ഷത്രചിഹ്നമിടാത്ത ചോദ്യം.
unsuitable - അനുചിതം.
unsustainable - സ്ഥായീരഹിതമായ, സുസ്ഥിരമല്ലാത്ത.
untenable - നിലനിൽക്കാത്ത.
untied fund - ഉപാധിരഹിതഫണ്ട്.
untimely death - അകാലചരമം, അകാലമരണം, അകാലമൃത്യു.
untouchability - അയിത്തം, തൊട്ടുകൂടായ്മ.
untouchability (offences) act - തൊട്ടുകൂടായ്മ (കുറ്റങ്ങൾ) ആക്ട്.
unused - ഉപയോഗിക്കാത്ത.
unusual - പതിവില്ലാത്ത, അസാധാരണമായ.
unveil - അനാച്ഛാദനം ചെയ്യുക.
unwarranted comments - അനാവശ്യ അഭിപ്രായങ്ങൾ.
unwed - വിവാഹംചെയ്യാത്ത.
unwillingness - താല്പര്യമില്ലായ്മ.
unwritten - എഴുതാത്ത.
unwritten law - അലിഖിത നിയമം.
update - നാളതീകരിക്കുക.
updation - നാളതീകരിക്കൽ.
updation of records - രേഖകൾ നാളതീകരിക്കൽ.
upheaval - പ്രക്ഷോഭം.
upheld - ഉയർത്തുക, നിലനിർത്തുക.

uphold - നിലനിർത്തുക.
uphold judgment - വിധി ശരിവയ്ക്കുക.
upliftment - ഉന്നമനം.
upper age limit - ഉയർന്ന പ്രായപരിധി, കൂടിയ പ്രായപരിധി.
upper house - ഉപരിസഭ.
uprising - ജനകീയ പ്രക്ഷോഭം.
uprooting - ഉന്മൂലനം.
urban employment guarantee scheme - നഗര തൊഴിലുറപ്പുപദ്ധതി.
urge - ഉന്നയിക്കുക.
urgent - അനിവാര്യം, അടിയന്തരം, അത്യാവശ്യം.
urgent action - അടിയന്തരനടപടി.
urgent file - അത്യാവശ്യ ഫയൽ.
urgent letter - അടിയന്തരക്കത്ത്.
urgent matters - അടിയന്തരകാര്യങ്ങൾ.
urgent meeting - അടിയന്തരയോഗം.
urgent need - അടിയന്തര ആവശ്യം.
urgent note - അടിയന്തരക്കുറിപ്പ്.
urgent slip - അടിയന്തരക്കുറിപ്പ്.
usage - വഴക്കം.
use finesse - ചതിപ്രയോഗിക്കുക.
use of corrupt practices - അഴിമതി നടത്തൽ, ദുർന്നടപടി നടത്തൽ.
used stamp paper - ഉപയോഗിച്ച മുദ്രപ്പത്രം.
useful - ഉപയോഗയോഗ്യമായ, പ്രയോജനപ്രദമായ.
usefulness - പ്രയോജനം.
useless - ഉപയോഗശൂന്യമായ.
usual work - സാധാരണ ജോലി.
usual manner - പതിവിൻപടി.
usufruct - ആദായം.
usufructuary mortgage - അനുഭവപണയം.
usurious loan - വൻപലിശവായ്പ.
usury - അന്യായപ്പലിശ.
uterine - ഏകോദരത്വമുള്ള, സഹോദരത്വമുള്ള.
utilisation of loan - വായ്പയുടെ വിനിയോഗം.
utility - ഉപയോഗക്ഷമത.
utilization - വിനിയോഗം.
utilization certificate - പ്രയോജനപ്പെടുത്തൽ സർട്ടിഫിക്കറ്റ്, വിനിയോഗ സാക്ഷ്യപത്രം.
utilize - ഉപയോഗപ്പെടുത്തുക, പ്രയോജനപ്പെടുത്തുക.
utmost care - അതീവശ്രദ്ധ.
utmost importance - പരമപ്രധാനമായ.
utmost pertinence - പരമപ്രസക്തം.

V

vacancy - ഒഴിവ്.
vacant possession - ആളൊഴിഞ്ഞ വീട്, കട തുടങ്ങിയവ.
vacant post - ഒഴിവുള്ള തസ്തിക.
vacate - ഒഴിയുക.
vacillate - വ്യതിചലിക്കുക.
vade mecum - കൈപ്പുസ്തകം.
vagabond - ഭിക്ഷക്കാരൻ.
vagrancy - അലഞ്ഞുതിരിയൽ, തെമ്മാടിത്തം.
vagrant - തെമ്മാടി.
vague - അനേകാർത്ഥമുള്ള, അവ്യക്തമായ, അസ്പഷ്ടമായ, സന്ദിഗ്ദ്ധമായ.
vakalat nama - വക്കാലത്ത് നാമാവ്.
vakalath - വക്കാലത്ത്.
vakil - അഭിഭാഷകൻ, വക്കീൽ.
vakil profession - വക്കീൽപണി.
valid - സാധുവായ.
validate - സാധൂകരിക്കുക.
validation - സാധൂകരണം, സാധൂകരിക്കൽ.
validity - സാധുത.
validity period - സാധുതാകാലയളവ്.

valuable property - വിലപിടിപ്പുള്ള വസ്തു.
valuables - മൂല്യമുള്ള സാധനങ്ങൾ.
valuation - മൂല്യനിർണ്ണയം, വിലയിരുത്തൽ.
valuation certificate - വിലനിർണ്ണയ സാക്ഷ്യപത്രം.
valuation officer - വാല്വേഷൻ ഓഫീസർ.
valuation report - വിലനിർണ്ണയ റിപ്പോർട്ട്.
valuation statement - വിലനിർണ്ണയ പ്പത്രിക.
value - മൂല്യം, വില.
value added sales tax - മൂല്യവർദ്ധിത വില്പന നികുതി.
value added tax act - മൂല്യവർദ്ധിത നികുതി ആക്ട്.
value holder - മൂല്യാവകാശി.
value in use - ഉപയോഗ മൂല്യം.
value judgment - വ്യർത്ഥധിഷ്ഠിത ന്യായനിർണ്ണയം, വ്യർത്ഥധിഷ്ഠിത വിലയിരുത്തൽ.
value of the suit - വ്യവഹാര മൂല്യം.
valuer - മൂല്യകർത്താവ്, മൂല്യനിർണ്ണയം നടത്തുന്നയാൾ.
valuta - താരതമ്യമൂല്യം.
vandal - ക്രൂരൻ.
vandalism - വിധ്വംസനശീലം.
vandalize - നശിപ്പിക്കുക, നാശം വിതയ്ക്കുക, തകർക്കുക.
vanish - അപ്രത്യക്ഷമാകുക.
vanquish - തോല്പിക്കുക.
vapulation - മർദ്ദനം, അടി, പ്രഹരം.
variable cost - വ്യതിയാനച്ചെലവ്.
variable market - അസ്ഥിരവിപണി.
variance - വിയോജിപ്പ്.
variation - മാറ്റം, ഏറ്റക്കുറച്ചിൽ, ഏറ്റക്കുറവ്, വ്യത്യാസം.
varmint - ശല്യക്കാരൻ, ശല്യക്കാരി.
vasectomy - പുരുഷവന്ധ്യംകരണം.
vast majority - ബഹുഭൂരിപക്ഷം.
vector - കീടം.
vector control - കീടനിയന്ത്രണം.
vegetative state - അബോധാവസ്ഥ.
vehement - വികാരതീക്ഷ്ണമായ.
vehement protest - പ്രക്ഷോഭം, പ്രക്ഷോഭണം.
vehicle inspector - വെഹിക്കിൾ ഇൻസ്പെക്ടർ.
vehicle tax - വാഹന നികുതി.
veil - മറ.
venal - കൈക്കൂലി വാങ്ങുന്ന, പ്രലോഭനത്തിന് വഴങ്ങുന്ന.
vendee - വാങ്ങുന്നയാൾ.
vendetta - പ്രതികാരംചെയ്യൽ, പകവീട്ടൽ, പക.
vendor - വില്ക്കുന്നയാൾ.
vendor of property - വസ്തു വിൽക്കുന്ന ആൾ.
vendor's day book - വെണ്ടർമാരുടെ നാൾവഴിപ്പുസ്തകം.
vendue - ലേലവില്പന.
venefic - വിഷലിപ്തമായ.
venenate - വിഷംകലർത്തുക, വിഷം കൊടുക്കുക.
venerate - ആദരിക്കുക.
venereal - ലൈംഗികപരമായ.
venereal discase - ലൈംഗികരോഗം.
venery - നായാട്ട്.
vengeance - പ്രതികാരം.
vengeance - പകവീട്ടൽ, പ്രതികാരം ചെയ്യൽ.
vengeful - പകയുള്ള.
venison - വെടിയിറച്ചി.
venom - വിഷം.
venom of communalism - വർഗ്ഗീയ വിഷം.
ventilator - വെന്റിലേറ്റർ.
venture - ഉദ്യമം.
venue - സ്ഥലം, വേദി.
veracious - സത്യസന്ധമായ.

veracity - സത്യാവസ്ഥ.
veracity of witness - സാക്ഷിയുടെ സത്യാവസ്ഥ.
verbal agreement - വാക്കാൽ ക്കരാർ.
verbal contract - വാക്കാൽക്കരാർ.
verbal fight - വാക്കുതർക്കം.
verbally - വാക്കാൽ.
verbatim - പദാനുപദമായി, വാക്കിനു വാക്കായി.
verbatim interpretation - പദാനുപദ വ്യാഖ്യാനം.
verbatim translation - പദാനുപദ വിവർത്തനം.
verdict carrying costs - ചെലവു സഹിതമുള്ള കോടതിവിധി.
veridical - സത്യം പറയുന്ന.
verification - പരിശോധന.
verification certificate - പരിശോധനാ സർട്ടിഫിക്കറ്റ്.
verification officer - വെരിഫിക്കേഷൻ ഓഫീസർ.
verify - പരിശോധനാ വിധേയമാക്കുക.
verisimilitude - സത്യമെന്ന തോന്നൽ.
veritable - യഥാർത്ഥമായ.
verity - സത്യാവസ്ഥ, യാഥാർത്ഥ്യം, സത്യപ്രസ്താവന.
vernacular language - നാട്ടുഭാഷ, പ്രാദേശികഭാഷ.
version - മൊഴി.
very clear - അഭിവ്യക്തമായ, വ്യക്തമായ.
vested forest - നിക്ഷിപ്ത വനം.
vested interest - സ്ഥാപിതതാല്പര്യം, നിക്ഷിപ്ത താല്പര്യം.
vested power - നിക്ഷിപ്താധികാരം.
vesting - നിക്ഷിപ്തമാക്കൽ.
veterinary college - വെറ്ററിനറി കോളെജ്.
veterinary doctor - മൃഗഡോക്ടർ.
veterinary hospital - മൃഗാശുപത്രി.
veto - വിലക്കുക, റദ്ദവകാശപ്രയോഗം, വിലക്കധികാരം, നിഷേധാധികാര പ്രയോഗം.
vex - ശല്യം.
vexatious - ശല്യമുണ്ടാക്കുന്ന.
vexatious case - ശല്യമുണ്ടാക്കുന്ന കേസ്.
vexatious litigant - ശല്യക്കാരനായ വ്യവഹാരി.
vexatious litigation - ശല്യമുണ്ടാക്കുന്ന കേസ്/വ്യവഹാരം.
vicarious liability - ബദൽബാദ്ധ്യത.
vice - ദുർന്നടപടി .
vice chairman - ഉപാധ്യക്ഷൻ, വൈസ് ചെയർമാൻ.
vice chancellor - വൈസ് ചാൻസലർ.
vice president - ഉപരാഷ്ട്രപതി, ഉപാദ്ധ്യക്ഷൻ, വൈസ് പ്രസിഡന്റ്.
vicering - കുറ്റവാളിക്കൂട്ടം.
vice-versa - നേരേമറിച്ച്.
vicious circle - ദൂഷിതവലയം.
victory - ജയം.
video conference - വീഡിയോ കോൺഫറൻസ്.
video tape - വീഡിയോ ടേപ്പ്.
vie - പോരിടുക.
vigilance - ജാഗ്രത, വിജിലൻസ്.
vigilance court - വിജിലൻസ് കോടതി.
vigilance commission - വിജിലൻസ് കമ്മിഷൻ.
vigilance commissioner - വിജിലൻസ് കമ്മിഷണർ.
vigilance director - വിജിലൻസ് ഡയറക്ടർ.
vigilance directorate - വിജിലൻസ് ഡയറക്ടറേറ്റ്.
vigilance judge - വിജിലൻസ് ജഡ്ജി.
vigilance officer - വിജിലൻസ് ഓഫീസർ.
vigilance section - വിജിലൻസ് വിഭാഗം.
village - വില്ലേജ്.

village court - വില്ലേജ് കോടതി.
village accountant - വില്ലേജ് അക്കൗണ്ടന്റ്.
village area - ഗ്രാമപ്രദേശം.
village community - ഗ്രാമസമൂഹം.
village criminals - ഗ്രാമീണ കുറ്റവാളികൾ.
village establishment - വില്ലേജ് ജീവനക്കാര്യം.
village extension officer - വില്ലേജ് എക്സ്റ്റൻഷൻ ഓഫീസർ.
village field assistant - വില്ലേജ് ഫീൽഡ് അസിസ്റ്റന്റ്.
village housing project - ഗ്രാമീണ ഭവനനിർമ്മാണപദ്ധതി.
village industries commission - ഗ്രാമ വ്യവസായ കമ്മിഷൻ.
village industry - ഗ്രാമവ്യവസായം.
village man - വില്ലേജ്മാൻ.
village map - വില്ലേജ് മാപ്പ്, വില്ലേജ് ഭൂപടം.
village munsiff - വില്ലേജ് മുൻസിഫ്.
village office - വില്ലേജ് ഓഫീസ്.
village officer - വില്ലേജാഫീസർ.
village panchayat - ഗ്രാമപ്പഞ്ചായത്ത്.
village staff - വില്ലേജ് ജീവനക്കാർ.
village upliftment - ഗ്രാമോദ്ധാരണം.
vinculum juris - നിയമകരാർ.
vindicate - കുറ്റമോചനം ചെയ്യുക, ആരോപണമുക്തനാക്കുക, നീതീകരിക്കുക, ന്യായീകരിക്കുക.
vindictive - പകതീർക്കുക, പകപോക്കുക, പകവീട്ടുക, പകരംവീട്ടുക.
violate - ലംഘിക്കുക.
violation - ലംഘനം.
violation of law - നിയമലംഘനം.
violation of orders - ഉത്തരവുകളുടെ ലംഘനം.
violence - ഹിംസ, അതിക്രമം, അക്രമം.
violence affected area - പ്രശ്നബാധിത പ്രദേശം.
violent mob - അക്രമാസക്തമായ ജനക്കൂട്ടം.
virology lab - വൈറോളജി ലാബ്.
virus - വൈറസ്.
visa - വിസ.
vis-a-vis - എതിരായി, മുഖത്തോടുമുഖമായി.
visiting hours - സന്ദർശന സമയം.
visitor - സന്ദർശകൻ.
visitors facilitation centre - സന്ദർശക സഹായകേന്ദ്രം.
visitors' diary - സന്ദർശക ഡയറി.
visitors' gallery - സന്ദർശക ഗാലറി.
visual education - ദൃശ്യവിദ്യാഭ്യാസം.
visual observation - ദൃശ്യനിരീക്ഷണം.
visual publicity - ദൃശ്യപ്രചാരണം.
vital - മർമ്മപ്രധാനമായ, പരമപ്രധാനമായ, അത്യാവശ്യമുള്ള.
vital force - ചാലകശക്തി.
vital point - മർമ്മസ്ഥാനം.
vitiate - ദുഷിപ്പിക്കുക, ദൂഷ്യപ്പെടുത്തുക, കലുഷമാക്കുക.
viz. - അതായത്.
vocation - തൊഴിൽ, പണി.
vocational - തൊഴിൽപരമായ, തൊഴിലധിഷ്ഠിതമായ.
vocational education - തൊഴിലധിഷ്ഠിത വിദ്യാഭ്യാസം.
vocational training - തൊഴിലധിഷ്ഠിത പരിശീലനം.
voice vote - ശബ്ദവോട്ട്.
void - ഒഴിഞ്ഞ.
void ab initio - ആരംഭത്തിലേ നിഷ്ഫലമായ.
voidable - ശൂന്യമാക്കിത്തീർക്കാവുന്ന.
volume - വാല്യം.
volunatary surrender of salaries (exemption from taxation) act - സ്വേച്ഛയാ ശമ്പളം വിട്ടുകൊടുക്കൽ (നികുതി ചുമത്തലിൽനിന്ന് ഒഴിവാക്കൽ)

ആക്ട്.
voluntarily - സ്വമേധയാ.
volunteer group - സന്നദ്ധസംഘം.
volunteering evidence - സ്വമേധയാ തെളിവുനല്കുക.
vote - സമ്മതിദാനം, വോട്ട്.
vote by ballot - ബാലറ്റ് മുഖേനയുള്ള വോട്ട്.
vote by proxy - പ്രതിനിധി വോട്ട്, പ്രതിനിധി മുഖേനയുള്ള വോട്ട്.
vote down - വോട്ടുമൂലം പരാജയപ്പെടുക.
vote in - തിരഞ്ഞെടുക്കുക.
vote of censure - സെൻഷർ വോട്ട്, ആക്ഷേപ വോട്ട്.
vote on account - കണക്കിന്മേലുള്ള വോട്ട്.
voter - സമ്മതിദായകൻ, വോട്ടർ.
voter verifiable paper audit trial (VVPAT) - സമ്മതിദാന വിനിയോഗ പരിശോധനാ സംവിധാനം, വിവിപാറ്റ്.
voters day - സമ്മതിദായകദിനം.
voters list - സമ്മതിദായകപ്പട്ടിക, വോട്ടർപ്പട്ടിക.
voting booth - വോട്ടെടുപ്പുകേന്ദ്രം.
voting machine - വോട്ടിങ് യന്ത്രം.
voucher - വൗച്ചർ.
vow - വാഗ്ദാനം, പ്രതിജ്ഞ.
vulgar gang - ആഭാസക്കൂട്ടം.
vulnerable area - പ്രക്ഷുബ്ധമേഖല.
vulnerable booth - പ്രശ്നസാദ്ധ്യതാബൂത്ത്.
vulnerable locality - പ്രക്ഷുബ്ധമേഖല.

W

wacko - സമനിലതെറ്റിയ.
wage - കൂലി, വേതനം.
wage labourer - കൂലിക്കാരൻ.
wage rate - കൂലിനിരക്ക്, വേതനനിരക്ക്.
wager - പന്തയം.
wagerer - വാതുവയ്ക്കുന്നയാൾ, പന്തയംവയ്ക്കുന്നയാൾ.
wagering agreement - പന്തയക്കരാർ.
wagering contract - പന്തയക്കരാർ.
wages register - വേതന രജിസ്റ്റർ.
waive - ഉപേക്ഷിക്കുക, പരിത്യജിക്കുക.
wakf act - വഖഫ് ആക്ട്.
walk out - ഇറങ്ങിപ്പോക്ക്, വാക്കൗട്ട്.
want of confidence - അവിശ്വാസം.
want of experience - പരിചയക്കുറവ്.
wanted criminal - പിടികിട്ടാപ്പുള്ളി.
war - യുദ്ധം.
war - footing - പടപ്പുറപ്പാട്, യുദ്ധപ്പുറപ്പാട്.
war allowance - യുദ്ധബത്ത.
war crime - യുദ്ധത്തടവുകാരെ പീഡിപ്പിക്കൽ.
war criminal - യുദ്ധക്കുറ്റവാളി.
war loan - യുദ്ധക്കടം.
war memorial - യുദ്ധസ്മാരകം.
war service - യുദ്ധസേവനം.
war time - യുദ്ധകാലം.
war-cry - പോർവിളി.
ward - രക്ഷകൻ, വാർഡ്, കാവൽ, കുട്ടികൾ.
ward keeper - വാർഡ് കീപ്പർ.
ward off - സ്വയംരക്ഷിക്കുക, പ്രതിരോധിക്കുക.
warden - വാർഡൻ.
warder - വാർഡർ.
wardship - രക്ഷാകർതൃത്വം.
ware house - പണ്ടകശാല.
warfare - യുദ്ധാവസ്ഥ, പോരാട്ടം, യുദ്ധം.

warfarer - പോരാളി.
warlike condition - യുദ്ധാവസ്ഥ.
warlike preparation - പടയൊരുക്കം.
warlikeness - യുദ്ധവാസന.
warmonger - യുദ്ധക്കൊതിയൻ.
warn - താക്കീതു ചെയ്യുക, മുന്നറിയിപ്പു നല്കുക.
warner - മുന്നറിയിപ്പു നല്കുന്നയാൾ, താക്കീതു ചെയ്യുന്നയാൾ.
warning - താക്കീത്, മുന്നറിയിപ്പ്.
warplane - യുദ്ധവിമാനം.
warrant - വാറണ്ട്.
warrant case - വാറണ്ട് കേസ്.
warranty - ജാമ്യപത്രം, വാറണ്ടി, ഉറപ്പ്.
warrior - യോദ്ധാവ്.
warship - യുദ്ധക്കപ്പൽ.
wassail - മദ്യപാനവിരുന്ന്.
wassail bowl - മദ്യചഷകം.
waste disposal - മാലിന്യസംസ്കരണം.
waste land - തരിശുഭൂമി, പാഴ്നിലം.
wasteful expenditure - പാഴ്ച്ചെലവ്.
wastrel - ധൂർത്തടിക്കുന്ന അലസൻ, മുടിപ്പിക്കുന്നയാൾ.
watch and ward - കാവൽജോലി സംവിധാനം, വാച്ച് ആൻഡ് വാർഡ്.
watch-dog - കാവൽനായ.
watcher - സൂക്ഷിപ്പുകാരൻ.
watchful - ജാഗ്രത.
watch-house - കാവൽപ്പുര.
watchman - കാവൽക്കാരൻ.
water & power commission - ജല-വിദ്യുച്ഛക്തി കമ്മിഷൻ.
water (prevention and ontrol of pollution) act - ജലം (മലിനീകരണം തടയലും നിയന്ത്രണവും) ആക്ട്.
water and soil conservation - ജല-മണ്ണു സംരക്ഷണം.
water authority - ജല അതോറിറ്റി.
water borne disease - ജലജന്യരോഗം.
water cess - ജലനികുതി, വെള്ളക്കരം.
water cess account - ജലനികുതി അക്കൗണ്ട്, വെള്ളവരി അക്കൗണ്ട്.
water conservation - ജലസംരക്ഷണം.
water dispute - ജലത്തർക്കം.
water harvesting - ജലസംഭരണം.
water logged - വെള്ളക്കെട്ടുള്ള.
water logged area - വെള്ളക്കെട്ടുള്ള പ്രദേശം.
water proof - വെള്ളംകടക്കാത്ത.
water rate - ജലവരി, ജലനിരക്ക്.
water resource department - ജലവിഭവ വകുപ്പ്.
water resource development - ജലവിഭവ വികസനം.
water route - ജലഗതാഗത മാർഗ്ഗം.
water scarcity - ജലക്ഷാമം.
water shed - തണ്ണീർപ്പന്തൽ.
water supply - ജലവിതരണം.
water supply act - ജലവിതരണ ആക്ട്.
water tax - ജലനികുതി.
water transport corporation - ജലഗതാഗതകോർപ്പറേഷൻ.
water transport department - ജലഗതാഗതവകുപ്പ്.
water way - ജലപാത, ജലമാർഗ്ഗം.
waterloo - സമ്പൂർണ്ണപരാജയം.
watershed - നീർത്തടം.
wax - മെഴുക്, അരക്ക്.
waylay - ചതിക്കുന്നതിനുവേണ്ടി കാത്തിരിക്കുക, വഴിയിൽ ഒളിച്ചിരിക്കുക.
waylayer - പതിയിരിക്കുന്നയാൾ.
wayless - വഴിയില്ലാത്ത.
wayment - വിലപിക്കുക.
wayout - പോംവഴി.
ways and means - മാർഗ്ഗങ്ങളും ഉപായങ്ങളും.

ways and means advance - അർത്ഥോപായ മുൻകൂർ.
wayside robbery - വഴിയോരക്കൊള്ള.
wayward - അനുസരണയില്ലാത്ത.
waywardness - തന്നിഷ്ടം, താന്തോന്നിത്തരം.
weaken - ദുർബ്ബലമാക്കുക.
weaker section - ദുർബ്ബലവിഭാഗം.
weakness - ദൗർബല്യം, ബലഹീനത.
wealreaf - ശവശരീരമോഷണം.
wealth - ധനം, സ്വത്ത്.
wealth and welfare - ധനവും ക്ഷേമവും.
wealth tax - സ്വത്തുനികുതി.
weapon - ആയുധം.
weaponless - ആയുധമില്ലാത്ത, നിരായുധനായ.
weaponry - ആയുധശേഖരം.
wear and tear - തേയ്മാനം.
weather forecast - കാലാവസ്ഥാപ്രവചനം/മുന്നറിയിപ്പ്.
weather forecaster - കാലാവസ്ഥാ പ്രവാചകൻ.
weather report - കാലാവസ്ഥാറിപ്പോർട്ട്.
web page - വെബ് പേജ്.
web site - വെബ്സൈറ്റ്.
wedding - വിവാഹം.
wedding ceremony - വിവാഹോൽസവം.
weights and measures - തൂക്കങ്ങളും അളവുകളും.
welcome address - സ്വാഗതപ്രസംഗം.
welfare - ക്ഷേമം.
welfare activities - ക്ഷേമപ്രവർത്തനങ്ങൾ.
welfare and amenity fund - ക്ഷേമസഹായനിധി.
welfare centre - ക്ഷേമപ്രവർത്തനകേന്ദ്രം.
welfare fund - ക്ഷേമനിധി.
welfare measures - ക്ഷേമനടപടികൾ.
welfare of the people - ജനക്ഷേമം.
welfare officer - വെൽഫയർ ഓഫീസർ.
welfare scheme - ക്ഷേമപദ്ധതി.
welfare state - ക്ഷേമരാഷ്ട്രം.
well - equipped - വേണ്ടത്ര സജ്ജീകരണങ്ങളോടു കൂടിയ.
well defined - സുനിർവ്വചിതമായ.
well off - സാമ്പത്തികഭദ്രത.
well-informed - കാര്യബോധമുള്ള.
wet land - തണ്ണീർത്തടം, നിലം, നനനിലം, ചതുപ്പുനിലം.
whack - അടിക്കുക.
wharfie - തുറമുഖത്തൊഴിലാളി, കപ്പൽപണിക്കാരൻ.
wheedle - സംസാരിച്ചുമയക്കുക, പറഞ്ഞുപാട്ടിലാക്കുക.
whip - ചാട്ടകൊണ്ടടിക്കുക, ചമ്മട്ടികൊണ്ടടിക്കുക.
whiplash - ചാട്ടയുടെ തുമ്പ്.
whipper - ചാട്ടയടിക്കുന്നയാൾ, ചമ്മട്ടികൊണ്ടടിക്കുന്നയാൾ.
whirlpool - നീർച്ചുഴി.
whirl-wind - ചുഴലിക്കാറ്റ്.
whisky culture - മദ്യപാനസംസ്കാരം.
whistle blower - രഹസ്യം പരസ്യപ്പെടുത്തുന്നയാൾ.
white paper - ധവളപത്രം.
white revolution - ക്ഷീരവിപ്ലവം, ധവളവിപ്ലവം.
whole heartedly - പൂർണ്ണമനസ്സോടെ.
whole sale dealer - മൊത്തക്കച്ചവടക്കാരൻ, മൊത്തവ്യാപാരി.
wholesale price - മൊത്തവില്പനവില, മൊത്തവില.
wholesaler - മൊത്തവ്യാപാരി.
wholly or partly - പൂർണ്ണമായോ ഭാഗികമായോ.

whoop - ആർപ്പുവിളിക്കുക.
whop - അടിക്കുക, പ്രഹരിക്കുക.
whore - വേശ്യ.
whore house - വേശ്യാഗൃഹം.
whoredom - വേശ്യാസംഘം.
whoremonger - വ്യഭിചാരി.
whore-son - ജാരസന്തതി.
whorish - വിഷയാസക്തിയുള്ള.
whorishness - വേശ്യാവൃത്തി.
widdle - മൂത്രമൊഴിക്കുക.
widow - വിധവ.
widow pension - വിധവാപ്പെൻഷൻ.
widower - വിഭാര്യൻ.
widowhood - വൈധവ്യം.
wife - ഭാര്യ.
wifehood - ഭാര്യാപദവി.
wifeless - ഭാര്യരഹിതൻ, ഭാര്യയില്ലാത്ത.
wife-swapping - ലൈംഗികവേഴ്ചക്കായി ഭാര്യമാരെ വച്ചുമാറൽ.
wild animal - വന്യമൃഗം.
wild beast - വന്യമൃഗം.
wild birds and animals protection act - വന്യ പക്ഷി-മൃഗ സംരക്ഷണ ആക്ട്.
wild life conservator - വന്യമൃഗ സംരക്ഷകൻ.
wild life department - വന്യജീവി വകുപ്പ്.
wild life sanctuary - വന്യമൃഗസങ്കേതം.
wilder - വഴിതെറ്റിക്കുക.
wilful absence from duty - മനഃപൂർവ്വം ജോലിക്കു ഹാജരാകാതിരിക്കൽ.
wilful dereliction of duty - മനഃപൂർവ്വമായ കൃത്യവിലോപം.
wilfully - കരുതിക്കൂട്ടി, ബോധപൂർവം.
wiliness - കപടത.
will - ഒസ്യത്ത്, വില്പത്രം, മരണശാസനം, മരണപത്രം.
willingness - സമ്മതം.
wily - കപടമായ, കൗശലമുള്ള.
win - ജയം.
win over - വിജയം നേടുക.
winding up - സമാപനം.
winner - വിജയി.
wipe out - നിർമ്മാർജ്ജനം.
wireless communication - വയർലെസ്സ് സന്ദേശം.
wireless message - വയർലെസ്സ് സന്ദേശം.
with a good grace - പൂർണ്ണമനസ്സോടെ.
with cumulative effect - സഞ്ചിതഫലത്തോടെ.
with due diligence - വേണ്ടത്ര ശ്രദ്ധയോടുകൂടി.
with no limit - അനന്തമായി.
with one accord - ഐകകണ്ഠ്യേന, സർവ്വസമ്മതത്തോടെ.
with one voice - ഏകകണ്ഠമായ.
with the gloves off - സമരോത്സുകനായി.
withdraw - പിൻവലിക്കുക, പിൻവാങ്ങുക.
withdrawal - തിരിച്ചെടുക്കൽ, പിൻവലിക്കൽ.
withdrawal of candidature - സ്ഥാനാർത്ഥിത്വം പിൻവലിക്കൽ.
withdrawal of prosecution proceedings - പ്രോസിക്യൂഷൻനടപടികൾ പിൻവലിക്കുക.
withdrawal of recognition - അംഗീകാരം പിൻവലിക്കൽ.
withdrawal of requisition - അർത്ഥന പിൻവലിക്കുക.
withdrawal of resignation - രാജി പിൻവലിക്കൽ.
withdrawal symptom - പിൻവലിക്കൽ ലക്ഷണം, പിൻവാങ്ങൽ ലക്ഷണം.
withheld appeal - തടഞ്ഞ അപ്പീൽ.
withheld assent - അനുമതി തടയുക.

withheld increment - ഇൻക്രിമെന്റ് തടയുക.
without bias - മുൻവിധി കൂടാതെ, മുൻവിധിയില്ലാതെ.
without consideration - പ്രതിഫലമില്ലാതെ.
without cumulative effect - സഞ്ചിതഫലത്തോടെയല്ലാത്ത.
without delay - താമസംവിനാ, ഉടൻതന്നെ, വിളംബം കൂടാതെ.
without detriment to - തടസ്സംവരാത്ത വിധത്തിൽ.
without dispute - തർക്കമില്ലാതെ.
without dissent - ഐകകണ്ഠ്യേന.
without encumbrances - ബാദ്ധ്യതകളില്ലാതെ.
without external influence - പരപ്രേരണ കൂടാതെ.
without fail - വീഴ്ച കൂടാതെ.
without fear or favour - ഭീതിയോ പക്ഷപാതമോ കൂടാതെ.
without hypocrisy - നിർവ്യാജം.
without knowledge - അറിവുകൂടാതെ.
without legal force - നിയമപിൻബലമില്ലാത്ത.
without prejudice - മുൻവിധി കൂടാതെ, മുൻവിധിയില്ലാതെ.
without prior approval - മുന്നംഗീകാരമില്ലാതെ.
without prior sanction - മുന്നനുമതിയില്ലാതെ.
without representation - പ്രാതിനിധ്യമില്ലാത്ത.
without restriction - നിയന്ത്രണംകൂടാതെ.
witless - ആലോചനയില്ലാത്ത.
witness - സാക്ഷി.
witness allowance - സാക്ഷിപ്പടി.
witness batta - സാക്ഷിപ്പടി.
witness box - സാക്ഷിക്കൂട്.
witness for the complainant - പരാതിഭാഗം സാക്ഷി.
witness for the defence - പ്രതിഭാഗം സാക്ഷി.
witness for the plaintiff - അന്യായക്കാരന്റെ സാക്ഷി.
witness for the respondent - എതിർകക്ഷിഭാഗം സാക്ഷി.
witness stand - സാക്ഷിക്കൂട്.
witnesser - ദൃക്സാക്ഷി.
witticism - ഉപായം, യുക്തിവാക്ക്.
witting - മനഃപൂർവ്വമായ, കരുതിക്കൂട്ടി.
woe - വലിയ ദുഃഖം, മഹാസങ്കടം.
woefully - ദുഃഖത്തോടെ.
woman - സ്ത്രീ.
woman of the street - അഭിസാരിക, വേശ്യ.
womanhood - സ്ത്രീത്വം.
womanize - വേശ്യാഗമനം നടത്തുക.
womanizer - സ്ത്രീലമ്പടൻ, വേശ്യാസംഗമക്കാരൻ.
womb - ഗർഭാശയം, ഗർഭപാത്രം.
women hater - സ്ത്രീവിദ്വേഷി.
women jagratha samithi - സ്ത്രീ ജാഗ്രതാസമിതി.
women police - വനിതാപ്പൊലീസ്.
women welfare officer - വനിതാക്ഷേമ ഓഫീസർ.
women's commission - വനിതാക്കമ്മിഷൻ.
women's commission act - വനിതാക്കമ്മിഷൻ ആക്ട്.
women's development corpor-ation - വനിതാവികസന കോർപ്പറേഷൻ.
woo - വിവാഹാഭ്യർത്ഥന നടത്തുക, പ്രേമാഭ്യർത്ഥന നടത്തുക.
woo votes - സമ്മതിദാനാഭ്യർത്ഥന, വോട്ട് അഭ്യർത്ഥിക്കുക.
woodward - വനപാലകൻ.
woofter - സ്വവർഗ്ഗരതിക്കാരൻ.

woozy - സ്തംഭിച്ചുപോയ, സ്തബ്ധനായ.
wop - അടിക്കുക, പ്രഹരിക്കുക, തല്ലുക.
word for word - പദാനുപദം.
word war-fare - വാഗ്സമരം.
wordiness - അതിഭാഷണം.
words and expressions - പദങ്ങളും പ്രയോഗങ്ങളും.
work - ജോലി, പ്രവൃത്തി, പണി, ഉദ്യോഗം.
work based wage - അദ്ധ്വാനാനുസൃത വേതനം.
work experience - തൊഴിൽപരിചയം.
work manager - വർക്ക് മാനേജർ.
work oriented education - തൊഴിലധിഷ്ഠിത വിദ്യാഭ്യാസം.
work place - പണിസ്ഥലം.
work stoppage - ജോലിനിറുത്തൽ.
work study - പ്രവൃത്തിപഠനം.
work to rule - ചട്ടപ്പടി ജോലിചെയ്യൽ.
workability - പ്രായോഗികത.
workable - നടപ്പാക്കാവുന്ന, ചെയ്യാവുന്ന.
worker - തൊഴിലാളി, ജോലിക്കാരൻ.
workhouse - പണിശാല, പണിപ്പുര.
working arrangement - ജോലിക്രമീകരണം.
working capital - പ്രവർത്തനമുതൽ, പ്രവർത്തന മൂലധനം.
working moomittee - പ്രവർത്തകസമിതി.
working condition - പ്രവർത്തനയോഗ്യം.
working cost - പ്രവർത്തനച്ചെലവ്.
working day - പ്രവൃത്തിദിവസം, പ്രവൃത്തിദിനം.
working expense - പ്രവർത്തനച്ചെലവ്.
working group - പ്രവർത്തകസംഘം, പ്രവർത്തകസമിതി.
working hours - പ്രവൃത്തിസമയം.
working journalists (conditions of services and miscellaneous provisions) act - പത്രപ്രവർത്തകർ (സേവനവ്യവസ്ഥകളും പലവക വ്യവസ്ഥകളും) ആക്ട്.
working journalists (fixation of rates of wages) act - പത്രപ്രവർത്തകർ (വേതനം നിജപ്പെടുത്തൽ) ആക്ട്.
working majority - ക്രിയാത്മക ഭൂരിപക്ഷം.
working partner - പ്രവർത്തനപങ്കാളി.
workload - ജോലിഭാരം.
workload register - ജോലിഭാര രജിസ്റ്റർ.
workman - ജോലിക്കാരൻ, തൊഴിലാളി.
workmanship - പ്രവർത്തന സാമർത്ഥ്യം.
workmen's breach of contract - തൊഴിലാളികളുടെ കരാർലംഘനം.
workmen's compensation - തൊഴിലാളികൾക്കുള്ള നഷ്ടപരിഹാരം.
workmen's compensation act - തൊഴിലാളികൾക്കുള്ള നഷ്ടപരിഹാര ആക്ട്.
workmen's compensation insurance - തൊഴിലാളി നഷ്ടപരിഹാര ഇൻഷുറൻസ്.
works committee - തൊഴിൽക്കമ്മിറ്റി.
workshop - പണിപ്പുര, ശില്പശാല, തൊഴിൽശാല, പണിശാല, വർക്ക്ഷോപ്പ്.
workshop foreman - വർക്ക്ഷോപ്പ് ഫോർമാൻ.
workshop supervisor - വർക്ക്ഷോപ്പ് സൂപ്പർവൈസർ.
world bank - ലോകബാങ്ക്.
world food programme - ലോക ഭക്ഷ്യ പരിപാടി.
world health organisation - ലോകാരോഗ്യസംഘടന.
world war - ലോകയുദ്ധം.

world water day - ലോക ജലദിനം.
worrier - ദുഃഖമുണ്ടാക്കുന്നവൻ, ശല്യക്കാരൻ.
worrisome - വിഷമിപ്പിക്കുന്ന.
worry - വ്യാകുലപ്പെടുക.
worse - വഷളായ.
worsen - കഠിനതരമാക്കുക, ഗുരുതരമാക്കുക.
worshipful - ആരാധ്യനായ.
worst - അത്യന്തം മോശമായ, ഏറ്റവും ചീത്തയായ.
worth - മൂല്യം.
worth estimation - മൂല്യനിർണ്ണയം.
worthless - മൂല്യമില്ലാത്ത.
worthless bail - കള്ളജാമ്യം.
worthlessness - നിർഗുണത്വം.
worthy - ഗുണമുള്ള, വിലയുള്ള.
wound - മുറിവ്.
wounded - മുറിവേറ്റ, പരുക്കേറ്റ.
wowee - വൻവിജയം.
wrangle - വഴക്കടിക്കുക.
wrangler - വഴക്കാളി.
wrath - കൊടുംപക, ഉഗ്രകോപം.
wreak havoc - വിനാശകരമാംവിധം അക്രമം അഴിച്ചുവിടുക.
wreak vengeance - പകപോക്കുക, പകവീട്ടുക, പ്രതികാരം ചെയ്യുക, പകരംവീട്ടുക.
wreaker - പകവീട്ടുന്നയാൾ.
wreck - കപ്പൽത്തകർച്ച, കപ്പൽച്ചേതം.
wrench - അന്യായകയ്യേറ്റം, പിടിച്ചുവലിക്കൽ.
wretch - ബഹിഷ്കൃതൻ, ജാതിഭ്രഷ്ടൻ.
writ - റിട്ട്.
writ appeal - റിട്ട് അപ്പീൽ.
writ of certiorari - സെർഷ്യോററി റിട്ട്.
writ of habeas corpus - ഹേബിയസ് കോർപ്പസ് റിട്ട്.
writ of mandamus - മാൻഡമസ് റിട്ട്.
writ petition - റിട്ട് ഹർജി.
write down - കടലാസ്സിലാക്കുക.
write off - എഴുതിത്തള്ളുക.
write off bad debts - കിട്ടാക്കടം എഴുതിത്തള്ളുക.
writer - എഴുത്തുകാരൻ, ലേഖകൻ.
written agreement - രേഖാമൂലമുള്ള ഉടമ്പടി, രേഖാമൂലമുള്ള കരാർ.
written compact - രേഖാമൂലമുള്ള ഉടമ്പടി.
written evidence - രേഖാമൂലത്തെളിവ്, ലിഖിതമായ തെളിവ്.
written examination - എഴുത്തുപരീക്ഷ.
written in one's own hand - സ്വന്തം കൈപ്പടയിൽ എഴുതിയ.
written language - എഴുത്തുഭാഷ, വരമൊഴി.
written law - ലിഖിതനിയമം.
written pact - രേഖാമൂലമുള്ള ഉടമ്പടി.
written proclamation - വിളംബരപ്പത്രിക.
written statement - പത്രിക.
written statement of defence - പ്രതിവാദപത്രിക.
wrong - തെറ്റ്, അപരാധം.
wrong action - കുറ്റകരമായ പ്രവൃത്തി.
wrong doer - തെറ്റുകാരൻ.
wrongful confinement - അന്യായത്തടങ്കൽ.
wrongful dismissal - അന്യായമായ പിരിച്ചുവിടൽ.
wrongful gain - അന്യായമായ ലാഭം.
wrongful holder - നിയമവിരുദ്ധ കൈവശക്കാരൻ.
wrongful intention - അന്യായമായ ഉദ്ദേശ്യം.
wrongful restraint - അന്യായത്തടങ്കൽ, അന്യായമായി തടഞ്ഞുവയ്ക്കൽ.
wrongfully - അന്യായമായി.
wrongfulness - അബദ്ധം.
wroth - കോപംപൂണ്ട, ദേഷ്യമുള്ള, കോപമുള്ള.

X

xen - വിദേശി, അപരിചിതൻ.

xiph - വാൾ, വാളിന്റെ ആകൃതിയിലുള്ള.

xipho - വാൾ, വാളിന്റെ ആകൃതിയിലുള്ള.

xiphoid - വാൾരൂപത്തിലുള്ള.

x-ray - എക്സ്-റേ.

Y

year - വർഷം.

year book - വർഷപുസ്തകം.

year to year - വർഷാനുവർഷം.

yearly - പ്രതിവർഷം, വർഷംതോറും.

yearly report - വാർഷികറിപ്പോർട്ട്.

yegg - ഭയമുള്ള മോഷ്ടാവ്.

yeld - തരിശ്ശായ, കൃഷിക്കുപയുക്തമല്ലാത്ത.

yell - നിലവിളിക്കുക, കൂക്കിവിളിക്കുക.

yesman - ഏറാൻമൂളി.

yestereve - തലേന്നാൾ സന്ധ്യ.

yestermorning - തലേന്നാൾ പ്രഭാതം, ഇന്നലത്തെ പ്രഭാതം.

yesternight - കഴിഞ്ഞരാത്രി, തലേരാത്രി.

yesternoon - ഇന്നലത്തെ ഉച്ച (മദ്ധ്യാഹ്നം).

yesterweek - കഴിഞ്ഞയാഴ്ച.

yield - വഴങ്ങിക്കൊടുക്കുക, കീഴടങ്ങുക.

yob - തെമ്മാടി, ചട്ടമ്പി.

yobbishness - തെമ്മാടിത്തം, ചട്ടമ്പിത്തരം.

yobbo - തെമ്മാടി.

yoke-devil - സഹകുറ്റവാളി, കുട്ടുപ്രതി, കുറ്റകൃത്യത്തിൽ കൂട്ടാളി, സഹാപരാധി.

young offender - യുവകുറ്റവാളി.

young persons (harmful publications) act - യുവജനങ്ങൾ (ഹാനികരമായ പ്രസിദ്ധീകരണങ്ങൾ) ആക്ട്.

your honour - യുവർ ഓണർ.

yours faithfully - വിശ്വസ്തതയോടെ.

yours sincerely - ആത്മാർത്ഥതയോടെ, ഹൃദയപൂർവ്വം.

youth - യുവത്വം, യൗവനം.

youth affairs - യുവജനകാര്യം.

youth hostel - യൂത്ത് ഹോസ്റ്റൽ.

youth policy - യുവജന നയം.

yuck - മലീമസമായ, ചീത്തയായ.

yucky - അറപ്പുളവാക്കുന്ന, മാലിന്യം നിറഞ്ഞ.

yuppification - പരിഷ്കാരം വരുത്തൽ.

Z

zabardast - ബലാൽക്കാരത്തോടെയുള്ള.

zamindar - സെമീന്ദാർ.

zap - ആക്രമിച്ച് വീഴ്ത്തുക, പ്രഹരിച്ച് വീഴ്ത്തുക.

zapper - തകർക്കുന്നവൻ, മർദ്ദകൻ.

zapping - നശിപ്പിക്കൽ, അടിച്ചുതകർക്കൽ.

zealous - വികാരതീക്ഷ്ണമായ.

zemindari system - സെമീന്ദാരി സമ്പ്രദായം.

zero hour - ശൂന്യവേള.

zero landless - ഭൂരഹിതരില്ലാത്ത.

zero option - യുദ്ധോപകരണ തിരസ്കരണ സന്ധി.

zero percent interest scheme - പലിശരഹിത പദ്ധതി.

zid - തീവ്രവിദ്വേഷം.

zilla - ജില്ല.
zindabad - സിന്ദാബാദ്.
zinger - ഉത്തമമാതൃക.
zoilism - അനാവശ്യ അധിക്ഷേപം, കഠിനമായ അധിക്ഷേപം, ഉഗ്രമായ അവഹേളിക്കൽ.
zombie - പ്രതികരണശേഷിയില്ലാത്തവൻ.
zonal council - മേഖലാസമിതി.
zonal development programme - മേഖലാവികസനപരിപാടി.
zonal engineer - മേഖലാ എഞ്ചിനീയർ.
zonal office - മേഖലാ ഓഫീസ്.
zonal regulation rules - മേഖലാനിയന്ത്രണ ചട്ടങ്ങൾ.
zone - പ്രദേശം, മേഖല.
zonesthesia - പിരിമുറുക്കം കുറയ്ക്കുക, കോപം കുറയ്ക്കുക.
zonk - അടിച്ചുവീഴ്ത്തുക.
zoo - മൃഗശാല.
zoolatry - മൃഗാരാധന.
zoological survey - ജന്തുശാസ്ത്രസംബന്ധമായ സർവെ.
zoologist - ജന്തുശാസ്ത്രജ്ഞൻ.
zoology - ജന്തുശാസ്ത്രം.
zoolum - അടിച്ചമർത്തൽ.
zymologist - മദ്യവീര്യശാസ്ത്രജ്ഞൻ.
zymology - മദ്യവീര്യശാസ്ത്രം.
zymurgy - മദ്യവാറ്റ്.

www.ingramcontent.com/pod-product-compliance
Lightning Source LLC
LaVergne TN
LVHW060217051026
849517LV00005B/1437
* 9 7 8 9 3 9 4 7 5 3 0 4 4 *